AF747153

ഗ്രീൻ ബുക്സ്

മല്ലീം എന്ന വിസ്മയം
ഒരു കെയ്റോ ഗാഥ
ആദിൽ കാമിൽ

ഈജിപ്ഷ്യൻ എഴുത്തുകാരൻ. 1916ൽ കെയ്റോവിൽ ജനനം. ആധുനിക അറബി നോവൽ ശാഖയ്ക്ക് ജന്മം നൽകിയ നവോത്ഥാനകാല തലമുറയിലെ അംഗം. ആദ്യ നോവലായ *King of a Ray of Light* ഈജിപ്തിലെ Language Academy 1943ൽ ഏർപ്പെടുത്തിയ മികച്ച അറബി നോവലിനുള്ള പ്രഥമ പുരസ്കാരത്തിന് അർഹമായി. നജീബ് മഹ്ഫൂസ് അടക്കമുള്ള എഴുത്തുകാരുടെ കൂട്ടായ്മയായ 'ഹറാഫിശ്' സാഹിത്യസംഘത്തിലെ അംഗമെന്ന നിലയിൽ ശ്രദ്ധേയൻ. അവ്യക്തമായ കാരണങ്ങളാൽ എഴുത്തു നിർത്തിയെങ്കിലും *Mallim, the Great* (1942) എന്ന ശ്രദ്ധേയമായ നോവലിന്റെ രചയിതാവ് എന്ന നിലയിൽ വിഖ്യാതനായി. 2005ൽ അമേരിക്കയിലെ ഹൂസ്റ്റണിൽ മരണപ്പെട്ടു.

ഡോ. എൻ. ഷംനാദ്: തിരുവനന്തപുരം യൂണിവേഴ്സിറ്റി കോളേജിലെ അറബി വിഭാഗം അദ്ധ്യാപകൻ. 2019ലെ ഖത്തർ ഗവൺമെന്റിന്റെ വിവർത്തനത്തിനുള്ള അന്തർദ്ദേശീയ പുരസ്കാരമായ Hamad Award for Translation & International Understanding ലഭിച്ചു. ആധുനിക അറബി എഴുത്തുകാരായ നജീബ് മഹ്ഫൂസ് (ഈജിപ്ത്), ഹുദാ ബറകാത്ത് (ലെബനോൺ), സിനാൻ അൻതൂൺ (ഇറാഖ്), സമർ യസ്ബക് (സിറിയ), ഖാലിദ് ഖലീഫ (സിറിയ), ഹബീബ് സാലിമി (ടുണീഷ്യ), യൂസുഫ് ഫാദിൽ (മൊറോക്കോ), റഷാ അദ്‌ലി (ഈജിപ്ത്) എന്നിവരുടെ പത്ത് അറബി നോവലുകളുടെ നേരിട്ടുള്ള മലയാള വിവർത്തനങ്ങൾ ഗ്രീൻ ബുക്സ് പ്രസിദ്ധീകരിച്ചിട്ടുണ്ട്.
ഇമെയിൽ : shamnadmail@gmail.com

നോവൽ

മല്ലീം എന്ന വിസ്മയം ഒരു കെയ്റോ ഗാഥ

ആദിൽ കാമിൽ

അറബിയിൽനിന്നും നേരിട്ടുള്ള മലയാള വിവർത്തനം
ഡോ. എൻ. ഷംനാദ്

ഗ്രീൻബുക്സ്

green books private limited
gb building, civil lane road, ayyanthole,
thrissur- 680 003, kerala, ph: +91 487-2381066, 2381039
website: www.greenbooksindia.com
e-mail: info@greenbooksindia.com

branches:
thrissur 0487-2422515
thiruvananthapuram 0471-2335301
calicut 0495 4854662

original arabic title

ملّيم الأكبر

Mallim al-akbar (1942)
novel
by
adel kamel

english
the magnificent conman of cairo

malayalam
malleem enna vismayam
oru cairo gaadha

translated by
dr. n. shamnad

published october 2023

منحة الترجمة
Translation Grant
صندوق منحة الشارقة للترجمة
Sharjah Translation Grant Fund

cover design : s. mahendra

printed in india
manipal technologies ltd

isbn : 978-81-19486-62-5

₹ 270.00
GBPL/1324/2023

മുഖക്കുറി

മുതലാളിത്തത്തിന്റെ ചൂഷണങ്ങളും കമ്യൂണിസത്തിന്റെ പരാജയങ്ങളും വരച്ചിടുന്ന ആദിൽ കാമിൽ, അർത്ഥശൂന്യമായ വർഗസംഘർഷങ്ങളേയും ചിത്രീകരിക്കുന്നുണ്ട്. ആദർശവും അധികാരവും എങ്ങനെയാണ് സമൂഹത്തിൽ പ്രതിഫലിക്കുന്നത് എന്ന് ആക്ഷേപഹാസ്യത്തിൽ പൊതിഞ്ഞ് അവതരിപ്പിക്കുകയാണ് ഈ കൃതി.

എഡിറ്റർ

ആമുഖം

ഇരുപതാം നൂറ്റാണ്ടിന്റെ ആദ്യ പകുതിയിലാണ് ഈജിപ്തിൽ അറബി നോവൽ വളർച്ച പ്രാപിക്കുന്നത്. കൃത്യമായി പറഞ്ഞാൽ രണ്ട് ലോകമഹായുദ്ധങ്ങൾക്കിടയിൽ. അറബി നോവൽ ശാഖയിലെ ആധുനികരായ ആദ്യ തലമുറയിൽ പെട്ടയാളായിട്ടും സാഹിത്യവിദ്യാർത്ഥികൾ പോലും വിസ്മരിച്ചൊരു പേരാണ് ഇക്കാലത്ത് ഈജിപ്തിൽ ജീവിച്ചിരുന്ന ആദിൽ കാമിലിന്റേത്. നാല്പതുകളിൽ ശ്രദ്ധേയമായ രണ്ട് നോവലുകളും ഏതാനും ചെറുകഥകളും നാടകങ്ങളും എഴുതിയ ശേഷം വിസ്മൃതിയുടെ തിരശ്ശീലയ്ക്കകത്തേക്ക് കയറിപ്പോയ പ്രതിഭാശാലിയായിരുന്നു അദ്ദേഹം.

1916ൽ കെയ്റോയിലെ ഒരു കോപ്റ്റിക് ക്രിസ്ത്യൻ കുടുംബത്തിലാണ് ആദിൽ കാമിൽ ജനിച്ചത്. 1936ൽ നിയമത്തിൽ ബിരുദം നേടി. 'വയ്ക അൻതർ' (Woe to Antar), 'വയ്ക തഹ്തമിസ്' (Woe to Thutmose), 'ദബാബ് വ റമാദ്' (Fog and Ashes) തുടങ്ങിയ കഥകളോ നാടകങ്ങളോ എഴുതിക്കൊണ്ടാണ് നാല്പതുകളിൽ കാമിൽ ഈജിപ്ഷ്യൻ സാഹിത്യ ലോകത്തേക്ക് ചുവടുവയ്ക്കുന്നത്.

അക്കാലത്താണ് 'ഹറാഫിശ്' എന്ന പേരിൽ ആദിൽ കാമിലും കൂട്ടരും ചേർന്ന് ഒരു സാഹിത്യ കൂട്ടായ്മ രൂപീകരിക്കുന്നത്. സക്കീ മഖ്ലൂഫ്, അഹ്മദ് മദ്ഹർ, സാബിത് അമീൻ, തൗഫീഖ് സ്വാലിഹ്, മുഹമ്മദ് അഫീഫി, ലൂയിസ് അവദ് തുടങ്ങിയ സാഹിത്യകാരന്മാരുടെ കൂട്ടായ്മയായിരുന്നു 'ഹറാഫിശ്'. പിൽക്കാലത്ത് നോബൽ സമ്മാന ജേതാവായ നജീബ് മഹ്ഫൂസിനെ ഈ സംഘത്തിലേക്ക് ക്ഷണിച്ചത് ആദിൽ കാമിലായിരുന്നു.

അദ്ദേഹത്തിന്റെ ആദ്യ നോവൽ 'മലിക് മിൻ ശുആഅ്' (King of a Ray of Light) ആണ്. ബി.സി. നാലാം നൂറ്റാണ്ടിൽ

ഈജിപ്ത് ഭരിച്ച അഖ്നാതെൻ ഫറവോയുടെ കഥ പറയുന്ന ഈ കൃതി അക്കാലത്തെ വൈദേശിക പടയോട്ടത്തിനെതിരെ പൊരുതി നിന്നൊരു ഈജിപ്ഷ്യൻ രാജവംശത്തിന്റെ ചരിത്രം കൂടിയാണ് അനാവരണം ചെയ്തത്. ഓട്ടോമൻ സാമ്രാജ്യ ത്തിന്റെ തകർച്ചയ്ക്കുശേഷം ഈജിപ്ത് ബ്രിട്ടീഷുകാരുടെ സാമ്രാജ്യത്തിന് കീഴിൽ അമർന്നിരുന്ന കാലത്ത് പുറത്തി റങ്ങിയ ഈ ചരിത്ര നോവലിന് അതിനാൽതന്നെ ദേശീയ തയുടെ ധീരപരിവേഷം കൂടിയുണ്ടായിരുന്നു. ഈജിപ്തിലെ വിഖ്യാതമായ അറബി ഭാഷാ അക്കാദമി ഏർപ്പെടുത്തിയ മികച്ച അറബി നോവലിനുള്ള പ്രഥമ പുരസ്കാരം 1943-ൽ ഈ കൃതിക്കായിരുന്നു. നജീബ് മഹ്ഫൂസിന്റെ ചരിത്ര നോവലായ 'കിഫാഹ് തീബ'(Struggle of Thebes)യ്ക്കായി രുന്നു രണ്ടാം സ്ഥാനം. മറ്റൊരു പ്രമുഖ എഴുത്തുകാരൻ യൂസുഫ് ജൗഹർ മൂന്നാം സ്ഥാനവും നേടി.

തൊട്ടടുത്ത വർഷവും ആദിൽ കാമിൽ മറ്റൊരു നോവൽ ഇതേ മത്സരത്തിനയച്ചു. 'മല്ലീം അൽ അക്ബർ' (Mallim the Great) എന്നായിരുന്നു ആ നോവലിന്റെ പേര്. എന്നാൽ കമ്മ്യൂണിസ്റ്റ് ആശയങ്ങളെ പ്രോത്സാഹിപ്പിക്കുന്ന കൃതി എന്നൊരു മുൻവിധിയോടെ സമീപിച്ച ജൂറി നോവലിനെ മത്സരത്തിനായി പരിഗണിച്ചതേയില്ല. നജീബ് മഹ്ഫൂസിന്റെ 'അൽ-സറാബ്' (The Mirage) എന്ന നോവലിനെയും അശ്ലീ ലത ആരോപിച്ച് ജൂറി തള്ളിക്കളഞ്ഞു.

എന്നാൽ അഭിമാനത്തിന് മുറിവേറ്റ ആദിൽ കാമിൽ എഴുത്ത് തന്നെ ഉപേക്ഷിക്കുന്ന കാഴ്ചയാണ് പിന്നീട് കണ്ടത്. സമൂഹത്തിൽ മാറ്റം സൃഷ്ടിക്കുവാൻ സാഹിത്യത്തിനുള്ള കഴിവിൽ സംശയം പ്രകടിപ്പിച്ച അദ്ദേഹം പിന്നീട് അഭിഭാഷക വൃത്തിയിൽ ശ്രദ്ധിക്കുകയായിരുന്നു മുഴുവൻ സമയവും. റിയൽ എസ്റ്റേറ്റ് രംഗത്ത് പ്രവർത്തിക്കുന്ന ഒരു ലെബനീസ് വ്യവസായിയുടെ ലീഗൽ കൺസൾട്ടന്റായി പ്രവർത്തിക്കു കയായിരുന്നു കാമിൽ പിന്നീട്.

അർമേനിയൻ കത്തോലിക്കാ ക്രിസ്ത്യൻ സഭയിൽ പെട്ടൊരു സ്ത്രീയെ വിവാഹം കഴിച്ചു. കോപ്റ്റിക് സഭാംഗ മായിട്ടും അദ്ദേഹത്തിന്റെ മൂന്ന് പെൺമക്കളും കത്തോലിക്കാ വിശ്വാസം സ്വീകരിച്ചവരായിരുന്നു. 1993ൽ മക്കൾക്കൊപ്പം അമേരിക്കയിലെ ഹൂസ്റ്റണിലേക്ക് താമസം മാറ്റിയ അദ്ദേഹം പിന്നീടുള്ള പന്ത്രണ്ട് വർഷം അവിടെത്തന്നെ ചെലവിടുക യായിരുന്നു. 1993ൽ 'ആദിൽ കാമിലും ഹറാഫിശും പിന്നെ സാഹിത്യവും' എന്ന പേരിൽ നജീബ് മഹ്ഫൂസിന്റെ ഒരു

ചെറിയ ലേഖനം ഈജിപ്തിൽ അച്ചടിച്ചു വന്നു. സാഹിത്യത്തിലുള്ള വിശ്വാസം നഷ്ടമായതിനാലാകണം തന്റെ സുഹൃത്തായ ആദിൽ എഴുത്ത് നിർത്തിയതെന്ന നിഗമനം പങ്കുവയ്ക്കുന്നതായിരുന്നു ആ ലേഖനം. എന്നാൽ ഈ വിഷയത്തെക്കുറിച്ച് ആദിൽ കാമിൽ പ്രതികരിച്ചതേയില്ല.

എഴുത്തു നിർത്തിയെങ്കിലും അമേരിക്കയിലേക്ക് കുടിയേറുന്നതു വരെയും അദ്ദേഹം 'ഹറാഫിശ്' ഗ്രൂപ്പുമായി സഹകരിക്കുകയും കൂട്ടായ്മകളിൽ പങ്കെടുക്കുകയും ചെയ്തിരുന്നു. പ്രമുഖ ഈജിപ്ഷ്യൻ സാഹിത്യ നിരൂപകനായിരുന്ന റജാ ഉന്നഖാശ് നജീബ് മഹ്ഫൂസിനെയും ആദിൽ കാമിലിനെയും താരതമ്യം ചെയ്തുകൊണ്ട് 1964ൽ ഒരു ലേഖനം എഴുതിയപ്പോഴാണ് പതിറ്റാണ്ടുകൾക്കു ശേഷം പലരും ആദിൽ കാമിലിനെ ഓർത്തത്. 1993ൽ ഈജിപ്തിലെ അൽ-ഹിലാൽ പബ്ലിഷിംഗ് ഹൗസ് കാമിലിന്റെ രണ്ട് പഴയകാല നോവലുകളായ 'അൽ-ഹല്ല് വൽ-റബത്, മുനാവശ അലൽ ഹുദൂദ്' എന്നീ കൃതികൾ ഒറ്റ വാല്യത്തിൽ പ്രസിദ്ധീകരിച്ചിരുന്നു. 2005 ജനുവരി പത്തിനാണ് ഹൂസ്റ്റണിൽ വച്ച് ആദിൽ കാമിൽ അന്തരിക്കുന്നത്.

ഞങ്ങളുടെ തലമുറയിലെ അനിഷേധ്യനായ എഴുത്തുകാരൻ എന്നാണ് നജീബ് മഹ്ഫൂസ് ആദിൽ കാമിലിനെ വിശേഷിപ്പിച്ചിട്ടുള്ളത്. 2014ൽ ഈജിപ്തിലെ 'അൽ-കർമ' പ്രസാധകർ വിസ്മരിക്കപ്പെട്ട ക്ലാസിക്കൽ നോവലുകൾ Al-Karma Selects എന്ന പേരിൽ പുനഃപ്രസിദ്ധീകരിക്കാൻ തുടങ്ങിയപ്പോഴാണ് ആദിലിന്റെ രണ്ട് നോവലുകൾ അച്ചടിമഷി പുരണ്ടത്. പതിറ്റാണ്ടുകൾ നീണ്ട വിസ്മൃതിയിൽ നിന്ന് ഒരു വിഖ്യാത എഴുത്തുകാരൻ പുറത്തു വരുന്ന കാഴ്ചയാണ് പിന്നീട് കണ്ടത്.

ഈ രണ്ട് നോവലുകളിൽ ഏറെ ശ്രദ്ധേയമായ കൃതി 'മല്ലീം അൽ-അക്ബർ' (Mallim, the Great) തന്നെയാണ്. ആദ്യ നോവലായ 'മലിക് മിൻ ശുആഇ'ൽ നിന്നും വ്യത്യസ്തമായി തീർത്തും റിയലിസ്റ്റിക് സമീപനം സ്വീകരിച്ച കൃതിയായിരുന്നു ഇത്. ഉള്ളവനും ഇല്ലാത്തവനും തമ്മിലുള്ള തീവ്രമായ അന്തരവും അർത്ഥശൂന്യമായ വർഗ്ഗസംഘർഷവും ചിത്രീകരിക്കുന്ന ഈ കൃതി അറബിയിലെ ആദ്യകാല സോഷ്യൽ സറ്റയറുകളിൽ പ്രമുഖമാണ്. തെറ്റായ ജീവിതം അവസാനിപ്പിച്ച് മാന്യമായൊരു തൊഴിലെടുത്ത് ജീവിക്കാൻ തുനിയുന്ന മല്ലീം എന്ന ദരിദ്രനായ ചെറുപ്പക്കാരനും അധികാരത്തിന്റെയും സമ്പന്നതയുടെയും ലോകത്ത് മാത്രം

ജീവിക്കുന്ന അഹ്മദ് പാഷയുടെ ആദർശവാദിയായ മകൻ ഖാലിദിന്റെയും ജീവിതങ്ങൾ എങ്ങനെയാണ് വിധിയുടെ വിളയാട്ടത്തിൽ ഗതി തെറ്റി അലയുന്നതെന്ന് ആക്ഷേപ ഹാസ്യത്തിൽ പൊതിഞ്ഞ് അവതരിപ്പിക്കുകയാണ് ആദിൽ കാമിൽ. മുതലാളിത്തത്തിന്റെ ചൂഷണങ്ങൾക്കൊപ്പം കമ്മ്യൂണിസത്തിന്റെ പരാജയം കൂടി വരച്ചിടുന്നുണ്ട് എഴുത്തുകാരൻ. സമൂഹത്തിൽ മാറ്റം സൃഷ്ടിക്കുവാനുള്ള ശ്രമങ്ങളൊക്കെയും അസംബന്ധ നാടകങ്ങളായി കലാശിക്കുന്ന കാഴ്ചകളാണ് മല്ലീമും ഖാലിദും ഒരുമിച്ചും തനിച്ചും കടന്നുപോകുന്ന പാതകൾ കാണിച്ചു തരുന്നത്.

ഈ നോവൽ ഈജിപ്ഷ്യൻ ഭാഷാ അക്കാദമിയുടെ സാഹിത്യ പുരസ്കാരത്തിന് പരിഗണിക്കാതെ നിരസിക്കപ്പെട്ടതിനെത്തുടർന്ന് ആദിൽ കാമിൽ എഴുതിയ സുദീർഘമായൊരു മുഖവുരയുണ്ട്. നോവലിസ്റ്റ് പ്രധാന കഥാപാത്രമായ മല്ലീമുമായി നടത്തുന്നൊരു സംഭാഷണമാണ് അതിന്റെ ഇതിവൃത്തം. ക്ലാസിക്കൽ അറബി സാഹിത്യത്തിന്റെ മഹത്തായ ചരിത്രത്തെ ഒന്നടങ്കം അപനിർമ്മിക്കുന്ന വിമർശനമാണ് ഇതിൽ എഴുത്തുകാരൻ ഉന്നയിക്കുന്നത്. പൗരാണിക അറബി സാഹിത്യത്തെക്കുറിച്ച് സിറിയൻ കവി അഡോണിസിനെപ്പോലുള്ളവർ പിൽക്കാലത്ത് ഉന്നയിച്ചിട്ടുള്ള സകല വിമർശനത്തിന്റെയും ആകെത്തുകയാണ് ആദിലിന്റെ ഈ മുഖവുരയെന്നാണ് വിഖ്യാത നിരൂപകൻ ഖൈരി ഷിബ്‌ലി അഭിപ്രായപ്പെട്ടിട്ടുള്ളത്. ശുക്രി ഇയാദിന്റെ അഭിപ്രായത്തിൽ അറബി മോഡേണിസത്തിന്റെ ആമുഖമെന്ന് വിശേഷിപ്പിക്കാവുന്ന രചനയാണ് ഈ മുഖവുര.

2020ൽ വലീദ് അൽ-മുഷർറഫ് 'The Magnificent Conman of Cairo' എന്ന പേരിൽ ഈ കൃതിയുടെ ഇംഗ്ലീഷ് പരിഭാഷ പ്രസിദ്ധീകരിച്ചിരുന്നു. 'മല്ലീം അൽ-അക്ബർ' എന്ന ആദിൽ കാമിലിന്റെ നോവലിന്റെ നേരിട്ടുള്ള മലയാള വിവർത്തനമാണ് 'മല്ലീം എന്ന വിസ്മയം: ഒരു കെയ്റോ ഗാഥ' എന്ന ഈ പുസ്തകം. അഴിമതിയും ചൂഷണവും കൊടികുത്തിവാഴുന്ന മുതലാളിത്ത വ്യവസ്ഥിതിയിൽ ആദർശവാദികൾ അധികപ്പറ്റാകുന്നതും ഒന്നുകിൽ ദയനീയമായി പരാജയപ്പെടുകയോ അല്ലെങ്കിൽ ഇര വേട്ടക്കാരനായി മാറുന്നതുപോലെ അവരും അവസരവാദികളായിത്തീരുന്ന വൈരുദ്ധ്യാത്മക ലോകത്തിന്റെ നേർചിത്രമാണ് ആദിൽ കാമിൽ വരച്ചു കാട്ടുന്നത്.

ഡോ.എൻ. ഷംനാദ്

ഭാഗം ഒന്ന്

ഒന്ന്

“ഒരു സംശയവും വേണ്ട.”

മല്ലീം പറഞ്ഞു.

ശേഷം തന്റെ പണിയായുധങ്ങളും കൈയിലെടുത്തുകൊണ്ട് അവൻ തിരിഞ്ഞുനോക്കാതെ മുന്നോട്ട് നീങ്ങി. പലസ്തീനിലെ അക്കാ പട്ടണം കീഴടക്കാനെത്തിയ ജേതാവിനെപ്പോലെ കടുത്ത നിശ്ചയദാർഢ്യത്തോടു കൂടിയായിരുന്നു അവന്റെ ചുവടുകൾ. എന്നാൽ ഒപ്പമുണ്ടായിരുന്ന സുഹൃത്തിന്റെ മുഖത്ത് വിടർന്നത് അല്പം പരിഹാസം നിറഞ്ഞൊരു ചിരിയായിരുന്നു. മല്ലീം നടന്നകന്ന് കുറച്ചു ദൂരമെത്തിയതും കൂട്ടുകാരൻ വിളിച്ചു പറഞ്ഞു:

“നമുക്ക് നോക്കാമല്ലോ?”

പിന്നെയൊരു പൊട്ടിച്ചിരിയോടെ അവൻ വേറൊരു ദിക്കിലേക്ക് തിരിഞ്ഞു നടന്നു.

* * *

പതിവുപോലെ ഖാലിദും പിതാവും തമ്മിലുള്ള സംസാരം വാഗ്വാദമായിരിക്കുകയാണ്. അവർ തമ്മിൽ എന്ത് സംസാരിച്ചാലും ഇതാണ് പതിവ്. എത്ര നിസ്സാരമായ കാര്യമാണെങ്കിലും സംസാരം തുടങ്ങിയാൽ പിന്നെയത് ചെന്നവസാനിക്കുന്നത് പിതാവും പുത്രനും തമ്മിലുള്ള രൂക്ഷമായ സംഘർഷത്തിലായിരിക്കും.

പിതാവ് ഒരു കുടിലബുദ്ധിക്കാരനാണ്. ഇരയെ അകത്താക്കുന്നതിനു മുമ്പ് തട്ടിക്കളിക്കുന്ന പൂച്ചയുടെ ഭാവത്തിൽ അധികാരം ആസ്വദിച്ചുകൊണ്ട് സംഭാഷണം പരമാവധി നീട്ടിക്കൊണ്ടു പോകും. പിന്നെ മകന് ഇഷ്ടമാകില്ലെന്ന് ഉറപ്പുള്ള ദിശയിലേക്ക് അതിന്റെ ഗതി തിരിച്ചു വിടും. അന്നേരമൊക്കെയും ഖാലിദിന്റെ മനസ്സിലുണരുന്ന അമർഷവും മുഖത്ത് വിടരുന്ന അസ്വസ്ഥതയുമൊക്കെ പക നിറഞ്ഞ ആനന്ദത്തോടെ നോക്കി നിൽക്കുകയായിരിക്കും അയാൾ ചെയ്യുക.

അപ്പോഴേക്കും ചെറുപ്പക്കാരന്റെ മുഖം കറുത്തിരുണ്ടിട്ടുണ്ടാവും. പിന്നെയവൻ പൊട്ടിത്തെറിച്ചു.

''ഒരു സംശയവും വേണ്ട.''

ശേഷം തന്റെ വായനാമുറിയിലേക്ക് കയറി അവൻ വാതിലടച്ചു. ഒരല്പസമയം കൂടി പുറത്തിരുന്നാൽ പിതാവായ അഹ്മദ് പാഷ ഖുറഷീദിന്റെ മുഖത്ത് വിടരുന്ന നീചമായ ആനന്ദം നിറഞ്ഞ ചിരി കാണേണ്ടി വരും. പിന്നാലെ 'നമുക്ക് നോക്കാമല്ലോ?' എന്ന വാക്കുകൾ കേൾക്കേണ്ടിയും വരും.

പാഷ ഇരിപ്പിടത്തിൽ നിന്ന് എഴുന്നേറ്റു. നെഞ്ച് വിരിച്ച ശേഷം മുരളുന്ന രീതിയിൽ ഒരു ചുമയാണ് പിന്നെ കേട്ടത്. വീട് വിട്ടിറങ്ങുമ്പോൾ അതാണയാളുടെ പതിവ്. കുടുംബനാഥൻ ഇതാ പുറപ്പെടാൻ തയ്യാറായിരിക്കുന്നു എന്ന് വീട്ടിലുള്ളവരെയെല്ലാം അറിയിക്കാനാണ് ഇങ്ങനെയൊരു ചുമയെന്നേ തോന്നുകയുള്ളൂ. തന്റെ ഒറ്റ ചുമ സർവ്വരിലും ഭയവും ഭീതിയും സൃഷ്ടിക്കുമെന്നാണ് പാഷ വിശ്വസിക്കുന്നത്. പുറത്തു പോയി വീട്ടിലേക്ക് തിരിച്ചെത്തുമ്പോഴും ഇപ്രകാരം ചുമയ്ക്കും. മാത്രമല്ല, വീട്ടുകാരെ പേടിപ്പിച്ച് നിർത്തേണ്ട സർവ്വസാഹചര്യങ്ങളിലും അതാണ് അയാളുടെ പതിവ്.

പുറപ്പാട് നേരത്തെ ചുമ കേട്ട മാത്രയിൽ തന്നെ വീട്ടുവേലക്കാരൻ ഓടിക്കിതച്ചെത്തി. ഊന്നുവടി എടുത്തു നൽകിയ ശേഷം മുൻവശത്തെ വാതിൽ തുറന്നു കൊടുത്തു. ഗൃഹനാഥൻ പുറത്തേക്കിറങ്ങുന്നതുവരെ തുറന്ന വാതിൽപ്പാളിക്കരികിൽ പട്ടാളച്ചിട്ടയിൽ അയാൾ നിവർന്നു നിന്നു.

അഹ്മദ് പാഷ മാളികയുടെ മുന്നിലെ പൂന്തോട്ടത്തിലൂടെ നടന്നു നീങ്ങുമ്പോൾ തോട്ടക്കാരനും സഹായികളും ഓടിയെത്തി വരിയായി നിന്നു. തന്നെയും നോക്കിനിൽക്കുന്ന ജോലിക്കാരെ കണ്ടതും പാഷയുടെ മുഖത്ത് അഹന്ത നിറഞ്ഞൊരു ഭാവമായിരുന്നു.

തന്റെ സർക്കാർ വാഹനത്തിനരികിലേക്ക് നീങ്ങുകയാണ് പാഷ. ഡ്രൈവറായ പട്ടാളക്കാരൻ തുറന്നുപിടിച്ച ഡോറിനരികിൽ 'അറ്റൻഷനാ'യി നിൽക്കുന്നു. ശേഷം ചുറ്റുമുള്ളവരെ അല്പം പേടിപ്പിക്കുന്ന തരത്തിൽ അയാൾ പാഷയ്ക്കു സല്യൂട്ട് നൽകി.

ഇതോടെ അവസാനിക്കുകയാണ് മാളികയിലെ പ്രഭാത നാടകങ്ങൾ. അഹ്മദ് പാഷ ഖുറഷീദിന്റെ കാർ പോകുന്നത് അയാളുടെ ജോലിസ്ഥലത്തേക്കാണ്. അടുത്ത നാടകം അവിടെയായിരിക്കും.

* * *

പാഷ വീടുവിട്ടിറങ്ങി ഒരു മണിക്കൂർ കഴിഞ്ഞ ശേഷമായിരുന്നു മല്ലീം ആ മാളികയുടെ പടിക്കെട്ടുകൾ കയറിയെത്തിയത്. പ്രൗഢ ഗാംഭീര്യം തുളുമ്പുന്ന ആ സ്ഥലത്തു കൂടി നടന്നപ്പോൾ അവന്റെ ദേഹത്തൊരു വിറയലുണ്ടായിരുന്നു. ഏറെ നേരം അമാന്തിച്ചു നിന്ന ശേഷമായിരുന്നു കാളിംഗ് ബെല്ലിൽ വിരലമർത്തിയത്. വാതിൽ തുറന്ന് പുറത്തേക്കു വന്നത് നൂബിയൻ വംശജനായൊരു വീട്ടുവേല ക്കാരനായിരുന്നു.

കുറച്ചുനേരം മല്ലീമിന്റെ മുഖത്തേക്ക് സൂക്ഷിച്ചു നോക്കിയ ശേഷം അയാൾ ചോദിച്ചു:

‘‘എന്തുവേണം?’’

‘‘ഞാൻ മരപ്പണിക്കാരന്റെ സഹായിയാണ്. ജനാല ശരിയാക്കാൻ വന്നതാണ്.’’

വിറയലോടെയുള്ള മറുപടി കേട്ടതും വേലക്കാരൻ മല്ലീമിന്റെ ദരിദ്രമായ രൂപത്തിലേക്ക് പുച്ഛത്തോടു കൂടി നോക്കി. പിന്നെ ചിറി കോട്ടിക്കൊണ്ട് അയാൾ തിരക്കി:

‘‘എന്താ, നിന്റെ ആശാൻ തന്നെ നേരിട്ട് വരാത്തത്?’’

‘‘അദ്ദേഹത്തിന് തീരെ സുഖമില്ലാത്തതുകൊണ്ടാണ്. മാത്രമല്ല എനിക്ക് ഈ പണി ചെയ്യാൻ സാധിക്കും.’’

പിന്നെ കേട്ടത് കുറേ ശകാരങ്ങളായിരുന്നു. സർവ്വ അറബികളേയും തന്റെ വിചിത്രഭാഷാ നിഘണ്ടുവിലുള്ള അധിക്ഷേപവാക്കുകളെല്ലാ മുപയോഗിച്ച് കുറ്റം പറയുകയാണ് വേലക്കാരൻ. അത് കഴിഞ്ഞതും മല്ലീമിനോട് തോട്ടത്തിൽ കാത്തിരിക്കാൻ പറഞ്ഞശേഷം അയാൽ വാതിലടച്ചു.

വളർന്ന് പന്തലിച്ചൊരു വൃക്ഷത്തിന്റെ ചുവട്ടിൽ ചെന്നിരുന്ന ശേഷം മല്ലീം പണിയായുധങ്ങൾ അരികത്ത് വച്ച് ചിന്തകളുടെ കെട്ട ഴിച്ചുവിട്ടു.

ഇന്നത്തെ ദിവസം അത്ര നല്ല രീതിയിലല്ല തുടങ്ങിയിരിക്കുന്ന തെന്നത് വ്യക്തമാണ്. തന്റെ വലിയ സ്വപ്നങ്ങൾക്ക് തുടക്കം കുറി ക്കേണ്ട പകലാണിത്. തടിപ്പണിക്കാരനായ ആശാൻ തനിച്ചൊരു പണി ചെയ്യാൻ ഏൽപ്പിക്കുന്നത് ഇതാദ്യമായിട്ടാണ്. ജീവിതം പോരാട്ടവും യുദ്ധവുമാണെന്നറിയാം. അലസതയും അലഞ്ഞു തിരിയലും മാത്ര മായിരുന്ന ജീവിതത്തോട് വിട പറഞ്ഞേ തീരൂ എന്ന് ദൃഢനിശ്ചയ മെടുത്തു കഴിഞ്ഞതിനാൽ ഇനി നിരാശപ്പെടാനോ ഇച്ഛാഭംഗത്തോടെ ഇരിക്കാനോ തന്നെ കൊണ്ടാകില്ല. മാന്യമായൊരു തൊഴിൽ കണ്ടെ ത്താനുള്ള കഴിവ് തനിക്കുണ്ടെന്ന് ഉറച്ചു വിശ്വസിച്ചേ തീരൂ.

പക്ഷേ, ഇപ്പോൾ ലഭിച്ചതുപോലുള്ള പ്രതികരണങ്ങൾ വികാരങ്ങളെ മുറിവേൽപ്പിക്കുകയും അസ്വസ്ഥനാക്കുകയും ചെയ്യുന്നുണ്ട്. നാട്ടിലെ നിയമങ്ങളുടേതടക്കം യാതൊരുവിധ നിയന്ത്രണങ്ങളും എന്തെന്നറിയാതെ സർവ്വസ്വാതന്ത്ര്യത്തിന്റെ ശീതളച്ഛായയിൽ വളരുകയായിരുന്നു മല്ലീം ഇതുവരെ. അത്തരമൊരു ജീവിതം ഉപേക്ഷിക്കാൻ അവൻ തീരുമാനിച്ചിട്ട് ഇപ്പോൾ രണ്ടു മാസം തികച്ചായിട്ടില്ല.

ഹൗശ് ഈസാ തെരുവിൽ സ്ഥിതി ചെയ്യുന്ന വാപ്പയുടെ വീട്ടിൽ നിന്നും അതിരാവിലെ പുറത്തേക്കിറങ്ങും. കൂട്ടിന് ഫിദോ എന്ന മെലിഞ്ഞ നായയുമുണ്ടാകും. അർദ്ധരാത്രിയാകുന്നതിന് തൊട്ടു മുമ്പായിരിക്കും ഇരുവരും തിരികെ എത്തുക. ഇത്തരമൊരു ജീവിത രീതി മല്ലീം പഠിച്ചത് സ്വന്തം പിതാവിൽ നിന്നു തന്നെയാണ്. അയാൾ കറങ്ങാൻ പോകുമ്പോൾ നായയെ ഒപ്പം കൂട്ടില്ലായിരുന്നു എന്നൊരു വ്യത്യാസമേയുള്ളൂ. കുടുംബബന്ധം എന്ന് പറയാവുന്ന തരത്തിലുള്ള ഒരു ബന്ധവുമില്ലാത്ത ജീവിതമായിരുന്നു മല്ലീമിന്റേത്. വാപ്പ, അവനെ സംബന്ധിച്ചിടത്തോളം കുടുംബനാഥൻ എന്നൊന്നും പറയാനാകില്ലായിരുന്നു. തന്റെ ജീവനോപാധിക്കായി പിതാവിനെ ആശ്രയിക്കുകയോ പറയുന്നത് അതേപടി അനുസരിക്കുകയോ ചെയ്യുന്നൊരു മകനായിരുന്നില്ല മല്ലീം.

എന്നാൽ ഈ സ്വാതന്ത്ര്യത്തിന് ഒരതിരും ഇല്ലായിരുന്നു എന്നും പറയാനാകില്ല. ദിവസം രണ്ടു തവണ പിതാവും പുത്രനും ചേർന്നൊരു 'പണി'ക്ക് പോകും. അതാണ് അവരുടെ പ്രധാന ഉപജീവന മാർഗ്ഗം.

നാട്ടിലെ സാധാരണ മനുഷ്യരെപ്പോലെ മല്ലീമിന്റെ വാപ്പയ്ക്ക് സ്വന്തമായൊരു പേരൊന്നുമുണ്ടായിരുന്നില്ല. ഇനി ഉണ്ടായിരുന്നെങ്കിൽ തന്നെ ആളുകൾ അയാളെ വിളിച്ചിരുന്നത് 'ഹൗശ് ഈസയിലെ വട്ടൻ' എന്നായിരുന്നു. പണ്ട് ഏതോ ഒരു പഴഞ്ചൻ പത്രത്തിൽ ജോലി ചെയ്തിരുന്നു എന്ന് മാത്രമായിരുന്നു അയാളെക്കുറിച്ച് നാട്ടുകാർക്ക് ആകെ അറിയാമായിരുന്ന കാര്യം. അതിൽ മുഖപ്രസംഗങ്ങളോ മറ്റ് വാർത്തകളോ തയ്യാറാക്കിയിരുന്നത്രെ. സത്യം പറഞ്ഞാൽ, ഒരു ട്രാം ബസിലെ ടിക്കറ്റ് പരിശോധകന് അറിയേണ്ടതായിട്ടുള്ള എഴുത്തും വായനയും മാത്രമറിയാവുന്ന ആളായിരുന്നു മല്ലീമിന്റെ പിതാവ്. ഒപ്പം രാഷ്ട്രീയത്തെ സംബന്ധിച്ച കുറെ അപൂർവ്വ വിവരങ്ങൾ അയാൾക്കറിയാമായിരുന്നു. പിന്നെ രാഷ്ട്രീയ നേതാക്കളെ സംബന്ധിച്ച മറ്റാർക്കുമറിയാത്ത രഹസ്യ വാർത്തകളും അയാൾക്ക് ലഭിച്ചിരുന്നു.

ഈ കാര്യങ്ങൾ തന്നെ അയാളെ സംബന്ധിച്ച് ധാരാളമായിരുന്നു. പ്രത്യേകിച്ച് അയാൾ തയ്യാറാക്കുന്ന ലേഖനങ്ങൾ ഒന്നും

തന്നെ ആരും വായിക്കാനിടയില്ലാത്ത സാഹചര്യത്തിൽ. പത്രത്തിലെ ഒഴിഞ്ഞു കിടക്കുന്ന കോളങ്ങൾ നിറയ്ക്കുന്ന പണി മാത്രമായിരുന്നു അയാളുടെ വാർത്തകൾക്ക് ഉണ്ടായിരുന്നത്. കൃത്യമായി പറഞ്ഞാൽ നിയമപരമായ അറിയിപ്പുകൾ പ്രസിദ്ധീകരിച്ച ശേഷം ബാക്കി വരുന്ന സ്ഥലം മാത്രം. ഇത്തരം അറിയിപ്പുകൾ എന്നും രാവിലെ ആളുകളിലെത്തിക്കുക എന്നൊരു ധർമ്മം മാത്രമായിരുന്നു ഈ പത്രത്തിനുണ്ടായിരുന്നത്. പശുവിന്റെയും കാളക്കുട്ടിയുടെയും വിലകളെക്കുറിച്ചും കെട്ടിടവകകളും ഭൂമിയുമൊക്കെ ജപ്തി ചെയ്തുകൊണ്ടുപോകുന്നതിനെ സംബന്ധിച്ചൊക്കെയുള്ള 'വില പിടിച്ച വിവരങ്ങ'ളായിരുന്നു ആ പത്രത്തിന്റെ സംഭാവന.

'ഹൗശ് ഈസയിലെ വട്ട'ന്റെ ജോലി ഈ പത്രത്തിലെ വാർത്തകൾ തയ്യാറാക്കുക മാത്രമായിരുന്നില്ല. ആ പത്രം കൊണ്ട് നടന്ന് വിൽക്കുകയും വേണം. രണ്ടാമത്തെ കാര്യമാണ് അയാൾ നല്ല മികവോടെ ചെയ്തിരുന്നത്. വായിക്കാൻ കൊള്ളാവുന്ന കാര്യങ്ങൾ ഒന്നും തന്നെയില്ലെങ്കിലും ഏതാനും ഡസൻ പ്രതികൾ ഈ പത്രത്തിന്റേതായി വിറ്റുപോയിരുന്നു. അതാകട്ടെ, അയാളുടെ വാഗ്‌വിലാസം കൊണ്ടും മാന്യമായ പെരുമാറ്റംകൊണ്ടും സാധിക്കുന്നതായിരുന്നു. ഇത് രണ്ടും കാരണം ആളുകൾക്ക് അലിവ് തോന്നി ഏതാനും നാണയത്തുട്ടുകൾ നൽകി പത്രം വാങ്ങും.

എന്നാൽ പത്രത്തിന്റെ ഉടമ പിന്തുണച്ചിരുന്ന സർക്കാർ നിലംപതിച്ചതോടെ ആ പത്രവും അപ്രത്യക്ഷമായി. അതോടെ 'വട്ട'ന്റെ വാർത്ത തയ്യാറാക്കൽ പരിപാടി അവസാനിച്ചു. വിതരണം ചെയ്യുന്ന ജോലി മാത്രമായി പിന്നീട്. പക്ഷേ, അത് പത്രമായിരുന്നില്ല. മറ്റൊരു സാധനമായിരുന്നു എന്ന വ്യത്യാസമേ ഉണ്ടായിരുന്നുള്ളൂ.

* * *

''തണുത്ത വെള്ളം... പച്ചയും പിന്നെ സുന്ദരമായ മുഖവും കാണൂ...''

ഇങ്ങനെ വിളിച്ചു പറയുന്ന 'ഹൗശ് ഈസയിലെ വട്ട'ന്റെ ശബ്ദം എന്നും ഉച്ചയ്ക്ക് മുമ്പും പിന്നീട് വൈകുന്നേരവും തെരുവിൽ കേൾക്കുമായിരുന്നു. ഇമാം ഹുസൈൻ തെരുവിലെ പ്രസിദ്ധമായ കാപ്പിക്കടയ്ക്കരികിലേക്ക് അയാൾ എത്തുമ്പോൾ തന്നെ ഹുക്ക വലിച്ചുകൊണ്ടിരുന്നവരൊക്കെ അതിനൊരു ഇടവേള നൽകി തിരിഞ്ഞു നോക്കും. അപ്പോൾ കാണുന്ന കാഴ്ച നല്ല വെട്ടിത്തിളങ്ങുന്ന വെള്ള ജല്ലാബിയ കുപ്പായം ധരിച്ചുകൊണ്ട് അയാൾ തെരുവിൽ നിൽക്കുന്നതായിരിക്കും. കൈയിലൊരു കുട്ടയുണ്ടാകും. അരികത്തായി മകൻ മല്ലീമും.

വസ്ത്രധാരണത്തിൽ കാര്യമായി ശ്രദ്ധ പുലർത്തുന്ന ആളാണ യാൾ. തലേ ദിവസം ധരിച്ചതൊഴിവാക്കി എന്നും വൃത്തിയുള്ള ജല്ലാബിയ ധരിക്കും. തൊപ്പി ധരിക്കാത്ത തലയിൽ മൈലാഞ്ചി പുരട്ടും. പരിമളം പരത്തുന്ന അത്തറുകൾ പൂശും. കൈവിരലുകളിൽ സ്വർണ്ണമോതിരങ്ങളണിയും. കല്യാണരാവിലെ പുതുമാരനാണെന്നേ അയാളെ എപ്പോൾ കണ്ടാലും തോന്നുകയുള്ളൂ. അതേസമയം മകൻ മല്ലീമാകട്ടെ വസ്ത്രധാരണത്തിന്റെ കാര്യത്തിൽ ശ്രദ്ധയുമില്ലാത്ത വനാണ്. എങ്കിൽ പോലും കാണുന്നവരിൽ പ്രിയം ജനിപ്പിക്കുന്ന തരത്തിൽ ഏതോ ഒരു പ്രഭാവത്തിനുടമയാണ് അവൻ.

തന്റെ സാന്നിദ്ധ്യമറിയിച്ചു കഴിഞ്ഞാലുടൻ ആളുകൾ അയാൾക്ക് നേരെ ഉറ്റു നോക്കും. പിന്നെ കാപ്പിക്കടയിലെ മേശകൾക്കരികിലൂടെ ചുറ്റിത്തിരിയാൻ തുടങ്ങും. ഇതിനിടയിൽ ചെറുപ്പക്കാരടങ്ങുന്ന ഒരു സംഘത്തെ കാണുന്ന മാത്രയിൽ തന്നെ അരികിലേക്ക് ചെല്ലും.

'അഴക് ഇതാ വെളിപ്പെട്ടിരിക്കുന്നു,

തേജസ് ഉദിച്ചുയർന്നിരിക്കുന്നു,

സൗരഭ്യമേറിയ പനിനീർ പൂക്കൾ കൊണ്ട്

നമുക്കീ ചാരുതയ്ക്ക് മാറ്റു കൂട്ടിയാലോ കൂട്ടരേ?'

ഇത്രയും പറഞ്ഞുകൊണ്ട് അയാൾ തന്റെ കുട്ടയിൽ നിന്ന് ഏതാനും പനിനീർപ്പൂക്കൾ എടുത്ത് യുവാക്കൾക്ക് നൽകും. അല്ലെ ങ്കിൽ അത് അവരുടെ വസ്ത്രങ്ങൾക്ക് നേരെ എറിഞ്ഞു കൊടുക്കും. ഇടപാടുകാരാകട്ടെ, അയാൾ കുറച്ചു സമയം കൂടി തങ്ങൾക്കരികിൽ നിന്നിരുന്നെങ്കിൽ എന്നായിരിക്കും കൊതിക്കുക. ചിലപ്പോൾ കൂട്ട ത്തിലൊരാൾ കളിയാക്കി ചോദിക്കും.

''ഇന്ന് തന്റെ വാർത്തകളൊന്നും കേട്ടില്ലല്ലോ ഇഷ്ടാ?''

ഇത് കേൾക്കേണ്ട താമസം, അയാൾ ഈജിപ്തിലെ രാഷ്ട്രീയ രഹസ്യങ്ങൾ പങ്കുവയ്ക്കാൻ തുടങ്ങും. ഇന്നയിന്ന പ്രമുഖന്മാർക്കിട യിൽ നടന്ന കൂടിക്കാഴ്ചകളെക്കുറിച്ച് സംസാരിക്കും. ശരിക്കും നട ന്നെന്ന് ഉറപ്പുണ്ടെന്ന രീതിയിലായിരിക്കും ഇക്കാര്യങ്ങളെ സംബ ന്ധിച്ച് അയാൾ വിശദമായി സംസാരിക്കുന്നത്. അതേ യോഗത്തിൽ പങ്കെടുത്ത വിശ്വസനീയനായൊരു വ്യക്തിയിൽ നിന്നാണ് താൻ ഈ വാർത്ത അറിഞ്ഞതെന്നും കൂട്ടിച്ചേർക്കും.

ശേഷം അല്പം ലജ്ജയോടെ അവർക്കരികിലേക്ക് വീണ്ടും കുനിഞ്ഞ് നിൽക്കും:

''ബഹുമാന്യരേ, സമ്മാനിക്കുമോ മല്ലീമിനായൊരു ഖുർശ് നാണയം?''

ചെറുപ്പക്കാരെ കാണുമ്പോൾ ഇത്തരത്തിലാണ് ഇടപെടുന്നത്. എന്നാൽ മുതിർന്ന പുരുഷന്മാരോടും വൃദ്ധരോടും ഇടപെടുന്നത് മറ്റൊരു രീതിയിലായിരിക്കും. വെള്ളിക്കടലാസിൽ പൊതിഞ്ഞ ചെറിയ പൊതികൾ അവരുടെ കൈകളിൽ വച്ചുകൊടുക്കുകയാണ് സാധാരണ ചെയ്യാറുള്ളത്.

കാര്യമായ കഠിനാദ്ധ്വാനം ഒന്നുംതന്നെ കൂടാതെ തനിക്ക് സമൃദ്ധവും സുഭിക്ഷവുമായ ഇത്തരമൊരു ജീവിതം ലഭിക്കുന്നതിൽ അയാൾ വളരെ സന്തുഷ്ടനാണ്. അതുപോലെ തന്നെ സംതൃപ്തനാണ് മല്ലീമും. കാരണം അവന് നിയന്ത്രണങ്ങളില്ലാത്ത സ്വാതന്ത്ര്യം ആസ്വദിക്കാനാകുന്നുണ്ട്. അതുപോലെ തന്റെ സമപ്രായക്കാരായ മറ്റു ചെറുപ്പക്കാരെപ്പോലെ കഷ്ടപ്പാടുള്ള തൊഴിലുകളൊന്നും ചെയ്യേണ്ടി വരുന്നതുമില്ല.

വെള്ളക്കടലയും കപ്പലണ്ടിയും പോലുള്ള ചരക്കുകൾ നിറച്ച, തകരാറായ ഉന്തുവണ്ടിയും തള്ളി നടക്കാൻ മാതാപിതാക്കൾ നിർബ്ബന്ധിക്കുന്ന പാവം ചെറുപ്പക്കാരെ കാണുമ്പോൾ തന്നെ മല്ലീമിന് സഹതാപവും പരിഹാസവുമാണ് തോന്നിയിരുന്നത്. കൊടുംവേനലിലും കൈകാലുകൾ കോച്ചിപ്പിടിക്കുന്ന കടുത്ത തണുപ്പുകാലത്തുമൊക്കെ അവരൊക്കെ തെരുവുകളിലൂടെ ഉന്തുവണ്ടിയുമായി ചുറ്റി നടക്കും. വൈകുന്നേരം വീടുകളിലേക്ക് മടങ്ങിയെത്തുമ്പോൾ കൈയിലുള്ള ചില്ലിക്കാശുകളാകട്ടെ വയറ് നിറയ്ക്കാനോ ദേഹം മറയ്ക്കാനോ ഒന്നും മതിയാകുകയുമില്ല. ഇതൊക്കെ കൂടാതെയാണ് പൊലീസുകാരുടെ ഭാഗത്തുനിന്നും നേരിടേണ്ടി വരുന്ന ക്രൂരതകൾ. പിന്നെ പാവപ്പെട്ടവന്റെ മുന്നിൽ അന്നം കണ്ടെത്താനുള്ള മാർഗ്ഗങ്ങളെല്ലാം കൊട്ടിയടയ്ക്കാനെന്ന വണ്ണം നിർമ്മിക്കപ്പെട്ട നിയമങ്ങളുടെയും ചട്ടങ്ങളുടെയും അടിച്ചമർത്തലുകൾ വേറെയുമുണ്ടാകും.

ഇതിനാൽ തന്നെ ദരിദ്രന് നിയമങ്ങൾ ലംഘിക്കുകയും ചട്ടങ്ങളെ വെല്ലുവിളിക്കുകയും ചെയ്യേണ്ടിവരുമെന്നാണ് മല്ലീം കരുതുന്നത്. അതേസമയം സമ്പന്നർക്കാകട്ടെ, പൊലീസ് കേസുകൾ ഒന്നുമില്ലെന്ന സാക്ഷ്യപത്രം നിസ്സാരമായി ലഭിക്കുകയും ചെയ്യും. ഇതൊക്കെ കാണുമ്പോൾ ഒരേസമയം അറപ്പും പ്രതിഷേധവുമായിരിക്കും മല്ലീമിന് തോന്നുക. പൊലീസ് സ്റ്റേഷനുകളുടെ മുന്നിലൂടെ കടന്നു പോകാറുള്ളപ്പോഴൊക്കെ തെരുവ് കച്ചവടക്കാരുടെ ഉന്തുവണ്ടികളുടെ നീണ്ട നിര കാണാറുണ്ട്. നിയമപരമായ രീതിയിൽ അന്നന്നത്തെ അന്നം കണ്ടെത്താൻ ശ്രമിച്ചതിന്റെ പേരിൽ തടവിലാക്കാനോ പിഴയടപ്പിക്കാനോ തടഞ്ഞുവച്ചിരിക്കുകയാകും അവരെയൊക്കെ.

ഇത്തരത്തിൽ നിയമവിധേയമായി തൊഴിൽ ചെയ്യുന്നത് പൊലീസുകാർക്ക് ഇഷ്ടപ്പെടാത്തപക്ഷം, ഏതൊരു കടലാസിനും രണ്ടാമതൊരു പുറമുള്ളതുപോലെ തന്നെ വേറെ മാർഗ്ഗങ്ങളുമുണ്ടാകും. മല്ലീമിന്റെ പിതാവ് ഇത്തരമൊരു മറുപുറത്തിന്റെ വക്താക്കളിലൊരാളാണ്. അതിനാൽ തന്നെ മകന് പിതാവിനോട് അതിയായ മതിപ്പുമാണ്. തന്റെ ഏറ്റവും വലിയ മാതൃകാപുരുഷനായാണ് അവൻ അയാളെ കാണുന്നതും. എന്നാൽ ഇത്തരമൊരു രീതി അവലംബിക്കുന്നവർക്ക് അക്കാര്യത്തിൽ കാര്യമായ ഗൗരവവും ജാഗ്രതയും തന്ത്രജ്ഞതയും കൂടിയേ തീരൂ. അല്ലാത്തപക്ഷം പൊലീസുകാരുടെ ഇടപെടലുണ്ടാകും. അന്നേരം അതുണ്ടാക്കുന്ന ദുരന്തം എത്രയോ ഇരട്ടിയും മാരകവുമായിരിക്കും.

ചില പൊലീസുകാർ തന്നെ ഈ രണ്ടാം മുഖത്തിന്റെ ആളുകളായിരിക്കും. ആരുടെമേലും പിടിമുറുക്കാനുള്ള നീണ്ട കൈകളുണ്ടാകും അവർക്ക്. അതിനാൽതന്നെ ഇടയ്ക്കിടയ്ക്ക് ഇത്തരം കൈകളെ പുണരാൻ മല്ലീമിന്റെ പിതാവ് പ്രത്യേകം ശ്രദ്ധിക്കാറുണ്ട്. എന്നിട്ടും ഒരിക്കൽ അയാൾക്ക് പൊലീസുകാരിലൊരാളുമായി എന്തോ കാര്യത്തിൽ തർക്കിക്കേണ്ടി വന്നു. അതാകട്ടെ ആ മനുഷ്യനെ ജയിലിൽ തള്ളുകയാണുണ്ടായത്. കൈയ്യേറ്റം ചെയ്തുവെന്ന ആരോപണം ചുമത്തി കുറേക്കാലം പൊലീസുകാരുടെ ആതിഥ്യം പറ്റി തടവറയിൽ കിടന്നതോടെ അയാളുടെ തടികൂടുകയും ശിരസ്സിലേയും മീശയിലേയും മൈലാഞ്ചി നിറമൊക്കെ നഷ്ടമാകുകയും ചെയ്തു.

അതോടെ അത്താണിയായി ആരുമില്ലാത്ത അവസ്ഥയിലായി മല്ലീം. ഭക്ഷണം കഴിക്കാനൊരു തൊഴിലുമില്ല. ബുൻദുഖ് എന്ന പേരുള്ള ഒരു കൂട്ടുകാരനുണ്ടായിരുന്നു മല്ലീമിന്. ഭാവി സംബന്ധിച്ച കാര്യങ്ങളെക്കുറിച്ച് എത്രയോ രാത്രികളിൽ അവർ സംസാരിച്ചിരിക്കാറുണ്ടായിരുന്നു. ആളുകൾക്ക് പനിനീർപ്പൂക്കളും മുല്ലപ്പൂവും വിതരണം ചെയ്ത് സന്തോഷം സൃഷ്ടിക്കുന്ന സ്വന്തം പിതാവിന്റെ ജോലി മല്ലീം ഏറ്റെടുക്കണമെന്ന അഭിപ്രായക്കാരനാണ് ബുൻദുഖ്. എന്നാൽ അത്തരമൊരു ജീവിതം മല്ലീമിന് തീർത്തും മടുത്തിരുന്നു. തനിക്കിപ്പോഴും ചെറുപ്പമാണ്. മാന്യമായൊരു നേരായ ജീവിതം നയിക്കുന്നതിന്റെ ഭാഗമായി കഠിനാദ്ധ്വാനം വേണ്ട എന്തെങ്കിലും തൊഴിലിലേക്ക് തിരിയണമെന്നാണ് അവന്റെ മനസ്സ് പറയുന്നത്. അപ്പോഴായിരിക്കും തനിക്ക് പക്വതയുള്ളൊരു പുരുഷനാകാൻ സാധിക്കുന്നത്. അതോടെ അതുവരെ തീരെ പരിചിതമല്ലാത്ത രീതിയിൽ അടിവയറ്റിലൊരു അസ്വസ്ഥത അനുഭവപ്പെടാൻ തുടങ്ങി. 'ബഹുമാന്യരേ, സമ്മാനിക്കുമോ മല്ലീമിനായൊരു ഖുർശ് നാണയം'

എന്നു പറഞ്ഞ് ജീവിതം യാചിച്ചു നടന്നാൽ മനസ്സിലെ ആ അസ്വസ്ഥതയ്ക്ക് ഒരിക്കലും ലക്ഷ്യം നേടാനാകില്ല. അത്തരമൊരു മുഖം തനിക്ക് മതിയായിരിക്കുന്നു. നിയമവും ചട്ടങ്ങളും വാഴുന്ന ജീവിതത്തിന്റെ മറ്റൊരു മുഖം പരീക്ഷിച്ചു നോക്കാനുള്ള നേരമായിരിക്കുന്നു.

അതോടെ മാന്യമായൊരു തൊഴിൽ ചെയ്തു തുടങ്ങാനുള്ള ഉറച്ച തീരുമാനത്തിലെത്തിച്ചേർന്നു മല്ലീം. അങ്ങനെയാണ് രാവിലെ കൂട്ടുകാരൻ ബുൻദുഖ് അവനെ നേരിൽ കാണുന്നത്. തടിപ്പണി ചെയ്യുന്നതിനുള്ള പണിയായുധങ്ങളും കക്ഷത്ത് വച്ചുകൊണ്ട് തിരിഞ്ഞുപോലും നോക്കാതെ ധൃതിയിൽ നടന്നകലുന്ന മല്ലീമിനെ കണ്ടതും ബുൻദുഖ് പിന്നാലെ ഓടിച്ചെന്നു.

''ഇതെന്താ മല്ലീമേ?''

പിടിച്ചുനിർത്തിക്കൊണ്ട് ബുൻദുഖ് തിരക്കി.

''ഇതൊക്കെ എന്റെ പണിയായുധങ്ങളാണ്.''

''നീ എന്താ വല്ലവരുടെയും വീടിന്റെ വാതിൽ തകർക്കാൻ പോവുകയാണോ?''

''അല്ല. നന്നാക്കുവാൻ പോവുകയാണ്. ഞാനിപ്പോൾ അമ്മാവന്റെ പണിപ്പുരയിൽ ജോലി ചെയ്യുകയാണ്.''

''ഓഹോ, അപ്പോൾ ഈ പറയുന്ന അമ്മാവന്റെ ജോലിയെന്താണ്?''

''മരപ്പണിക്കാരൻ.''

മല്ലീമിന്റെ വാക്കുകൾ കേട്ട് അന്തംവിട്ടുപോയി ബുൻദുഖ്. കുറേ നേരം അങ്ങനെതന്നെ വായ് പൊളിച്ചു നിന്നശേഷം അവൻ തിരക്കി.

''മരപ്പണിക്കാരനെന്നോ? അപ്പോൾ നീ ആശാരിയാകാൻ പോവുകയാണോ? ശരിക്കും? ഇല്ല... ഇല്ല... എനിക്കിത് വിശ്വസിക്കാൻ തന്നെ കഴിയുന്നില്ല!''

എന്നാൽ മല്ലീമാകട്ടെ, തോൾ കുലുക്കി കാണിച്ച ശേഷം നടത്തം തുടർന്നു.

''നീ വിശ്വസിക്കുകയോ വിശ്വസിക്കാതിരിക്കുകയോ ചെയ്യ്. ഞാനതൊന്നും കാര്യമാക്കുന്നതേയില്ല.''

''പക്ഷേ, ഒരു മരപ്പണിക്കാരനായിത്തീരുമെന്ന് നീ എപ്പോഴെങ്കിലും കരുതിയിട്ടുണ്ടോ?''

ദേഷ്യം തുളുമ്പുന്ന കണ്ണുകളോടെയാണ് മല്ലീം കൂട്ടുകാരന് നേർക്ക് തിരിഞ്ഞത്. പിന്നെ തട്ടിക്കയറുന്ന രീതിയിൽ അവൻ ചോദിച്ചു:

''മരപ്പണിക്കാരനെന്താ ഒരു കുഴപ്പം? നിനക്കെന്താ ഇഷ്ടപ്പെട്ടില്ലേ?''

അതോടെ മല്ലീം കാര്യമായിട്ടു തന്നെയാണ് സംസാരിക്കുന്നതെന്ന് ബുൻദുഖിന് മനസ്സിലായി. അവനല്പം ചിരി വരികയും ചെയ്തു.

"ശരിയാണ്. മരപ്പണിക്കാരനെന്താ കുഴപ്പം? പക്ഷേ ഈ 'മാന്യതയുള്ള തൊഴിൽ' എന്ന് നീ പറഞ്ഞ കാര്യമുണ്ടല്ലോ? അത് അധികകാലം തുടരാൻ തന്നെയാണോ ഭാവം?"

"ഒരു സംശയവും വേണ്ട."

മല്ലീമിന്റെ ആവേശത്തോടു കൂടിയുള്ള മറുപടി കേട്ടതും ബുൻദുഖ് പൊട്ടിച്ചിരിച്ചു.

"നമുക്ക് നോക്കാമല്ലോ?"

പിന്നെയവൻ വേറൊരു ദിക്കിലേക്ക് തിരിഞ്ഞു നടന്നു.

രണ്ട്

മനസ്സ് അല്പം സ്വസ്ഥമായതും ഖാലിദ് നേരെയൊരു കുഷ്യൻ സോഫ യിൽ ചെന്നിരുന്നു. പിന്നെ ചിന്തകളുടെ കെട്ടഴിച്ചു വിടുവാൻ തുടങ്ങി.

അവന്റെ സമപ്രായക്കാരായ മറ്റു ചെറുപ്പക്കാരൊക്കെ പുറ ത്തൊക്കെ പോവുകയും വരികയും ചെയ്യുന്നു. ജോലികൾ ചെയ്യു കയും ബഹളമുണ്ടാക്കുകയും ചെയ്യുകയാണവരൊക്കെ. എന്നാൽ ഖാലിദ് മാത്രം ഒരു ജോലിയും ചെയ്യാതെ തന്റെ മുറിക്കുള്ളിൽ തന്നെ അടച്ചിരിക്കുകയാണ്. സ്വന്തം കാര്യത്തിൽ നീണ്ട ചിന്തയ്ക്കൊ ടുവിൽ അവന് തോന്നിയത് തന്റേതൊരു അപൂർണ്ണ ജന്മമാണെ ന്നാണ്. മനുഷ്യൻ സംസാരിക്കുന്നൊരു മൃഗം മാത്രമല്ല, അതേ സമയം അവനൊരു സാമൂഹികജീവി കൂടിയാണ്. സംസാരശേഷി നഷ്ടപ്പെട്ടിട്ടില്ലെങ്കിൽ കൂടിയും അവന് തോന്നാറുള്ളത് ജീവിത ത്തിന്റെ തിരമാലകൾ തന്നെ ഏതോ അജ്ഞാതീരത്തേക്ക് കൊണ്ടു തള്ളിയതായാണ്. താനിപ്പോൾ ഏതെങ്കിലുമൊരു സമൂഹത്തിലെ അംഗമേയല്ല. ഒറ്റപ്പെട്ടു കഴിയുന്നൊരു മനുഷ്യൻ മാത്രമാണ്.

ഇതൊക്കെ എങ്ങനെയാണ് സംഭവിച്ചത്? അവന്റെ തന്നെ തെറ്റിന്റെ ഫലമായാണോ ഈ ദുഃഖകരമായ അവസ്ഥയുണ്ടായത്? അതോ അതിലേക്കവൻ നിർബന്ധിതനായതായിരിക്കുമോ? ഈ ചോദ്യം മനസ്സിലങ്കുരിക്കുമ്പോഴെല്ലാം വിധിയെ പഴിക്കാനായിരിക്കും ഖാലിദ് ശ്രമിക്കുക. വിധി എന്നും തന്നോട് ക്രൂരമായേ പെരുമാറിയിട്ടുള്ളൂ എന്നാണവൻ വിശ്വസിക്കുന്നത്. എന്നാൽ സ്വന്തം ദൗർബല്യങ്ങളെ മറച്ചുപിടിക്കാനും പിഴവുകൾക്ക് ന്യായീകരണം കണ്ടെത്താനുമുള്ള വിഫലശ്രമം മാത്രമായേ ഇത്തരത്തിൽ വിധിയെ പഴിക്കുന്നതിനെ കാണാനാവുകയുള്ളൂവന്ന് അവസാനം അവന് ബോദ്ധ്യമായി. തെറ്റായ രീതികളിലുള്ള ഇടപഴകലുകൾ മനുഷ്യന്റെ ഭാഗത്തുനിന്ന് ഉണ്ടാ കുമ്പോൾ മാത്രമാണ് പ്രകൃതിയുടെ വശത്ത് നിന്നുള്ള പ്രതിഫലന ങ്ങൾ ഉണ്ടാകുന്നത് എന്ന വസ്തുത അവനിപ്പോൾ മനസ്സിലാക്കു ന്നുണ്ട്.

സമൂഹം തന്നെ പുറന്തള്ളിയിട്ടുണ്ടെങ്കിൽ താൻ തന്നെയായിരിക്കും അതിനെ ആദ്യം ഉപേക്ഷിച്ചിട്ടുണ്ടാവുക. ആ സമൂഹത്തിന്റെ നിയമങ്ങളെയും വ്യവസ്ഥകളെയും ലംഘിച്ചത് താൻ തന്നെയാണ്. എന്നാൽ നിലവിലുള്ള വ്യവസ്ഥകളെയും സാഹചര്യങ്ങളെയും തൃപ്തിയോടെ പുണരുന്നവനെ ഇതേ സമൂഹം തുറന്ന മനസ്സോടെ സ്വീകരിക്കും. ജീവിതമാർഗ്ഗങ്ങൾ അവന് മുന്നിൽ തുറക്കപ്പെടും. ഈ ജീവിതസാഹചര്യങ്ങളെ എത്ര മാത്രം അംഗീകരിക്കുന്നു എന്നതിന്റെ അടിസ്ഥാനത്തിലായിരിക്കും ഒരു വ്യക്തിയുടെ വിജയവും പുരോഗതിയുമൊക്കെ നിശ്ചയിക്കപ്പെടുന്നത്. ഏതൊരു സമൂഹം അഴിമതിയും അസത്യവും കൃത്രിമം കാണിക്കലും അംഗീകരിക്കുന്നുവോ അത്തരമൊരു സമൂഹത്തിൽ ഇത്തരം മാർഗ്ഗങ്ങൾ സ്വീകരിക്കാതെ ഒരു മനുഷ്യന് വിജയം നേടാൻ സാധിക്കില്ല. ഇനി ഈ രീതികൾക്കെതിരെ അയാൾ കലാപക്കൊടി ഉയർത്തിയാൽ സമൂഹത്തിന്റെ എതിർപ്പ് നേരിടേണ്ടിയും വരും. പിന്നീടവന് ദരിദ്രനായും പീഡിതനുമായിട്ട് ജീവിക്കാനായിരിക്കും യോഗം.

തെറ്റായ രീതിയിൽ സഞ്ചരിക്കുന്ന ഈ സാമൂഹിക സാഹചര്യത്തിൽ നിന്നും രക്ഷപ്പെടാനോ പുറത്തുകടക്കാനോ യാതൊരു മാർഗ്ഗവുമില്ല. ഏതൊരു ജനതയും സ്വന്തം നിലപാടുകളിൽ മാറ്റം വരുത്തുന്നതുവരെ ദൈവം അവരുടെ സ്ഥിതിയിൽ ഒരു വ്യത്യാസവും വരുത്തുകയില്ല എന്നാണല്ലോ? ജീവിതത്തിൽ നിലനിൽക്കണമെങ്കിൽ രണ്ടാലൊരു വഴി അവൻ സ്വീകരിച്ചേ തീരൂ. ഒന്നുകിൽ സമൂഹത്തെ നേരെയാക്കി താൻ ആഗ്രഹിക്കുന്ന രീതിയിൽ അതിനെ മാറ്റിയെടുക്കണം. അതാകട്ടെ, തീർത്തും അസാധ്യമാണ്. അല്ലെങ്കിൽ ആ സമൂഹം ആഗ്രഹിക്കുന്ന രീതിയിൽ തന്നെ മാറ്റിയെടുക്കണം. തന്നെ സംബന്ധിച്ച് രണ്ടാമത്തേതാണ് കൂടുതൽ അസാധ്യം. ആശയങ്ങളുടെ ലോകത്ത് മാത്രം ജീവിക്കുന്നൊരു ചെറുപ്പക്കാരനാണ് താനിപ്പോഴും.

എന്നാൽ ശരിക്കും ആരായിരിക്കും ഈ ശത്രുത തുടങ്ങി വച്ചിട്ടുണ്ടാവുക? അവനാണോ അതോ സമൂഹമോ? യൂറോപ്പിലേക്ക് പോകുന്നതിനു മുമ്പു വരെ സ്വന്തം കുടുംബത്തിനൊപ്പം സന്തോഷത്തോടെ കഴിഞ്ഞിരുന്ന ആളായിരുന്നു ഖാലിദ്. വീടിനകത്തും പുറത്തുമുള്ള സാമൂഹിക ജീവിതത്തിലൊക്കെ മറ്റുള്ളവർക്കൊപ്പം പങ്കുചേർന്നിരുന്നു. തീൻമേശയ്ക്ക് ചുറ്റും കൂടുന്ന നേരം മറ്റുള്ളവർക്കൊപ്പം ചേർന്ന് താനും ചിരിക്കുകയും കളിതമാശകൾ പങ്കുവച്ചിരുന്നതും അവന് ഓർമ്മയുണ്ട്. അതു പോലെ തന്നെയാണ് ഉമ്മയ്ക്കും സഹോദരനുമൊപ്പം ബന്ധുക്കളുടെയും സുഹൃത്തുക്കളുടെയുമൊക്കെ വീടുകൾ സന്ദർശിച്ചിരുന്ന കാര്യവും.

സെക്കന്ററി വിദ്യാഭ്യാസം കഴിഞ്ഞതോടെ ഖാലിദിനെ പിതാവ് ഇംഗ്ലണ്ടിലെ ഗതകാലപ്രൗഢി നിറഞ്ഞ ഒരു സർവ്വകലാശാലയിലേക്ക്

അയച്ചു. ഒന്നാമത്തെ വർഷം സമാധാനത്തോടെ കടന്നു പോയി. ബന്ധുക്കളും സുഹൃത്തുക്കളുമടങ്ങിയ ചെറിയൊരു സംഘം തന്നെ യായിരുന്നു അക്കാലത്തും അവന്റെ കണ്ണിലെ ലോകം. സ്വന്തം ലൈംഗികചോദനകളെ കുറിച്ചുള്ള ചിന്തയല്ലാതെ മറ്റൊരു വിഷ യവും അക്കാലത്ത് അവനെ അലട്ടിയിരുന്നില്ല. പിന്നെ പഠനത്തിൽ വിജയം നേടാനുള്ള ശ്രമവും നടത്തുന്നുണ്ടായിരുന്നു. ആ വർഷത്തെ അവധിക്കാലത്ത് ഇംഗ്ലണ്ടിൽനിന്ന് മറ്റു പല യൂറോപ്യൻ രാജ്യങ്ങളും സന്ദർശിക്കാനുള്ള ഒരു വിനോദയാത്രയിൽ ഖാലിദ് പങ്കാളിയായി.

ഈ യാത്രയ്ക്കിടയിൽ ഒട്ടേറെ കാര്യങ്ങൾ കാണാനുള്ള സാഹ ചര്യമുണ്ടായി. എന്നാൽ ഒരു നാട്ടിൽ നിന്നും മറ്റൊന്നിലേക്കുള്ള യാത്രയ്ക്കിടയിൽ കണ്ട ദൃശ്യങ്ങളെ സംബന്ധിച്ച് കാര്യമായി ചിന്തി ക്കാനുള്ള സമയമൊന്നും അവന് ലഭിച്ചതുമില്ല. പക്ഷേ, സർവ്വ കലാശാലയിൽ തിരിച്ചെത്തിയതിനു ശേഷം യാത്ര സമ്മാനിച്ച അനുഭവങ്ങളെയും വികാരങ്ങളെയും സംബന്ധിച്ച് ഖാലിദ് കാര്യ മായി ആലോചിച്ചു തുടങ്ങി. ഇത്തരമൊരു ചിന്താപരമായ അദ്ധ്വാനം അവനിൽ കടുത്ത മാനസിക സംഘർഷത്തിനാണ് ജന്മം നൽകി യത്. അതാകട്ടെ തുടർന്നുള്ള രാത്രികളിൽ അവന്റെ ഉറക്കം കെടുത്തി. മനസ്സിനുള്ളിൽ ഒരു അഗ്നിപർവ്വതം പുകയുന്നതായും അത് എപ്പോൾ വേണമെങ്കിലും പൊട്ടിത്തെറിക്കാമെന്നും തോന്നിത്തുടങ്ങി. എന്നാൽ അത്തരമൊരു സ്ഫോടനം സംഭവിച്ചുകഴിയുമ്പോൾ താൻ ഏതൊരു തീരത്തേക്കായിരിക്കും ചെന്നടിയുന്നത് എന്ന കാര്യത്തിൽ മാത്രം ഒരു പിടിയുമില്ല.

അക്കാലത്താണ് ഖാലിദിന്റെ ചിന്തകൾ സ്വകാര്യതയിൽനിന്നും പൊതുവായ വിഷയങ്ങളിലേക്ക് തിരിയുന്നത്. ചില പ്രത്യേക വ്യക്തി കൾ മാത്രമടങ്ങുന്ന ലോകമായിരുന്നില്ല അവന്റെ മുന്നിൽ തെളി യാൻ തുടങ്ങിയത്. മറിച്ചത് വിവിധ വർഗ്ഗങ്ങളടങ്ങിയൊരു സമൂഹ മായിരുന്നു. യാതൊരു നിയന്ത്രണവുമില്ലാതെ തോന്നിയവർക്കൊക്കെ വാരിക്കോരി നൽകുന്ന നിഷ്ഠുരമായ സംഗതിയാണ് കാലം എന്നുള്ള വിഭ്രമചിന്തകളൊന്നുമില്ലാതെ സമൂഹത്തിലെ ദരിദ്രരെയും സമ്പ ന്നരെയും നോക്കിക്കാണുകയായിരുന്നു ഖാലിദ്. രാഷ്ട്രീയ-സാമ്പ ത്തിക സാഹചര്യങ്ങൾ സൃഷ്ടിക്കുന്ന വ്യവഹാരങ്ങളുടെ അനിവാര്യ മായ പരിണതഫലമാണ് സമൂഹത്തിലെ സാമ്പത്തിക അന്തരം എന്നാണവൻ മനസ്സിലാക്കിയത്.

വായനയോട് തീവ്രമായ താത്പര്യം ഖാലിദിന് തോന്നുന്നതും ഇക്കാലത്താണ്. പുസ്തകങ്ങൾ ആർത്തിയോടെ വായിക്കാൻ തുടങ്ങി. ഒരു പുസ്തകം കൈയിലെടുത്താൽ പിന്നെയത് വായിച്ചുതീരാതെ നിലത്ത് വയ്ക്കില്ല. അത് ഇനി രാത്രി ഉറക്കമൊഴിച്ചിട്ടായിരുന്നാലും ശരിതന്നെ. ചിലപ്പോൾ ഭക്ഷണം കഴിക്കുന്ന കാര്യം പോലും മറന്നു

പോയിട്ടുണ്ട്. തുടക്കത്തിൽ കണ്ണിൽ പെടുന്നതൊക്കെയും വായിക്കുന്നതായിരുന്നു രീതി. എന്നാൽ പതിയെ കഥകളും കവിതകളുമൊക്കെ വായിക്കുന്നത് അവസാനിപ്പിച്ചു. ചരിത്ര ഗ്രന്ഥങ്ങളും സാമ്പത്തിക ശാസ്ത്രം, സാമൂഹിക ശാസ്ത്രം തുടങ്ങിയ മേഖലകളിലെ ഗവേഷണ കൃതികളും വായിക്കാനാണ് പിന്നീടവൻ താത്പര്യം കാട്ടിയത്. മനുഷ്യന്റെ തലച്ചോറിൽ യാതൊരു നിയന്ത്രണവുമില്ലാതെ ചുറ്റിത്തിരിയുന്ന ഭാവനാകൃതികൾ വായിക്കുന്നത് ഖാലിദിനെ മടുപ്പിച്ചിരുന്നു. ഭൗതികശാസ്ത്ര നിയമങ്ങളാൽ നിയന്ത്രിക്കപ്പെടുന്ന പ്രപഞ്ചസത്യങ്ങളുടെ ഉള്ളറകളിലേക്ക് ഇറങ്ങിച്ചെല്ലാനാണ് അവൻ ആഗ്രഹിച്ചത്. ശാസ്ത്രീയമായ സൂക്ഷ്മവായനയിലൂടെ അത്തരം വസ്തുതകളുടെ ആധാരശിലകളെ അടുത്തറിയാനും അവ സൃഷ്ടിക്കുന്ന പരിണതഫലങ്ങളെ തിരിച്ചറിയാനും സാധിക്കും.

ഈ വായനയിലൂടെ ഖാലിദിന് മുന്നിൽ തെളിഞ്ഞത് പുതിയൊരു ലോകം തന്നെയായിരുന്നു. അത്തരമൊരു ഇടത്തെക്കുറിച്ച് കഴിയുന്നത്ര വിശദാംശങ്ങൾ മനസ്സിലാക്കാനാണ് അവൻ പിന്നീട് ശ്രമിച്ചത്. അതിനിടയിൽ കവികളുടെയും മറ്റും വിഭ്രമചിന്തകൾക്കും ഭാവവിലാസങ്ങൾക്കും എന്ത് വിലയാണുള്ളത്?

പഠിച്ചിരുന്ന സ്ഥാപനത്തിൽ നിലവിലുണ്ടായിരുന്ന പൊതുബോധവും ഈയൊരു വായനാരീതിക്ക് സഹായകരമായി മാറി. ഇംഗ്ലീഷ് വിദ്യാർത്ഥികളിൽപെട്ട സഹപാഠികൾ തങ്ങളുടെ നാടിനെ കണ്ടിരുന്നത് ലോകത്തിലെ ചിന്താനവോത്ഥാനത്തിന് നേതൃത്വം കൊടുക്കുന്ന ഇടമായിട്ടായിരുന്നു. ഈ നവോത്ഥാനത്തിന്റെ പതാക വഹിക്കാൻ ഉത്തരവാദിത്തമേൽപ്പിക്കപ്പെട്ടവരും ആധുനിക നാഗരിക ലക്ഷ്യത്തിലേക്ക് കുതിക്കാൻ അർഹതയുള്ളവരുമായ പടയാളികൾ തങ്ങളാണെന്നാണ് അവർ കരുതിയിരുന്നത്.

അതിനാൽ തന്നെ ഏറ്റവും ആധുനികമായ തത്ത്വചിന്താ വീക്ഷണങ്ങളെയും അപൂർവ്വമായ ശാസ്ത്രസിദ്ധാന്തങ്ങളെയും പുണരുന്ന കാര്യത്തിൽ അവർ അത്യദ്ധ്വാനം ചെയ്തിരുന്നു. ഭൗതിക പ്രത്യയശാസ്ത്രങ്ങൾ അവരെ അന്ധരാക്കിയതിൽ അതിനാൽ തന്നെ അതിശയമില്ല. അത്തരം ആശയങ്ങളെ ആത്മാർത്ഥമായി പിന്തുണയ്ക്കുകയും ആവേശത്തോടെ പ്രതിരോധിക്കുകയും ചെയ്യുന്നവരെ അവർക്കിടയിൽ ധാരാളം കാണാനുമാകും.

അങ്ങനെ മൂന്ന് വർഷങ്ങൾ കടന്നുപോയി. അതിനിടയിൽ ഖാലിദ് ധാരാളം വായിച്ചു, കേട്ടു, ചിന്തിച്ചു. ബിരുദം നേടിയ ശേഷം അവൻ ഈജിപ്തിലേക്ക് തിരികെ എത്തി. എന്നാൽ വർഷങ്ങൾക്കു മുമ്പ് നാട് വിട്ടുപോയ ലജ്ജാലുവായ കൗമാരക്കാരനുമായി യാതൊരു ബന്ധവുമില്ലാത്തൊരു വ്യക്തിയായിരുന്നു ഖാലിദ് തിരിച്ചെത്തിയത്.

ഈ രണ്ട് അവസ്ഥകൾക്കിടയിൽ ഒരു തിരഞ്ഞെടുപ്പ് നടത്താൻ അവസരം ലഭിച്ചാൽ അവൻ പഴയ അവസ്ഥയേ സ്വീകരിക്കുകയുള്ളൂ. ആ പഴയ ജീവിതത്തിൽ താൻ സന്തുഷ്ടനായിരുന്നു. ജീവിച്ചുകൊണ്ടിരുന്ന പരിസ്ഥിതിയിൽ പൂർണ്ണ സംതൃപ്തനായിരുന്നു.

എന്നാലിപ്പോൾ തിരിച്ചെത്തിയിരിക്കുന്നത് ചിന്താകുഴപ്പത്തിലകപ്പെട്ടൊരു ചെറുപ്പക്കാരനാണ്. തന്റെ പഴയകാലമൂല്യങ്ങളിലുള്ള ആത്മവിശ്വാസം തന്നെ നഷ്ടമായിരിക്കുന്നു. അവയുടെ ശക്തിയും നിത്യതയും അവകാശപ്പെടാനാകുന്ന വേറെ മൂല്യങ്ങൾ പകരം കണ്ടെത്താനും സാധിച്ചിട്ടില്ല. നാട്ടിൽ തിരിച്ചെത്തിയത് മുതലാകട്ടെ പഴയ വിഷയങ്ങളിലൊന്നും ഒരു താത്പര്യവും കാണിച്ചതേയില്ല. കൂറ്റനൊരു മന്ദിരം തകർത്തെറിഞ്ഞ ശേഷം പകരം പണിതത് ദുർബലമായ തൂണുകളുള്ളൊരു കുടിൽ മാത്രമായിരുന്നു. മനോഹരമായിരിക്കാം ആ കുടിലിന്റെ രൂപം. എന്നാലത് അധികകാലം നിലനിൽക്കുമെന്നോ അതിനുള്ളിൽ അനശ്വരമായി താമസിക്കാനാകുമെന്നോ തോന്നുന്നില്ല. കൂടിപ്പോയാൽ ഒന്നോ രണ്ടോ തലമുറകൾക്ക് ഉപകാരപ്പെട്ടേക്കും. ശേഷം അവിടെ താമസിക്കുന്ന മനുഷ്യരുടെ അവസ്ഥ കണ്ടുതന്നെ അറിയണം.

നിലവിലെ സാമൂഹിക സാഹചര്യങ്ങളോട് കലഹിക്കുന്നൊരു ഖാലിദ് ആയിരുന്നു നാട്ടിൽ തിരിച്ചെത്തിയത്. വീട്ടിലെത്തിയതും സ്വന്തം കുടുംബത്തിലെ അംഗങ്ങൾക്ക് നേരെയായി അവന്റെ ക്രോധമൊക്കെയും. അതോടെ ആദ്യം പിതാവിനോടും പിന്നാലെ ജ്യേഷ്ഠസഹോദരനോടും ശേഷം മാതാവിനോടുമൊക്കെ അവൻ കലഹിക്കാൻ തുടങ്ങി.

വിദേശത്തേക്ക് പോകുന്നതിനു മുമ്പ് പിതാവിനോട് വലിയ ബഹുമാനം കാണിച്ചിരുന്ന വ്യക്തിയായിരുന്നു ഖാലിദ്. ചെറുപ്പം മുതലേ തോന്നിയിരുന്ന പരമ്പരാഗതമായ ആദരവായിരുന്നു അത്. അങ്ങനെ ഇരിക്കവെയാണ് ഒരു ദിവസം അവന് തോന്നുന്നത് പിതാവിനോട് ചില കാര്യങ്ങൾ ചർച്ച ചെയ്യണമെന്ന്. അല്ലെങ്കിൽ അയാളുടെ ചില രീതികളെ വിമർശിക്കണമെന്ന്. അവൻ ഇംഗ്ലണ്ടിലേക്ക് പോകുമ്പോൾ ഈജിപ്തിലെ ന്യായാധിപന്മാരിൽ ഒരാളായിരുന്നു പിതാവായ 'അഹ്മദ് ബേയ് ഖുറഷീദ്'. തിരിച്ചു വന്നപ്പോഴാകട്ടെ അയാൾ 'അഹ്മദ് പാഷ ഖുറഷീദ്' എന്ന പുതിയ പേരിൽ ഉന്നത സർക്കാർ പദവി വഹിക്കുന്ന വ്യക്തിയായി മാറിക്കഴിഞ്ഞിരുന്നു. വീടിനു മുന്നിൽ പകലും രാത്രിയും ഓരോരോ പട്ടാളക്കാരെ സർക്കാർ കാവലിന് നിയമിച്ചു. എന്നാൽ ഇതൊക്കെ പിതാവിന്റെ നേർക്ക് നേരത്തെ ഉണ്ടായിരുന്ന ബഹുമാനം ഇരട്ടിപ്പിക്കുകയായിരുന്നില്ല ചെയ്തത്. മറിച്ച് തിന്മകൾ മാത്രം കാണുന്ന വിദ്വേഷത്തിന്റെ

കണ്ണുകളോടെയാണ് ഖാലിദ് പിതാവിന് നേർക്ക് പിന്നീട് നോക്കാൻ തുടങ്ങിയത്.

സ്വന്തം പേര് സൂചിപ്പിക്കുന്ന ഒരു കുടുംബത്തിലായിരുന്നു അഹ്മദ് പാഷ ഖൂറഷീദ് വളർന്നത്. പിതാവിന് മകനായി അയാൾ മാത്രമേ ഉണ്ടായിരുന്നുള്ളൂ. തന്നേക്കാൾ മുതിർന്ന നാല് സഹോദരിമാരുമുണ്ടായിരുന്നു. അതിനാൽതന്നെ ലാളനകളേറെ ഏറ്റുവാങ്ങി അയാൾ ദുരഭിമാനിയും അഹങ്കാരിയുമായി മാറിയതിൽ അതിശയമില്ല. ഏറ്റവും ഇളയ സന്തതിയായിരുന്നതിനാൽ കുടുംബത്തിലെ മറ്റുള്ള അംഗങ്ങളേക്കാൾ പരിഗണന അയാൾക്കായിരുന്നു ലഭിച്ചിരുന്നത്. മുതിർന്ന ശേഷവും മറ്റു മനുഷ്യരിൽനിന്നൊക്കെ വ്യത്യസ്തനായൊരു ജനുസ്സിൽ പെട്ടയാളാണ് താൻ എന്ന വിശ്വാസം കൊണ്ടുനടന്നിരുന്നു. അതിനാൽതന്നെ യാതൊരു വിധത്തിലുമുള്ള വിമർശനവും ഉപദേശവുമൊന്നും ഉൾക്കൊള്ളാനേ തയ്യാറായിരുന്നില്ല. താൻ കല്പിക്കുന്നതൊക്കെയും മറ്റുള്ളവർ അനുസരിച്ചേ തീരൂ. അതിനാൽതന്നെ മറ്റ് മനുഷ്യരെ അപമാനിക്കലും അവരുടെ കുറവുകൾ എണ്ണിപ്പറയലുമൊക്കെ അയാൽ നേരമ്പോക്കാക്കി മാറ്റുകയും ചെയ്തു.

മറ്റ് മനുഷ്യർക്ക് ബാധകമായ നിയമങ്ങളും കീഴ്വഴക്കങ്ങളുമൊന്നും തനിക്ക് ബാധകമല്ലെന്ന ചിന്ത കൂടി പിന്നാലെ അയാളെ പിടികൂടി. ഇതേ ഒരു കാഴ്ചപ്പാട് കലാകാരന്മാർക്കും കവികൾക്കുമുണ്ടാകാറുണ്ട്. തങ്ങളുടെ കടിഞ്ഞാണില്ലാതെ കുതിക്കുന്ന ഭാവനകൾക്ക് അരങ്ങൊരുക്കാനായി ചിന്തയുടെ വേലിക്കെട്ടുകളൊക്കെ അവർ തച്ചു തകർക്കും. അങ്ങനെയാണവർക്ക് റുബാഇയ്യാത്തും ഡിവൈൻ കോമഡിയും ഹാംലെറ്റുമൊക്കെ രചിക്കാനാകുന്നത്. പക്ഷേ, ഇത്തരം വികാരങ്ങളൊന്നും തന്നെ അഹ്മദ് പാഷ ഖൂറഷീദിനെ ബാധിച്ചിരുന്നില്ല. അയാളെ സംബന്ധിച്ച് മറ്റുള്ളവരുടെ അവകാശങ്ങൾ കവർന്നെടുക്കുന്നതും ഒരു മര്യാദയുമില്ലാതെ തന്റെ സ്വന്തം താത്പര്യങ്ങൾക്ക് മറ്റുള്ളവരുടേതിനേക്കാൾ പ്രാമുഖ്യം നൽകലുമൊക്കെയായിരുന്നു പ്രധാനം.

പിതാവിന്റെ ശത്രുക്കൾ അയാളെക്കുറിച്ച് പറഞ്ഞു നടന്നിരുന്ന പല അപവാദങ്ങളും ഖാലിദിന്റെ ചെവിയിലുമെത്തിയിരുന്നു. ഒട്ടനേകം പേരുണ്ടായിരുന്നു ശത്രുക്കളായിട്ട്. എന്നാൽ ഈ അപവാദങ്ങൾ എത്രമാത്രം ശരിയാണെന്ന് മാത്രം അവനറിയില്ല. പിതാവിന്റെ പിതാവിന് അവസാനകാലത്ത് മാരകമായ എന്തോ രോഗം ബാധിച്ചിരുന്നതായി കേട്ടിട്ടുണ്ട്. പിതാവിന്റെ അന്ത്യമടുക്കാറായി എന്നു മനസ്സിലായതോടെ അഹ്മദ് പാഷ രോഗിയായ വാപ്പയുടെ അരികിലെത്തി. അനന്തര സ്വത്തുക്കൾ വീതം വയ്ക്കുമ്പോൾ നിയമം അനുശാസിക്കുന്നതിനെക്കാൾ കൂടുതൽ ഓഹരി സഹോദരിമാരെക്കാൾ

തനിക്ക് ലഭിക്കണമെന്നാണ് അയാളുടെ ആവശ്യം. തന്റെ ആവശ്യം നിരസിക്കുകയോ തൽക്കാലം പരിഗണിക്കാതിരിക്കുകയോ ചെയ്യുന്ന പക്ഷം അഹ്മദ് പാഷയുടെ രൂക്ഷമായ ആക്രമണമായിരിക്കും പിതാവിന് നേരിടേണ്ടി വരിക. അതിന്റെ തീക്കനലുകൾ പിന്നെ രാവും പകലുമെന്ന ഭേദമില്ലാതെ ആളിക്കത്തും. ഭീഷണിയും വെല്ലുവിളിയും നടത്തുന്ന മകനെ ആ സാധുവായ പിതാവ് അനുനയിപ്പിക്കാൻ നോക്കും. തന്റെ ബലഹീനതയും വേദനയും പരിഗണിച്ചെങ്കിലും അല്പം കരുണ കാട്ടണമെന്ന് അഭ്യർത്ഥിക്കും.

എന്നാൽ തന്റെ ഗൂഢാലോചനയുടെ പൂർത്തീകരണം ലക്ഷ്യം വച്ച് നീങ്ങുകയായിരുന്നു അഹ്മദ് പാഷ. അതിന്റെ ഭാഗമായി സഹോദരിമാരെ വീട്ടിൽനിന്നും അകറ്റി നിർത്തി. അതിലൂടെ അവർ പിതാവിനെ സ്വാധീനിക്കാൻ ശ്രമിക്കില്ലെന്ന് ഉറപ്പുവരുത്തുകയാണ് ലക്ഷ്യം. അതോടെ ചുളിവുവീണ നെറ്റിത്തടത്തിൽ ഒന്ന് തഴുകാനോ പൊള്ളുന്ന തൊണ്ട നനയ്ക്കാനോ പോലും തുണയായി ആരുമില്ലാതെ മരണത്തിന്റെ ഭീകരമായ രൂപത്തെ സ്വീകരിക്കാൻ നിർബ്ബന്ധിതനാവുകയായിരുന്നു എല്ലാംകൊണ്ടും തകർന്ന ആ മനുഷ്യൻ.

അങ്ങനെ ഇരിക്കവെയാണ് ഒരു ദിവസം രാവിലെ പടിക്കെട്ടിന് കീഴിൽ അയാളുടെ വിറങ്ങലിച്ച ദേഹം കിടക്കുന്നത് കാണുന്നത്. കഴുത്തിലെ പേശികളും വാരിയെല്ലുകളുമൊക്കെ ഒടിഞ്ഞ നിലയിലായിരുന്നു മൃതദേഹം കാണപ്പെട്ടത്.

അർദ്ധരാത്രിയിൽ എന്തോ ആവശ്യത്തിനായി ഉറക്കമെഴുന്നേറ്റ വൃദ്ധൻ വഴിതെറ്റി കാല് വഴുതി പടിക്കെട്ടിൽനിന്ന് താഴേക്ക് വീണു എന്നാണ് പ്രചരിച്ച കഥ.

എന്നാൽ വേറൊരു കഥ കൂടി ഒട്ടനേകം ആളുകൾ പറയാൻ തുടങ്ങി.

എന്തായാലും ഖാലിദ് ഉപ്പുപ്പായുടെ വീട്ടിലെത്തി. അദ്ദേഹം വീണു കിടന്ന സ്ഥലം കണ്ടമാത്രയിൽ തന്നെ ആ വീട്ടിൽ നിന്നും പിതൃസഹോദരിമാരെ അകറ്റി നിർത്തിയതിന്റെ രഹസ്യം അവന് മനസ്സിലായി. ആരെങ്കിലും മരിച്ചാലല്ലാതെ വീട്ടിൽ കാലു കുത്തിപ്പോകരുതെന്നായിരുന്നു അഹ്മദ് പാഷയുടെ ഉത്തരവ്. പടിക്കെട്ടിന് നല്ല ഉയരമുള്ള കൈവരിയുണ്ടായിരുന്നു. ആ സാഹചര്യത്തിൽ ഒരാൾ മുകളിൽ നിന്നും താഴേക്ക് വഴുതി വീഴാൻ ഒരു സാധ്യതയുമില്ല.

ഇംഗ്ലണ്ടിൽനിന്നും തിരിച്ചെത്തിയ ഖാലിദിന് യാതൊരു സംശയവുമുണ്ടായിരുന്നില്ല, ഉപ്പുപ്പായെ തള്ളിയിട്ട് കൊലപ്പെടുത്തിയത് തന്റെ പിതാവ് തന്നെയാണ്. ഇപ്പോഴിതാ, ആ മനുഷ്യൻ പുതിയ ഇരകളെ കയ്യേറ്റം ചെയ്യുന്ന കാഴ്ചയാണ് എന്നും കാണുന്നത്.

നിസ്സാര കാര്യങ്ങൾ പറഞ്ഞാണ് വീട്ടിലെ ജോലിക്കാരെ പുറത്താക്കുന്നത്. പ്രതിഫലം നൽകാതെ അവരുടെ അവകാശങ്ങൾ ഹനിക്കുന്നു. പാട്ടക്കുടിശ്ശിക വരുത്തുന്ന കർഷകർക്കെതിരെ നിയമ നടപടി സ്വീകരിക്കുകയും അവരുടെ സ്വത്തുക്കൾ കണ്ടുകെട്ടി വിൽക്കുകയും ചെയ്യുന്നു. നാണം മറയ്ക്കാനുള്ള ഉടുതുണി പോലുമില്ലാത്ത അവസ്ഥയിലേക്കായിരിക്കും അവരെ അയാൾ തള്ളിവിടുക.

തന്റെ തോട്ടത്തിൽ ആരെങ്കിലും പ്രവേശിച്ചാൽ നായ്ക്കളെ അഴിച്ചുവിട്ട് അവരുടെ വസ്ത്രങ്ങളും ദേഹവും കടിച്ചു കീറിക്കും. കൃഷിത്തോട്ടത്തിൽ അയാൾക്കൊരു കിങ്കരനുണ്ടെന്ന് കേട്ടിട്ടുണ്ട്. തനിക്കിഷ്ടപ്പെടാത്ത കർഷകരുടെ മുതുകുകൾ ചാട്ടകൊണ്ട് അടിച്ചു പൊളിക്കുകയാണ് ഈ കിങ്കരന്റെ ജോലി. അഹ്മദ് പാഷയുടെ ക്രൂരതകളെയും കഠിനഹൃദയത്തെയും കുറിച്ച് ഒട്ടനേകം കഥകൾ ആളുകൾക്കിടയിൽ പ്രചരിച്ചിട്ടുണ്ട്. പണത്തിനോട് ഇത്രയും ആർത്തി കാണുമ്പോൾ ആളുകൾ പറയും അയാളുടെ പിതാമഹൻ പലിശയ്ക്ക് വായ്പ നൽകിയിരുന്നൊരു ജൂതനായിരുന്നുവെന്ന്. സമ്പന്നനായിക്കഴിഞ്ഞപ്പോൾ സമൂഹത്തിൽ വലിയ പദവി സ്വന്തമാക്കാനായി ആ മനുഷ്യൻ ഇസ്ലാം മതം സ്വീകരിക്കുകയായിരുന്നുവത്രേ.

അഹ്മദ് പാഷയ്ക്ക് സുഹൃത്തുക്കളായി ഒരാൾ പോലുമില്ലായിരുന്നു. സഹപ്രവർത്തകരായ ആളുകളോടുപോലും ഇഷ്ടപ്പെടുന്ന രീതിയിലുള്ള പെരുമാറ്റം അയാളിൽ നിന്നുണ്ടാകില്ല. അറപ്പോടെയേ ആർക്കും എന്തും നൽകൂ. അഹങ്കാരത്തോടെയേ സംസാരിക്കൂ. ഒരു പുകയില പോലും ആരിൽനിന്നും സ്വീകരിക്കില്ല. ഒരു കപ്പ് കാപ്പി കുടിക്കാനാണെങ്കിൽ പോലും ആരുടേയും ക്ഷണം സ്വീകരിക്കില്ല.

കോടതിയിൽ ന്യായാധിപനായിരിക്കെ സ്വന്തമായൊരു കപ്പും സോസറുമുണ്ടായിരുന്നു. അതുപയോഗിച്ചേ അയാൾ കാപ്പി കുടിക്കാറുണ്ടായിരുന്നുള്ളൂ. സഹപ്രവർത്തകർ പറഞ്ഞൊരു കഥയിങ്ങനെയാണ്. ഏതെങ്കിലുമൊരു കേസ് ഫയൽ പഠിക്കാൻ ആഗ്രഹിച്ചാൽ ഒരു കുപ്പി സുഗന്ധദ്രാവകം കൂടി മുന്നിൽ വയ്ക്കും. ഫയലിലെ ഓരോ പുറങ്ങൾ മറിച്ചുകഴിയുമ്പോഴേക്കും കൈയിൽ മണ്ണ് പുരണ്ടുവെന്ന രീതിയിൽ സുഗന്ധവസ്തുകൊണ്ട് വിരലുകൾ തുടച്ചുകൊണ്ടിരിക്കും.

ഒരിക്കലൊരു കേസിന്റെ വിസ്താരം നടന്നുകൊണ്ടിരിക്കുകയായിരുന്നു. വാദിച്ചുകൊണ്ടിരുന്ന വക്കീലിന് ദാഹം തോന്നിയപ്പോൾ ഒരു കപ്പ് വെള്ളം വേണമെന്ന് പറഞ്ഞു. വെള്ളം കിട്ടിയതും കുടിക്കാൻ തുനിഞ്ഞ വക്കീലിനോട് ജഡ്ജിയായ അഹ്മദ് പാഷ അധിക്ഷേപിക്കുന്ന രീതിയിൽ ചോദിച്ചു.

''എങ്ങനെയാണെടോ മിസ്റ്റർ ഈ കപ്പുപയോഗിച്ച് വെള്ളം കുടിക്കുന്നത്?''

വക്കീൽ ആദ്യം കപ്പിലേക്കും പിന്നെ ജഡ്ജിയേയും മാറി മാറി നോക്കി. ശേഷം പറഞ്ഞു.

''കണ്ടിട്ട് കഴുകിയ കപ്പ് തന്നെയാണ് ജഡ്ജിയങ്ങുന്നേ.''

''ശരിക്കും കഴുകിയോ? ആ വെള്ളത്തെത്തന്നെ ഒന്ന് കഴുകാൻ സാധിച്ചിരുന്നെങ്കിൽ ഞാനത് ചെയ്തേനേ.''

അഹന്തയോടെ അഹ്മദ് പാഷ പറഞ്ഞു.

വക്കീലായിരുന്നതിനാൽ ആ മനുഷ്യന് പ്രതികരിക്കാതിരിക്കാൻ സാധിച്ചില്ല. ജഡ്ജിയങ്ങുന്നിന്റെ ആഗ്രഹം നിവർത്തിക്കാൻ തനിക്കും ആഗ്രഹമുണ്ട്. വെള്ളം മാത്രമല്ല ശ്വസിക്കുന്ന വായു കൂടി അകത്താക്കുന്നതിന് മുമ്പ് കഴുകാൻ സാധിച്ചാൽ ചെയ്യാമായിരുന്നു എന്നു കൂടി അയാൾ കൂട്ടിച്ചേർത്തു. എന്തായാലും ഈ പരാമർശം കാരണം ജയിക്കുമെന്ന് വലിയ പ്രതീക്ഷയുണ്ടായിരുന്ന കേസിൽ അയാൾക്ക് തോൽക്കേണ്ടി വന്നു.

തന്റെ പിതാവിന്റെ വൃത്തികെട്ട പിടിവാശിയെയും മ്ലേച്ഛമായ ധിക്കാരത്തെയും സൂചിപ്പിക്കാൻ അയാളുടെ വാക്കുകൾതന്നെ കടമെടുക്കുകയായിരിക്കും ഖാലിദും ചെയ്യുക: ''വെള്ളം കഴുകി കുടിക്കുക!''

ഇങ്ങനെയുള്ളൊരാളുടെ അരികിലേക്ക് മകൻ വിദേശത്തു നിന്ന് തിരികെ എത്തുന്നത് ജീർണ്ണിച്ച വസ്ത്രങ്ങളും വികൃതരൂപവുമായിട്ടായിരുന്നു. അരികുകൾ കീറി അഴുക്കു പിടിച്ച വസ്ത്രങ്ങൾ കണ്ടാൽ വർഷങ്ങളായി ഇസ്തിരി ഇടുന്ന ശീലമേയില്ലെന്ന് മനസ്സിലാകും. ആ വസ്ത്രങ്ങൾ ധരിക്കുന്നയാൾ അവയോട് അല്പം പോലും ദയ കാണിക്കുകയോ ഉറങ്ങുന്ന നേരത്തുപോലും ഊരിമാറ്റാറുണ്ടെന്നോ തോന്നുന്നില്ല. മകനെ കണ്ടതും നെറ്റി ചുളിച്ച പിതാവ് ഒന്നും മിണ്ടിയതേയില്ല. യാത്രയുടെ ക്ലേശങ്ങൾ നേരിടാൻ യോജിച്ച ഒരു വസ്ത്രം മകൻ തിരഞ്ഞെടുത്തിട്ടുണ്ടാവുമെന്നാണ് അയാൾ കരുതിയത്. ഖാലിദിന്റെ പെട്ടി തുറന്നപ്പോഴാകട്ടെ, കണ്ടത് നിറയെ പുസ്തകങ്ങളും പുരാവസ്തുക്കളും പിന്നെ കുറച്ച് സമ്മാനങ്ങളുമായിരുന്നു.

''ഇട്ടിരിക്കുന്നതല്ലാതെ നിനക്ക് വേറെ വസ്ത്രമൊന്നുമില്ലേ?''

''ഇല്ല വാപ്പാ.''

പിതാവും മകനും തമ്മിലുള്ള ബന്ധത്തിലെ ഒരു വഴിത്തിരിവായിരുന്നു ആ ചോദ്യവും ഉത്തരവും. ആ നിമിഷം മുതൽ കനലടങ്ങാത്തൊരു സംഘർഷത്തിന് തുടക്കം കുറിക്കുകയായിരുന്നു

അവർക്കിടയിൽ. നിഷ്കളങ്കതയും അനുഭവക്കുറവും കൊണ്ടാകണം, തന്റെ ശിരസ്സ് കൈയ്യടക്കിയിരുന്ന സാമൂഹിക പരിഷ്കരണ സിദ്ധാന്തങ്ങൾ പിതാവിനെ പറഞ്ഞു ബോധ്യപ്പെടുത്താൻ തുടക്കത്തിൽ ഖാലിദ് ശരിക്കും ശ്രമിച്ചതാണ്.

കുറച്ചുനേരം മകൻ പറയുന്നതൊക്കെ അഹ്മദ് പാഷ ഖുറഷീദ് കേട്ടു നിന്നു. പിന്നെ അയാൾ വിദ്വേഷത്തോടെ ഇടയ്ക്ക് കയറി പറഞ്ഞു.

"നീയൊരു വീണ്ടുവിചാരമില്ലാത്ത ചെക്കനാണ്. നീ സങ്കല്പിക്കുന്ന തരത്തിലുള്ള ജനങ്ങളുടെ ഭരണമെന്ന് പറയുന്നത് കഴുതയ്ക്ക് മുന്നിൽ മുതുക് കുനിച്ച് കൊടുത്ത ശേഷം അതിനോട് നമ്മുടെ മേലേക്ക് കയറാൻ ക്ഷണിക്കുന്നത് പോലെയാണ്. നീയൊരു പൊട്ടനാണ്. നിന്നെ പഠിപ്പിക്കാനെന്ന പേരിൽ കുറേ പണം പാഴാക്കിയതിൽ അങ്ങേയറ്റം ഖേദമുണ്ടെനിക്ക്. മദ്യത്തിനും മദിരാക്ഷിയെക്കാളുമൊക്കെ ഏറെ ദൂഷ്യം ചെയ്യുന്ന കാര്യങ്ങൾക്കല്ലേ നീ ആ പണമൊക്കെയും ചെലവിട്ടത്?"

പിതാവുമൊത്തുള്ള ഇത്തരം വാഗ്വാദങ്ങൾ തുടങ്ങിയാൽ അധികം വൈകാതെ പിൻവാങ്ങുന്നതാണ് ഖാലിദിന്റെ പതിവ്. അയാളെ തർക്കിക്കാൻ വിട്ട് അവൻ നടന്നകലും. ഈ കലാപം പിന്നീട് തീൻമേശയിലേക്കും നീണ്ടു. അതോടെ കുടുംബാംഗങ്ങൾക്കൊപ്പം ഭക്ഷണം കഴിക്കുന്നത് അവസാനിപ്പിച്ച് സ്വന്തം മുറിയിലിരുന്ന് കഴിക്കാൻ തുടങ്ങി. പിന്നെയതൊരു പതിവായി മാറി.

മകന്റെ ഈ വിഡ്ഢിത്തം മാറുമെന്നാണ് അഹ്മദ് പാഷ കരുതിയത്. പഠന കാലയളവ് കഴിഞ്ഞ് സ്വന്തമായൊരു ജീവിതമാർഗ്ഗം കണ്ടെത്താൻ തുടങ്ങുന്നതോടെ അവനെ പിടികൂടിയ ഈ ബാലചാപല്യങ്ങളുടെ കനൽ കെടും. എന്നാൽ ദിനങ്ങളും മാസങ്ങളും പലത് പിന്നിട്ടിട്ടും ഖാലിദിന്റെ ചിന്തകളിൽ എന്തെങ്കിലും മാറ്റമുണ്ടാകുന്നതിന്റെ യാതൊരു ലക്ഷണവും കണ്ടില്ല. തന്റെ വിഡ്ഢിത്തം നിറഞ്ഞ പെരുമാറ്റത്തിൽനിന്നും അകന്നു മാറുന്നതിന് പകരം ഖാലിദ് അവന്റെ അതേ ചിന്താഗതിക്കാരായ കുറേ കൂട്ടുകാർക്കൊപ്പം കൂട്ടുകൂടുന്ന കാഴ്ചയാണ് പിന്നീട് കണ്ടത്. അത്തരം ആളുകളെ കാണുമ്പോൾ തന്നെ അഹ്മദ് പാഷയുടെ ദേഹം കലി കാരണം വിറയ്ക്കാൻ തുടങ്ങും.

അതോടെ പിതാവിന് മകന്റെ കാര്യത്തിൽ ഭയം തോന്നിത്തുടങ്ങി. ഖാലിദാകട്ടെ, പിതാവിന്റെ അഭിപ്രായങ്ങൾക്ക് പുല്ലുവില പോലും കൽപ്പിക്കുകയോ അയാളുടെ ആഗ്രഹങ്ങൾ നടപ്പിലാക്കാൻ ശ്രദ്ധിക്കുകയോ ചെയ്യുന്നില്ല. അത്ര വലിയ മഹാമനസ്കനൊന്നുമല്ല അഹ്മദ് പാഷ. അതിനാൽ തന്നെ മകൻ തനിക്കെതിരെ യുദ്ധം

പ്രഖ്യാപിക്കുന്നതിനു മുമ്പ് അവനെ നിരായുധനാക്കിയേ തീരൂ എന്ന് അയാൾ തീരുമാനിച്ചു.

ഒരു ദിവസം അയാൾ മകന്റെ മുറിയിലേക്ക് കയറിച്ചെന്നു. എന്തോ വായിച്ചുകൊണ്ട് ഇരിക്കുകയാണ് ഖാലിദ്.

''സ്വന്തം പിതാവിനെ കണ്ടാൽ ആദരവ് കാണിക്കാൻ എഴുന്നേൽക്കണമെന്നു പോലും നിനക്ക് തോന്നുന്നില്ലേ?''

''അതിന് വാപ്പ വാതിലിൽ മുട്ടുന്ന ശബ്ദമൊന്നും ഞാൻ കേട്ടില്ലല്ലോ?''

''സാറിന്റെ ഈ ഭാഷയൊന്നും എന്റെ നേരെ പ്രയോഗിക്കരുത്. അത് പോകട്ടെ. നീ ഇപ്പോൾ എന്താണ് ചെയ്യുന്നത്?''

''ഞാൻ വായിക്കുകയാണ്.''

''വായനയുടെ കാലമൊക്കെ തീർന്നു. ഇനി എന്തെങ്കിലും തൊഴിൽ ചെയ്യേണ്ട കാലമാണ്.''

''പുസ്തകങ്ങൾ പുറത്തിറങ്ങുന്ന കാലത്തോളം വായനയുടെ കാലം അവസാനിക്കുകയേ ഇല്ല!''

''ഓഹ്, വലിയ കാര്യം! കാപ്പിക്കടകളിൽ ചെന്ന് മേനി നടിക്കാൻ വേണ്ടിയാണോ നീ ബിരുദമൊക്കെ നേടിയത്?''

''മനസ്സിലായില്ല.''

''നാളെ മുതൽ നീ വിദേശകാര്യമന്ത്രാലയത്തിൽ പോകണം. അവിടെ മന്ത്രിയുടെ ഓഫീസിൽ നിനക്കൊരു ജോലി ശരിയാക്കിയിട്ടുണ്ട് ഞാൻ.''

''വിദേശകാര്യവകുപ്പ് മന്ത്രിയുടെ ഓഫീസിൽ എനിക്കെന്തെങ്കിലും ചെയ്യാനുള്ളതായി തോന്നുന്നില്ല. എന്റെ കാര്യത്തിൽ അവർക്കും താത്പര്യം കാണില്ല.''

''അതിനർത്ഥം നീ ഈ ജോലിക്ക് പോകില്ലെന്നാണോ?''

''വിദേശകാര്യമന്ത്രാലയത്തിലെ എന്റെ സാന്നിദ്ധ്യം കൊണ്ട് വിദേശ രാജ്യങ്ങളുമായുള്ള ഈജിപ്തിന്റെ ബന്ധത്തിൽ ഒരു തരത്തിലുള്ള സ്വാധീനവും ചെലുത്താനാകില്ലല്ലോ?''

''എന്റെ വീട്ടിൽ നീ ഇങ്ങനെ ഒരു ജോലിയും ചെയ്യാതെ വെറുതെ ഇരുന്നാൽ അക്കാര്യത്തിൽ സ്വാധീനം ചെലുത്തുമെന്നാണോ?''

''അതിന് ഞാൻ വെറുതെ ഇരിക്കുകയല്ലല്ലോ? വായിക്കുകയല്ലേ?''

''ഇപ്പോൾ നിന്റെ ചെലവുകൾ നടത്താനായി എന്റെ കൈയിൽ നിന്നും കിട്ടിക്കൊണ്ടിരിക്കുന്ന തുക കിട്ടാതാകുന്നതോടെ മനസ്സിലായിക്കൊള്ളും വെറുതെ കുത്തിയിരിക്കുകയാണോ അല്ലയോ എന്ന്.''

അങ്ങനെ കിട്ടിക്കൊണ്ടിരുന്ന പോക്കറ്റ് മണി നിലച്ചു. പക്ഷേ, ഖാലിദിന്റെ ഉദാസീന മനോഭാവം മാത്രം മാറിയില്ല. എന്നല്ല അത് തീവ്രമാവുകയാണ് ചെയ്തത്. പിതാവിന്റെ നടപടി അവനിൽ യാതൊരുവിധ സ്വാധീനവും ചെലുത്തിയതായി തോന്നുന്നതേയില്ല. പകലും രാത്രിയുമൊന്നും ഖാലിദ് മുറി വിട്ട് പുറത്തിറങ്ങാതായി. എന്നും വൈകുന്നേരമായിരിക്കും അല്പസമയം പുറത്തേക്കിറങ്ങുക. അതു കാണുന്നതും ഉമ്മ കരഞ്ഞുകൊണ്ട് അരികിലേക്ക് ചെല്ലും. കഴിഞ്ഞു പോയ കാര്യങ്ങളിൽ പിതാവിനോട് മാപ്പ് ചോദിക്കണമെന്ന് മകനോട് അവർ കെഞ്ചും.

‘‘ഉമ്മാ, എന്നെ വെറുതെ വിട്ടുകൂടേ? ഞാനൊരു ചെറിയ കുട്ടിയൊന്നുമല്ല.’’

മകന്റെ വാക്കുകൾ കേൾക്കുമ്പോൾ ഉമ്മ നെടുവീർപ്പോടെ വിലപിക്കും.

‘‘ആളുകൾ എന്തൊക്കെയായിരിക്കും നമ്മെക്കുറിച്ച് പറയുന്നത്? വൃത്തികെട്ട മനുഷ്യരോട് പടച്ചവൻ തന്നെ കണക്കു ചോദിക്കട്ടെ. സർവ്വ ദൃഷ്ടിദോഷവും അവൻ തട്ടിമാറ്റട്ടെ. ഇനിയെങ്കിലും നല്ല ബുദ്ധി കാണിക്കൂ മോനേ.’’

‘‘എനിക്കും അതു തന്നെയാണ് നിങ്ങളോടും പറയാനുള്ളത്. സ്വബോധത്തിലേക്ക് തിരിച്ചു വരിക. എന്നാൽ നിങ്ങൾക്കൊക്കെയും താത്പര്യം സ്വന്തം ദുരഭിമാനത്തിലേക്കും അജ്ഞതയിലേക്കും അന്ധവിശ്വാസത്തിലേക്കും ഒതുങ്ങിക്കൂടാനല്ലേ?’’

അതോടെ ഉമ്മയുടെ സംസാരം കപടമായ ഈ ലോകത്തെക്കുറിച്ചും അതിലെ തെറ്റുകൾ മാത്രം ചെയ്യുന്ന മനുഷ്യരെ കുറിച്ചുമായിത്തീരും. തന്റെ അടിമകളായ മനുഷ്യരോട് കരുണ കാട്ടണമേ എന്നും അവരെ നേർവഴിയിലേക്ക് നയിക്കണമേയെന്നും പടച്ചവനോട് കേഴും. അതു കഴിഞ്ഞാൽ പിന്നെ ലോകത്തെ പിടികൂടിയ വിവിധ തരം ദുരിതങ്ങൾ എണ്ണിപ്പറയുകയാകും ആ ഉമ്മ ചെയ്യുക. അതിനെല്ലാം കാരണമായി അവർ കാണുന്നതാകട്ടെ, സമൂഹത്തിന്റെ ദൈവവിശ്വാസ കാര്യത്തിലുള്ള ദൗർബല്യവും പ്രലോഭനങ്ങളുടെ വഴി തേടിയുള്ള അവരുടെ പരക്കംപാച്ചിലുമായിരിക്കും.

‘‘ഒന്ന് മതിയാക്കാമോ ഉമ്മാ, നിങ്ങളുടെ ഭർത്താവ് വന്നു. അതാ നോക്കൂ.’’

ഉമ്മ പറഞ്ഞു തുടങ്ങിയാൽ പിന്നെ നിർത്തുകയേ ഇല്ലെന്ന് ഖാലിദിനറിയാം. വീട്ടുമുറ്റത്തെത്തുമ്പോൾ പതിവുള്ള പിതാവിന്റെ സ്ഥിരം ചുമ കേട്ടില്ലായിരുന്നുവെങ്കിൽ ഉമ്മയുടെ പഴമ്പുരാണം മുഴുവൻ സഹിക്കേണ്ടി വന്നേനെ. ഹജ്ജ് തീർത്ഥാടനത്തിനു പോയി തിരികെ വന്നതിൽ പിന്നെ ഈ വിഷയം സംസാരിക്കുന്നതാണ് ഉമ്മയുടെ

സ്ഥിരം ശീലം. താനേതോ ഒരു പുണ്യാളത്തിയായി തിരഞ്ഞെടുക്കപ്പെട്ടുവെന്നോ ജനങ്ങളെ സന്മാർഗ്ഗത്തിലേക്ക് വഴികാണിക്കേണ്ട ജോലി തന്നെയാണ് ഏൽപ്പിച്ചിരിക്കുന്നത് എന്നോ മറ്റോ വിചാരിച്ചിരിക്കുകയായിരിക്കും അവർ. ഇടയ്ക്കിടയ്ക്കായി അവരുടെ കുരവയിടൽ ശബ്ദം വീടിനുള്ളിൽ മുഴങ്ങും. ശേഷം കൊച്ചമ്മയുടെ പ്രാർത്ഥനയും കേൾക്കാം.

''നിന്റെ ദാസന്മാരോട് കരുണ കാട്ടണേ, തമ്പുരാനേ.''

അല്പം കഴിയുമ്പോഴേക്കും അവരുടെ ദീർഘനിശ്വാസത്തോടെയുള്ള തുടർപ്രാർത്ഥനയും കേൾക്കും:

''നിന്റെ കോപത്തിന് പാത്രമാക്കരുതേ ഞങ്ങളെ, തമ്പുരാനേ.''

ഇങ്ങനെ നീളും പ്രാർത്ഥനകൾ. എന്തിനേറെ കൊച്ചമ്മ എവിടെയാണെന്ന് അന്വേഷിക്കേണ്ട കാര്യമേയുണ്ടാകില്ല വീട്ടുജോലിക്കാർക്ക്. കുരവയിടലും വിലാപവുമൊക്കെ കേൾക്കുന്ന ദിക്കിലേക്ക് പോവുകയേ വേണ്ടൂ. സ്ഥലത്തെത്തുമ്പോൾ ഒന്നിനു പിറകേ മറ്റൊന്നായി പ്രാർത്ഥനകൾ ഉരുവിട്ടുകൊണ്ടിരിക്കുന്ന ആളിനെ കാണാനാകും.

നിലവിളികളും ചുമയും മുഴങ്ങുന്ന വീട് എന്നാണ് ഖാലിദ് തന്റെ വീടിനെ വിളിക്കുന്നത്. അവിടമിപ്പോൾ അവനെ സംബന്ധിച്ച് ജീവിതം അസഹനീയമായിരിക്കുന്നു. എന്നാൽ ഇത്തരമൊരു അഭിപ്രായം അവന് മാത്രമല്ല ഉള്ളത്. ഉമ്മയെ കാണാൻ പണ്ടു വരാറുള്ള മിക്കവരും ഇപ്പോൾ ആ വഴി വരാറേ ഇല്ല. പിന്നെ വാപ്പയ്ക്കാവട്ടെ പണ്ടേ സന്ദർശകരായി ആരുമില്ല!

* * *

അധിക്ഷേപനയം പരാജയമാണെന്ന് കണ്ടതോടെ അഹ്മദ് പാഷ അനുകമ്പയുടെയും പ്രീണനത്തിന്റെയും നയത്തിലേക്ക് തിരിഞ്ഞു. മാളികയുടെ തോട്ടത്തിനരികിൽ ഒരു കാർ പാർക്ക് ചെയ്തിരിക്കുന്നത് ഒരു നാൾ ഖാലിദ് ശ്രദ്ധിച്ചു. അത് തന്റെ ഇഷ്ടത്തിന് ഉപയോഗിക്കാനുള്ളതാണെന്ന് പറഞ്ഞു. എന്നും രാവിലെ പല നിറങ്ങളിലും തരങ്ങളിലുമുള്ള വസ്ത്രങ്ങളും ചെരുപ്പുകളും മുറിയിലേക്ക് കൊണ്ടുവരും. വൈകുന്നേരമാകുമ്പോൾ മുറിയിലെ അലമാരയിൽ തരക്കേടില്ലാത്ത ഒരു നോട്ടുകെട്ട് കൊണ്ടുവയ്ക്കും. എങ്ങോട്ട് വേണമെങ്കിലും പോകാനുള്ള പ്രലോഭനമാണ് ആ പണം നൽകുക. ഖാലിദാകട്ടെ യുവത്വത്തിന്റെ പ്രസരിപ്പും ആവേശവും ദൃശ്യമാകുന്നൊരു പ്രായത്തിനുടമയുമാണല്ലോ?

ഒരു മാസത്തോളം ഈ കലാപരിപാടി തുടർന്നു. പിന്നീടൊരു ദിവസം പുഞ്ചിരിക്കുന്ന മുഖത്തോടെ അഹ്മദ് പാഷ മകന്റെയരികിലേക്ക് ചെന്നു.

''മോനേ, നീ നല്ല ചിന്താശേഷിയും അഭിപ്രായവുമുള്ളൊരു പുരുഷനാണ്. സ്വന്തം വിശ്വാസം മറ്റുള്ളവരെ ബോദ്ധ്യപ്പെടുത്താൻ നിനക്ക് നല്ല താത്പര്യം കാണും. വിഡ്ഢിയായൊരു ഖാലിദിനെക്കുറിച്ച് ആരും ഒന്നും കേൾക്കില്ല. എന്നാൽ പദവിയും യശസ്സുമുള്ളൊരു ഖാലിദ് അങ്ങനെയാവുകയേ ഇല്ല. തങ്ങൾ ആദരിക്കുന്ന വ്യക്തിയുടെ വാക്കുകൾ കേൾക്കാനേ ജനം തയ്യാറാവുകയുള്ളൂ. ഡയറക്ടർ ഖാലിദ്... മന്ത്രി ഖാലിദ്... അങ്ങനെ എന്തെങ്കിലുമാകണം. അത് യുക്തിപരമോ അസംബന്ധമോ എന്തുമാകട്ടെ. ആളുകൾ നിന്റെ വിരൽത്തുമ്പിന് മുന്നിൽ വിനീതരായി നിൽക്കുന്നതു കാണാം. എന്റെ ഉപദേശം സ്വീകരിച്ച്, ഞാൻ ശരിയാക്കിത്തരുന്ന ജോലിയിൽ പ്രവേശിച്ചാൽ നീ സ്വന്തം ആശയങ്ങളെ തന്നെയായിരിക്കും സേവിക്കുന്നത്. സ്വന്തം വീക്ഷണങ്ങൾ നടപ്പിലാക്കാൻ ഏറ്റവും മികച്ച മാർഗ്ഗം അതായിരിക്കും.''

എന്തായാലും പിതാവിന്റെ ഈ വാക്കുകൾ ഖാലിദിനും സ്വീകാര്യമായിരുന്നു.

ഇത്തവണ നിങ്ങൾ പറഞ്ഞത് ശരിയാണ് പാഷാ. ഈ ജോലി എന്തൊക്കെയായാലും വീട്ടിലെ അടിമത്തത്തിൽ നിന്ന് എന്നെ രക്ഷിക്കുമെന്നും അല്പം സ്വാതന്ത്ര്യം നൽകുമെന്ന കാര്യവും മാത്രം നിങ്ങൾ പറഞ്ഞില്ല. എങ്കിലും ഞാൻ നിങ്ങളുടെ ജോലി സ്വീകരിക്കും പാഷാ.

ഖാലിദ് മനസ്സിൽ പറഞ്ഞു.

പക്ഷേ എത്ര ശുഭചിന്തയോടാണോ ആദ്യദിനം മന്ത്രാലയത്തിലേക്കു പോയത് അതേ മടങ്ങ് നിരാശയോടാണ് അവിടെ നിന്ന് മടങ്ങാനായത്. കടുത്ത അറപ്പാണ് അവിടെയെത്തിയപ്പോൾ തോന്നിയത്. കഴിഞ്ഞുപോയൊരു മാസത്തിനിടയിൽ മാത്രമാണ് അതുപോലൊരു മാനസികാവസ്ഥ മുമ്പ് അനുഭവിച്ചിട്ടുള്ളത്. പിതാവ് സമ്മാനിച്ച കാറിൽ സഞ്ചരിക്കുമ്പോഴായിരുന്നു അത്. ജീവിതത്തിലാദ്യമായി സ്ത്രീശരീരത്തെ അടുത്തറിയാനായത് അപ്പോഴായിരുന്നു. ഈ രണ്ട് സ്ഥലത്തും ഖാലിദിന്റെ യാഥാർത്ഥ്യലോകവും ഭാവനാലോകവും തമ്മിൽ ഏറ്റുമുട്ടുന്ന അവസ്ഥയാണുണ്ടായത്. രണ്ടവസ്ഥയിലും അവന് തന്നോടുതന്നെ കടുത്ത പുച്ഛം തോന്നി. അധഃപതനത്തിന്റെ പടുകുഴിയിൽ ചെന്നു വീഴാൻ തയ്യാറായല്ലോ എന്നോർത്തപ്പോൾ വൃത്തികെട്ടൊരു അധമനാണ് താനെന്ന് ഖാലിദിന് തോന്നിപ്പോയി.

മന്ത്രാലയത്തിൽ ആദ്യമെത്തിയപ്പോൾ അവിടെയുള്ള ഏവരും ചുണ്ടിലൊരു പുഞ്ചിരിയുമായി തന്നെ അഭിവാദ്യം ചെയ്യുന്ന കാഴ്ചയാണ് കണ്ടത്. ആ ചിരിയുടെ അർത്ഥമെന്തായിരിക്കുമെന്ന് ആദ്യം

മനസ്സിലായില്ല. സുഖകരമായൊരു ഇരിപ്പിടം സമ്മാനിച്ച ശേഷം തന്റെയും പാഷയുടെയും സുഖവിവരങ്ങൾ അന്വേഷിച്ചു. കാപ്പി കൊണ്ടുവരുവാൻ നിർദ്ദേശിച്ചു. പലഹാരങ്ങൾ നൽകി. എന്നാൽ ഇതൊക്കെയും മുഷിച്ചിലോടെ നിരസിക്കുകയാണ് ഖാലിദ് ചെയ്തത്. എന്താണ് തനിക്ക് ചുറ്റും നടക്കുന്നതെന്ന് അവന് ശരിക്കും മനസ്സിലായതേയില്ല.

ഈയൊരു മടുപ്പിക്കുന്ന അവസ്ഥയിൽ ഏറെനേരം വെറുതേ ഇരിക്കേണ്ടി വന്നു. പിന്നീട് ധൈര്യം സംഭരിച്ച് അവരോട് ചോദിച്ചു. താൻ ചെയ്യേണ്ട ജോലികൾ എന്തൊക്കെയാണെന്ന് പറഞ്ഞു തരണം. വലിയൊരു ചിരിയായിരുന്നു മറുപടി. അതിനർത്ഥം ഏതാണ്ട് ഇങ്ങനെയായിരിക്കും: എന്ത് ജോലിയാണ് സാറേ! നിങ്ങളെപ്പോലുള്ളവർ ഇടയ്ക്കിടയ്ക്ക് ഇവിടെ വന്ന് തല കാണിക്കണം. അല്ലാതെ ജോലിയെന്ന് പറയാൻ ഒന്നും ചെയ്യേണ്ട കാര്യമേയില്ലല്ലോ?

എന്നിട്ടും തന്റെ ജോലി എന്തെന്ന് അറിഞ്ഞേ തീരൂവെന്ന് ഖാലിദ് വാശി പിടിച്ചു. അതോടെ ജീവനക്കാർ വലിയൊരു ഫയൽ എടുത്തു കൊണ്ടുവന്നു. വർഷങ്ങൾ നീണ്ട അനുരഞ്ജന ചർച്ചകൾക്കൊടുവിൽ അടുത്തയിടെ ഒപ്പുവച്ചൊരു കരാറുമായി ബന്ധപ്പെട്ട ഫയലാണത്രേ അത്. ഈ ചർച്ചകളിൽ ബഹുമാനപ്പെട്ട മന്ത്രിയവർകൾ വഹിച്ച പങ്കെന്താണെന്ന് സംക്ഷിപ്തമായൊന്ന് വിവരിക്കണം. അതാണ് അവർ ഖാലിദിന് നൽകിയ ജോലി.

മടിച്ചുമടിച്ചാണ് ഖാലിദ് ഫയൽ കൈയിൽ വാങ്ങിയത്. കുട്ടികൾ ബഹളം വയ്ക്കുമ്പോൾ അവരെ അടക്കി നിർത്താനായി മാതാപിതാക്കൾ ചില ജോലികൾ ഏല്പിക്കും. പുസ്തകത്തിൽ എത്ര പുറങ്ങളുണ്ടെന്ന് എണ്ണി നോക്കുക. മണലിൽ വീടുണ്ടാക്കുക. അതുപോലൊരു പണിയാണ് തന്നെ ഏല്പിച്ചതെന്ന് ഖാലിദിന് തോന്നി. എന്നിട്ടും ആ ഫയലിലേക്ക് തല കുമ്പിട്ടിരുന്ന് മണിക്കൂറുകളോളം വായിച്ചു നോക്കി. പിന്നെ തല ഉയർത്തി അവൻ പറഞ്ഞു:

“അതിന് ഈ ചർച്ചകളിൽ ഇപ്പോഴത്തെ മന്ത്രിക്ക് എടുത്തു പറയാവുന്ന എന്തെങ്കിലും പങ്കുള്ളതായി ഞാൻ കാണുന്നില്ലല്ലോ?”

“അത് കാര്യമാക്കേണ്ടതില്ല.”

“അപ്പോൾ ഞാൻ ഈ പണി ഏറ്റെടുത്തുവെന്ന് കരുതുക. അതുകൊണ്ടെന്താണ് പ്രയോജനം?”

“നമുക്ക് അതൊരു ലേഖനമാക്കി ഏതെങ്കിലുമൊരു പത്രത്തിലയച്ച് പ്രസിദ്ധീകരിക്കാം.”

“ഞാനെന്തായാലും അത് എഴുതില്ല.”

പിന്നെ തിരിഞ്ഞുനോക്കാതെ അവിടെ നിന്ന് എഴുന്നേറ്റ് നടന്നു.

ശേഷം ഒരാഴ്ചയോളം ഖാലിദ് കിടപ്പുമുറിയിൽ തന്നെ ഒതുങ്ങിക്കൂടി. പിന്നീടൊരു ദിവസം വീണ്ടും മന്ത്രാലയത്തിലേക്ക് ചെന്നു. ജീവനക്കാരെ കണ്ടപ്പോൾ അവർ ചെയ്യുന്നതുപോലെ പുഞ്ചിരിച്ചു. ശേഷം അരമണിക്കൂറോളം തന്റെ മാർദ്ദവമായ കസേരയിൽ ചെന്നിരുന്നു. അതിനിടയിൽ രാവിലത്തെ ചില പത്രങ്ങൾ വായിച്ചു. ശേഷം പോകുന്നുവെന്ന് പറഞ്ഞ ശേഷം അവിടെ നിന്നും പുറത്തിറങ്ങി.

എന്തായാലും മറ്റു ഉദ്യോഗസ്ഥരുടെ നേർക്ക് ലജ്ജ കൂടാതെ നോക്കാമെന്നായിരിക്കുന്നു ഇപ്പോൾ. വിഡ്ഢികളോ കപടരോ ആണെങ്കിൽ പോലും അവരും താനും തമ്മിൽ വലിയ വ്യത്യാസമൊന്നുമില്ല. വിഡ്ഢികൾ പകലന്തിയോളം കഠിനാധ്വാനം ചെയ്യും. എന്നാൽ ആ പണികൊണ്ട് രാജ്യത്തിന് ഒരു പ്രയോജനവും ഇല്ലെന്ന് മാത്രം. പിന്നെയുള്ളത് കപടന്മാരാണ്. അവരാകട്ടെ, ജോലിയെടുക്കുന്നതായി നടിക്കുകയല്ലാതെ ഒരു വക ചെയ്യില്ല. ഇവരെക്കാളൊക്കെ എന്തുകൊണ്ടും പ്രശംസയ്ക്കർഹൻ താൻ തന്നെയായിരിക്കും. കാരണം താനായിട്ട് ജോലി ഒന്നും ചെയ്യുന്നതുമില്ല. ചെയ്യുന്നതായി നടിക്കുന്നതുമില്ല. അതിനാൽതന്നെ കടലാസിന്റെയും പേനയുടെയും ചെലവെങ്കിലും രാഷ്ട്രത്തിന്റെ ചുമലിൽ വരാതെ നോക്കാമല്ലോ.

ഇതിനിടയിൽ ഒരു ദിവസം തോന്നി മന്ത്രാലയത്തിലെ വിവിധ ഓഫീസുകളിലൂടെ ഒന്നു ചുറ്റിക്കറങ്ങിയാലോ എന്ന്. അപ്പോൾ മറ്റൊരു കാര്യം മനസ്സിലായി. ഈ ഉദ്യോഗസ്ഥപ്പട ചെയ്യുന്ന ജോലികളെ മൂന്നായി തിരിക്കാമെന്ന്. സർക്കാർ സംവിധാനത്തിന് ഒരു അസ്വസ്ഥതയും കുറവും തോന്നാത്തവിധത്തിൽ പേനകൊണ്ട് ഒരു വര വരച്ചാൽ ഒഴിവാക്കാവുന്ന ജോലിയാണ് ഒന്ന്. ഉദ്യോസ്ഥരുടെ സ്വന്തം ആവശ്യങ്ങൾക്കായി അവരെ സംഘടിപ്പിക്കുന്ന പണിയാണ് രണ്ടാമത്തേത്. മൂന്നാമത്തെ വിഭാഗമാകട്ടെ, പൊതുജനത്തിന്റെ ജീവിതത്തിൽ പ്രശ്നങ്ങൾ സൃഷ്ടിക്കുന്നതിൽ മാത്രം ശ്രദ്ധിക്കുന്നവരാണ്. പോരാത്തതിന് ജനത്തെ തങ്ങളുടെ അവകാശങ്ങൾ നേടിയെടുക്കുന്നതിൽനിന്നും തടയുന്ന വിഘ്നങ്ങൾ സൃഷ്ടിക്കുകയും ചെയ്യും. ഈ മൂന്നാമത്തെ വിഭാഗമാകട്ടെ തങ്ങളുടെ ജോലി വളരെ കൃത്യമായി നിർവ്വഹിക്കുന്നതിൽ അമിത താത്പര്യമുള്ളവരുമായിരിക്കും. ജനത്തിന് അവരുടെ അവകാശങ്ങൾ കിട്ടാതെ തടയാൻ സർവ്വനിലയിലും ശ്രമിക്കും. ചിലപ്പോൾ സർക്കാരിന്റെ താത്പര്യങ്ങൾക്കായും മറ്റ് ചിലപ്പോൾ തങ്ങളുടെ സ്വന്തം നേട്ടങ്ങൾക്കുമായിരിക്കും ഇത്തരത്തിൽ ആളുകളെ കൊള്ളയടിക്കുക. ഇത്തരത്തിലുള്ള സർക്കാർ നടപടിക്രമത്തിലൂടെ തങ്ങൾ നേരിടാൻ പോകുന്നത് എത്ര വലിയ അപകടമായിരിക്കുമെന്ന് ആളുകൾക്ക് അറിയാം. അതിനാൽ തന്നെ ഇതിൽ നിന്നും രക്ഷപ്പെടാനുള്ള വഴികൾ തേടാനും ജനം നിർബന്ധിതരാകും.

അതിനുശേഷം ആഴ്ചയിൽ രണ്ടോ മൂന്നോ തവണയിൽ കൂടുതൽ ഖാലിദ് മന്ത്രാലയ ഓഫീസിലേക്ക് പോകാതെയായി. സ്ഥലത്തെത്തിയാലും തന്റെ സുഖകരമായ കസേരയിൽ ചെന്നിരുന്ന് പത്രം വായിച്ച ശേഷം പോകുന്നുവെന്ന് പറഞ്ഞ് സ്ഥലം വിടും. ഈ വിശിഷ്ടസേവനത്തിനുള്ള പ്രതിഫലമായി എല്ലാ മാസാരംഭത്തിലും സർക്കാർ വക ശമ്പളം ലഭിക്കും. മന്ത്രാലയത്തിൽ വന്നിരുന്ന് വായിക്കുന്ന ഓരോ പത്രത്തിനെയും കണക്കാക്കിയാണ് തനിക്ക് ശമ്പളം തിട്ടപ്പെടുത്തിയിരിക്കുന്നത് എന്ന് കരുതിയാലും തെറ്റല്ല. പിന്നീട് തോന്നി ഒട്ടേറെ ഉദ്യോഗസ്ഥ യൂണിയനുകളുണ്ടല്ലോ, അതിൽ ഏതിലെങ്കിലും ഒന്നിൽ ചേരാമെന്ന്. അങ്ങനെ തന്റെ തൊഴിൽ സാഹചര്യങ്ങൾ മെച്ചപ്പെടുത്താനുള്ള ആവശ്യമുയർത്തുന്നതിൽ മറ്റുള്ളവർക്കൊപ്പം അണിചേരാം.

ഓഫീസ് മുറിയിൽ കുത്തിയിരിക്കുമ്പോഴാണ് ഈ ചിന്തകളൊക്കെ ഖാലിദിന്റെ തലച്ചോറിലൂടെ കടന്നുപോകാറുള്ളത്. അങ്ങനെ ഏതാണ്ട് ആറു മാസങ്ങൾ കടന്നുപോയി. അതിനിടയിൽ പിതാവുമായി കാര്യമായ സംഘർഷങ്ങൾ ഒന്നും തന്നെ ഉണ്ടായില്ല.

അങ്ങനെയിരിക്കവെയാണ് ഒരു ദിവസം രാവിലെ ഖാലിദ് എന്തോ കാര്യത്തിനായി അടുക്കളയിലേക്ക് ചെല്ലുന്നത്. ആദ്യം ശ്രദ്ധിച്ചില്ലെങ്കിലും പിന്നീടാണ് മൂടിവച്ചിരിക്കുന്നൊരു കൂട കണ്ണിൽ പെടുന്നത്. വന്ന കാര്യം സാധിച്ച് പുറത്തിറങ്ങാൻ തുടങ്ങുമ്പോഴാണ് കൂടയ്ക്കുള്ളിൽ എന്തായിരിക്കുമെന്ന് അറിയാനുള്ള ആകാംക്ഷ മനസ്സിൽ നിറയുന്നത്. അതോടെ അരികിലേക്ക് ചെന്ന് മൂടി തുറന്നു നോക്കി. അപ്പോൾ കണ്ട കാഴ്ച അവന്റെ സിരകളിലെ രക്തം തിളപ്പിക്കാൻ പോന്നതായിരുന്നു.

'വൃത്തികെട്ട ജന്മങ്ങൾ!'

അവൻ മുരണ്ടു.

ഡസൻകണക്കിന് ചീഞ്ഞ മാങ്ങകൾ നിറച്ചുവച്ചിരിക്കുകയായിരുന്നു അതിനുള്ളിൽ. ഒരാഴ്ച മുമ്പ് എന്തോ ആവശ്യത്തിനായി പിതാവിനെ സമീപിച്ചവർ സമ്മാനിച്ചതായിരുന്നു ആ പഴക്കുട്ട. എന്നും തീന്മേശയിൽ കുറച്ച് മാങ്ങകൾ കൊണ്ടുവയ്ക്കും. ആവശ്യമുള്ളവർ കഴിക്കും. ബാക്കി മാങ്ങ അടുത്ത ദിവസത്തേക്കായി മാറ്റിവയ്ക്കും. ഇത്തരത്തിൽ തീൻമേശയിൽ കൊണ്ടുവയ്ക്കുകയും പിന്നെ തിരികെ എടുത്തുകൊണ്ടുപോകലുമായി കുറേ ദിവസങ്ങൾ കഴിയുന്നതിനിടയിൽ ബാക്കിയുള്ള മാങ്ങകൾ കെട്ടുപോയിക്കഴിഞ്ഞിരുന്നു. അതിനിടയിൽ അവയിൽ കുറച്ച് മാങ്ങകൾ വീട്ടുജോലിക്കാർക്ക് കൊടുക്കാമെന്ന് അവിടെയാർക്കും തോന്നിയതേയില്ല.

അന്ന് രാവിലെ ഭക്ഷണം കഴിക്കാനായി തീൻമുറിയിലേക്ക് കടന്നു വന്ന അഹ്മദ് പാഷയുടെ കണ്ണുകൾ ചെന്നുടക്കിയത് വിചിത്രമായൊരു കാഴ്ചയിലായിരുന്നു. തന്റെ ഇരിപ്പിടം തലകുത്തനെ വച്ച ശേഷം അതിനു മുകളിൽ കേടായ മാങ്ങകളടങ്ങിയ കൂട കൊണ്ടു വച്ചിരിക്കുന്നു. 'ഇവ ജോലിക്കാർക്ക് കഴിക്കാൻ കൊടുക്കുന്നതായിരുന്നില്ലേ നല്ലത്?' എന്നൊരു കുറിപ്പുമുണ്ടായിരുന്നു ഒപ്പം.

ഇത്തരമൊരു ധിക്കാരം ചെയ്യാൻ ആ വീട്ടിൽ ഖാലിദല്ലാതെ മറ്റാരും ധൈര്യം കാട്ടുകയില്ല.

''നീയാണോ ഇത് ചെയ്തത്?''

''അതെ.''

''നിന്റെ ഈ പ്രവർത്തിയെ വൃത്തികേട് എന്നല്ലാതെ മറ്റെന്തെങ്കിലും പേര് പറഞ്ഞ് വിശേഷിപ്പിക്കാനാകുമെന്ന് തോന്നുന്നുണ്ടോ?''

''അപ്പോൾ നിങ്ങൾ ചെയ്ത കാര്യത്തെ എന്താ വിശേഷിപ്പിക്കേണ്ടത്?''

മകന്റെ വാക്കുകൾ കേട്ടതും അഹ്മദ് പാഷ പൊട്ടിത്തെറിച്ചു.

''എന്റെ വീട്ടിൽ എന്തിനുമുള്ള സ്വാതന്ത്ര്യം എനിക്കുണ്ട് സാറേ. ഇവിടെ എന്റെ വാക്കുകളാണ് വിശുദ്ധ നിയമമെന്ന് നിനക്കിനിയും മനസ്സിലായിട്ടില്ലേ?''

''പടച്ചവൻ ക്ഷമിക്കട്ടെ!''

''നീ എന്താ പരിഹസിക്കുകയാണോ?''

''വിശുദ്ധ നിയമമെന്നൊക്കെ പറഞ്ഞ് വാപ്പയല്ലേ തുടങ്ങിവച്ചത്?''

''എന്റെ പെരുമാറ്റത്തെ വിമർശിക്കാനുള്ള അധികാരമുണ്ടെന്ന് നിനക്ക് തോന്നുന്നുണ്ടോ? നീയൊരു മന്ദബുദ്ധിയായ ചെറുക്കനാണ്. കാലത്തിന്റെ പ്രതിഭാശാലിയെന്നോ തലമുറയുടെ പ്രവാചകനെന്നോ മറ്റോ ആയിരിക്കും നീ സ്വയം കരുതുന്നത്. എന്നാൽ വൈകാരികമായി അസ്വസ്ഥനും ഇച്ഛാശക്തിയില്ലാത്തവനും ദുർബലബുദ്ധിയുമായൊരു കൗമാരക്കാരൻ മാത്രമാണ് നീ. ചെറുപ്പത്തിൽ സ്ഥിരം അസുഖക്കാരനായിരുന്നൊരുത്തൻ. ഇടയ്ക്കിടയ്ക്ക് ഭീഷണിയായി മരണം അരികിലെത്തുമായിരുന്നു. അതിന്റെ സ്വാധീനം നിന്റെ ശരീരപ്രകൃതിയിലും കാണാം. പക്വത എത്തുന്നതിലും കാലതാമസമുണ്ടായി. എന്തിനേറെ സംസാരശേഷി ഇല്ലാത്തൊരു ഊമയായി മാറുമെന്ന ഭയം പോലുമുണ്ടായിരുന്നു ഞങ്ങൾക്ക്. അക്കാലത്ത് താൻ എങ്ങനെയാണ് ഇരുന്നതെന്ന് നീ ഒന്ന് കാണേണ്ടിയിരുന്നു എന്നാണ് എനിക്കിപ്പോൾ തോന്നുന്നത്. മറ്റു കുട്ടികൾക്കൊപ്പം മന്ദബുദ്ധിയായ കുരങ്ങനെപ്പോലെ കളിക്കുന്നതിനിടയിൽ അറുതി വരാത്തവിധം അവർ നിന്നെ പരിഹസിച്ചിരുന്നു. ആവശ്യം കഴിഞ്ഞാൽ

അവർ നിന്നെ നിഷ്കരുണം പുറന്തള്ളും. അപ്പോൾ ഒരു മൂലയ്ക്ക് ഒതുങ്ങി നിന്ന് പൊട്ടിക്കരയുകയായിരിക്കും നീ ചെയ്യുക.

മറ്റുള്ള ആളുകൾക്കിടയിൽ എനിക്ക് വലിയ അപമാനം സൃഷ്ടിച്ചിരുന്നവനായിരുന്നു നീ. വായ തുറന്ന് എന്തെങ്കിലും പറയാനും കൈകൊണ്ട് എന്തെങ്കിലും ചെയ്യാനും സാധിക്കുന്നതിന് മുമ്പുള്ള സ്വന്തം രൂപം എന്തായിരുന്നുവെന്ന് വല്ല ഓർമ്മയുമുണ്ടോ നിനക്ക്? അതറിഞ്ഞിരുന്നുവെങ്കിൽ തന്റെ ശരിക്കുള്ള മൂല്യമെന്താണെന്ന് നീയറിഞ്ഞേനേ. നീയൊരു മന്ദബുദ്ധിയായ ചെറുക്കനാണെന്ന എന്റെ വിലയിരുത്തലിൽ ഒരു തെറ്റുമില്ലെന്നും നിനക്ക് ബോധ്യമാകും.''

''ഓർക്കുമ്പോൾ ലജ്ജ തോന്നുന്ന കാര്യങ്ങൾ ഭൂതകാലത്ത് ചെയ്തിട്ടുള്ളവരെയെല്ലാം മന്ദബുദ്ധിയെന്ന് വിളിക്കാമെങ്കിൽ ഞാൻ മാത്രമാകില്ല മന്ദബുദ്ധി.''

ഇത് കേട്ടതും അടക്കാനാവാത്ത ക്രോധാവേശത്തോടെ അഹ്മദ് പാഷ പൊട്ടിത്തെറിച്ചു.

''എടാ, ധിക്കാരി നായേ, നീ എന്താടാ പറഞ്ഞു വരുന്നത്? നിന്റെ വിഡ്ഢിത്തവും തരംതാഴലും കാരണം മടുത്തിരിക്കുകയാണ് ഞാൻ. ഇനി എന്തെങ്കിലുമൊരു കാര്യം നിന്റെ ഭാഗത്ത് നിന്നുണ്ടായാൽ ആ നിമിഷം അടിച്ചുപൊളിക്കും നിന്നെ ഞാൻ, നോക്കിക്കോ.''

എന്നാൽ പെട്ടെന്ന് തന്നെ പാഷ അലർച്ച അവസാനിപ്പിച്ച് മുഖത്തെ നീരസഭാവം മാറ്റി ഒരു വിളറിച്ചിരി സമ്മാനിച്ചു. കാര്യങ്ങൾ കൈവിട്ടു പോകാതിരിക്കാനായി സാഹചര്യത്തിന്റെ നിയന്ത്രണം കൈപ്പിടിയിലൊതുക്കാനായിരുന്നു അയാളുടെ ശ്രമം. എന്നിട്ട് അല്പം ലോലമായ സ്വരത്തിൽ അയാൾ പറഞ്ഞു:

''ശരിക്കും പറഞ്ഞാൽ നിന്റെ ഈ വിചിത്ര വർത്തമാനം കേട്ട് എന്റെ തല പൊട്ടിത്തെറിക്കാറായ അവസ്ഥയിലാണിപ്പോൾ. എന്തെങ്കിലുമൊരു തൊഴിൽ ചെയ്യാൻ കഴിയുമെന്ന് നിനക്ക് തോന്നുന്നുണ്ടോ? പോട്ടെ, മൂല്യമുള്ള എന്തെങ്കിലുമൊരു കാര്യം? ഒന്നും ചെയ്യാതെ കുത്തിയിരിക്കുകയല്ലേ, മറുപടി പറയ്?''

ഇത് കേട്ടതും ഖാലിദിന്റെ ഭാവം മാറി. അവനും പൊട്ടിത്തെറിച്ചു.

''അക്കാര്യത്തിലൊരു സംശയവും വേണ്ട.''

പിന്നെ സ്വന്തം മുറിയിലേക്ക് പോയി വാതിലടച്ചു. ഇനി ഒരു നിമിഷം കൂടി പുറത്തു തന്നെ നിന്നാൽ അഹ്മദ് പാഷയുടെ ചുണ്ടുകളിലെ വൃത്തികെട്ട ചിരിയും പിന്നാലെ അയാളുടെ ഈ വാക്കുകളും കേൾക്കേണ്ടി വരുമെന്ന് അവനറിയാം:

''നമുക്ക് കാണാമല്ലോ?''

മൂന്ന്

അഹ്മദ് പാഷയുടെ മാളികയ്ക്ക് മുന്നിലുള്ള തോട്ടത്തിൽ ഏറെ നേരമായി കാത്തിരിക്കുകയാണ് മല്ലീം. ഇടയ്ക്ക് ക്ഷോഭിക്കുന്ന പ്രകൃതം തികട്ടി വന്നപ്പോൾ തിരിച്ചുപോയാലോ എന്നു പോലും തോന്നിയതാണ്. പിന്നീട് സർവ്വധൈര്യവും സംഭരിച്ചുകൊണ്ട് എഴുന്നേറ്റ് ചെന്ന് മുൻവശത്തെ ബെല്ലടിച്ചു. അല്പം കഴിഞ്ഞതും നൂബിയൻകാരനായ നേരത്തെ കണ്ട വീട്ടുജോലിക്കാരൻ ഇരുണ്ട മുഖവുമായി മുന്നിൽ പ്രത്യക്ഷപ്പെട്ടു.

‘‘എന്താ വേണ്ടത്?’’

‘‘ജനാല ശരിയാക്കുന്ന കാര്യം വേണ്ടെന്ന് വച്ചോ?’’

‘‘കയറി വാ...’’

വടക്കേ ആഫ്രിക്കയിലെ ബർബറുകളുടെ ഭാഷയിൽ എന്തൊക്കെയോ പിറുപിറുത്തുകൊണ്ട് അയാൾ മല്ലീമിനെ മാളികയ്ക്കുള്ളിലേക്ക് കൂട്ടിക്കൊണ്ടുപോയി. ചീത്ത വിളിക്കാൻ പറ്റാത്തതിന്റെ ദേഷ്യമെല്ലാം തീർക്കുന്ന തരത്തിലാണ് ജോലിക്കാരൻ മുറുമുറുക്കുന്നത്.

പെട്ടെന്ന് അയാൾ മല്ലീമിന്റെ നേർക്ക് തിരിഞ്ഞ ശേഷം ചോദിച്ചു.

‘‘നിന്റെ കാലുകളൊക്കെ കഴുകിയത് തന്നെയല്ലേ?’’

മല്ലീം അയാളുടെ നേർക്ക് രൂക്ഷമായൊന്നു നോക്കി. പിന്നെ മയമില്ലാത്ത സ്വരത്തിൽ പറഞ്ഞു.

‘‘ഓഹ്... തന്നെതന്നെ... ദയവു ചെയ്ത് ആ നന്നാക്കേണ്ട ജനാലയുള്ള സ്ഥലത്തേക്ക് എന്നെ കൂട്ടിക്കൊണ്ടുപോകാമോ? ഇപ്പോൾ തന്നെ വെറുതെ കുറേ സമയം പാഴാക്കി.’’

അതുംകൂടി കേട്ടതും നൂബിയൻകാരൻ മുഖം തിരിച്ചുകളഞ്ഞു. തിരിഞ്ഞു നടക്കാൻ തുടങ്ങിയതും അയാൾ പഴയ പടി പിറുപിറുക്കൽ പുനരാരംഭിച്ചു. ഇത്തവണ പക്ഷേ കൂടുതൽ ആവേശവും രൂക്ഷവുമാണ് കാര്യങ്ങൾ. രണ്ടുപേരും നടന്നെത്തിയത് ഒരു മുറിയിലേക്കാണ്.

അവിടെ ഒരാൾ ഇരിപ്പുണ്ടായിരുന്നു. സാക്ഷാൽ ഖാലിദ്. വാതിലിൽ മുട്ടിയ ശേഷം ജോലിക്കാരൻ പറഞ്ഞു.

''ജനാല ശരിയാക്കാനായി മരപ്പണിക്കാരൻ വന്നിട്ടുണ്ട്.''

''വരൂ... വരൂ...''

ഒരു ഏണി കൊണ്ടുവരാമോ എന്ന് മല്ലീം ജോലിക്കാരനോട് ചോദിച്ചു. പിന്നെ മുറിയുടെ വാതിൽക്കൽ തന്നെ കാത്തു നിന്നു.

''കയറി വരൂ ആശാനേ.''

ഉള്ളിൽ നിന്നുള്ള വിളി കേട്ടതും അല്പം പരിഭ്രമത്തോടെയാണെങ്കിലും മല്ലീം മുറിക്കുള്ളിലേക്ക് കാലെടുത്തു വച്ചു.

''നമസ്കാരം ബേയ് അങ്ങുന്നേ.''

''നമസ്കാരം.''

''ഏണി കൊണ്ടുവരുന്നത് വരെ ഞാൻ പുറത്ത് തന്നെ നിന്നോളാം.''

ഒരു നിമിഷം മല്ലീമിന്റെ രൂപത്തിനു നേരെ സൂക്ഷിച്ച് നോക്കി ഖാലിദ്.

''എന്താ നിന്റെ പേര്?''

''മല്ലീം.''

''മല്ലീം... ഞാൻ തന്നെ എവിടെയോ വച്ച് കണ്ടിട്ടുള്ളതുപോലെ തോന്നുന്നല്ലോ?''

അതു കേട്ടതും മല്ലീം തല കുനിച്ചുകളഞ്ഞു. നാണംകൊണ്ട് അവന്റെ മുഖം ചുവന്നുപോയിരുന്നു.

''ഇമാം ഹുസൈൻ തെരുവിലേക്ക് ഇടയ്ക്കൊക്കെ വരാറുണ്ടോ അങ്ങ്?''

''...മല്ലീമിനായൊരു ഖുർശ് നാണയം അല്ലേ...?''

''അതേ അങ്ങുന്നേ.''

''പക്ഷേ നീ എന്തിനാ ആ മനോഹരമായ ജോലി ഉപേക്ഷിച്ചത്?''

''മാന്യതയുള്ളൊരു തൊഴിൽ ചെയ്യണമെന്നാണ് എന്റെ ആഗ്രഹം.''

''പാവം മനുഷ്യാ, നീയും അത്തരക്കാരനാണോ? അപ്പോൾ നമ്മൾ രണ്ടു പേരും ഒരേ തൂവൽപ്പക്ഷികളാണ്. പക്ഷേ ഈ മാന്യമായ തൊഴിലെന്ന് പറഞ്ഞല്ലോ? അതെങ്ങനെയാണ് കണ്ടെത്തിയതെന്ന് പറയ്.''

''ഞാൻ അതിനായി പൊരുതിക്കൊണ്ടിരിക്കുകയാണ് അങ്ങുന്നേ.''

''അസംബന്ധം എന്നല്ലാതെ എന്തു പറയാനല്ലേ? ചീഞ്ഞ് ദുർഗന്ധം വമിക്കുന്ന ഈ സമൂഹത്തിൽ തൊഴിൽ ചെയ്യുന്നതിനെക്കാൾ

നല്ലത് തൊഴിൽരഹിതനായിരിക്കുന്നതാണ്. മാന്യമായൊരു തൊഴിലാണ് നീ തിരയുന്നതെങ്കിൽ അത് കിട്ടാനേ പോകുന്നില്ല. ഈ ലോകത്ത് മാന്യമായൊരു തൊഴിലേ കിട്ടാനുള്ളൂ. ഒന്നും ചെയ്യാതെയിരിക്കലാണത്. ഇനി ഏതെങ്കിലും തരത്തിലുള്ള ജോലി ചെയ്യുകയാണെന്ന് അവകാശപ്പെടുകയാണെങ്കിൽ അതിനർത്ഥം നീ എന്തോ പാപം ചെയ്യുകയാണെന്ന്. നോക്കിക്കോ മല്ലീം... ഞാൻ പറഞ്ഞത് എത്ര ശരിയായിരിക്കുമെന്ന് നീ നോക്കിക്കോ...''

''ഒരു തൊഴിലും മാന്യമായതാകില്ലെന്നാണോ പറയുന്നത്?''

''അതെ. ഒരു തൊഴിൽ ചെയ്യാൻ തുനിയുമ്പോൾ അതിൽ നിന്ന് എന്തെങ്കിലുമൊരു പ്രയോജനം സ്വന്തമാക്കാൻ നീ ആഗ്രഹിക്കും. അത് സ്വാഭാവികവുമാണ്. എന്നാൽ അതിലൂടെ നീ ചെയ്യുന്നത് ദരിദ്രജനതയിൽ പെട്ടൊരാളെ കൊള്ളയടിക്കാനായിരിക്കും. ചിലപ്പോൾ ഒരു ജനതയെ ആകമാനമായിരിക്കും ഇത്തരത്തിൽ കൊള്ളയടിക്കുന്നത്. ഞാനും എന്റെ പിതാവും ഒന്നിലധികം ചെരുപ്പും വസ്ത്രവുമുള്ളവരൊക്കെ ചെയ്യുന്നത് അതാണ്.''

''ചെയ്യുന്ന തൊഴിലിന് കൂലി വാങ്ങുക മാത്രമല്ലേ ഞാൻ ചെയ്യുന്നത്? അപ്പോൾ പിന്നെ ഞാൻ മോഷ്ടിക്കുന്നു എന്ന് പറയുന്നതിൽ എന്തർത്ഥമാണുള്ളത്?''

''മത്സരവ്യവസ്ഥ നിലനിൽക്കുന്ന ഏതൊരു സമൂഹത്തിലും തൊഴിലില്ലാത്തവരെക്കൊണ്ട് നിറഞ്ഞ ഏതൊരു നാട്ടിലും നീ മറ്റുള്ളവർക്ക് ലഭിക്കേണ്ട ജോലി കൊള്ളയടിക്കുക തന്നെയാണ്.''

അപ്പോഴേക്കും ജോലിക്കാരൻ ഏണിപ്പടിയുമായി വന്നു. മല്ലീം അത് വാങ്ങി ജനാലയിലേക്ക് ചാരിയ ശേഷം മുകളിലേക്ക് കയറി. ജനാലയുടെ മുകൾഭാഗത്തുള്ള അറ പരിശോധിക്കുകയാണ് മല്ലീം. അതേ സമയം മുറിയുടെ മറുഭാഗത്തുനിന്ന് മല്ലീമിന്റെ അതിസുന്ദരമായ രൂപത്തെത്തന്നെ നോക്കിനിൽക്കുകയായിരുന്നു ഖാലിദ്. ജനാലയുടെ പട്ടുതിരശ്ശീലയ്ക്കിടയിലൂടെ കടന്നുവരുന്ന പകൽവെളിച്ചം മുറിക്കുള്ളിൽ മനംകവരുന്ന തരത്തിലുള്ള നിഴലും വെളിച്ചവും സമ്മാനിച്ചുകൊണ്ടിരുന്നു. സ്വപ്നസമാനമായൊരു അന്തരീക്ഷമാണ് അപ്പോൾ മുറിക്കുള്ളിൽ ദൃശ്യമായത്. അത്തരമൊരു പ്രകാശത്തിന്റെ കുന്നിൽ ആയിരത്തൊന്ന് രാവുകളിലെ രാജകുമാരന്മാരിലൊരാളെപ്പോലെ സിംഹാസനത്തിൽ ആരോഹണം ചെയ്തവനായാണ് മല്ലീമിനെ കണ്ടപ്പോൾ ഖാലിദിന് തോന്നിയത്.

അങ്ങേയറ്റം സുന്ദരനായിരുന്നു മല്ലീം. നിശ്ശബ്ദവും ആഴമേറിയതുമായൊരു വശ്യത അവന്റെ കണ്ണുകൾക്ക് വെളിച്ചമേകുന്നുണ്ടായിരുന്നു. സ്ഥായിയായ മുഖഭാവങ്ങളിൽനിന്നും വ്യക്തമാകുന്നത്

കുലീനതയും ഔന്നത്യവും മാത്രം. വിശിഷ്ടമായ രാജകീയ വേരുകളുള്ള ഏതോ വ്യക്തിയാണോ ഈ ചെറുപ്പക്കാരനെന്ന് തോന്നിപ്പോകുന്നു. എന്നാൽ സ്വന്തം സൗകുമാര്യം തിരിച്ചറിയുന്നില്ല എന്നത് മല്ലീമിന്റെ വശ്യതയ്ക്ക് പലമടങ്ങ് മാറ്റുകൂട്ടുന്നു. നൈസർഗ്ഗികവും സ്വാഭാവികവുമായ ചലനങ്ങൾ, ക്ഷമാപണഭാവവും ലജ്ജയും കലർന്ന താഴ്ന്ന സ്വരത്തിലുള്ള ശബ്ദം. ദരിദ്രനായ ഈ ചെറുപ്പക്കാരൻ അവന്റെ കീറിത്തുടങ്ങിയ വസ്ത്രത്തിലും തന്റെ പിതാവായ അഹ്മദ് പാഷയെക്കാളൊക്കെ എത്രയോ കുലീനനാണ്.

ഏണിപ്പടിയുടെ മുകളിൽ കയറി നിന്ന് മല്ലീം ജനാലയുടെ മുകളിലത്തെ അറ ശരിയാക്കാൻ ശ്രമിച്ചുകൊണ്ടിരുന്ന സമയത്തെല്ലാം അവനെത്തന്നെ കണ്ണിമവെട്ടാതെ നോക്കി നിൽക്കുകയായിരുന്നു ഖാലിദ്. അവസാനം താഴേക്കിറങ്ങാനായി ഭാവിക്കുന്നതിനു മുമ്പായി നെറ്റിയിലേക്ക് വീണുകിടക്കുന്ന ഏതാനും കുറുനിരകളെ മാടിയൊതുക്കാനെന്നവണ്ണം മല്ലീം ശിരസ്സ് ചെറുതായൊന്ന് കുലുക്കുന്നത് കൂടി കണ്ടു.

‘‘കഴിഞ്ഞോ?’’

‘‘ഇല്ല. ജനാലവിരിയുടെ ചലനത്തെ തടസ്സപ്പെടുത്തുന്ന എന്തോ ഒരു വസ്തു ഈ മുകളിലുള്ള അറയ്ക്കുള്ളിൽ കുടുങ്ങിയിരിപ്പുണ്ട്. അത് നീക്കം ചെയ്യണമെങ്കിൽ എനിക്ക് അങ്ങയുടെ ജോലിക്കാരന്റെ സഹായം കൂടി വേണം. ജനാലയുടെ ചരട് താഴെ നിന്ന്, വലിച്ചൊന്ന് പിടിക്കണം. അത്രയേ വേണ്ടൂ.’’

‘‘അതിനെന്താ...? ഞാൻ സഹായിക്കാം.’’

അരികിൽ ഘടിപ്പിച്ചിരിക്കുന്ന ഒരു നാട പിടിച്ച് വലിക്കുന്നതിലൂടെ വിരി ഉയർത്താനും താഴ്ത്താനും സാധിക്കുന്ന തരത്തിലുള്ള ജനാലയായിരുന്നു അത്. വിരി ഉയർത്തുമ്പോൾ അത് ചുരുണ്ടുകൂടി മുകളിലുള്ള അറയ്ക്കുള്ളിലേക്ക് കയറിപ്പോകും.

എന്തായാലും മല്ലീമും ഖാലിദും അല്പനേരം പണിയെടുക്കേണ്ടിവന്നു. അവസാനം ജനാലവിരിയുടെ സഞ്ചാരം തടസ്സപ്പെടുത്തുന്ന സംഗതി അറയ്ക്കുള്ളിലെ ചുരുളിനകത്ത് നിന്ന് മല്ലീം പുറത്തെടുത്തു. ചുവന്ന നാട വച്ച് കെട്ടിയ ഒരു കെട്ട് കറൻസി നോട്ടുകൾ ചുരുട്ടിവച്ചിരിക്കുകയായിരുന്നു അറയ്ക്കുള്ളിൽ.

‘‘അതെന്താ മല്ലീമേ?’’

‘‘എനിക്കറിയില്ല.’’

ഏണിപ്പടിയിൽനിന്നും താഴേക്കിറങ്ങിയ ശേഷം മല്ലീം നോട്ടുകെട്ടടങ്ങിയ ചുരുൾ ഖാലിദിനെ ഏൽപ്പിച്ചു.

"ഇതെന്തോ പ്രണയലേഖനങ്ങളാണെന്ന് തോന്നുന്നല്ലോ?" ഹജ്ജുമ്മയായ എന്റെ ഉമ്മയ്ക്ക് ലഭിച്ച പഴയ പ്രണയലേഖനങ്ങളാണെന്ന് മനസ്സിലായാൽ പിന്നെ മരിക്കുന്നതു വരെ ചിരിയടക്കാനാവില്ലെന്ന് തീർച്ചയാണ്."

ഖാലിദ് എന്തായാലും ചുവന്ന നാട നീക്കി ചുരുൾ തുറന്നു നോക്കി. എന്നാൽ അതിനുള്ളിൽ കണ്ടത് പ്രണയലേഖനങ്ങളൊന്നുമല്ലായിരുന്നു. മറിച്ച് പത്ത് ഈജിപ്ഷ്യൻ പൗണ്ടിന്റെ കറൻസികളടങ്ങിയൊരു നോട്ടുകെട്ടായിരുന്നു അത്.

"ഇതൊരു ഭീമൻ നിധിയാണല്ലോ മല്ലീമേ?"

ഖാലിദ് നോട്ടുകൾ എണ്ണി നോക്കിയപ്പോൾ ഏതാണ്ട് അഞ്ഞൂറ് പൗണ്ടുണ്ടായിരുന്നു.

"നമ്മൾ ഈ നിധി പങ്കിട്ടെടുക്കുന്നതിനെക്കുറിച്ച് എന്തു പറയുന്നു? ഇത് ഇവിടെ കൊണ്ടുവച്ചയാൾ അത് തിരികെ എടുക്കാനായി എത്തുന്നത് കുറേക്കാലം കഴിഞ്ഞായിരിക്കും. അപ്പോഴേക്കും കുറ്റകൃത്യം നടന്നതിന്റെ യാതൊരു ലക്ഷണവും അവശേഷിക്കില്ല. നമ്മളെ സംശയിക്കാനും സാധിക്കില്ല."

"എനിക്കെന്തായാലും മോഷണം നടത്താൻ ഒരു താത്പര്യവുമില്ല അങ്ങുന്നേ."

"അതിന് ഇത് മോഷണമല്ലല്ലോ? ഈ പണം തന്നെ ഒരു മോഷണവസ്തുവാണ്. തന്റെ ഭൂമി പാട്ടത്തിനെടുത്ത കർഷകരിൽ നിന്നും എന്റെ പിതാവ് കവർന്നെടുത്ത പണമാണിത്. അയാൾ മോഷ്ടിച്ച പണം വീതം വച്ചെടുക്കുന്ന പണി മാത്രമായിരിക്കും നമ്മൾ ചെയ്യുന്നത്. ഈ പണം അയാൾ എങ്ങനെയാണ് സ്വന്തമാക്കിയതെന്ന് നിനക്കറിയാമോ? പാഷയ്ക്ക് തന്റെ ജനാലയുടെ അറയ്ക്കുള്ളിൽ കുറേ പണം ഒളിപ്പിച്ചുവയ്ക്കാനായി എത്രയെത്ര കുടുംബങ്ങളെ പട്ടിണിക്കിട്ടുവെന്നോ, എത്ര വീടുകളെ തകർത്തെറിഞ്ഞുവെന്നോ അറിയാമോ? ശരി, ആയിക്കോട്ടെ മല്ലീം. നമുക്ക് ഈ പണം അതിന്റെ ഉടമയെത്തന്നെ ഏൽപ്പിക്കാം. സത്യം പറഞ്ഞാൽ മോഷണം നടത്താനുള്ള താത്പര്യം എനിക്കുമില്ല."

"ജനാല ശരിയാക്കിക്കഴിഞ്ഞു."

"ശരി മല്ലീം. നീ എന്തായാലും വൈകുന്നേരം ഒന്നുകൂടി ഇവിടേക്ക് വരണം. ഞാൻ വാപ്പയോടൊന്ന് സംസാരിക്കട്ടെ. നിന്റെ വിശ്വസ്തതയ്ക്ക് പ്രതിഫലമായി അയാൾ ഒരു തുക നൽകുമെന്നാണ് ഞാൻ കരുതുന്നത്."

"അതിന് താങ്കളും ഇവിടെത്തന്നെ ഉണ്ടായിരുന്നല്ലോ ഇത്രയും നേരം? അതിനാൽ തന്നെ ഈ പണം മോഷ്ടിക്കണമെന്ന് എന്റെ

മനസ്സ് ആഗ്രഹിച്ചാൽ പോലും അതും നടക്കില്ല. പിന്നെ എങ്ങനെയാണെനിക്ക് പ്രതിഫലം ആവശ്യപ്പെടാൻ മാത്രമുള്ള വിശ്വസ്തത അവകാശപ്പെടാനാകുന്നത്?''

ഒരു നിമിഷം ഖാലിദ് തലകുമ്പിട്ട് നിന്നു.

''നിന്റെ അവകാശം ഹനിക്കാനായി ആ മനുഷ്യനും ഇതുപോലുള്ള ന്യായം പറയുമെന്ന ഭയമുണ്ടെനിക്ക്. ഇക്കാര്യത്തിൽ വലിയ കഴിവാണയാൾക്ക്. മല്ലീമേ, ഞാൻ പറയുന്നത് ശ്രദ്ധിച്ചു കേൾക്കുക. ഞാനിപ്പോൾ എന്റെ മുറിയിലേക്കു പോകും. അല്പം കഴിഞ്ഞ ശേഷം നീ ജോലിക്കാരനെ വിളിച്ച് എന്നെ കാണണമെന്ന് പറയണം. എന്തോ പ്രധാനപ്പെട്ട കാര്യം അറിയിക്കണമെന്നും കൂട്ടിച്ചേർക്കണം. അങ്ങനെ ഞാൻ ഇവിടേക്ക് തിരിച്ചുവരുമ്പോൾ ഈ പണപ്പൊതി എന്നെ ഏൽപ്പിക്കണം. പക്ഷേ, ഒരു കാര്യം ശ്രദ്ധിക്കണം. ജോലിക്കാരനോട് ഒരു കാരണവശാലും പണത്തെക്കുറിച്ച് പറയരുത്.''

''താങ്കൾ ഈ മുറി വിട്ട് പോകേണ്ട ആവശ്യമുണ്ടോ?''

''വേണം. ഞാൻ ഇവിടെ നിന്ന് പോയില്ലെങ്കിൽ പണം കിട്ടിയ വേളയിൽ ഞാൻ മുറിയിലില്ലായിരുന്നു എന്ന കാര്യത്തിൽ കള്ളം പറയാൻ വയ്യ. പിന്നെ എന്നെ കാണണമെന്ന് പറയുന്നത് നിന്റെ വിശ്വസ്തതയ്ക്ക് മാറ്റുകൂട്ടുകയേ ചെയ്യൂ. അതിലൂടെ നിനക്ക് പ്രതിഫലം നൽകാൻ അയാൾ നിർബന്ധിതനാകും.''

''പക്ഷേ, താങ്കൾ ഇവിടെ നിന്ന് മാറുന്ന തക്കം നോക്കി ഞാൻ ഈ പണവുമായി കടന്നുകളയുമെന്ന പേടിയില്ലേ?''

മല്ലീമിന്റെ വാക്കുകൾ കേട്ട് ഖാലിദ് ചിരിച്ചു.

''ദരിദ്രനാണെങ്കിൽ പോലും അതിനുള്ള ധൈര്യം നിനക്കില്ല മല്ലീം. നിന്റെ സ്ഥാനത്ത് ഞാനായിരുന്നെങ്കിൽ ചിലപ്പോൾ അതുപോലെ ചെയ്യുമായിരിക്കും.''

''എനിക്ക് പ്രതിഫലമൊന്നും വേണ്ട. ഇക്കാര്യത്തിൽ താങ്കൾ വെറുതേ ബുദ്ധിമുട്ടേണ്ട കാര്യമില്ല.'' ചുമൽ കുലുക്കിക്കൊണ്ട് മല്ലീം പറഞ്ഞു.

''വിഡ്ഢികളുടെ ഈ ദുരഭിമാനം കളഞ്ഞ് നീ ഞാൻ പറയുന്നതുപോലെ ചെയ്യ്.''

ഖാലിദ് മുറിയിൽ നിന്നും പുറത്തേക്കിറങ്ങിപ്പോയി. മല്ലീമാകട്ടെ എന്തു ചെയ്യണമെന്നറിയാതെ നിൽക്കുകയാണ്. ജോലിക്കാരനെ വിളിക്കുന്നതിന് മുമ്പായി കുറച്ച് സമയം കാത്തുനിൽക്കണം. അതോടെ അവൻ മുറിക്കുള്ളിൽ പതിയെ ഉലാത്താൻ തുടങ്ങി.

എന്നാൽ കൗമാരസഹജമായ ആവേശം കാരണം ഒരു നിമിഷം മല്ലീമിന് തോന്നിപ്പോയി താനാണ് ആ മാളികയുടെ ഉടമയെന്ന്. ഈ മുറിയും തന്റേതാണ്. അന്നേരം തന്നെയാണ് ഗാംഭീര്യം നടിച്ചു കൊണ്ട് പതിഞ്ഞ ചുവടുകളോടെ തൊട്ടടുത്ത ഓഫീസ് മുറിയി ലേക്ക് അവൻ ചുവടുവച്ചത്. പിന്നെ എന്തോ തിരയുന്നതുപോലെ അവിടെ മേശപ്പുറത്തിരുന്ന കടലാസുകൾ മറിച്ചുനോക്കാൻ തുടങ്ങി. തേടിയ സാധനം കണ്ടുകിട്ടാത്തതിലുള്ള ക്ഷീണം നിമിത്തം അവന്റെ നെറ്റി ചുളിഞ്ഞു. ശേഷം ആഴത്തിലൊന്ന് നെടുവീർപ്പിട്ടു കൊണ്ട് ഒരു കസേരയിലേക്കിരുന്നു. അതും എന്തോ കാര്യമായി ആലോചിക്കുന്ന ഭാവത്തിൽ. ഏതാണ്ടപ്പോൾ തന്നെയാണ് പൊടുന്ന നവേ മുറിയുടെ വാതിൽ തുറക്കപ്പെട്ടതും.

നാല്

അന്ന് വൈകുന്നേരം തന്നെ മല്ലീം കെയ്റോയിലെ പൊലീസ് സ്റ്റേഷനുകളിലൊന്നിനോട് ചേർന്ന തടവറയിൽ അടയ്ക്കപ്പെട്ടു. വിവിധ രൂപത്തിലും വിഭാഗത്തിലും പെട്ട ആളുകളെക്കൊണ്ട് നിറഞ്ഞിരിക്കുകയാണ് കാരാഗൃഹം. എന്നാലിപ്പോൾ അവരെല്ലാ വരും പരസ്പരം ഇഴുകിച്ചേർന്നിരിക്കുന്നു. കൂടിക്കലർന്ന ശബ്ദങ്ങൾ കേൾക്കുന്നയാളിന് ബഹളം മാത്രമേ തിരിച്ചറിയാനാവുകയുള്ളൂ. അതിനിടയിൽ കഷ്ടിച്ച് ഒന്നോ രണ്ടോ വാക്കുകൾ മനസ്സിലായാൽ തന്നെ ഭാഗ്യം. അർദ്ധരാത്രിയാകുന്നതോടെയേ തടവറയിലെ ചലന ങ്ങളടങ്ങുകയുള്ളൂ. അതോടെ അന്തേവാസികളുടെ ബഹളമൊക്കെ കെട്ടടങ്ങും. ഒച്ചപ്പാടുണ്ടാക്കിയതുകൊണ്ട് യാതൊരു പ്രയോജന വുമില്ലെന്ന് അംഗീകരിച്ച് പ്രഭാതമാകുന്നതുവരെ ഏവരും നിശ്ശബ്ദ രാകും.

തടവറയുടെ ഇരുട്ടിലേക്ക് തള്ളുന്നതിനു മുമ്പ് ജയിലർമാർ അന്തേ വാസികളുടെ വസ്ത്രങ്ങളൊക്കെ ഊരിമാറ്റിയിരിക്കും. കുഴപ്പ ങ്ങൾ വല്ലതുമുണ്ടായാൽ ചിലരുടെ പോക്കറ്റുകളിലുള്ള വസ്തു വകകൾ മറ്റുള്ളവരിലേക്ക് മാറാനിടയുണ്ടെന്ന ന്യായമാണ് ജയിലർമാർ ഇതിന് പറയുന്നത്. എന്നാൽ സമ്പന്നരാണെന്ന് തോന്നുന്നവരുടെ കീശകളിൽ കുറച്ച് പണം തിരുകിവയ്ക്കാൻ ഈ ജയിലർമാർ പ്രത്യേകം ശ്രദ്ധിക്കാറുമുണ്ട്. ഇത്തരം തടവുകാർക്ക് തങ്ങൾ ചെയ്തു കൊടുക്കുന്ന സേവനങ്ങൾക്ക് പകരമായി ഈ പണം ജയിലർമാ രുടെ കീശയിലേക്കുതന്നെ തിരികെ എത്തും.

മിക്ക തടവുകാർക്കും ബന്ധുക്കൾ ഭക്ഷണം കൊണ്ടുവന്ന് നൽകാ റുണ്ട്. എന്നാൽ ബന്ധുവെന്നോ സുഹൃത്തെന്നോ പറയാൻ ആരു മില്ലാത്ത മല്ലീമിനെപ്പോലുള്ളവർ തടവറയിലെ ഭക്ഷണം കൊണ്ട് തൃപ്തിപ്പെടും. അല്ലെങ്കിൽ സമ്പന്നരായ ഏതെങ്കിലും തടവുകാരൻ പങ്കുവയ്ക്കുന്നത് കഴിക്കും. ഭക്ഷണം കഴിക്കുന്ന വേളയിൽ മനുഷ്യ യന്ത്രങ്ങൾ ഇന്ധനം അകത്താക്കുന്ന ശബ്ദമല്ലാതെ മറ്റൊന്നും കേൾക്കാനേ കഴിയില്ല.

ഈയൊരു ആൾക്കൂട്ടം അവസാനമായി ആലോചിക്കുന്ന കാര്യമായിരിക്കും ഉറക്കമെന്നത്. ചെറിയ സംഘങ്ങളായി തിരിഞ്ഞിരുന്ന് നിശാസംഭാഷണങ്ങൾ നടത്തി നേരം കൊല്ലാനായിരിക്കും ഏവരുടെയും ശ്രമം. നിയമലംഘകരായ ഈ തടവുകാർക്കിടയിൽ ഒട്ടും വൈകാതെ തന്നെ ഒരു തമാശഭാവം നിറയും. രാത്രിയുടെ ആരംഭത്തിൽ അവിടെ നിന്നും ഇവിടെനിന്നുമൊക്കെയായി കരച്ചിലും വിലാപവുമൊക്കെ കേൾക്കും. മറ്റു ചിലർ ബഹളമുണ്ടാക്കും. വഴക്കിടും. ഭീഷണിശബ്ദമുയർത്തും. എന്നാൽ സംസാരിച്ചിരിക്കുന്ന വേളകളിൽ ആ വൃത്തികെട്ട ഗന്ധം തളംകെട്ടി നിൽക്കുന്ന, ഇരുൾ മുറ്റിയ തടവറയിൽനിന്നും പ്രതിധ്വനിക്കുന്ന ഒരേയൊരു ശബ്ദം അന്തേവാസികളുടെ ചിരികൾ മാത്രമായിരിക്കും.

ഏറ്റവും ഉച്ചത്തിൽ കേൾക്കുന്ന ശബ്ദം ഒരു സംഘം വിദ്യാർത്ഥികളുടേതാണ്. ഏതോ പ്രകടനത്തിൽ പങ്കെടുത്തതിന്റെ പേരിൽ അറസ്റ്റ് ചെയ്യപ്പെട്ടവർ. ചിരിക്കുന്നുണ്ടെങ്കിലും അവർ ശരിക്കും സന്തുഷ്ടരാണെന്ന് പറയുക വയ്യ. ഉള്ളിന്റെയുള്ളിൽ ഭീതിയുണ്ടവർക്ക്. എന്നാൽ ഈ ആൾക്കൂട്ടത്തിനിടയിൽ ഭയചകിതരായി കാണപ്പെടുവാൻ അവരുടെ അഭിമാനം അനുവദിക്കുന്നുമില്ല. പൊതുജനാഭിപ്രായ കാര്യത്തിലെ മുന്നണിപ്പോരാളികളാണ്. അതിനാൽ തന്നെ അവരുടെ ശബ്ദം ഉയർന്നതായിരിക്കും. എന്നാലപ്പോഴും അവരുടെ നെഞ്ചിടിക്കുന്ന ശബ്ദവും ഉയർന്നുതന്നെയായിരിക്കും. സത്യത്തിൽ ഈ സാധുക്കളായ വിദ്യാർത്ഥികളിൽ ശരിക്കുള്ള ധൈര്യത്തിന്റെയോ ശൗര്യത്തിന്റെയോ അടയാളങ്ങളൊന്നും കാണാനാകില്ല. വിപ്ലവബോധം കൊണ്ടല്ല, മറിച്ച് ഒരു പണിയും ചെയ്യാതെ വെറുതെ ഇരുന്നതിനാലാണ് അവർ പ്രകടനത്തിൽ പങ്കാളികളായത്. ആരോ ചിലർ ഉയർത്തിയ മുദ്രാവാക്യങ്ങൾ ഏറ്റുപറയുക മാത്രമാകും അവർ ചെയ്തത്. കൂട്ടത്തിലാരോ നിരത്തിലേക്ക് വിരൽ ചൂണ്ടിയപ്പോൾ ആർത്തലറി വിളിച്ചുകൊണ്ട് ഏവരും തെരുവിലേക്ക് പ്രക്ഷോഭമായി നീങ്ങിയിരിക്കാനാണ് സാധ്യത. ഇതിനിടയിൽ വഴിയിൽ കണ്ട തെരുവുവിളക്കിന്റെ കുപ്പിച്ചില്ലുകൾ അവർ എറിഞ്ഞുടച്ചിട്ടുണ്ടാകും. വഴിമുടക്കിയ ചെറുമരങ്ങൾ പിഴുതെറിഞ്ഞിട്ടുണ്ടാകും.

ഈ കാഴ്ച കണ്ടാസ്വദിക്കുന്നതിനായി ആൾക്കൂട്ടം വീടുകളുടെ മട്ടുപ്പാവിലേക്ക് ഇറങ്ങിവന്നിരിക്കും. സുന്ദരികളായ യുവതികൾ താമസിക്കുന്ന വീടുകൾക്കരികിലൂടെയാണ് ഈ പ്രകടനം കടന്നുപോകുന്നതെങ്കിൽ കുറച്ചുനേരം അവിടെയവർ കൂടിനിൽക്കും. ഇതിനിടയിൽ ആംഗ്യം കാണിക്കലും ഉപചാരമർപ്പിക്കലുമടക്കം ഒരു ബഹളം തന്നെ അവിടെ അരങ്ങേറും. കുറച്ച് പ്രകടനക്കാർ പിന്നെയും അവിടെത്തന്നെ ചുറ്റിപ്പറ്റി നിൽക്കും. അവരുടെ വക

മറ്റൊരു പ്രകടനമായിരിക്കും പിന്നീട് കാണേണ്ടി വരിക. ഇതിനിട യിലായിരിക്കും ഏതെങ്കിലുമൊരു ട്രാം ബസ് കടന്നുവരുന്നത്. പെട്ടെന്നുതന്നെ ബസ്സിന്റെ ഇരുവശത്തുമായി പ്രകടനക്കാർ തിക്കും തിരക്കും കൂട്ടും. അവസാനമായിരിക്കും പൊലീസുകാർ സ്ഥലത്തെ ത്തുന്നത്. അവിടെനിന്നും ഇവിടെനിന്നും അവർ കുറച്ച് ചെറുപ്പ ക്കാരെ അറസ്റ്റ് ചെയ്യും. കണ്ണടച്ചു തുറക്കുന്നതിനു മുമ്പുതന്നെ മറ്റ് പ്രകടനക്കാർ ചിന്നിച്ചിതറി ഓടിമറഞ്ഞിരിക്കും.

വിദ്യാർത്ഥികൾക്കരികിൽ തന്നെ തടവറയ്ക്കുള്ളിൽ മറ്റ് രണ്ട് വിഭാഗക്കാരെക്കൂടി കണ്ടു. കൂടുതൽ സംസാരപ്രിയരായിരുന്നെങ്കിൽ പോലും തടവുകാരുടെ കൂട്ടത്തിൽ ഏറ്റവും കുറവ് ബഹളം കൂട്ടു ന്നവരായിരുന്നു അവരിലൊരു സംഘം. വ്യതിരിക്തരല്ലാത്ത ഒരു കൂട്ടം ആളുകൾ. മധ്യവർത്തിവിഭാഗത്തിൽ പെട്ടവരല്ല. സമൂഹത്തിലെ ദരിദ്രരുടെ കൂട്ടത്തിലും അവരെ എണ്ണാനാകില്ല. എന്നാൽ ഈ രണ്ട് വിഭാഗങ്ങളുമായും അവർക്ക് എന്തോ ചില ബന്ധങ്ങളുണ്ടു താനും. പാശ്ചാത്യവസ്ത്രം ധരിച്ചവരുണ്ട് അവരുടെ കൂട്ടത്തിൽ. ചിലരാകട്ടെ തനിനാടൻ തുണികളാണ് ഇട്ടിരിക്കുന്നത്. ഈ രണ്ട് തരം വസ്ത്രവും കലർത്തി ധരിച്ചവരുമുണ്ട്.

ഇടത്തരം കച്ചവടക്കാരും ടാക്സിഡ്രൈവർമാരും കാപ്പിക്കട നടത്തുന്നവരുമൊക്കെയാണവർ. തങ്ങൾ മറ്റുള്ളവരുടെ കൂട്ടത്തിൽ പെട്ടവരല്ലെന്ന തോന്നൽ സൃഷ്ടിക്കാനായി കുലീനരാണെന്ന് നടിക്കാൻ ശ്രമിക്കും ചിലർ. എന്തോ ചെറിയ പിഴവ് സംഭവിച്ചു പോയത് കൊണ്ടുമാത്രമാണ് തങ്ങൾ ഈ തടവറയിൽ എത്തിപ്പെട്ടു പോയത്. നേരം പുലരുമ്പോഴേക്കും തെറ്റ് മനസ്സിലായി, അഭിമാന ത്തോടെ തങ്ങൾ മോചിതരാകും. അവരിപ്പോൾ ആകെക്കൂടി സംസാ രിച്ചുകൊണ്ടിരിക്കുന്ന വിഷയം ഈയൊരു കൈപ്പിഴവിനെക്കുറി ച്ചാണ്. തങ്ങൾക്കുനേരെ കുറ്റാരോപണം നടത്താൻ ഇടയായ വിചിത്ര സാഹചര്യത്തെക്കുറിച്ചാണ് അവരിലോരോരുത്തരും വിശദീകരിക്കു വാൻ ശ്രമിക്കുന്നത്. നിരപരാധിത്വം തെളിയിക്കാനുള്ള തെളിവുകളെ സംബന്ധിച്ചും അവർ വാചാലരാകുന്നുണ്ട്. തങ്ങൾക്കൊരിക്കലും തെറ്റുകൾ സംഭവിക്കില്ലെന്ന് കരുതുന്ന കൂട്ടരാണിവർ. ലോകത്ത് താമ സിക്കുന്ന മനുഷ്യരിൽ ബഹുഭൂരിപക്ഷവും ഇത്തരക്കാരാണല്ലോ?

ഇനി മറ്റൊരു വിഭാഗം കൂടിയുണ്ട്. കാരാഗൃഹത്തിലടയ്ക്കപ്പെട്ടു വെന്നത് ജീവിതത്തിലെ നിർണ്ണായകമായൊരു സംഭവമായേ കരു താത്ത കൂട്ടരാണവർ. ഏതൊരു തൊഴിലും ചില കഷ്ടപ്പാടുകൾ അവശേഷിപ്പിക്കും. തങ്ങളുടെ തൊഴിൽ സൃഷ്ടിച്ച ചില ബുദ്ധി മുട്ടുകളിലൊന്നാണ് ഈ ജയിൽവാസം. മറ്റ് തടവുകാരിൽ നിന്നും ഇവരെ വ്യത്യസ്തരാക്കുന്ന ഒരു പ്രധാന കാര്യമുണ്ട്. നിർത്താതെ ചിരിച്ചുകൊണ്ടേയിരിക്കും എന്നതാണത്. മറ്റുള്ളവരെ മാത്രമല്ല,

തങ്ങളെത്തന്നെ അവർ പരിഹസിക്കും. ഭരണകർത്താക്കളെയും ഭരിക്കപ്പെടുന്ന ജനത്തെയും ആക്ഷേപിക്കും. ജീവിതം തന്നെ ഒരു തമാശയാണവർക്ക്. എന്ത് വിഷയം കൈകാര്യം ചെയ്താലും അതിന് ഇത്തരമൊരു നിറം ചാർത്താനായിരിക്കും അവരുടെ പ്രധാന ശ്രമം. കൂട്ടത്തിൽ സുന്ദരമായ സ്വരമുള്ളൊരു ചെറുപ്പക്കാരനോട് പാട്ടു പാടാൻ അവർ നിർബന്ധിച്ചു. നിഷ്ഠൂരമായ കാലത്തിന്റെ ക്രൂരതകൾ എണ്ണിപ്പറയുന്നൊരു മവ്വാൽ നാടോടിപ്പാട്ടായിരുന്നു അവൻ പാടിയത്.

കീടങ്ങളെപ്പോലെയുള്ള മനുഷ്യക്കോലങ്ങളെകൊണ്ട് നിറഞ്ഞ ആ തടവറയുടെ ഭിത്തികളിൽ തട്ടി പ്രതിധ്വനി കൊണ്ട നാടോടിപ്പാട്ട് കേട്ടപ്പോൾ എന്തുകൊണ്ടാണെന്നറിയില്ല മല്ലീമിന്റെ കണ്ണുകൾ ഈറനണിഞ്ഞു. അതുവരെയും സ്വയം നിയന്ത്രിക്കാനവന് സാധിച്ചിരുന്നു. തടവറയ്ക്കുള്ളിലെ അസഹനീയമായ ചൂടും അറപ്പിക്കുന്ന തരത്തിലുള്ള ഗന്ധവും മാത്രമായിരുന്നു ആകെ ബുദ്ധിമുട്ടുണ്ടാക്കിയിരുന്നത്. നേരെമറിച്ച് എന്തെങ്കിലും ഭയമോ സങ്കോചമോ ഒന്നും തോന്നിയതേ ഇല്ലായിരുന്നു. മറിച്ച്, ദൈവത്തിന്റെയും നാട്ടുകാരുടെയും വെറുപ്പുകൾ ഏറ്റുവാങ്ങുന്ന ഈ കാരാഗൃഹത്തിൽ വന്നെത്തിപ്പെട്ടപ്പോൾ അവന് എന്തോ ഒരു ആശ്വാസം തോന്നിയിരുന്നു എന്നതാണ് നേര്.

നിർഭാഗ്യകരമായ ഒരു ദിനം അവസാനിച്ചല്ലോ എന്തൊക്കെപ്പറഞ്ഞാലും. വൃത്തികെട്ട പൊലീസുകാരുടെ കൈയിൽനിന്നും നേരിട്ട യാതനകൾ തീർന്നു. അവരുടെ ഭീഷണിയും മുന്നറിയിപ്പും കേൾക്കാതെ അല്പം വിശ്രമിക്കാമല്ലോ? ഏത് വായ് തുറന്നാലും തന്റെ നേർക്ക് അസഭ്യവർഷം മാത്രമേ കേൾക്കാനുണ്ടായിരുന്നുള്ളൂ. കുറച്ചു കാലത്തേക്ക് എന്തായാലും അത് കേൾക്കേണ്ടല്ലോ? വാഗ്ദാനം ചെയ്ത സമ്മാനത്തിന് പകരം തന്നെ തടവറയ്ക്കുള്ളിലേക്ക് തള്ളിയ മനുഷ്യച്ചെന്നായ്ക്കളുടെയൊന്നും മുഖങ്ങളും കാണേണ്ടതില്ല. കഴിഞ്ഞ കാല ജീവിതം ഉപേക്ഷിച്ച് മാന്യമായൊരു തൊഴിൽ ചെയ്യാനിറങ്ങിത്തിരിച്ചതിന്റെ പരിണതിയായിരിക്കുമോ ഇതെല്ലാം?

ജീവിതത്തിൽ പലതരം അല്പത്തരങ്ങൾ മല്ലീം കണ്ടിട്ടുണ്ട്. ശിക്ഷയിൽനിന്നും സ്വന്തം ദേഹം രക്ഷപ്പെടുത്താനായി മകനെ ത്തള്ളിപ്പറയുന്ന പിതാവ്, പരസ്പരം അപവാദങ്ങൾ പ്രചരിപ്പിക്കുന്ന മോഷ്ടാക്കൾ, തനിക്ക് മാത്രമായി എന്തെങ്കിലും നേട്ടമോ തൊഴിലോ ലഭിക്കാനായി കൂട്ടുകാരനെ ഒറ്റികൊടുക്കുന്ന സുഹൃത്ത്, ഭർത്താക്കന്മാരുടെ പണം കവർന്ന് കാമുകന്മാർക്ക് കൊടുക്കുന്ന സ്ത്രീകൾ, സ്വന്തം കുടുംബത്തിന് അന്നം നിഷേധിക്കുന്ന പെണ്ണുങ്ങൾ, ഭാര്യമാരുടെ അദ്ധ്വാനം കൊണ്ട് ജീവിക്കാനായി മാന്യമോ അല്ലാത്തതോ ആയ തൊഴിലുകൾ ചെയ്യാനായി അവരെ നിർബ്ബന്ധിക്കുന്ന ഭർത്താക്കന്മാർ അങ്ങനെ പലതും. എന്നാൽ ഖാലിദിന്റെ സഹോദരനായ

ഉമർ കാണിച്ചതുപോലൊരു തരംതാഴൽ ജീവിതത്തിൽ ഇന്നേവരെ മല്ലീം കണ്ടിട്ടേയില്ല. നേരത്തെ പറഞ്ഞവരെല്ലാം ജീവിതത്തിൽ അൽപ്പത്തരം കാണിക്കുവാൻ നിർബന്ധിതരായവർ ആയിരിക്കും. എന്നാൽ ഉമർ എന്ന നികൃഷ്ടൻ മനപ്പൂർവ്വം ചെയ്യുകയായിരുന്നു ആ നെറികേട്.

അന്വേഷണ ഉദ്യോഗസ്ഥന് മുന്നിൽ ഈ ഉമർ എന്ന മനുഷ്യൻ പറഞ്ഞ ഓരോ വാക്കും മല്ലീമിന് നല്ലതുപോലെ ഓർമ്മയുണ്ട്. തന്നെ അറസ്റ്റ് ചെയ്യാനായി പൊലീസുകാരെ അയച്ച ശേഷം മാളികയിൽ കാത്തിരിക്കുകയായിരുന്നു അവരെല്ലാവരും എന്നുവേണം കരുതാൻ. കാരണം തന്നെ അവിടെ ഹാജരാക്കിയ ശേഷം മാത്രമാണ് ഉമറിന്റെ മൊഴികൾ വിശ്വസിക്കാൻ അന്വേഷണ ഉദ്യോഗസ്ഥൻ തയ്യാറായത്. രാവിലെ താൻ ജനാല നന്നാക്കാൻ ശ്രമിച്ച അതേ മുറിയിൽ കൂടിയിരിക്കുകയായിരുന്നു ഏവരും. കൂട്ടത്തിൽ വൃദ്ധനായൊരാളെയും കണ്ടു. കറുത്തിരുണ്ട മുഖവുമായി തന്റെ നേർക്ക് പകയോടെ നോക്കുകയായിരുന്നു ആ മനുഷ്യൻ.

''ഇവനാണോ ആ വൃത്തികെട്ട പന്നി?''

''അതെ, ഇവൻ തന്നെയാണ് വാപ്പ.''

ഉമർ മറുപടി പറഞ്ഞു.

മുറിയുടെ ഒരു മൂലയിലിരിക്കുകയാണ് ഖാലിദ്. പക്ഷേ അവൻ ഒരു വാക്കുപോലും മിണ്ടിയില്ല.

വൈകാതെ ഉമർ തന്റെ മൊഴി അന്വേഷണ ഉദ്യോഗസ്ഥന് മുന്നിൽ രേഖപ്പെടുത്താൻ തുടങ്ങി.

''പതിവിലും നേരത്തെയാണ് ഞാനിന്ന് മന്ത്രാലയത്തിൽ നിന്നും വീട്ടിലേക്ക് മടങ്ങിയെത്തിയത്. വൈകിട്ടോടെ ചെയ്തു തീർക്കേണ്ട മന്ത്രാലയത്തിൽ നിന്നും കൊണ്ടുവന്ന ചില അടിയന്തിര ജോലികളുടെ ഫയലുമുണ്ടായിരുന്നു എന്റെ കൈയ്യിൽ. അതിനാലാണ് കിടപ്പുമുറിയിലേക്ക് പോകുന്നതിനു മുമ്പ് ഈ ഫയൽ വയ്ക്കാനായി ഞാൻ ഓഫീസ് മുറിയിലേക്ക് വന്നത്. മുറിയുടെ വാതിൽ തുറന്നതും കാണുന്നത് ഓഫീസിനുള്ളിലിരിക്കുന്ന ഈ പയ്യനെയാണ്. മേശയുടെ വലിപ്പ് തുറക്കാൻ ശ്രമിക്കുകയായിരുന്നു കക്ഷി.''

ഈ പച്ചക്കള്ളം കേട്ടുകൊണ്ടിരിക്കാനുള്ള ശേഷിയില്ലാതെ മല്ലീം പൊട്ടിത്തെറിച്ചു.

''ഇതൊന്നും സംഭവിച്ചിട്ടേയില്ല.''

ഇതു കേട്ടതും പൊലീസുദ്യോഗസ്ഥൻ ആക്രോശിച്ചു.

''മിണ്ടാതിരിയെടാ... മോനേ... തരംതാണ... നീ ഈ ഓഫീസ് മുറിയിൽ ഇരിക്കുകയായിരുന്നില്ലേടാ?''

''അതെ.''

''നീയിവിടെ എന്തെടുക്കുകയായിരുന്നു? കത്തെഴുതുകയോ? അതോ വല്ല പുസ്തകവും എഴുതുകയായിരുന്നോ?''

മല്ലീം അതിന് മറുപടിയൊന്നും പറഞ്ഞില്ല. എന്തു പറയണമെന്ന് അവന് അറിയില്ലായിരുന്നു.

''എടാ നായേ, ഇനിയൊരിക്കൽക്കൂടി വായ തുറന്നാൽ പടച്ചവൻ സത്യം നിന്നെ നിശ്ശബ്ദനാക്കാൻ എന്താ വഴിയെന്ന് എനിക്കറിയാം. അധികപ്രസംഗികളെ വായടപ്പിക്കാൻ വേണ്ടത് ഈ പൊലീസുകാരൻ ചെയ്തോളും.''

ഇത് കേൾക്കേണ്ട താമസം ഒപ്പമുണ്ടായിരുന്ന പൊലീസുകാരൻ മുഷ്ടി ചുരുട്ടി മല്ലീമിന്റെ തോളിലിടിച്ചു. നിലത്ത് വീഴാതെ കഷ്ടിച്ച് രക്ഷപ്പെടുകയായിരുന്നു.

''ഉമർ ബേയ്, നിങ്ങൾ തുടർന്ന് പറയൂ. മേശയുടെ വലിപ്പ് തുറക്കാൻ പറ്റുന്ന തരത്തിലുള്ള എന്തെങ്കിലും ഉപകരണം കുറ്റാരോപിതന്റെ കൈയ്യിലുണ്ടായിരുന്നോ?''

''അതെ. ഇവന്റെ കൈയ്യിൽ ധാരാളം ഉപകരണങ്ങളുണ്ടായിരുന്നു. അതൊക്കെ ഡെസ്കിന് മുകളിൽ ഇരിപ്പുണ്ടായിരുന്നു. എന്നാൽ അതൊന്നും ഉപയോഗിക്കാൻ അവസരം കിട്ടിയെന്ന് തോന്നുന്നില്ല.''

ഇത് കേട്ടതോടെ ഖാലിദ് വായ് തുറന്നു:

''അതൊക്കെ ഇവന്റെ പണിയായുധങ്ങളാണ് സാർ. ജോലിക്കു പോകുമ്പോൾ അവ ഒപ്പം കരുതുന്നത് സ്വാഭാവികമല്ലേ?''

മകന്റെ വാക്കുകൾ കേട്ടതും അഹ്മദ് പാഷയുടെ മുഖം ചുളിഞ്ഞു. കണ്ണുകളിൽ തീപ്പൊരി ചിതറി.

''ഖാലിദ്, നിന്നോടൊരു അപേക്ഷയുണ്ട്. ദയവു ചെയ്ത് അന്വേഷണത്തെ മാനിക്കണം. പണ്ട് പബ്ലിക് പ്രോസിക്യൂട്ടറായി ജോലി ചെയ്തിരുന്ന കാലത്ത് സാക്ഷിമൊഴി നൽകുന്നതിനെ തടസ്സപ്പെടുത്താൻ ആരു ശ്രമിച്ചാലും ഞാനത് അനുവദിക്കുകയില്ലായിരുന്നു. പിന്നെയും ശല്യപ്പെടുത്താൻ ശ്രമിച്ചാൽ ഞാനയാളെ അന്വേഷണം നടത്തുന്ന സ്ഥലത്തുനിന്നു തന്നെ പുറത്താക്കും. അത്തരമൊരു നടപടിയിലേക്ക് നീങ്ങാൻ ബഹുമാനപ്പെട്ട ഇൻസ്പെക്ടറെ നിർബന്ധിക്കല്ലേ നീ.''

അതോടെ ഉമർ മൊഴി നൽകുന്നത് തുടർന്നു.

''എന്നെ കണ്ടതും ഈ പയ്യൻ ആകെ അമ്പരന്നു പോയിരുന്നു. എന്ത് ചെയ്യണമെന്നറിയാതെ പതറി നിൽക്കുകയായിരുന്നു കക്ഷി. എന്തിനാണ് മുറിയിൽ കയറിയതെന്ന് ഞാൻ ചോദിച്ചു. അപ്പോൾ

വിക്കി വിക്കി മറുപടി പറഞ്ഞത് ജനാല നന്നാക്കാനാണെന്നായി രുന്നു. അതോടെ ഞാൻ ജോലിക്കാരനെ വിളിച്ചു. കാര്യം തിരക്കി യപ്പോൾ അയാൾ പറഞ്ഞത് ഇവൻ ജനാല നന്നാക്കാൻ വന്നത് തന്നെയാണെന്നാണ്. പിന്നെ ഞാൻ ഓഫീസ് മുറിയിലേക്കു ചെന്ന് മേശവലിപ്പുകൾ തുറന്നു നോക്കി. കുഴപ്പമൊന്നുമുള്ളതായി തോന്നി യില്ല. മുറിക്കുള്ളിൽ ഒന്ന് ചുറ്റിത്തിരിഞ്ഞു നോക്കിയപ്പോഴും പ്രത്യേ കിച്ചൊന്നും നഷ്ടപ്പെട്ടതായി കണ്ടില്ല. അതോടെയാണ് ഇവനെ വിട്ടയയ്ക്കാമെന്ന് കരുതിയത്. മുറിയിൽ പണിക്കാരനെ തനിയെ വിട്ടിട്ട് പോയതിന്റെ പേരിൽ വീട്ടുജോലിക്കാരനെ ശാസിക്കുക മാത്ര മാണ് പിന്നെ ഞാൻ ചെയ്തത്. എന്നാൽ ആ സമയം എന്റെ സഹോ ദരൻ ഖാലിദ് മുറിയിലുണ്ടായിരുന്നെന്നും അതിനാലാണ് പണി ക്കാരനെ നിരീക്ഷിക്കാൻ നിൽക്കാതെ താൻ പോയതെന്നും ജോലിക്കാരൻ പറഞ്ഞു.

പിന്നീട് ജോലി കഴിഞ്ഞ് വാപ്പ തിരികെ എത്തിയപ്പോൾ ഞാൻ നടന്ന കാര്യങ്ങൾ അദ്ദേഹത്തെ അറിയിച്ചു. അപ്പോഴാണ് ഓഫീസ് മുറിയിലെ ജനാലയുടെ അറയ്ക്കുള്ളിൽ താൻ അഞ്ഞൂറ് പൗണ്ട് പണം സൂക്ഷിച്ച് വച്ചിരുന്നതായി വാപ്പ പറഞ്ഞത്. തന്റെ അലമാര യുടെ താക്കോൽ നഷ്ടപ്പെട്ടു പോയതിനാലാണ് അങ്ങനെ ചെയ്ത തത്രേ. ഇത് കേട്ടതും ജോലിക്കാരനോട് ഏണിപ്പടി എടുത്തു കൊണ്ടുവരുവാൻ പറഞ്ഞു. പിന്നെ ഞാൻ തന്നെ അതിൽ കയറി ജനാലയുടെ മുകളിലുള്ള അറ തുറന്നു നോക്കി. എന്നാൽ അതി നുള്ളിൽ പണമൊന്നും തന്നെ ഉണ്ടായിരുന്നില്ല. അതോടെയാണ് ഈ സംഭവം പൊലീസിലറിയിക്കുകയല്ലാതെ മറ്റൊരു മാർഗ്ഗവുമി ല്ലെന്ന് വാപ്പ തീരുമാനിച്ചത്.''

മല്ലീമിനെതിരെ മോഷണക്കുറ്റം ആരോപിക്കപ്പെട്ടതിന്റെ പ്രധാന കാരണം ഈയൊരു സാക്ഷിമൊഴിയായിരുന്നു. അതിനു ശേഷമാണ് ഖാലിദിന്റെ മൊഴി രേഖപ്പെടുത്തിയത്. പക്ഷേ, അവൻ ആകപ്പാടെ എന്ത് പറയണമെന്നറിയാത്ത വിധം അസ്വസ്ഥനായിരുന്നു. തുടക്ക ത്തിൽ അവൻ കരുതിയത് എന്തോ ഒരു തെറ്റിദ്ധാരണയുണ്ട്. അതു മാറിയാൽ മല്ലീമിന്റെ നിരപരാധിത്വം തെളിയും. താനും മല്ലീമും തമ്മിൽ പറഞ്ഞുവച്ചിരുന്ന വിധം തക്കസമയത്ത് തന്നെ വിളിക്കു വാൻ മല്ലീമിന് സാധിക്കാതെ പോയത് എന്തോ കാര്യം കൊണ്ടാ യിരിക്കും.

പ്രതിഫലമെന്തെങ്കിലും ലഭിക്കണമെന്ന താത്പര്യം കൊണ്ടാ യിരിക്കും പണം കൃത്യസമയത്ത് ഉമറിനെ ഏൽപ്പിക്കാൻ മല്ലീമിന് തോന്നാത്തത്. അങ്ങനെ ഉമറിനെ ആ പണം ഏൽപ്പിച്ചിരുന്നെങ്കിൽ അത് പാഷയുടെ കൈയിലെത്തുകയും ചെയ്തേനെ. അന്വേഷണ ഉദ്യോഗസ്ഥനു മുന്നിൽ ഹാജരാക്കുന്നതിനു മുമ്പ് മല്ലീമിനെ ഒരു

വട്ടം കാണാൻ സാധിച്ചിരുന്നെങ്കിലെന്ന് ഖാലിദ് ഏറെ കൊതിച്ചിരുന്നു. ശരിക്കും എന്താണ് നടന്നതെന്ന് മനസ്സിലായിരുന്നെങ്കിൽ മല്ലീമിന് ഉപകാരപ്പെടുന്ന വിധത്തിലുള്ള ഒരു മൊഴി നൽകാൻ തനിക്കാകുമായിരുന്നു. പക്ഷേ വാപ്പ പെട്ടെന്ന് പൊലീസിൽ വിവരമറിയിച്ചതിനാൽ, അറസ്റ്റ് ചെയ്ത് ഹാജരാക്കുന്നതിനു മുമ്പ് മല്ലീമിനെ ഒരു വട്ടം നേരിൽ കാണാനാകാതെ പോയി.

താനും മല്ലീമും തമ്മിലുണ്ടാക്കിയ രഹസ്യധാരണയെക്കുറിച്ച് ഒന്നും പറയേണ്ട എന്നാണ് തുടക്കത്തിൽ ഖാലിദിന് തോന്നിയത്. മല്ലീമിന്റെ കൈവശം പണമിരിക്കുന്നത് താൻ കണ്ടുവെന്ന കാര്യവും അവൻ പറയാൻ മെനക്കെട്ടില്ല. പിതാവിന്റെ പണം പിടുങ്ങാനായി താൻ ഗൂഢാലോചന നടത്തിയെന്ന് തെളിഞ്ഞാൽ അയാളുടെ മുന്നിൽ താൻ ചെറുതായിപ്പോകുമെന്ന ദുരഭിമാനമായിരുന്നു ഖാലിദിന്റെ മനസ്സിൽ.

എന്നാൽ സഹോദരൻ ഉമറിന്റെ മൊഴി കേട്ടതോടെ മല്ലീമിനെതിരെയുള്ള കുറ്റകൃത്യം ഏതാണ്ട് തെളിയിക്കപ്പെട്ടു കഴിഞ്ഞു എന്നാണ് ഖാലിദിന് തോന്നിയത്. പിന്നെ തന്റെ മൊഴി ചോദിക്കുമ്പോൾ മല്ലീം ഖാലിദുമായി ഉണ്ടാക്കിയ ധാരണയുടെ കാര്യം റയുമെന്നതും ഉറപ്പാണ്. എന്നാൽ അതിനു മുമ്പുതന്നെ തന്റെ വായിൽനിന്നും മറ്റുള്ളവർ അക്കാര്യം കേൾക്കുന്നതാണ് നല്ലതെന്ന് ഖാലിദ് കരുതി. അത് മല്ലീമിന്റെ നിലപാടിന് കരുത്ത് പകരുകയും ചെയ്യും.

അതേസമയം തന്നെ കൂടുതൽ അസ്വസ്ഥനാക്കുന്ന മറ്റൊരു ചിന്ത കൂടി ഖാലിദിനെ പിടികൂടുകയായിരുന്നു. മുറി വിട്ട് പോകുന്നതിനു മുമ്പ് തന്റെ കൈവശം പണം ഏല്പിച്ചു എന്നെങ്ങാനും മല്ലീം പറഞ്ഞുകളയുമോ? അങ്ങനെ സംഭവിച്ചാൽ താനും മല്ലീമും തമ്മിൽ ഉണ്ടാക്കിയെന്ന് പറയുന്ന ധാരണ തീർത്തും അസംബന്ധമായേ മറ്റുള്ളവർ കരുതൂ. തന്റെ വാക്കുകൾ കേൾക്കുന്ന മാത്രയിൽ തന്നെ അന്വേഷണ ഉദ്യോഗസ്ഥന്റെ ചുണ്ടിൽ വിരിയുന്ന സഹതാപം നിറഞ്ഞ ചിരി ഖാലിദിന് ഇപ്പോഴേ കാണാം. ഡസൻ കണക്കിന് കുറ്റവാളികളിൽനിന്നും താൻ ദിവസവും കേൾക്കുന്ന തരം കഥകളിലൊന്നായേ ഈ സാഹചര്യത്തിൽ ഖാലിദിന്റെ മൊഴിയെ ഇൻസ്പെക്ടർ പരിഗണിക്കാനിടയുള്ളൂ. ആർക്കും വിശ്വസിക്കാനാകാത്ത പൊള്ളയായ കള്ളക്കഥകൾ ചമച്ച് സ്വന്തം കുറ്റകൃത്യങ്ങൾ മറച്ചുപിടിക്കാനായിരിക്കും പല കുറ്റവാളികളും ശ്രമിക്കുക.

അപ്പോൾ പിന്നെ ഖാലിദ് എന്തായിരിക്കും ചെയ്യുക?

അന്വേഷണ ഉദ്യോഗസ്ഥൻ ഖാലിദിനോട് ആദ്യം പേരും പ്രായവും താമസിക്കുന്ന സ്ഥലവും ഏതാണെന്ന് പറയാൻ ആവശ്യപ്പെട്ടു.

''ഈ സംഭവത്തെക്കുറിച്ച് നിങ്ങൾക്ക് എന്താണറിയാവുന്നത്, ഖാലിദ് ബേയ്?''

ഖാലിദ് എന്തായാലും സംഭവിച്ച കാര്യങ്ങൾ അതുപോലെ തന്നെ വിവരിക്കാൻ തുടങ്ങി. എന്നാൽ മല്ലീമിന് ജനാലയുടെ അറയ്ക്കുള്ളിൽ നിന്നും പണം കണ്ടുകിട്ടിയ ഭാഗമെത്തിയതും ഖാലിദ് ഒരു നിമിഷം ശങ്കിച്ചു. പിന്നെ സ്വബോധമില്ലാത്തയാളെപ്പോലെയാണ് അവൻ തുടർന്ന് സംസാരിച്ചത്.

''ഇവൻ പണം നിങ്ങളെ ഏല്പിച്ചുവോ?''

''ഉവ്വ്.''

ഇത് കേട്ടതും കസേരയിൽ ഇരിക്കുകയായിരുന്ന പാഷ ഞെരിപിരി കൊണ്ടു. പിന്നെ ദേഷ്യത്തോടെ അയാൾ പറഞ്ഞു.

''പക്ഷേ, ഇക്കാര്യം രാവിലെ നീ എന്നോട് പറഞ്ഞില്ലല്ലോ?''

''ഇതാണ് സംഭവിച്ചത്.''

''പിന്നെ എന്ത് നടന്നു ഖാലിദ് ബേയ്?''

ഇൻസ്പെക്ടർ തുടർന്ന് ചോദിച്ചു.

വലിയൊരു മഴുവാണ് തന്റെ ശിരസ്സിലേക്ക് വീണിരിക്കുന്നത്. പറഞ്ഞതിൽ നിന്നൊരു തിരിച്ചുപോക്ക് ഇനി അസാധ്യമാണ്. ഇനിയെന്തായാലും മല്ലീമുമായി താനുണ്ടാക്കിയ ധാരണയുടെ കഥ മറ്റ് വിശദാംശങ്ങൾ സഹിതം പറയാതെ തരമില്ല. വല്ലാത്തൊരു ആശയക്കുഴപ്പത്തിലമരുകയായിരുന്നു ഖാലിദ്.

തന്റെ വിശദാംശങ്ങൾ കേട്ടുകൊണ്ടിരിക്കെ വാപ്പയുടെ മുഖം ചുളിയുന്നത് അവൻ കണ്ടു. ഇൻസ്പെക്ടറുടെ മുഖത്ത് നിറഞ്ഞതാകട്ടെ അതിശയ ഭാവങ്ങളായിരുന്നു. പിന്നീട് പ്രതീക്ഷിച്ചതുപോലുള്ള ഒരു പരിഹാസച്ചിരി അയാളുടെ ചുണ്ടിലും വിരിയുന്നതുപോലെ തോന്നി. ഭ്രാന്ത് പിടിക്കുന്നതുപോലെ തോന്നി. അന്വേഷണ ഉദ്യോഗസ്ഥന്റെ കണ്ണിൽ യഥാർത്ഥ കുറ്റവാളിയായി മാറിയിരിക്കുന്നത് താനായിരിക്കുമിപ്പോൾ. മല്ലീമിന്റെ കൈയിൽ നിന്നും താൻ പണം കൈപ്പറ്റിയെന്ന് ആദ്യം പറഞ്ഞു. പിന്നീട് മുറി വിട്ടുപോയെന്ന് കൂട്ടിച്ചേർക്കുകയും ചെയ്തു. ഇങ്ങനെയൊരു മൊഴി കൊടുത്തു കഴിഞ്ഞ സാഹചര്യത്തിൽ, മുറി വിട്ടിറങ്ങുന്നതിനു മുമ്പായി പണം മല്ലീമിന്റെ കൈയിൽ തന്നെ തിരികെക്കൊടുത്തുവെന്ന് പറഞ്ഞാൽ ആരെങ്കിലും വിശ്വസിക്കുമോ? താൻ പറയുന്നത് എത്ര വിഡ്ഢിത്തവും അസംബന്ധവുമാണെന്നേ ആർക്കും തോന്നൂ.

''സാർ, ഈ പയ്യൻ പറയുന്ന ഒരൊറ്റ അക്ഷരം പോലും വിശ്വസിക്കരുത്.''

വാപ്പയുടെ വാക്കുകൾ കേട്ടപ്പോൾ ഖാലിദിന് സത്യം പറഞ്ഞാൽ അല്പം ആശ്വാസമാണ് തോന്നിയത്.

''നാണമില്ലേടാ നിനക്ക്? കിറുക്ക് പിടിച്ച നിന്റെ തലച്ചോറ് പടച്ചുവിടുന്ന കെട്ടുകഥകൾ വിളമ്പാൻ പറ്റിയ നേരമാണോ ഇത്? അസംബന്ധം പറഞ്ഞ് ഇൻസ്പെക്ടർ സാറിന്റെ സമയം പാഴാക്കുകയാണോ?''

വാപ്പ ഖാലിദിനോട് തട്ടിക്കയറി. പിന്നെ ഇൻസ്പെക്ടറിനോടായി അടുത്ത പല്ലവി:

''ഇൻസ്പെക്ടർ സാറേ, ഈ ചെറുപ്പക്കാരനൊരു അരക്കിറുക്കനാണ്. ഇവൻ കാരണം ഞാൻ കുറേ സഹിച്ചതാണ്. എന്നാൽ സ്വന്തം അനുഭവത്തിൽ നിന്നെനിക്ക് പറയാനാകും ഇവൻ പറഞ്ഞതൊക്കെയും സത്യമല്ലെന്ന്. തീർത്തും ബാലിശമായ ചിന്തകളും കൊണ്ട് നടക്കുന്ന ആളാണിവൻ. അതിനാൽതന്നെ ഒരു തരത്തിലും ശരിയല്ലാത്ത കാര്യങ്ങൾ ശരിയാണെന്ന് വിശ്വസിച്ച് പറഞ്ഞു നടക്കുന്നവനാണ്. ഇപ്പോൾ ഈ പയ്യൻ പറയുന്നതൊക്കെ വിശ്വസിച്ച് അവൻ നിരപരാധിയാണെന്ന് സ്ഥാപിക്കാനാണ് എന്റെ മോന്റെ ശ്രമം എന്ന് വേണം കരുതാൻ.''

പിതാവും മകനും തമ്മിലുള്ള ഈ കലഹം കണ്ടപ്പോൾ ഇൻസ്പെക്ടർക്ക് ആദ്യം അതിശയം തോന്നിയെങ്കിലും പിന്നീട് അയാൾ അതിലല്പം വിനോദം കണ്ടെത്തി.

''അതൊന്നും പ്രശ്നമേയല്ല, പാഷാ അങ്ങുന്നേ. സത്യമെന്തായാലും പുറത്തു വന്നേ തീരൂ.''

പിന്നീട് അയാൾ മല്ലീമിന് നേർക്ക് തിരിഞ്ഞു.

''ഖാലിദ് ബേയ് പറഞ്ഞതെല്ലാം ശരിയാണോ?''

''അതെ.''

അന്വേഷണ ഉദ്യോഗസ്ഥന്റെ സമീപനം പാഷയ്ക്ക് തീരെ ഇഷ്ടപ്പെട്ടില്ല.

''ഇൻസ്പെക്ടർ സാറേ, ഈ ചോദ്യമല്ല നിങ്ങൾ ഇവനോട് ചോദിക്കേണ്ടത്.''

എന്നാൽ ഇത് ഇൻസ്പെക്ടർക്ക് തീരെ ഇഷ്ടമായില്ല. തന്റെ പ്രവർത്തനരീതിയെ ഇത്തരത്തിൽ വിമർശിച്ചത്, അതും കീഴുദ്യോഗസ്ഥരുടെ മുന്നിൽ വച്ച്, അയാൾക്ക് സഹിക്കാനായില്ല.

''ബഹുമാനപ്പെട്ട പാഷയോട് ഒരപേക്ഷയുണ്ട്. അന്വേഷണം എങ്ങനെ നടത്തണമെന്ന സ്വാതന്ത്ര്യം എനിക്ക് തന്നെ വിട്ടുതന്നാൽ വലിയ ഉപകാരമായിരിക്കും.''

''അക്കാര്യത്തിൽ നിങ്ങൾക്കുള്ള അവകാശം ഞാൻ നിഷേധിക്കുന്നതേയില്ല. പക്ഷേ എനിക്കൊരു കാര്യം ചോദിക്കാനുണ്ട്. കുറ്റം ആരോപിക്കപ്പെട്ട ഈ പയ്യനിൽനിന്നും ഇതല്ലാതെ എന്തുത്തരമാണ് നിങ്ങൾ പ്രതീക്ഷിക്കുന്നത്? സ്വയരക്ഷയ്ക്കായി ഇവൻ ഏത് വഴിയും സ്വീകരിക്കുമെന്ന കാര്യം തീർച്ചയല്ലേ? ഇപ്പോഴിതാ നിങ്ങൾ അവനൊരു അപൂർവ്വ അവസരം നൽകിയിരിക്കുന്നു. അപ്പോഴെങ്ങനെ അവനത് ഉപയോഗപ്പെടുത്താതിരിക്കും?

നിങ്ങളെക്കാൾ പ്രായത്തിൽ മുതിർന്നയാളാണ് ഞാൻ. നീണ്ട കാലം കുറ്റകൃത്യങ്ങൾ സംബന്ധിച്ച അന്വേഷണം നടത്തി പരിചയവുമുണ്ട്. അതുകൊണ്ട് പറയുകയാണ് നല്ല മനസ്സോടെ എന്റെ ഈ ഉപദേശം സ്വീകരിക്കണം. അന്വേഷണരംഗത്തെ ഏറ്റവും മാതൃകാപരമായ മാർഗ്ഗമെന്ന് പറയുന്നത് നടന്ന കുറ്റകൃത്യത്തെ സംബന്ധിച്ച് സമ്പൂർണ്ണമായൊരു കാഴ്ചപ്പാട് അന്വേഷണ ഉദ്യോഗസ്ഥൻ തുടക്കത്തിലേ രൂപപ്പെടുത്തുകയെന്നതാണ്. പിന്നീട് ഈയൊരു കാഴ്ചപ്പാടിനെ ബലപ്പെടുത്താത്ത ഒരു ചോദ്യവും അയാൾ കക്ഷികളോട് ചോദിക്കാൻ പാടില്ല. ഈയൊരു മാർഗ്ഗം സ്വീകരിക്കാത്ത പക്ഷം കോടതിക്ക് മുന്നിലെത്തുന്നത് അടിസ്ഥാനരഹിതമായ, അവ്യക്തതകൾ നിറഞ്ഞൊരു ആരോപണം മാത്രമായിരിക്കും. വാദിഭാഗത്തിന് അവയിൽ ഒട്ടനേകം പഴുതുകൾ കണ്ടെത്താനുമാകും. അവരത് ഉപയോഗപ്പെടുത്താനും ശ്രമിക്കും. അത് കാരണം കുറ്റം ചെയ്തുവെന്ന കാര്യത്തിൽ യാതൊരു സംശയവുമില്ലാത്ത ആളുകളെപ്പോലും കോടതികൾ വെറുതെ വിടാറുള്ളത് ധാരാളം കാണാം. ശക്തമായ വാദഗതികളോടെ ചരടുകൾ മുറുക്കിയൊരു കുറ്റപത്രമാണ് അന്വേഷണ ഉദ്യോഗസ്ഥൻ കോടതിയിൽ സമർപ്പിക്കുന്നതെങ്കിൽ ഈ കുറ്റവാളി ഒരിക്കലും രക്ഷപ്പെടുകയേ ഇല്ല.''

പിതാവിന്റെ സിദ്ധാന്തം കേട്ടപ്പോൾ മറ്റുള്ള മനുഷ്യർക്ക് ദുരിതങ്ങൾ സൃഷ്ടിക്കാനായി കഠിനാധ്വാനം ചെയ്യുന്ന കറുത്ത മനസ്സിന്റെ പ്രതിരൂപത്തെയാണ് ഖാലിദ് കണ്ടത്. ഇതൊരു ആയിരം വട്ടം പിഴച്ച ആശയമാണെന്ന് പറയാൻ തോന്നിയതാണ്. എന്നിട്ടും നിശ്ശബ്ദത പാലിച്ചതേയുള്ളൂ. ഇതുവരെ കാണിച്ച വിവരക്കേടും മണ്ടത്തരവും തന്നെ ധാരാളമാണ്. അവ വലിയൊരു ഊരാക്കുടുക്കിലേക്കാണ് തന്നെ കൊണ്ടെത്തിച്ചിരിക്കുന്നത്. അതിനാൽ ഇപ്പോൾ മിണ്ടാതിരിക്കുന്നതായിരിക്കും ഉചിതം. ചിലപ്പോൾ പിതാവിന്റെ ആശയത്തിലായിരിക്കും തന്റെ രക്ഷ പതിയിരിക്കുന്നത്.

''അതൊന്നും കുഴപ്പമില്ല പാഷാ. സത്യം എന്തായാലും പുറത്തു വരിക തന്നെ ചെയ്യും.''

ഇൻസ്പെക്ടർ പിന്നെയും പറഞ്ഞതു കേട്ട് പാഷ പിറുപിറുത്തു.

‘‘എന്തൊരു മണ്ടനാടോ താൻ!’’

ഇൻസ്പെക്ടർ എന്തായാലും അന്വേഷണം തുടരുക തന്നെ യാണ്. അയാൾ പിന്നെയും ഖാലിദിനോട് ചോദിച്ചു:

‘‘അതിനുശേഷം എന്താ സംഭവിച്ചത് ഖാലിദ് ബേയ്? നേരത്തെ ധാരണത്തിലെത്തിയതുപോലെ ഇവൻ നിങ്ങളെ വിളിക്കാനായി ജോലിക്കാരനെ പറഞ്ഞയച്ചോ?’’

‘‘ഇല്ല.’’

‘‘പിന്നീടെന്താ നടന്നത്?’’

‘‘എനിക്കറിയില്ല. പിന്നീട് ഞാൻ ഇവനെ കാണുന്നത് ഇപ്പോൾ മാത്രമാണ്.’’

‘‘നേരത്തെ ധാരണയിലെത്തിയ കാര്യം നടപ്പിലാക്കുവാൻ ഇവൻ ശ്രമിക്കുമെന്ന വിഷയത്തിൽ നിങ്ങൾക്ക് ഉറപ്പുണ്ടായിരുന്നോ?’’

പെട്ടെന്നാണ് പ്രതീക്ഷയുടെ ഒരു തിരിനാളം ഖാലിദിന്റെ ശ്രദ്ധയിൽ പെടുന്നത്. ഈ അവസരം നന്നായി ചൂഷണം ചെയ്യാനായാൽ താൻ വന്നുപെട്ടിരിക്കുന്ന ഈ ഊരാക്കുടുക്കിൽനിന്നും കരകയറാനാകും. ഇപ്പോൾ സ്വന്തം കാര്യമല്ലാതെ മറ്റൊന്നും ചിന്തിക്കുന്നതേയില്ല. അതിനാൽ പദ്ധതിയിട്ടതുപോലെ മുന്നോട്ടു പോകുന്നതിൽ നിന്നൊരു പിൻതിരിയൽ ഇനിയില്ല. ഒരു നിമിഷം എന്തോ ആലോചിക്കുന്നതു പോലെ ഖാലിദ് തലകുനിച്ച് നിന്നു. ഏത് വഴി നീങ്ങണമെന്ന് ചിന്തി ക്കുകയായിരുന്നു അവൻ ശരിക്കും.

‘‘സംഭവം നടന്ന സമയത്ത് സത്യമായും എനിക്ക് തോന്നിയത് ഇവനെ വിശ്വസിക്കാമെന്ന് തന്നെയാണ്. എന്നാൽ അക്കാര്യത്തെ സംബന്ധിച്ച് ഇപ്പോൾ ചിന്തിക്കുമ്പോൾ തോന്നുന്നത് എന്റെ നിഗമനം തെറ്റിപ്പോകാനിടയുണ്ടെന്നാണ്.’’

‘‘ഇത്തരമൊരു സംശയമുണ്ടാക്കുന്ന തരത്തിലുള്ള എന്തെങ്കി ലുമൊരു കാര്യം ഇവന്റെ ഭാഗത്തുനിന്നുണ്ടായോ?’’

‘‘അതെ. ഞാൻ മുറി വിട്ടുപോകുന്നതിനു മുമ്പ് ഇവൻ എന്നോ ടൊരു കാര്യം ചോദിച്ചു. നിങ്ങൾ മുറി വിട്ടുപോകുന്ന തക്കം നോക്കി ഞാൻ പണവുമായി കടന്നുകളയുമെന്ന ഭയമില്ലേ എന്ന്. അന്നേരം പണം തിരികെ തന്നിട്ടില്ലായിരുന്നു. ഇഷ്ടമുള്ളതു പോലെ ചെയ്യാ നുള്ള സ്വാതന്ത്ര്യം ലഭിച്ച, തനിച്ചായ നേരത്ത്, അവന്റെ മനസ്സിൽ ഇത്തരമൊരു ചിന്ത ശരിക്കും ഉണ്ടാകാനുള്ള സാധ്യതയും തള്ളി ക്കളയാനാകില്ലല്ലോ?

ഖാലിദിന്റെ വാക്കുകൾ കേട്ടതും മല്ലീമിന്റെ കണ്ണുകൾ ദേഷ്യം കൊണ്ട് ജ്വലിച്ചുപോയി. അവന് തന്നെത്തന്നെ നിയന്ത്രിക്കാനായില്ല.

''നിങ്ങളും ഇത്തരക്കാരൻ തന്നെയായിരുന്നോ?'' ഇൻസ്പെക്ടർ മല്ലീമിന് നേർക്ക് രൂക്ഷമായി നോക്കി.

''മര്യാദയ്ക്ക് നിൽക്കെടാ ചെറുക്കാ. നീ ശരിക്കും അങ്ങനെ ഇദ്ദേഹത്തോട് പറഞ്ഞിരുന്നോ?''

''അതെ, പറഞ്ഞു. പക്ഷേ, ഞാനത് വേറൊരു അർത്ഥം വച്ചല്ല പറഞ്ഞതെന്ന് ഇദ്ദേഹത്തിന് നല്ലത് പോലെയറിയാം.''

എന്നാൽ ഇൻസ്പെക്ടർ അതിനെ ഒരു പരിഹാസച്ചിരിയോടെ തള്ളിക്കളഞ്ഞതേയുള്ളൂ.

''താൻ വെറുതെ പറഞ്ഞതാണെന്ന് വാദിക്കാൻ ആർക്കും എളുപ്പ മാണല്ലോ?''

മല്ലീമിന്റെ മുഖത്ത് പുച്ഛം നിറഞ്ഞൊരു ചിരി വിടർന്നു.

''പാവപ്പെട്ടവന്റെ നേരമ്പോക്ക് മാത്രമല്ലേ വിശ്വസിക്കാൻ പാടില്ലാ ത്തതായുള്ളൂ?''

''നീ എന്താടാ പറഞ്ഞുവരുന്നത്?''

മല്ലീം ഖാലിദിന് നേർക്ക് തലകൊണ്ട് ആംഗ്യം കാണിച്ചു.

''ഞാൻ എന്താണുദ്ദേശിച്ചതെന്ന് ഇദ്ദേഹത്തിന് നന്നായറിയാം. അദ്ദേഹം തന്നെ പറയട്ടെ വേണമെങ്കിൽ.''

''അത് പോട്ടെ ഖാലിദ് ബേയ്. നിങ്ങൾക്ക് മറ്റ് വല്ലതും പറയാ നുണ്ടോ?''

അന്നേരം ഖാലിദിന്റെ ഭാവം കണ്ടാൽ ശവത്തിന്റെ മുഖം പോലെയോ തോന്നുമായിരുന്നുള്ളൂ. തെരുവിൽ ആട്ടിടയന്മാർക്കിടയിലും മറ്റും വളർന്ന തൊഴിൽരഹിതനായ മല്ലീമെന്ന ചെറുപ്പക്കാരൻ മഹാമന സ്കതയുടെ കാര്യത്തിൽ എത്ര അനായാസമായാണ് തന്നെ കടത്തി വെട്ടിയത്?

നെഞ്ച് കിടുങ്ങുന്നതുപോലൊരു തോന്നൽ. ചുറ്റും നടക്കുന്ന തൊന്നും എന്താണെന്ന് മനസ്സിലാകുന്നില്ല. ശരിക്കും എന്താണ് തനിക്ക് പറ്റിയത്? തന്റെ പ്രവർത്തികൾ ഈ സാധുവിന് എന്തൊക്കെ ദുരിതങ്ങളായിരിക്കും സൃഷ്ടിക്കുക എന്ന കാര്യം തീരെ ഗൗനിക്കാതെ നീചതയുടെ പടുകുഴിയിലേക്ക് ആണ്ടുപോകുവാൻ തനിക്കെങ്ങ നെയാണ് സാധിച്ചത്?

കുറേനേരം കാത്തിരുന്നിട്ടും മറുപടിയൊന്നും കേൾക്കാത്ത തിനാൽ ഇൻസ്പെക്ടർക്ക് വീണ്ടും ചോദിക്കേണ്ടി വന്നു.

''ഖാലിദ് ബേയ്, നിങ്ങൾക്ക് മറ്റ് വല്ലതും പറയാനുണ്ടോ?''

അപ്പോഴാണ് ഖാലിദ് സ്വബോധത്തിലേക്ക് തിരിച്ചുവന്നതും.

കുഴിമാടത്തിന്റെ അടിത്തട്ടിൽനിന്നും വരുന്നതുപോലുള്ള തൊണ്ട യടച്ച ശബ്ദത്തിൽ അവൻ പറഞ്ഞു:

''എന്താണ്...? ഇല്ല.... ഇല്ല...''

പിന്നീട് അന്വേഷണ ഉദ്യോഗസ്ഥൻ മല്ലീമിന്റെ മൊഴി കേൾ ക്കാൻ തുടങ്ങി. മറ്റ് വിശദാംശങ്ങളിലെല്ലാം ആ മൊഴി ഖാലിദ് പറഞ്ഞതു പോലെ തന്നെയായിരുന്നു. അവസാനം ഖാലിദുമായി ഉണ്ടാക്കിയ ധാരണയുടെയും അയാൾ മുറിവിട്ട് പുറത്തേക്കു പോകു ന്നതിന്റെയും കാര്യമെത്തി.

''പക്ഷേ ഇദ്ദേഹം പുറത്തേക്കിറങ്ങി ഒരു ഒന്നോ രണ്ടോ മിനിട്ട് കഴിഞ്ഞു കാണും. അപ്പോഴാണ് മുറിയുടെ വാതിൽ തുറന്ന് ഉമർ ബേയ് അകത്തേക്കു കയറിവന്നത്. ഞാൻ അന്നേരം മുറിയിലെ ഡെസ്കിനരികിൽ ഇരിക്കുകയായിരുന്നു എന്നത് നേരാണ്. എന്നാൽ അദ്ദേഹം പറഞ്ഞതുപോലെ ഞാൻ മേശയുടെ വലിപ്പുകൾ തുറന്നു നോക്കുകയൊന്നും ചെയ്തിട്ടേയില്ല. പിന്നെ എന്റെ പണിയായുധ ങ്ങളൊന്നും തന്നെ ആ മേശപ്പുറത്ത് ഉണ്ടായിരുന്നില്ല. അവ വാതി ലിനരികിൽ കിടക്കുകയായിരുന്നു. ഇവിടെ എന്താ ചെയ്യുന്നതെന്ന് ചോദിച്ചപ്പോൾ പ്രധാനപ്പെട്ടൊരു കാര്യത്തിനായി ഖാലിദ് ബേയെ കാണണമെന്ന് ഞാൻ പറഞ്ഞു. എന്നാൽ ഞാനും തന്റെ സഹോ ദരനുമായി എന്ത് ബന്ധമാണുള്ളതെന്ന് അതിശയം പ്രകടിപ്പിച്ചു കൊണ്ട് എന്നെ വഴക്കു പറയുകയാണ് പുള്ളി ചെയ്തത്. സഹോ ദരനോട് വല്ലതും പറയാനുണ്ടെങ്കിൽ അദ്ദേഹത്തോട് തന്നെ പറഞ്ഞാൽ മതിയത്രേ.

ഞാനാകട്ടെ, ആകെ അമ്പരന്നു നിൽക്കുകയായിരുന്നു. ഉമർ ബേയ് തന്റെ വാക്കിൽ തന്നെ ഉറച്ചുനിൽക്കുകയാണ്. ഞാനാകട്ടെ ഖാലിദ് ബേയുമായി ഉണ്ടാക്കിയ ധാരണയുടെ വിഷയം മറ്റാരോടും പറയാനാകാത്ത സ്ഥിതിയിലുമായിരുന്നു. അതിനാൽ തന്നെ ജനാല യുടെ അറയ്ക്കുള്ളിൽ നിന്നും പണം കണ്ടെത്തിയ വിവരം ഉമർ ബേയോട് പറയുകയല്ലാതെ വേറെ വഴിയില്ലായിരുന്നു.

''അതിനു ശേഷം എന്താണുണ്ടായത്?''

''ഞാൻ പണം ഇദ്ദേഹത്തെ ഏൽപ്പിച്ചു.''

മല്ലീമിന്റെ വാക്കുകൾ കേട്ടതും ഉമർ ഇരിപ്പിടത്തിൽ നിന്നും ചാടിയെഴുന്നേറ്റു.

''കള്ളൻ... നാണം കെട്ടവൻ.''

അയാളെത്തന്നെ സൂക്ഷിച്ച് നോക്കിയ ശേഷം മല്ലീം പ്രതിക രിച്ചു.

''ഞാൻ കള്ളനൊന്നുമല്ല. ഞാൻ മോഷ്ടാവല്ലെന്ന് നന്നായറിയാവുന്നത് നിങ്ങൾക്കു തന്നെയാണ്.''

ഇൻസ്പെക്ടർ പിന്നെയും പരിഹസിച്ച് ചിരിച്ചു.

''പാഷ അങ്ങുന്നേ, ഈ പയ്യനെപ്പോലെ ഇത്ര കൂസലില്ലാതെ നിൽക്കുന്ന മറ്റൊരു കുറ്റാരോപിതനേയും ഞാനിതുവരെ കണ്ടിട്ടേയില്ല കേട്ടോ, സത്യം!''

പിന്നെ മല്ലീമിന്റെ നേർക്കു തിരിഞ്ഞ് അയാൾ തിരക്കി.

''അപ്പോൾ ഉമർ ബേയുടെ മുകളിൽ പണം കൈയ്യടക്കിയെന്ന കുറ്റം ആരോപിക്കുകയാണല്ലേ നീ?''

''ഞാനാരെയും കുറ്റവാളിയാക്കുന്നില്ല. ഇദ്ദേഹം എന്റെ കൈയ്യിൽ നിന്ന് പണം വാങ്ങിയിട്ടുണ്ട്. എന്നാൽ അത് പിന്നീടെന്ത് ചെയ്തുവെന്ന് എനിക്കറിയില്ല.''

''ഓഹോ... അതെന്തായാലും നന്നായി. പിന്നീടെന്തുണ്ടായി?''

''പണം കൈയ്യിൽ വാങ്ങിയ ശേഷം ഇദ്ദേഹം കുറച്ചു നേരം എന്തോ ആലോചിച്ചു നിന്നു. പിന്നെ കാണുന്നത് ബെല്ലടിക്കുന്നതാണ്. അതു കേട്ടു വന്ന ജോലിക്കാരനോട് ഞാനെങ്ങനെയാണ് മുറിക്കുള്ളിലെത്തിയതെന്ന് ചോദിക്കുകയും എന്നെ അവിടെ തനിച്ചു വിട്ട് പോയതിന് അയാളെ ശാസിക്കാനും തുടങ്ങി. ഞാൻ വിശ്വസിക്കാൻ കൊള്ളുന്നവനാണെന്നതിന് തെളിവാണ് പോക്കറ്റിൽ കിടക്കുന്ന പണം. എന്നിട്ടും ഇത്തരത്തിൽ സംസാരിക്കുന്നത് എനിക്ക് സഹിക്കാവുന്നതിലും അപ്പുറമായിരുന്നു. പ്രതിഷേധമറിയിക്കാൻ നോക്കിയെങ്കിലും എന്റെ വായടപ്പിക്കാനായിരുന്നു ഇദ്ദേഹത്തിന്റെ ശ്രമം. ശേഷം എന്നെപ്പിടിച്ച് വീട്ടിൽനിന്ന് പുറത്താക്കാൻ ജോലിക്കാരനോട് പറഞ്ഞു. അങ്ങനെ ഇരിക്കുമ്പോഴാണ് വൈകുന്നേരം ഈ നിൽക്കുന്ന രണ്ട് പൊലീസുകാർ എന്നെ തേടിയെത്തുന്നതും അറസ്റ്റ് ചെയ്ത് ഇവിടേക്ക് കൊണ്ടുവരുന്നതും.''

* * *

തടവറയുടെ നിലത്ത് കുത്തിയിരിക്കുമ്പോഴാണ് ഈ ഓർമ്മകളൊക്കെ മല്ലീമിന്റെ മനസ്സിലൂടെ കടന്നുപോയത്. അവസാനം അറിയാതെ എപ്പോഴോ ഉറങ്ങിപ്പോയി.

അഞ്ച്

സഹോദരന്റെ മുറിയുടെ വാതിൽ പതിയെ തള്ളി നോക്കിയ ശേഷം ഒരു നിമിഷം ഖാലിദ് നിശ്ശബ്ദനായി നിന്നു. വല്ലതും കേൾക്കുന്നുണ്ടോ? ഇല്ലെന്നുറപ്പായതും വാതിൽ ശ്രദ്ധയോടെ തിരികെ അടച്ച ശേഷം മുറിക്കുള്ളിലേക്ക് പതിയെ ചുവടുകൾ വച്ചു. മധ്യഭാഗത്തെത്തിയപ്പോൾ ഒരു കണ്ണാടിയിൽ തന്റെ രൂപം പ്രതിഫലിക്കുന്നത് കണ്ടതും പെട്ടെന്ന് നിന്നു പോയി. അത് കണ്ടതും അറിയാതെ ചിരിമുട്ടിപ്പോയതാണ്. ഫ്രഞ്ച് തസ്കര കഥാപാത്രമായ അർസെൻ ലൂപാനെയോ അല്ലെങ്കിൽ കുറ്റാന്വേഷണ കഥകളിലെ ഏതോ നായകനെപ്പോലെയോ ആയിരിക്കും തന്നെ ഇപ്പോൾ കണ്ടാൽ തോന്നുക. ഒരു മുഖംമൂടിയുടെ കുറവ് മാത്രമേയുള്ളൂ. പിന്നെ ഒരു കൈയ്യിൽ തോക്കും മറ്റേതിലൊരു കഠാരിയും കൂടി വേണ്ടിയിരുന്നു.

എന്നാൽ അത്തരം കഥകളുടെ രചയിതാക്കളെ ഓർത്ത് ചിരിക്കാനോ പരിഹസിക്കാനോ പറ്റിയ സമയമൊന്നുമല്ല ഇത്. സഹോദരന്റെ മുറിക്കുള്ളിൽ കയറിയത് ആരെങ്കിലും ശ്രദ്ധിക്കുന്നതിന് മുമ്പ് തന്നെ ഉദ്ദേശിച്ച കാര്യം വേഗം സാധിച്ചേ തീരൂ. പ്രത്യക്ഷമായ എന്തെങ്കിലും തെളിവ് കിട്ടിയേ തീരൂ. അങ്ങനെയൊന്ന് കണ്ടെത്താനായാൽ പാവം മല്ലീമിന്റെ നിരപരാധിത്വം തെളിയിക്കാനാകും. അങ്ങനെയൊരു തെളിവ് കണ്ടെത്താനാകുമെന്ന പ്രതീക്ഷ കുറച്ചു മുമ്പ് വിധി തന്നെ സമ്മാനിച്ചല്ലോ.

രാവിലത്തെ തപാലിൽ ലഭിച്ച ഒരു പുസ്തകവും വായിച്ച് മുറിയിലിരിക്കുകയായിരുന്നു ഖാലിദ്. ആർത്തിയോടെ ഓരോരോ പുറങ്ങളായി വായിച്ചുതീർക്കുന്നതിനിടയിലാണ് ടെലിഫോൺ ബെല്ലടിക്കുന്ന ഒച്ച കേട്ടത്. തുടർച്ചയായി ബെല്ലടിക്കുന്നതല്ലാതെ ആരും അത് ശ്രദ്ധിക്കുന്ന ലക്ഷണമേയില്ല. ശല്യം തീർക്കാൻ ഫോണിനരികിലേക്ക് ചെല്ലുകയല്ലാതെ മാർഗ്ഗമില്ലെന്നായി.

''ഹലോ... ആരാണ് സാർ?''

കൊഞ്ചിക്കുഴയുന്നൊരു സ്ത്രീശബ്ദമായിരുന്നു റിസീവറിന്റെ മറുതലയ്ക്കൽ നിന്നെത്തിയത്.

''ഉമറല്ലേ?''

ഇതാദ്യമായല്ല ഇങ്ങനെ സംഭവിക്കുന്നത്. 'ഉമറല്ലേ' എന്ന് ചോദിക്കുന്ന ഒട്ടനേകം സ്ത്രീശബ്ദങ്ങളും കേട്ടുകൊണ്ട് പലതവണ ഇത്തരത്തിൽ റിസീവറും പിടിച്ച് നിൽക്കേണ്ടി വന്നിട്ടുണ്ട്. അതിനൊരു കാരണമുണ്ട്. രൂപത്തിൽ നല്ല വ്യത്യാസമുണ്ടെങ്കിൽ പോലും തന്റെയും ജ്യേഷ്ഠന്റെയും സ്വരങ്ങൾ തമ്മിൽ നല്ല സാദൃശ്യമുണ്ട് എന്നതാണത്. കണ്ണുകളടച്ചു പിടിച്ച് നിങ്ങൾ സംസാരിക്കുന്നുവെന്ന് കരുതുക. അപ്പോൾ ഇവരിലൊരാളുടെ ശബ്ദം കേട്ടാൽ അത് ആരുടേതാണെന്ന് വേർതിരിച്ചറിയാൻ സാധിക്കുകയേയില്ല.

ഇത്തരം സ്ത്രീകൾ ഫോണിൽ വിളിച്ച ശേഷം 'ഉമറല്ലേ' എന്ന സ്ഥിരം പല്ലവി ഉയർത്തുമ്പോൾ ഖാലിദ് പൊട്ടിത്തെറിക്കുകയാണ് പതിവ്. സമയം വിലപിടിച്ചതാണെന്ന തത്ത്വചിന്ത അവർക്ക് മുന്നിൽ വിളമ്പുകയും ചെയ്യും. പുരുഷന്മാരെ വല വീശിപ്പിടിക്കുന്ന തെരുവ് വേശ്യകളായി സ്ത്രീകളെ മാറ്റുന്ന പിഴച്ച സമൂഹത്തെ പഴിക്കാനും ഖാലിദ് മറക്കാറില്ല. ഇത്തരം സംസ്കാരശൂന്യമായ പ്രവർത്തികളിൽ നിന്ന് അകന്നുനിൽക്കാനാകും വിധത്തിലുള്ള സ്വാതന്ത്ര്യം സ്ത്രീകൾക്ക് ലഭിക്കുന്നൊരു സൽസമൂഹത്തെ സംബന്ധിച്ച സന്തോഷവാർത്ത നൽകുന്നതിനു മുമ്പുതന്നെ ഒരു പരിഹാസച്ചിരിയോടെയോ അല്ലെങ്കിൽ 'ചൂടാവല്ലേ മാഷേ' എന്നോ മറ്റോ പറഞ്ഞുകൊണ്ട് അങ്ങേത്തലയ്ക്കലുള്ള സ്ത്രീ ഫോൺ കട്ട് ചെയ്തിരിക്കും.

എന്നാൽ ഇത്തവണ സംഭവിച്ചത് അങ്ങനെയായിരുന്നില്ല. വിളിക്കുന്ന സ്ത്രീക്ക് തന്റെ സഹോദരനോട് എന്താണ് പറയാനുള്ളതെന്ന് കേൾക്കണമെന്ന് ഖാലിദിന് തോന്നി. അതിനാൽ തന്നെ പതിവുശൈലി സ്വീകരിക്കാതെ താൻ ഉമർ തന്നെയാണെന്നങ്ങ് പറഞ്ഞു. അതോടെ സ്ത്രീശബ്ദം എന്തൊക്കെയോ കാര്യങ്ങൾ ചോദിച്ചു. അതിനൊക്കെ അവിടെയും ഇവിടെയും തൊടാതെയുള്ള മറുപടികളാണ് ഖാലിദ് പറഞ്ഞത്. എന്തു പറ്റി നിങ്ങൾക്ക്? പതിവുള്ള ആനന്ദമൊന്നുമില്ലല്ലോ ശബ്ദത്തിന്? എന്നോട് പിണക്കമാണോ? എന്നൊക്കെ തിരക്കി ആ സ്ത്രീ. എല്ലാത്തിനും ഇല്ലെന്ന മറുപടിയാണ് ഖാലിദ് നൽകിയത്.

''ഇന്നെനിക്ക് തീരേ സുഖം തോന്നുന്നില്ല. അത്രയേ ഉള്ളൂ പ്രശ്നം. പകൽ മുഴുവൻ കിടക്കയിൽ തന്നെ കഴിയേണ്ടി വരുമെന്ന് തോന്നുന്നു.''

''അത് കുഴപ്പമില്ല പൊന്നേ. പക്ഷേ, നിങ്ങൾക്ക് എന്നോട് ദേഷ്യമൊന്നുമില്ലെന്ന് പടച്ചവനെക്കരുതി പറയണേ. ആരെയും അതിശയിപ്പിക്കുന്ന തരത്തിലുള്ളൊരു ഉപഹാരം സമ്മാനിച്ചിട്ടും അതിന് യോജിച്ചൊരു നന്ദിവാക്ക് സമയത്ത് നിങ്ങളോട് പറയാൻ കഴിയാത്തത് എന്റെ വീഴ്ച തന്നെയാണെന്ന് സമ്മതിക്കുന്നു. എന്നാൽ അതിനൊരു കാരണമുണ്ടെന്ന് കൂടി പറഞ്ഞേ തീരൂ. മിനിഞ്ഞാന്ന് നിങ്ങൾ എനിക്ക് ആ നെക്ലസ് കൊടുത്തയച്ചപ്പോൾ അത് ശരിക്കുള്ള

രത്നമാലയാണെന്ന് വിശ്വാസം വന്നതേയില്ല. അങ്ങനെ ഇന്ന് ഞാനൊരു തട്ടാന്റെയരികിൽ പോയി. അയാളെന്നോട് പറഞ്ഞത് അതിലെ ഒരു കല്ലുപോലും വ്യാജമല്ലെന്നാണ്. പോരാത്തതിന് നാനൂറ് പൗണ്ടിന് തനിക്കത് വിൽക്കുന്നുണ്ടോ എന്നു കൂടി ചോദിച്ചു അയാൾ. എന്നാൽ ഞാൻ മറുപടി പറഞ്ഞതെന്തെന്നോ? ആ വില യല്ല, അതിന്റെ പത്തിരട്ടി പണം തരാമെന്ന് പറഞ്ഞാലും ഞാൻ ഈ രത്നമാല കൈയ്യൊഴിയില്ലെന്നാണ്. ആ നിമിഷം മുതൽ എനി ക്കൊരു കാര്യം കൂടി ബോധ്യപ്പെട്ടു. ഞാൻ സ്നേഹിക്കുന്നത് പോലെ തന്നെ പ്രിയപ്പെട്ടവനായ ഉമറും എന്നെ ആത്മാർത്ഥമായി പ്രണയി ക്കുന്നുണ്ട്. നിങ്ങളുടെ പ്രിയങ്കരിയായ ഈ സുആദ് ഒരു നോക്ക് കാണാനായി കാത്തിരിക്കുകയാണ് കേട്ടോ? നേരിൽ കാണുമ്പോൾ ഞാൻ എത്രമാത്രം നന്ദിയുള്ളവളാണെന്ന് കാണിച്ചു തരാം. പറയൂ പൊന്നേ, ഇന്ന് രാത്രി വരുമോ നിങ്ങൾ?''

''എവിടെ?''

''പതിവുപോലെ പാർലറിൽ? ഇതെന്താ വിചിത്രമായൊരു ചോദ്യം?''

''ഞാനൊരു ശ്രുതി കേട്ടു. അതിനാലാണ് ചോദിച്ചത്. നീ മറ്റൊരു പാർലർകാരുമായി കരാറായെന്ന് കേട്ടു.''

''കഷ്ടം തന്നെയാണ്! ഈ ആളുകൾക്ക് എത്ര അപവാദം പ്ര ചരിപ്പിച്ചാലും തൃപ്തി വരില്ല. നിങ്ങൾ പേടിക്കേണ്ട. ഞാനിപ്പോഴും സമീഹ പാർലറിൽ തന്നെയാണ് ജോലി ചെയ്യുന്നത്.''

''അത് നന്നായി. ശരി എങ്കിൽ കാണാം പ്രിയപ്പെട്ടവളേ.''

അപ്പോൾ കാര്യങ്ങൾ പകൽപോലെ വ്യക്തമായിരിക്കുന്നു. മല്ലീം പറഞ്ഞതാണ് വാസ്തവം. ഒരാഴ്ച മുമ്പാണ് തന്റെ കൈയ്യിൽ നിന്നും സഹോദരൻ ഉമർ അഞ്ച് പൗണ്ട് കടം വാങ്ങിയത്. അങ്ങ നെയൊരാളുടെ കൈയ്യിലെങ്ങനെയാണ് നാനൂറ് പൗണ്ടിന്റെ രത്ന മാല വാങ്ങാൻ വേണ്ട പണമുണ്ടാകുന്നത്? ഉമർ ആളൊരു പെൺ കോന്തനാണെന്ന് നല്ലതുപോലെയറിയാം. രോഗാണുക്കളെക്കുറിച്ച് പഠിക്കുന്ന ശാസ്ത്രജ്ഞനെപ്പോലെ സ്ത്രീവിഷയത്തിൽ വിദ ഗ്ധനാണ് കക്ഷി. വീണ്ടുവിചാരമില്ലാതെ ധൂർത്തടിച്ചു നടക്കുന്നൊ രാൾ. ഉന്നതബിരുദ സർട്ടിഫിക്കറ്റ് കൈയ്യിലുണ്ടെങ്കിലും ശരിക്കും വിവരമില്ലാത്തവൻ. വാപ്പ നിർബ്ബന്ധിച്ചാണ് മന്ത്രാലയത്തിൽ ജോലി ശരിയാക്കിക്കൊടുത്തത്. അവിടെ തന്റെ മുന്നിൽ വരുന്ന കടലാസു കളിൽ ഒപ്പിടാൻ നിർബ്ബന്ധിതനാകുന്നതുകൊണ്ട് മാത്രമാണ് കക്ഷി എഴുത്തും വായനയും മറക്കാത്തത് തന്നെ.

പേർഷ്യൻ കവിയായ ഒമർ ഖയ്യാമിന്റെ ലോകത്താണ് സഹോ ദരൻ കഴിഞ്ഞുകൂടുന്നത്. അരുവികൾക്കു പകരം നൃത്തമണ്ഡപങ്ങ ളായിരിക്കുമെന്ന വ്യത്യാസമേയുള്ളൂ. കള്ളം പറയാൻ വിദഗ്ധൻ.

മുഖസ്തുതി നടത്താനും കാപട്യം നടിക്കാനും അപാര കഴിവുമുണ്ട്. ഈ അവസാനം പറഞ്ഞ ഗുണമുള്ളതാണ് പിതാവും ഉമറും തമ്മിലുള്ള നല്ല ബന്ധത്തിന് പിന്നിലെ രഹസ്യം. മകന്റെ മിക്കവാറും എല്ലാ കൊള്ളരുതായ്മകളെക്കുറിച്ചും അറിയാമെങ്കിലും അതെല്ലാം എപ്പോഴും ക്ഷമിക്കാനൊരുക്കമാണ് അഹ്മദ് പാഷ. കാരണം എന്ത് പ്രവർത്തിക്കുന്നുവെന്നതല്ല, എങ്ങനെ തങ്ങളോട് പെരുമാറുന്നു എന്നതാണ് പാഷയടക്കമുള്ള മിക്കവാറും മനുഷ്യർക്ക് പ്രധാനം. പിതാവ് ആഗ്രഹിക്കുകയും തൃപ്തിപ്പെടുന്നതുമായ രീതിയിലാണ് ഉമർ പെരുമാറുന്നതെന്ന കാര്യത്തിൽ സംശയമേയില്ല. പിതാവിന്റെ ദൗർബല്യങ്ങളെന്തൊക്കെയാണെന്ന് സൂത്രശാലിയായ മകനറിയാം. ആ ദൗർബല്യങ്ങളിലേക്ക് അയാൾ ഇറങ്ങിച്ചെല്ലുകയും ചെയ്യും. പിതാവിനെ 'പാഷാ വാപ്പാ' എന്നേ വിളിക്കൂ. കണ്ടാലുടൻ എഴുന്നേറ്റ് നിൽക്കും. പറഞ്ഞാലല്ലാതെ ഇരിക്കില്ല. ചോദിക്കാതെ സംസാരിക്കില്ല. അതും പതിഞ്ഞ സ്വരത്തിൽ ആദരവും ബഹുമാനവും കലർന്ന ഭാവത്തിൽ. എന്നും രാവിലെ പിതാവിന്റെ കൈ പിടിച്ച് ചുംബിക്കാനും മറക്കാറേയില്ല.

സഹോദരന്റെ ഈ പ്രവർത്തികളെക്കുറിച്ചെല്ലാം ഖാലിദിനറിയാം. പക്ഷേ, മോഷണം നടത്തുമെന്നോ, ഒരു സാധുവിന്റെ ജീവിതം തകർക്കാൻ സാഹസപ്പെടുമെന്നോ തീരെ കരുതിയിരുന്നില്ല. ഇപ്പോഴിതാ അത് രണ്ടും ചെയ്യാനും അയാൾക്കാകുമെന്ന് വിധി കാണിച്ചു തന്നിരിക്കുന്നു.

രഹസ്യപ്പൊലീസിന്റേതുപോലെ അത്ര ദുഷ്കരമായ പണിയൊന്നുമല്ല ഖാലിദിന് ചെയ്യേണ്ടി വരുന്നത്. ഉമറിന്റെ മുറിയിലെ മേശ വലിപ്പുകളെല്ലാം പൂട്ടാതെ തുറന്നുതന്നെ കിടക്കുന്നതാണ് പതിവെന്ന് ഖാലിദിനറിയാം. എന്നാൽ ഒരു വലിപ്പ് മാത്രം പൂട്ടാൻ പ്രത്യേകം ശ്രദ്ധിക്കും. അതിന്റെ താക്കോൽ സ്ഥിരമായി കൈയ്യിൽ കരുതുകയും ചെയ്യും. കാമുകിമാരിൽ നിന്നും ലഭിക്കുന്ന പ്രണയ ലേഖനങ്ങളും അവർ കൊടുക്കുന്ന സമ്മാനപ്പൊതികളുമൊക്കെയാണ് ആ വലിപ്പിൽ സൂക്ഷിച്ച് വയ്ക്കുക. പലതവണ അവയൊക്കെ ഉമർ ഖാലിദിനെ കാണിച്ചിട്ടുണ്ട്. അവ ലഭിച്ചതിന് പിന്നിലെ കഥകൾ പറഞ്ഞിട്ടുണ്ട്. 'പ്രണയവലിപ്പ്' എന്നാണ് ഖാലിദ് അതിനെ വിളിക്കാറുള്ളത്.

ഖാലിദ് തേടി വന്ന തെളിവ് ഉണ്ടെങ്കിലത് ഈ 'പ്രണയവലിപ്പി'നുള്ളിൽ തന്നെയായിരിക്കും. പൂട്ടിയിട്ടുണ്ടെങ്കിൽ പോലും അതിനുള്ളിലെ സാധനങ്ങൾ എടുക്കുന്നത് വളരെ എളുപ്പമാണ്. ആകെ ചെയ്യേണ്ടത് അതിന് മുകളിലെ വലിപ്പ് മേശയിൽനിന്ന് ഊരി എടുക്കലാണ്. ശേഷം അതിനുള്ളിലെ വിടവിലൂടെ കൈ കടത്തുകയേ വേണ്ടൂ. തൊട്ട് താഴെയുള്ള 'പ്രണയവലിപ്പി'ലെ സാധന സാമഗ്രികളൊക്കെ തന്റെ കൈപ്പിടിയിലെത്തും.

* * *

അന്ന് വൈകുന്നേരം ഖാലിദ് പിതാവിന്റെ മുറിയുടെ വാതിൽ മുട്ടി വിളിച്ചു. അകത്തേക്ക് കയറിയ ഉടൻ അവൻ പറഞ്ഞു:

''വാപ്പാ... ന്യായാധിപനായിരുന്ന താങ്കളോട് ഒരു കാര്യം പറയാനാണ് ഞാൻ വന്നത്.''

അഹ്മദ് പാഷ മുഷിഞ്ഞ മുഖത്തോടെ സംശയഭാവത്തിൽ മകന് നേരെ നോക്കി.

''എന്താ കാര്യം. പറയ്?''

ഖാലിദ് പോക്കറ്റിൽ നിന്ന് ചുവന്ന നിറത്തിലുള്ളൊരു നാട പുറത്തേക്കെടുത്തു. അത് പാഷയെ കാണിച്ച ശേഷം അവൻ തിരക്കി:

''ഈ നാട ഏതെന്ന് ഓർമ്മയുണ്ടോ?''

ഒന്നും പറയാനാകാതെ അന്തം വിട്ട് ആ നാടയിലേക്കുതന്നെ നോക്കി ഇരിക്കുകയാണ് പാഷ.

''പിന്നെ ഈ കവറിന്റെ കാര്യമോ?''

നാഷ്ണൽ ബാങ്ക് എന്ന് മുദ്ര ചെയ്തിട്ടുള്ള ഒരു കവർ ഖാലിദ് പിതാവിന് മുന്നിൽ നിവർത്തി വച്ചു. പാഷ ഉടനെതന്നെ നാടയും കവറും മകന്റെ കൈയ്യിൽനിന്നും പിടിച്ചു വാങ്ങി. പിന്നെ പരുഷമായി തിരക്കി:

''നിനക്കിത് എവിടെ നിന്നാണ് കിട്ടിയത്?''

''ഉമറിന്റെ മുറിയിൽ നിന്ന്.''

''ആർക്കറിയാം സത്യമെന്തെന്ന്? എനിക്ക് നിന്നെ തീരെ വിശ്വാസമില്ല!''

''അമ്പത് പൗണ്ട് ഇപ്പോഴും ആ മുറിയിലെ മേശവലിപ്പിനുള്ളിലുണ്ട്. ബാങ്കിന്റെ നാട പോലും പൊട്ടിക്കാത്ത പുത്തൻ നോട്ടുകെട്ട്.''

''അത് നിനക്കെങ്ങനെയറിയാം?''

''ഞാനെന്റെ കണ്ണുകൊണ്ട് കണ്ടതല്ലേ, വേണമെങ്കിൽ കാണിച്ചു തരാനുമാകും.''

''സ്വന്തം സഹോദരൻ ഇല്ലാത്ത നേരം നോക്കി അവന്റെ മുറി പരിശോധിക്കുന്നത് ശരിയാണെന്നാണോ നീ കരുതിയിരിക്കുന്നത്?''

''അതെ. മല്ലീമിന്റെ കാര്യത്തിൽ എനിക്കൊരു തെറ്റു പറ്റി. ആ തെറ്റിനെ മറ്റൊന്നുകൊണ്ട് തിരുത്തുന്നതിൽ ഒരു കുഴപ്പവുമില്ല.''

''അപ്പോൾ ബാക്കി പണമെവിടെപ്പോയി?''

''സമീഹാ പാർലറിലെ സുആദ് എന്ന് പേരുള്ളൊരു നർത്തകിയുണ്ട്. അവൾക്ക് മാല വാങ്ങിച്ചു കൊടുത്തു. ഞാൻ ഈ പറഞ്ഞ ഓരോ വാക്കും ശരിയാണെന്ന് തെളിയിക്കാനെനിക്ക് സാധിക്കും.''

ഖാലിദിന്റെ വാക്കുകൾ കേട്ട് പാഷ കസേരയിൽ തളർന്നിരുന്നു പോയി. കുറച്ചുനേരം ഒന്നും പറയാനാകാതെ തലയ്ക്ക് കൈ കൊടുത്ത് ഇരുന്നു. പിന്നീട് അയാൾ മുരളുന്നത് ഖാലിദ് കേട്ടു.

''എന്റെ പണം മോഷ്ടിക്കാനായിരിക്കുന്നു അവൻ. അതും സ്വന്തം പിതാവാണെന്നും എല്ലാ സുഖങ്ങളും നൽകുന്നയാളാണെന്നും നോക്കാതെ.''

ഖാലിദിന് ചിരി വന്നു. 'തന്തയെപ്പോലെയല്ലേ മോനുമിരിക്കൂ' എന്ന് പറയാൻ തോന്നിയതാണ്. പക്ഷേ പുഞ്ചിരിച്ചതല്ലാതെ അവൻ ഒന്നും പറഞ്ഞില്ല. കുമ്പിട്ടിരിക്കുന്ന പിതാവിന്റെ കഷണ്ടിത്തല യിലേക്കു തന്നെ നോക്കി നിന്നതേയുള്ളൂ. അല്പം കഴിഞ്ഞതും പാഷ തലയുയർത്തി മകന് നേർക്ക് രൂക്ഷമായൊന്ന് നോക്കി.

''അത് പോട്ടെ. നിനക്കിപ്പോൾ എന്താ വേണ്ടത്?''

''കാര്യം വ്യക്തമല്ലേ വാപ്പാ?''

''താൻ ചെയ്ത കുറ്റം സമ്മതിക്കണമെന്ന് ഞാൻ ഉമറിനെ നിർബ്ബ ന്ധിക്കണമെന്നാണോ നീ പറയുന്നത്?''

''മാതാപിതാക്കളുടെ പണം മോഷ്ടിക്കുന്ന മക്കളുടെ കാര്യ ത്തിൽ നിയമം അവധാനതയോടെയാണ് നോക്കാറുള്ളതെന്ന് താങ്കൾക്കറിയാമല്ലോ? അതിനാൽ തന്നെ ശിക്ഷയിൽ നിന്നൊഴിവാ ക്കുകയും ചെയ്യും. താൻ ചെയ്തുപോയ കുറ്റം ഏറ്റുപറയുന്ന ബുദ്ധി മുട്ട് മാത്രമേ ഉമറിനുണ്ടാവുകയുള്ളൂ.''

''എന്റെ അഭിമാനത്തിനും പ്രശസ്തിക്കും ഇത്തരമൊരു തീരാ ക്കളങ്കം ഏൽപ്പിക്കുന്നതുകൊണ്ട് നിനക്ക് എന്തു നേട്ടമാണുണ്ടാ കുന്നത്?''

''അന്യായം നേരിട്ട മല്ലീമിന്റെ നിരപരാധിത്വം തെളിയണം, അത്ര തന്നെ!''

''മല്ലീമോ... നീ കാര്യമായിട്ടു തന്നെയാണോ സംസാരിക്കുന്നത്? ആരാണീ മല്ലീം? ഖുറഷീദ് കുടുംബത്തിലെ ഒരു കുട്ടിയുടെ മാനം രക്ഷിക്കാൻ ആയിരം മല്ലീമുമാരെ ബലി കഴിപ്പിക്കേണ്ടി വന്നാലും ഞാനത് ചെയ്തിരിക്കും.''

''താങ്കളുടെ കൃഷിത്തോട്ടം നോക്കി നടത്തിയിരുന്ന പഴയ കാര്യ സ്ഥന്റെ വായിൽനിന്നും ഞാൻ ഇതുപോലൊരു വാക്ക് കേട്ടിട്ടുണ്ട്. ഉമർ തന്റെ മകളെ പ്രേമിക്കുന്നുവെന്ന് ആരോ ഏഷണി പറഞ്ഞത് കേട്ടപ്പോൾ, ക്രോധാവേശത്തോടെ അയാൾ പറഞ്ഞത് തന്റെ മക ളുടെ ദേഹത്തെ ഒരു രോമം പോലും സ്പർശിക്കാൻ ഉമറിന് കഴിയു ന്നതിനു മുമ്പേ ഖുറഷീദ് കുടുംബത്തിലെ ആയിരം തലകളെങ്കിലും കൊയ്തിരിക്കുമെന്നാണ്. ഇതെല്ലാം തൊള്ള തൊടാതെ പറയുന്ന

വാചകക്കസർത്തുകൾ മാത്രമാണ്. അതിനപ്പുറം ഒരർത്ഥവും അവയ്ക്കില്ല താനും.''

''നീ എന്തൊരു വിഡ്ഢിയാണ്! ബുദ്ധിയുടെ കേന്ദ്രമെന്ന് കരുതുന്ന തലച്ചോറിന് ചുറ്റുമുള്ള ഈ തലയോട്ടിയുണ്ടല്ലോ? സത്യത്തിൽ അതിനുള്ളിൽ നിറയെ വിഡ്ഢിത്തം മാത്രമാണ്. സമൂഹമെന്ന് പറയുന്നത് കേവലം വ്യക്തികളല്ല ചെക്കാ. മറിച്ച് അതിന്റെ നിലനിൽപ്പ് വലിയ കുടുംബങ്ങളെ ആശ്രയിച്ചാണിരിക്കുന്നത്. അത്തരം പേരുകേട്ട കുടുംബങ്ങളുടെ നിലനിൽപ്പിനും അവയുടെ യശസ്സ് നിലനിർത്തുന്നതിനുമായി ഒട്ടനേകം ജീവനുകൾ ഹോമിക്കേണ്ടി വരും. കാരണം അവ ചെറിയ രാജസിംഹാസനങ്ങൾ പോലെയാണ്. ഞാനൊരു നീതിമാനായ ന്യായാധിപനാണെന്ന് കരുതിയാണ് സംസാരിക്കുവാൻ വന്നത് എന്നല്ലേ നീ നേരത്തെ പറഞ്ഞത്? എന്നാൽ ആ പരിഗണന വച്ചുകൊണ്ട് എനിക്ക് പറയാനുള്ളത് ഇതാണ്. സമൂഹത്തിന്റെ സുരക്ഷിതത്വവും പുരോഗതിയും ഉറപ്പുവരുത്തുന്നതാണ് യഥാർത്ഥ നീതി. പുറംപൂച്ച് ന്യായത്തെപ്പറ്റിയല്ല ഈ പറയുന്നത്. അതിനാൽതന്നെ എന്റേതുപോലുള്ള മഹത്തായ കുടുംബത്തിന്റെ യശസ്സ് സംരക്ഷിക്കാനായി ഒരു മല്ലീമിനെയൊക്കെ കൈയ്യൊഴിയേണ്ടി വരും.''

''ഫ്യൂഡൽ കാലഘട്ടമെന്ന് വിളിച്ചിരുന്ന പണ്ടത്തെ തത്ത്വശാസ്ത്രമാണ് താങ്കളിപ്പോൾ പറഞ്ഞത്. എന്നാൽ നമ്മൾ കഴിയുന്നത് സ്വാതന്ത്ര്യത്തിന്റെയും സമത്വത്തിന്റെയും കാലഘട്ടത്തിലാണ്. പിന്നെ എനിക്ക് മനസ്സിലാകാത്ത കാര്യം, താങ്കളെന്തിനാ നമ്മുടെ കുടുംബത്തെ 'മഹത്തായ'തെന്ന് വിശേഷിപ്പിക്കുന്നത് എന്നതാണ്. കുടുംബാംഗങ്ങളുടെ എണ്ണത്തിന്റെ അടിസ്ഥാനത്തിലാണ് ഇങ്ങനെ പറയുന്നതെങ്കിൽ താങ്കളുടെ കാർ ഡ്രൈവറിന്റെ കുടുംബത്തിൽ നമ്മുടേതിനേക്കാൾ അംഗങ്ങളുണ്ടാകില്ലേ? ഇനി കുടുംബ പാരമ്പര്യവും വേരുകളുടെ മഹിമയുമാണ് കാര്യമെങ്കിൽ മൂന്ന് തലമുറകൾക്ക് പിന്നിലുള്ള കുടുംബനാഥൻ ആരായിരുന്നു എന്നു പോലും നമുക്കറിയില്ലല്ലോ? അതോടെ പ്രപിതാവാരാണെന്ന് യാതൊരു സൂചനയുമില്ലാത്ത നമ്മുടെ എളിയ കുടുംബത്തിന്റെ പരമ്പര അവസാനിക്കും. അദ്ദേഹം ചിലപ്പോൾ പാസ്ത്രാമി വിറ്റു നടന്നിരുന്നൊരു മനുഷ്യനായിരുന്നിരിക്കാം. അതേസമയം തങ്ങളുടെ ഏഴാമത്തെ പിതാമഹൻ വരെയുള്ള വംശാവലി അവകാശപ്പെടാവുന്ന ചില കുടുംബങ്ങൾ സാദാ കർഷകർക്കിടയിലുണ്ടാകും. നാമിപ്പോൾ ജീവിക്കുന്നത് പഴയ ഫ്യൂഡൽ യുഗത്തിലല്ല. നമ്മുടെ കുടുംബം മഹത്തായതുമല്ല. അതിനാൽ എനിക്ക് അങ്ങയോട് അഭ്യർത്ഥിക്കുവാനുള്ളത് മല്ലീമിനെ അവന്റെ നിരപരാധിത്വം തെളിയിക്കാൻ അനുവദിക്കണമെന്നാണ്.''

പരിസരബോധം പോലുമില്ലാതെ സംസാരിച്ചുകൊണ്ടിരിക്കുകയാണ് ഖാലിദ്. പറഞ്ഞു കഴിഞ്ഞപ്പോഴാണ് അക്കാര്യത്തിൽ ഖേദം തോന്നിയത്. വെറുതേ പിതാവിന്റെ ദേഷ്യം വർദ്ധിപ്പിച്ചു. അദ്ദേഹത്തിന്റെ സംതൃപ്തി പിടിച്ചുപറ്റേണ്ട ദിവസമായിരുന്നു ഇന്ന്. എന്നാൽ വികൃതമായ രീതിയിൽ പാഷ ചിരിക്കുന്നത് കണ്ട് ഖാലിദ് അതിശയിച്ചു പോയി.

‘‘പാസ്ത്രാമി വിൽപ്പനക്കാരന്റെ മഹാനായ ചെറുമകനേ, ശരി ആയിക്കോട്ടെ. മല്ലീമിനെ കുറ്റവിമുക്തനാക്കാൻ ഞാൻ ശ്രമിക്കാം. പക്ഷേ ഒരു നിബന്ധനയുണ്ട്.’’

‘‘എന്ത് നിബന്ധന?’’

‘‘എന്റെ പണം നീ തിരിച്ചു തരണം.’’

‘‘ഇക്കാര്യം ഉമറിനോടല്ലേ, എന്നോടല്ലല്ലോ പറയേണ്ടത്?’’

‘‘അവനത് തന്റെ കാമുകിക്കു വേണ്ടി ചെലവഴിച്ചു എന്നല്ലേ നീ പറഞ്ഞത്? പിന്നെ എങ്ങനെ അവനത് തിരികെത്തരും?’’

‘‘മല്ലീമിനെ കാരാഗൃഹത്തിലടച്ചാൽ നിങ്ങളുടെ പണം തിരികെ കിട്ടുമോ?’’

‘‘അതെ സാറേ, അതെ. ഈ മല്ലീം ജോലി ചെയ്യുന്ന സ്ഥാപനം വലിയൊരു കരാറുകാരന്റെയാണ്. മല്ലീമിനെതിരെയുള്ള കുറ്റം തെളിയിക്കാനായാൽ തന്റെ തൊഴിലാളി മോഷ്ടിച്ചുവെന്ന് പറയുന്ന പണം എനിക്ക് തിരികെത്തരുവാൻ അയാളോട് ആവശ്യപ്പെടാനാകും. സേവകൻ ചെയ്യുന്ന കുറ്റങ്ങളുടെ ഉത്തരവാദിത്വം യജമാനനുണ്ടെന്നാണല്ലോ നിയമത്തിലെ ചട്ടം?’’

അപ്പോൾ കേസ് പണത്തിന്റേതായിക്കഴിഞ്ഞ സ്ഥിതിക്ക് പിതാവിനെ പറഞ്ഞു ബോദ്ധ്യപ്പെടുത്തുന്നത് അത്ര എളുപ്പമല്ലെന്ന് ഖാലിദിന് മനസ്സിലായി. അപ്പോൾ പിന്നെ അപേക്ഷയുടെ രീതിയൊന്ന് പരീക്ഷിക്കുവാൻ തന്നെ തീരുമാനിച്ചു.

‘‘അതിക്രമത്തിനിരയായൊരു ചെറുപ്പക്കാരന്റെ വിശാലമായ ലോകത്തെ കൂരിരുട്ടും അഴുക്കും നിറഞ്ഞ കാരാഗൃഹമാക്കി മാറ്റുന്ന കാര്യം ഓർമ്മ വരുമ്പോൾ, ശാന്തമായ സായാഹ്നങ്ങളിൽ നിങ്ങൾക്ക് കഠിനമായ ഹൃദയവേദന തോന്നില്ലേ വാപ്പാ?’’

‘‘നിന്റെ ഈ അതിക്രമത്തിന് ഇരയായെന്ന് പറയുന്ന പയ്യൻ കോണ്ടിനെന്റൽ ഹോട്ടലിൽ കഴിയുകയായിരുന്നുവെന്നാണോ കരുതിയത്? സത്യം പറഞ്ഞാൽ ഞാനവനെ ദ്രോഹിക്കുകയല്ല, സേവിക്കുകയാണ് ചെയ്യുന്നത്. ഇതുവരെ ഉറങ്ങിയിരുന്നതിനെക്കാൾ വൃത്തിയുള്ള ഇടത്തായിരിക്കും അവൻ ഇനി ഉറങ്ങുക. ഇതുവരെ കഴിച്ചുകൊണ്ടിരുന്നതിനെക്കാൾ നല്ല ഭക്ഷണം ഇനി കിട്ടും. ഇത്തരം

ജാതി മനുഷ്യർക്ക് തടവറ ഒരു അനുഗ്രഹമാണ്, ശിക്ഷയേ അല്ല എന്നെനിക്ക് ഉറപ്പിച്ചുപറയാനാകും.''

ഇതോടെ അനുനയത്തിന്റെ വാതിലുകളൊക്കെ അടഞ്ഞുവെന്ന് മനസ്സിലായി. ഇനിയിപ്പോൾ ഭീഷണി മാത്രമേ വഴിയുള്ളൂ.

''അപ്പോൾ താങ്കൾ സ്വന്തം വാദത്തിൽ ഉറച്ചുതന്നെ നിൽക്കുകയാണല്ലേ?''

''നീയല്ലേ കടുംപിടുത്തം നടത്തുന്നത്?''

''അങ്ങനെയാണെങ്കിൽ കോടതിയിൽ കേസ് എത്തുമ്പോൾ ശത്രുപക്ഷത്ത് നിൽക്കാൻ ഞാൻ നിർബന്ധിതനാകും. ഇന്ന് നിങ്ങളോട് പറഞ്ഞ കാര്യങ്ങളെല്ലാം ഞാൻ ജഡ്ജിയുടെ മുന്നിൽ തുറന്നു പറയും.''

''തെളിവ് നൽകാൻ കഴിയാത്ത കാലത്തോളം നിന്റെ വാക്കുകൾക്കൊന്നും ഒരു വിലയുമുണ്ടാകില്ല.''

''ഈ കുറ്റം കൃത്യം നടന്നുവെന്ന് പറയുന്ന ദിവസങ്ങളിൽ തന്നെ മോഷ്ടിച്ചുവെന്നു കരുതുന്ന തുകയോടടുത്ത ഒരു സംഖ്യ ഉമർ ചെലവഴിച്ചു എന്ന സംഭവം ഞാൻ തെളിയിച്ചിരിക്കും, നോക്കിക്കോളൂ.''

''എന്നാൽ ആ പണം മോഷ്ടിച്ചതല്ലെന്നും ഉമറിന് സമ്മാനിച്ചതാണെന്നും ഞാൻ മൊഴി കൊടുക്കും, അപ്പോഴോ?''

''ഈ കവറും നാടയുമുണ്ടല്ലോ തെളിവായി?''

''അവയിനി നിനക്ക് കിട്ടിയിട്ടുവേണ്ടേ?''

ഇത്രയും പറയുന്നതിനിടയിൽ തന്നെ കവറും നാടയും പാഷ തന്റെ കുപ്പായത്തിനുള്ളിലെ പോക്കറ്റിലേക്ക് തിരുകിക്കഴിഞ്ഞിരുന്നു. ഇതു കണ്ടതും ഖാലിദിന് കലിയടക്കാനായില്ല. ചുരുട്ടിപ്പിടിച്ച മുഷ്ടിയുമായി തന്റെ നേരെ നടന്നടുക്കുന്ന മകനെക്കണ്ടതും പാഷ പിന്നിലേക്ക് മാറിക്കളഞ്ഞു. പിന്നെ ഭീതിയോടെ അയാൾ അലറി.

''ഇറങ്ങിപ്പോടാ തെമ്മാടീ, ഇറങ്ങിപ്പോകാൻ.''

എന്നാൽ പാഷയെത്തന്നെ സൂക്ഷിച്ച് നോക്കി നിന്നതേയുള്ളൂ ഖാലിദ്.

''ആ കവറും നാടയും തിരിച്ചുകിട്ടാതെ ഞാൻ പോകില്ല.''

ഇതിനിടയ്ക്ക് മേശയ്ക്കരികിലെത്തിയ പാഷ അതിന് പിന്നിലൊളിക്കുകയും ബെല്ലിന്റെ ബട്ടൻ അമർത്തുകയും ചെയ്തു. പിന്നീടയാൾ അലറി വിളിച്ചു.

''തെമ്മാടീ, നീ എന്നെ കൊല്ലാൻ നോക്കുകയാണല്ലേ? സ്വാലിഹേ... ഉമറേ... ഓടി വാ... ഈ കുറ്റവാളിയെ പിടിക്ക്.''

പെട്ടെന്ന് മുറിയുടെ വാതിൽ തുറന്ന് നൂബിയക്കാരനായ സ്വാലിഹ് ഓടിക്കിതച്ചെത്തി. അതു കണ്ടതും പേടിയോടെ കിതച്ചു കൊണ്ട് അഹ്മദ് പാഷ കസേരയിലേക്ക് ചെന്നു വീണു.

''സ്വാലിഹേ, ഇവനെ പിടിക്ക്. എന്നെ കൊല്ലാൻ പോവുകയാണ്. കൈയ്യിൽ പിടിച്ച് ഇവനെ ഇവിടെ നിന്ന് പുറത്താക്ക്.''

നിമിഷങ്ങൾക്കുള്ളിൽ നൂബിയക്കാരന്റെ ബലിഷ്ഠമായ കരങ്ങൾ ഖാലിദിനെ വട്ടം പിടിച്ചു. മകന്റെ ആക്രമണത്തിൽനിന്നും സുരക്ഷിതനായെന്ന് ഏതാണ്ട് ഉറപ്പായതും പാഷ സിംഹത്തെപ്പോലെ സട കുടഞ്ഞെഴുന്നേറ്റു. പിന്നെ അഹന്തയും ധിക്കാരവും നിറഞ്ഞ ഭാവത്തിൽ അയാൾ മുരണ്ടു:

''തെമ്മാടീ, എന്റെ വീട്ടിൽ ഇന്ന് രാത്രി കിടന്നുറങ്ങാമെന്ന മോഹം നിനക്കിനി വേണ്ട.''

ഖാലിദിന്റെ കണ്ണുകളിലും തീയാളുകയായിരുന്നു. പിതാവിനു നേരെ രൂക്ഷമായി നോക്കിക്കൊണ്ട് അവൻ പറഞ്ഞു:

''ഇന്ന് രാത്രിയെന്നല്ല, ഇനി ഒരു ദിവസവും ഞാനിവിടെ താമസിക്കുന്ന പ്രശ്നമില്ല. നമ്മൾ തമ്മിൽ ഇനിയൊരു ബന്ധവുമില്ല.''

* * *

ഒന്നര വർഷത്തെ തടവുശിക്ഷയാണ് കോടതി മല്ലീമിനെതിരെ വിധിച്ചത്. കാരാഗൃഹത്തിൽ കടുത്ത ജോലികൾ ചെയ്യുകയും വേണം. അപ്പീലിനൊന്നും അവകാശവുമില്ല. മൂന്ന് സിറ്റിംഗുകളിലായി നടന്ന വിചാരണ സമയത്തെല്ലാം പൂർണ്ണമായ നിശ്ശബ്ദത പാലിക്കുകയായിരുന്നു മല്ലീം. തന്റെ ഭാഗം പറയാൻ ആവശ്യപ്പെട്ടെങ്കിലും അവൻ വായ് തുറന്നതേയില്ല. പ്രോസിക്യൂഷൻ ഭാഗവും വാദിഭാഗവും പല ചോദ്യങ്ങളും ഉന്നയിച്ചെങ്കിലും അവൻ ഒരക്ഷരം പോലും മിണ്ടിയില്ല. ദേഷ്യം വന്ന ജഡ്ജി താക്കീത് നൽകി. എന്നിട്ടും തന്റെ വശം പറയണമെന്ന ആവശ്യം കേൾക്കാത്തതു പോലെ പ്രതിക്കൂട്ടിലെ ഉരുക്ക് അഴികളിലേക്കുതന്നെ ഉറ്റുനോക്കിയിരിക്കുക മാത്രമാണ് മല്ലീം ചെയ്തത്.

ഇടവേളകളിൽ ഖാലിദ് അരികിലേക്ക് ചെന്ന് എന്താണ് പ്രശ്നമെന്ന് തിരക്കും. ഈ നിലപാട് മാറ്റിയേ പറ്റൂവെന്ന് ആവശ്യപ്പെടും. അപ്പോഴൊക്കെ ചെറിയൊരു പുഞ്ചിരിയോടെ തോളുകൾ കുലുക്കും. അത്രതന്നെ. ഏതോ കാട്ടാള വിഭാഗത്തിന്റെ തടവിലകപ്പെട്ട കുലീനനായ രാജകുമാരന്റെ ഭാവമായിരുന്നു മല്ലീമിന്. തന്റെ നിരപരാധിത്വം തെളിയിക്കാനൊന്നും അവൻ ശ്രദ്ധിക്കുന്നതേയില്ല. പിന്നെ അവരുടെ മാന്ത്രികരും ജോത്സ്യന്മാരുമൊക്കെ ചെയ്തുകൊണ്ടിരിക്കുന്ന ആചാരങ്ങളാകട്ടെ, തങ്ങളെ പുകഴ്ത്താനും തടവുകാരനെ

അധിക്ഷേപിക്കുന്നതിനുമുള്ള ചടങ്ങുകൾ മാത്രമാണ്. ലോകം മുഴുവൻ കേൾക്കെ അലറി വിളിച്ച് യാചിച്ചാലും തടവുകാരന്റെ വിധി സുനിശ്ചിതമാണ്. അതിനാൽ തന്നെ നിശ്ശബ്ദത പാലിക്കുന്നതാകും അവന്റെ മാന്യതയ്ക്ക് എന്തുകൊണ്ടും നല്ലത്.

എന്നാൽ ഖാലിദിന്റെ അവസ്ഥ ഇതിന്റെ നേരെ വിപരീതമായിരുന്നു. സദുദ്ദേശവും പരിചയക്കുറവും കൗമാരസഹജമായ എടുത്തുചാട്ടവുമൊക്കെ നിറഞ്ഞ വ്യക്തിത്വമായിരുന്നു അവന്റേത്. ബുദ്ധിമാനായ ശത്രുവിനെക്കാൾ ദ്രോഷ്യം ചെയ്യുന്ന വിഡ്ഢിയായ സുഹൃത്തിന്റെ ജീവിക്കുന്ന ഉദാഹരണമാണെന്ന് തന്നെ പറയാം ഖാലിദ്. കോടതിക്കു മുന്നിൽ അവൻ പറഞ്ഞ വാക്കുകൾ മല്ലീമിന് സഹായകരമായ സാക്ഷിമൊഴിയായിരുന്നില്ല. മറിച്ച് തെളിവുകൾ വ്യാഖ്യാനിക്കുവാൻ ശ്രമിക്കുന്ന വാദിഭാഗം അഭിഭാഷകനെപ്പോലെയാണ് അവൻ സംസാരിച്ചത്. താൻ കുറ്റവിമുക്തനാക്കുവാൻ ശ്രമിക്കുന്ന മല്ലീമിനായി കേസിന് ആസ്പദമായ സംഭവങ്ങളെ അനുരൂപമാക്കുകയും യുക്തിവാദങ്ങളുടെ ഒരു പടയെത്തന്നെ അവതരിപ്പിക്കുകയും ചെയ്തു. അതോടെ ഖാലിദിന്റെ വാദങ്ങൾ മേമ്പൊടി ചേർത്തതും കെട്ടിച്ചമച്ചതുമായിത്തീർന്നു.

ഈ അവസരം മുതലാക്കുന്ന കാര്യത്തിൽ അഹ്മദ് പാഷയുടെ അഭിഭാഷകൻ ഒരു വീഴ്ചയും വരുത്തിയതുമില്ല. രൂക്ഷമായ പരിഹാസത്തിന്റെ ചാട്ടവാറടികളാണ് അയാൾ ഖാലിദിന് നേർക്ക് പ്രയോഗിച്ചത്. അവ കേട്ടപ്പോഴൊക്കെ കോടതിമുറിയിൽ പൊട്ടിച്ചിരികൾ മുഴങ്ങി. കാര്യങ്ങൾ പക്ഷേ അവിടെയൊന്നും അവസാനിച്ചില്ല. ഖാലിദിന്റെ മൊഴിയിലടങ്ങിയ വിചിത്രമായ വിവരണങ്ങളും സംഭവത്തിനു ശേഷം അവൻ നടത്തിയ രഹസ്യാന്വേഷണ യജ്ഞവുമൊക്കെ കാരണം ന്യായാധിപൻ സംശയത്തിന്റെ കണ്ണുകളോടെയാണ് ഖാലിദിന് നേർക്കു നോക്കിയത്.

കോടതിയുടെ സമയം പാഴാക്കുന്ന തരത്തിലുള്ള ആശയക്കുഴപ്പം സൃഷ്ടിക്കുന്ന ഭാവനാവിലാസം നിറഞ്ഞ വാദങ്ങൾ കൂടി കേട്ടതോടെ സംശയം വെറുപ്പായി മാറി. സ്വന്തം പിതാവിനോട് നന്ദികേട് കാണിച്ചുകൊണ്ടിരിക്കുന്ന ചെറുപ്പക്കാരനോടുള്ള വെറുപ്പ്. ജനങ്ങളേവരും വളരെ ആദരവോടെ കാണുന്ന പേരുകേട്ട മനുഷ്യനാണ് ഈ പിതാവെന്നോർക്കണം. ഖാലിദിനോടുള്ള ജഡ്ജിയുടെ പെരുമാറ്റത്തിൽ ഇക്കാര്യം വളരെ വ്യക്തമായിരുന്നു. പലപ്പോഴും വളരെ പരുഷമായാണ് അയാൾ ഖാലിദിന്റെ വാദങ്ങളെ തടസ്സപ്പെടുത്തിയത്. അവന്റെ വാദങ്ങളെ തള്ളിക്കളയുകയും പരിഹസിക്കുകയും ഏതെങ്കിലും സംഭവത്തെക്കുറിച്ച് കൂടുതൽ സംസാരിക്കാൻ തുനിഞ്ഞാൽ രൂക്ഷമായ ഭാഷയിൽ വിലക്കുകയും ചെയ്യും. പിതാവിനെക്കുറിച്ച് പരാമർശിക്കാൻ തുനിഞ്ഞപ്പോഴെല്ലാം ശാസിച്ചു. ഈ വഴിപിഴച്ച

മകന്റെ സ്വഭാവം തനിക്ക് തീരെ പിടിക്കുന്നില്ലെന്ന് അവസാനം പ്രഖ്യാപിക്കാനും ജഡ്ജി മറന്നില്ല.

അതിനാൽതന്നെ മൊഴി രേഖപ്പെടുത്തിക്കഴിഞ്ഞതും ഖാലിദിന്റെ കണ്ണുകൾ ഈറനണിഞ്ഞതിൽ അതിശയിക്കാനില്ല. അവന്റെ അന്നേരത്തെ അവസ്ഥ കണ്ട സുമനസ്സുകൾക്കൊക്കെ സഹതാപമായിരിക്കും തോന്നിയിട്ടുണ്ടാവുക. ബാക്കിയുള്ളവർക്ക് പരിഹാസവും. ആ സിറ്റിംഗിൽ അഹ്മദ് പാഷ ഹാജരുണ്ടായിരുന്നെങ്കിൽ അയാൾക്ക് മനസ്സു നിറയെ സന്തോഷമായേനേ.

അഭിഭാഷകരംഗത്തെ പ്രമാണിമാരിലൊരാളായിരുന്നു അഹ്മദ് പാഷയുടെ വക്കീൽ. വലിയ പ്രശസ്തിയും പേരും പെരുമയുമുള്ളൊരാൾ. ഒരു കേസിൽ അയാൾ കോടതിയിൽ ഹാജരായാൽ തന്നെ മതിയാകും സത്യത്തിന്റെ മുഖം ചിലപ്പോൾ മാറിമറിയുവാൻ. വാദിഭാഗം വക്കീൽ കൂടുതൽ വിശാലമായ വാദഗതികൾ നിരത്തിക്കൊണ്ടിരുന്നാൽ ജഡ്ജിമാർ ഉറക്കം തൂങ്ങുമെന്ന് തന്റെ നീണ്ട അഭിഭാഷകവൃത്തി കൊണ്ട് മനസ്സിലാക്കിയ ആളാണ് ഇദ്ദേഹം. അതിനാൽതന്നെ ആരോപിക്കപ്പെട്ട കുറ്റകൃത്യത്തെ സംബന്ധിച്ച് പൊതുവായ വാദങ്ങളെ അയാൾ ഉയർത്തുകയുള്ളൂ. പ്രതിഭാഗത്തിന്റെ ഏതെങ്കിലുമൊരു ദുർബലമായ വാദത്തെ കേന്ദ്രീകരിച്ചായിരിക്കും പിന്നീട് അയാളുടെ ആക്രമണമുണ്ടാവുക. തെളിവുകൾ നിരത്തി വാദം സ്ഥാപിക്കാൻ ശ്രമിക്കും. കൃത്യമായി കോർത്തെടുത്തൊരു മുത്തുമാലയിലെ മണികൾ പോലെയായിരിക്കും അയാളുടെ വായിൽ നിന്ന് ആറ്റിക്കുറുക്കിയതുപോലെ വാക്കുകൾ പുറത്തേക്ക് വരിക. വസ്തുതകൾക്ക് താനിഷ്ടപ്പെട്ട രൂപം നൽകും. അതിനായി തനിക്ക് തോന്നിയ മാർഗ്ഗം തിരഞ്ഞെടുക്കുകയും ചെയ്യും. വാദം പൂർത്തിയായിക്കഴിഞ്ഞാൽ, അയാൾ തന്റെ വാഗ്വിലാസത്തിലൂടെ അവതരിപ്പിച്ചതല്ലാത്ത മറ്റൊരു ചിത്രം സ്വീകരിക്കാൻ കഴിയാത്ത അവസ്ഥയിലായിരിക്കും കോടതിയിൽ ഹാജരുള്ളവരെല്ലാം.

എന്നാൽ മല്ലീമിന്റെ അഭിഭാഷകനാകട്ടെ, ഖാലിദിന്റെ സുഹൃത്തുക്കളിൽ പെട്ടൊരു ചെറുപ്പക്കാരനായിരുന്നു. ഖാലിദിന് മൊഴി നൽകുന്ന വേളയിൽ സംഭവിച്ച അതേ പിഴവ് വാദം നടക്കുന്ന വേളയിൽ ഈ വക്കീലിനും സംഭവിച്ചതിൽ അതിശയമൊന്നുമില്ല. വാദിഭാഗത്തിനായി ഹാജരായ മുതിർന്ന വക്കീലിന് കേസിനെ സംബന്ധിച്ച് കാര്യങ്ങൾ മനസ്സിലാകാത്തതുകൊണ്ടും വിശദാംശങ്ങൾ അറിയാത്തതുകൊണ്ടുമാണ് കൂടുതൽ വിശദീകരിച്ച് വാദിക്കാനാകാത്തതെന്നാണ് ചെറുപ്പക്കാരനായ വക്കീലിന് തോന്നിയത്. താനാകട്ടെ കേസ് ഫയൽ ഒരു പത്ത് തവണയെങ്കിലും വായിച്ചിട്ടുണ്ടാകും. അതിനാൽ വാദം തുടങ്ങിയതോടെ എല്ലാ കാര്യവും വാരിവലിച്ച്

വിശദീകരിക്കുവാൻ ആരംഭിച്ചു. ഒന്നേ... രണ്ടേ... മൂന്ന്... എന്നിങ്ങനെയുള്ള അയാളുടെ വാദങ്ങൾ കേട്ട് ഏവർക്കും മടുപ്പ് തോന്നാൻ തുടങ്ങി. ഈയൊരു വിരസത വക്കീലിനും വൈകാതെ ബോദ്ധ്യമായി. അതോടെ അയാൾ വിക്കാൻ തുടങ്ങി. വിക്കാൻ തുടങ്ങിയതോടെ ആകെ അസ്വസ്ഥനായി. അസ്വസ്ഥനായതോടെ പറയാൻ തയ്യാറാക്കിവച്ചിരുന്ന വാദങ്ങളൊക്കെ മറന്നുപോവുകയും ചെയ്തു.

എപ്പോഴോ അയാൾക്ക് തോന്നി താൻ ആകാശത്തിലുമല്ല, ഭൂമിയിലുമല്ലെന്ന്. ഇടയിലെവിടെയോ തങ്ങിനിൽക്കുകയാണ്. യാതൊരു അർത്ഥവുമില്ലാത്ത പൊള്ളയായ വാക്കുകൾ ഉരുവിടാൻ തുടങ്ങി ആ ചെറുപ്പക്കാരൻ. കുറേ നിമിഷങ്ങൾ നിശ്ശബ്ദനായി നിൽക്കും. പിന്നെപ്പറയും 'ഇത് കൂടാതെ...' എന്നാൽ ഒന്നും കൂട്ടിച്ചേർക്കാനൊട്ട് സാധിക്കുകയുമില്ല. തന്റെ കൈവശമുള്ള കടലാസുകൾ വെറുതെ തിരിച്ചും മറിച്ചും നോക്കും. എന്നാൽ പറയാൻ പറ്റിയൊരു വാക്കുപോലും അവയിൽനിന്ന് വീണു കിട്ടുകയുമില്ല. പിന്നീട് അസ്വസ്ഥത മൂർച്ഛിച്ച് സംസാരിച്ചപ്പോഴാകട്ടെ പറഞ്ഞതൊക്കെയും കുറ്റാരോപിതനായ മല്ലീമിന് എതിരായ കാര്യങ്ങളായിരുന്നു. പലപ്പോഴും അന്യായക്കാരനും വാദിഭാഗം വക്കീലും പബ്ലിക് പ്രോസിക്യൂട്ടറുമൊക്കെ അയാൾക്ക് മാറിപ്പോയി. ചുറ്റുമുള്ള സുഹൃത്തുക്കൾ അമളി പറ്റിയത് ഓർമ്മിപ്പിക്കുകയോ പരിഹസിച്ച് ചിരിക്കുകയോ ചെയ്തുകൊണ്ടിരുന്നു. ജഡ്ജിയാകട്ടെ, അസ്വസ്ഥനായി ഇടയ്ക്കിടയ്ക്ക് ചോദിച്ചുകൊണ്ടിരുന്നു.

''കഴിഞ്ഞോ വക്കീലേ?''

''ഇനി വല്ലതും പറയാനുണ്ടോ?''

എന്തായാലും ഈ വാദം കേൾക്കൽ എത്രയും വേഗം അവസാനിപ്പിച്ചേ തീരൂ. അവസാനം ചെറുപ്പക്കാരനായ വക്കീൽ ഇങ്ങനെ പറഞ്ഞ് തന്റെ വാദം അവസാനിപ്പിച്ചു:

''ഇതുവരെ പറഞ്ഞ കാര്യങ്ങളിൽ നിന്നും ഈ കുറ്റാരോപണം സംശയരഹിതമായ രീതിയിൽ ശരിയാണെന്ന് തെളിഞ്ഞിരിക്കുന്നതായി ബഹുമാനപ്പെട്ട കോടതിക്ക് ബോധ്യപ്പെട്ടുവെന്ന് കരുതുന്നു.''

ഇത് കേട്ടതും അവിടെ ഹാജരുണ്ടായിരുന്നവരുടെ പൊട്ടിച്ചിരി കാരണം കോടതിമുറിയാകെ പ്രകമ്പനം കൊണ്ടു.

അങ്ങനെ അവസാനം ഒരു പിതാവിന്റെ ദുരുദ്ദേശ്യവും മകന്റെ സദുദ്ദേശ്യവും കാരണം മല്ലീമിന് നഷ്ടമായത് തന്റെ ആയുസ്സിലെ ഒന്നരവർഷക്കാലമായിരുന്നു.

ആറ്

തനിക്ക് സാഹിത്യത്തോടും മറ്റ് ഭാവനാസൃഷ്ടികളോടും വെറുപ്പാണെന്ന് ഇടയ്ക്കിടയ്ക്ക് പറയാറുള്ള പതിവുണ്ട് ഖാലിദിന്. നോവൽ വായിക്കുവാൻ ആളുകളെ പ്രേരിപ്പിക്കുന്നതെന്തായിരിക്കുമെന്ന് അവന് മനസ്സിലാകാറേയില്ല. ഏറ്റവും മികച്ചതെന്ന് പറയാറുള്ള നോവലുകൾ പോലും ജീവിതത്തിന്റെ സത്യസന്ധമായ ചിത്രമാണെന്ന് പറയുക വയ്യ. മനുഷ്യന്റെ ജീവിതം നമ്മുടെ കൺമുന്നിൽ തുറന്നിരിക്കുകയല്ലേ? അവനത് എപ്പോഴും കാണാവുന്നതേയുള്ളൂ. അല്ലാതെ ആ ജീവിതത്തെ ഒരു പുസ്തകത്തിലൂടെ വായിച്ചറിയേണ്ട കാര്യമേയില്ലല്ലോ? ഏതെങ്കിലുമൊരു ഇടനിലക്കാരൻ പറയുന്നത് കേൾക്കാതെതന്നെ മനുഷ്യാനുഭവങ്ങളെ നേരിട്ട് മനസ്സിലാക്കാവുന്നതേയുള്ളൂ. ജീവിതമാകട്ടെ, അനന്തമാണു താനും. ജലം ലഭ്യമാണെങ്കിൽ പിന്നെ മറ്റൊരു വസ്തു കൊണ്ടുമല്ലല്ലോ അംഗശുദ്ധിവരുത്തേണ്ടത്?

ജീവിതത്തിലിന്നോളം ഒരു നോവൽ കൈയിലെടുത്തിട്ടില്ലെന്ന് അഭിമാനിക്കുന്നയാളാണ് ഖാലിദ്. താൻ തന്നെ നായകനാകുന്നൊരു കഥയാണെങ്കിൽ പോലും വായിക്കില്ലെന്ന് ചിലപ്പോഴൊക്കെ അതിശയോക്തി കലർത്തി പറയാറുമുണ്ട്. അതിനി എത്ര വിഖ്യാതനായ എഴുത്തുകാരന്റെ കൃതിയാണെങ്കിലും ശരിതന്നെ. കഥകൾ ഒരു കഴമ്പുമില്ലാത്ത സൃഷ്ടികളാണെന്ന കാഴ്ചപ്പാടാണ് ഇങ്ങനെയൊരു നിലപാടിന് കാരണം. എന്നാൽ ഒരു മനശ്ശാസ്ത്രജ്ഞനോട് ചോദിച്ചാൽ വേറെയും ചില കാരണങ്ങൾ പറഞ്ഞേക്കും. പറയാൻ മടിക്കുന്ന ചില കാര്യങ്ങൾ ഖാലിദിന്റെ ജീവിതത്തിലുണ്ടായിട്ടുണ്ട്. ഒരു സാഹിത്യകാരന്റെ ഭൂതക്കണ്ണാടിക്ക് കീഴിലേക്ക് അത്തരം കാര്യങ്ങൾ വലിച്ചിഴച്ചാൽ അതവന് കൂടുതൽ അപമാനം സൃഷ്ടിക്കുകയേയുള്ളൂ. മറ്റുള്ളവരിൽനിന്നും ഇതുവരെ മറച്ചുപിടിച്ചിരിക്കുകയായിരുന്ന പല സത്യങ്ങളും പുറത്തുവരാനുമിടയാകും.

തിരിച്ചുവരാനാകാത്ത വിധം സ്വന്തം വീടു വിട്ടിറങ്ങിയ ആ നിർണ്ണായകമായ രാത്രിയായിരിക്കും മറ്റേതൊരു സംഭവത്തെക്കാളുമേറെ

ഖാലിദിന് ഓർമ്മിക്കാൻ തീരെ താത്പര്യമില്ലാത്ത ജീവിത മുഹൂർത്തം. കെയ്റോ പട്ടണത്തിൽ നിന്ന് ദൂരെ പ്രാന്തപ്രദേശത്ത് താമസിക്കുന്ന ഒരു സുഹൃത്തിന്റെ വീട്ടിലാണ് അന്ന് രാത്രി അവൻ ചെലവിട്ടത്. ഉറക്കമില്ലാത്തൊരു രാത്രിയായിരുന്നു അത്. നാളെ ഇനി എന്തു ചെയ്യും? അത് കഴിഞ്ഞോ? പിതാവ് സമ്പാദിച്ചു തന്ന ജോലി ഉപേക്ഷിക്കേണ്ടി വരും. അക്കാര്യത്തിലൊരു സംശയവുമില്ല. പിന്നെ എങ്ങനെ ജീവിക്കും? അന്നം കണ്ടെത്താൻ സഹായിക്കുന്ന തരത്തിൽ ഗൗരവസ്വഭാവമുള്ള ഏതെങ്കിലും തൊഴിൽ ചെയ്യാനും തനിക്കാകില്ല. അക്കാര്യത്തിലുമൊരു സംശയമില്ല. ജോലി ഒന്നും ചെയ്യാത്ത ഉദ്യോഗസ്ഥനാകാനും സാധിച്ചിട്ടില്ല. ആകെയുണ്ടായിരുന്ന ജീവനോപാധി നഷ്ടമായതോടെ കാര്യങ്ങളാകെ മാറിമറിഞ്ഞുവെന്നത് നേരാണ്. എന്നിട്ടും എന്തെങ്കിലുമൊരു തൊഴിൽ ചെയ്യാൻ മാത്രം മനസ്സ് തയ്യാറാകുന്നില്ല. ഭക്ഷണത്തിനുള്ള വക കണ്ടെത്താൻ സഹായിക്കുന്ന തൊഴിലുകളൊക്കെയും നിസ്സാരവും യാന്ത്രികവുമാണ്. തന്റെ ചിന്തകൾക്കൊന്നും അതിൽ യാതൊരു പ്രസക്തിയുമുണ്ടാകില്ല. നേരെമറിച്ച് മാനസിക വളർച്ചയെ അത് കാര്യമായി ഹനിക്കുകയും ചെയ്യും.

ചിന്താപരമായ പ്രവർത്തികളാകട്ടെ നമ്മെ തൊഴിൽരഹിതനാക്കുകയേ ഉള്ളൂ. പട്ടിണിക്കുമിടും. ചുറ്റുമുള്ള മനുഷ്യർക്കിടയിൽ ഏറ്റവും താഴ്ന്ന ആദരവേ അവന് കിട്ടാനുമിടയുള്ളൂ. ഈജിപ്ത് പോലെ ഇടത്തരം നാഗരിക വളർച്ച പ്രാപിച്ച ഒരു സമൂഹത്തിൽ ദരിദ്രനായ എഴുത്തുകാരനും കലാകാരനുമൊക്കെ ലഭിക്കുന്ന സ്ഥാനം ടാക്സിഡ്രൈവർമാർക്കും വക്കീൽ ഗുമസ്തർക്കുമൊക്കെ ലഭിക്കുന്നതുപോലെ മാത്രമായിരിക്കും.

പിറ്റേന്ന് നേരം വെളുക്കുന്നതു വരെ ഇത്തരം ചിന്തകളുമായി തിരിഞ്ഞും മറിഞ്ഞും കിടക്കുകയായിരുന്നു ഖാലിദ്. എഴുന്നേറ്റ് ചെന്ന് മട്ടുപ്പാവിൽ നിന്നപ്പോൾ കരഞ്ഞുകലങ്ങിയൊരു കണ്ണു പോലെയാണ് ചക്രവാളം കണ്ടത്. കിടക്ക വിട്ടെഴുന്നേറ്റപ്പോൾ കണ്ണാടിയിൽ കണ്ടതും തന്റെ ചുവന്നു തുടുത്ത കണ്ണുകളായിരുന്നു. പ്രപഞ്ചമാകുന്ന കണ്ണാടിയിൽ പ്രതിഫലിക്കുന്ന തന്റെ രൂപം തന്നെയാണ് ഈ പ്രഭാതമെന്ന് തോന്നിപ്പോയി.

കെയ്റോ പട്ടണത്തെ വലയം ചെയ്തിരിക്കുന്ന മരുഭൂമിയിലെ ഒരു കുന്നിൻചെരുവിലായിരുന്നു സുഹൃത്തിന്റെ വീട്. അവിടെത്തന്നെ വേറെ കുറച്ച് ഗ്രാമീണരുടെ കുടിലുകളും കാണാം. അവയുടെ മുൻവശത്തെ അല്പം പച്ചപ്പുള്ള കുന്നിൻചെരുവിൽ വയറൊട്ടിയ ശോഷിച്ച ആട്ടിൻകൂട്ടം മേഞ്ഞു നടക്കുന്നുണ്ട്. അരികത്തായി ഗ്രാമീണർ തീകൂട്ടിയിരിക്കുന്നു. പെട്ടെന്നാണ് ഖാലിദിന്റെ തലയിലൊരു

ചിന്തയുദിച്ചത്. ഈ ഗ്രാമീണർക്കൊപ്പം എന്തുകൊണ്ട് അവരെപ്പോലെ ജീവിച്ചുകൂടാ? അടിയും കുത്തും വെടിവയ്പുമൊക്കെയായി സാഹ സികതകൾ നിറഞ്ഞ ഈ നാടോടി ബദവികളുടെ സാഹസിക ജീവിതം എത്ര ആസ്വാദ്യകരമായിരിക്കും! അവരെപ്പോലെതന്നെ തനിക്കുമൊരു പോരാളിയും അശ്വാരൂഢനായ യോദ്ധാവുമാകാൻ കഴിയില്ലേ?

ഇംഗ്ലണ്ടിലെ സർവ്വകലാശാലയിൽ പഠിച്ചിരുന്ന കാലത്ത് അവി ടത്തെ വിദ്യാർത്ഥികൾക്കിടയിൽ വാൾപ്പയറ്റിൽ ഒന്നാം സ്ഥാനം തനിക്കായിരുന്നു. കുതിരയോട്ടവും വശമുണ്ട്. ഒരിക്കൽ സിവയിലെ മരുപ്പച്ചയിലേക്ക് നടത്തിയ സുഖവാസയാത്ര അങ്ങേയറ്റം ആസ്വ ദിച്ചത് ഓർമ്മ വരുന്നു. ഇവയെല്ലാം സൂചിപ്പിക്കുന്നത് തന്റെയുള്ളിൽ ശരിക്കുള്ളൊരു ബദവി സ്വരൂപം പതിയിരിപ്പുണ്ട് എന്നു തന്നെയാണ്. വൃത്തികെട്ട സമൂഹം അന്ധമാക്കിയതുകൊണ്ടാണ് തനിക്കിതുവരെ ഈ പ്രകൃതിയുടെ ശരിക്കുള്ള ഭാവം കണ്ടറിയാൻ കഴിയാതെ പോയത്.

രണ്ട് ദിവസം കഴിഞ്ഞതും അടുത്തുള്ളൊരു ചെറിയ കുന്നിന് മുകളിൽ ചൂരലും വൈക്കോലുമുപയോഗിച്ച് കുടിൽ പണിയുന്ന രണ്ട് ഗ്രാമീണരെ കണ്ടു. ഒരു മൂന്ന് ദിവസം കൂടി കഴിഞ്ഞതും ഖാലിദിന്റെ താമസം ആ കുടിലിനുള്ളിലായി. ഒരാഴ്ച കഴിഞ്ഞതും ആ കുടിലിൽ കഴിയുന്ന മനുഷ്യൻ ഗ്രാമീണരെപ്പോലെ അബായ കുപ്പായവും ഇഖാൽ തലക്കച്ചയും ധരിക്കാൻ തുടങ്ങി. അത്തര മൊരു ബദവിവസ്ത്രം ധരിച്ചത് സാക്ഷാൽ ഖാലിദ് തന്നെയായി രുന്നു. ഇതുവരെയും സാഹിത്യകാരന്മാരുടെ ഭാവനയെ ആക്ഷേ പിച്ചിരുന്ന ഈ ചെറുപ്പക്കാരന്റെ ജീവിതമാണ് ഇപ്പോൾ ഏറെ ഭാവനാപൂർണ്ണമായിരിക്കുന്നത്. ഇത്രയും കാലം കാല്പനിക ലോകത്ത് വിഹരിക്കുന്ന എഴുത്തുകാരെ കുറ്റം പറഞ്ഞിരിക്കുന്ന ഖാലിദ് തന്നെ യാണ് ഇപ്പോൾ ഏറ്റവും വലിയ കാല്പനികവാദി.

ഒരു ദിവസം രാവിലെ സുഹൃത്ത് കാണാനെത്തി. ഖാലിദ് കുടി ലിന് പുറത്ത് തീ കൂട്ടിയ ശേഷം അറബികളുടെ പാരമ്പര്യരീതിയിൽ ഒരു കപ്പ് ചായ തയ്യാറാക്കിക്കൊടുക്കാമെന്ന് വാശി പിടിച്ചു. തങ്ങൾ ഇതുവരെ താമസിച്ചിരുന്ന വീട് തൊട്ടടുത്തല്ലേയെന്ന് സുഹൃത്ത് ചോദിച്ചു. അവിടെ നിന്ന് ഇവിടേക്ക് ചായ കൊണ്ടുവരാവുന്നതല്ലേ യുള്ളൂ. പക്ഷേ അപ്പോൾ അറബികളുടെ മഹാമനസ്കതയുടെ പ്രശ്നമുയരുമല്ലോ? ഇക്കാര്യമെങ്ങാനും കേട്ടാൽ അറബികളുടെ ചരിത്രത്തിലെ മഹാധർമ്മിഷ്ഠനായിരുന്ന ഹാതിം എന്തു പറയും?

''നീ എന്റെ വീട്ടിൽ വന്നിട്ട് നീ തന്നെ എന്നെ സൽക്കരിക്കു ന്നുവോ?''

സുഹൃത്ത് ഇതു കേട്ട് ചിരിച്ച ശേഷം നിശ്ശബ്ദനായി. വളരെയധികം തവണ തിരിച്ചും മറിച്ചുമൊക്കെ ശ്രമിച്ച ശേഷമാണ് മൺകപ്പിലൊഴിച്ചൊരു ചായ സുഹൃത്തിന് നൽകാൻ ഖാലിദിന് സാധിച്ചത്. അതും വളരെ മോശം ചായ. ഒരിറക്ക് കുടിച്ച് കഴിഞ്ഞ സുഹൃത്തിനോട് അവൻ ചോദിച്ചു.

''എങ്ങനെയുണ്ട്?''

''ചായയാണോ?''

''അതെ.''

''ചൂടുണ്ട്.''

''ഇതുപോലൊരു മരുഭൂമിച്ചായ സാക്ഷാൽ ഗ്രോപ്പി കഫേയിൽ മാത്രമേ കിട്ടുകയുള്ളൂ.''

സുഹൃത്ത് ചിരിച്ചു.

''അതെ, ഇതുപോലൊരു ചായ വേറൊരിടത്തും കിട്ടില്ല.''

ഖാലിദിന്റെ മുഖം ചുളിഞ്ഞു.

''നീ എന്താ ഉദ്ദേശിച്ചത്?''

''ഹേയ്... ഒന്നുമില്ല.''

''നീ എന്താ ചിരിക്കുന്നത്?''

''അതിന് ഞാൻ ചിരിച്ചില്ലല്ലോ?''

ഖാലിദ് ചാടി എഴുന്നേറ്റു.

''നീ എന്നെ പരിഹസിക്കുകയാണല്ലേ?''

''പടച്ചവനെക്കരുതി ഇരിക്കെടോ ബദവീ.''

''നീ എന്താ ചിരിക്കുന്നത്?''

''പെട്ടെന്നൊരു കാര്യമോർത്ത് ചിരിച്ചതാണ്. നിന്നെപ്പോലെ കുറെയാളുകൾ ഇംഗ്ലണ്ടിൽ ഞങ്ങൾക്കൊപ്പം താമസിച്ചിരുന്നു. ഭൗതികവാദ ചിന്തയെ പുണർന്നവർ. പഴയകാല ജീവിതരീതികളെ പ്രാകൃത മനുഷ്യരുടെ അന്ധവിശ്വാസങ്ങളെന്നും മറ്റ് ചിലപ്പോൾ ഭ്രാന്തൻ കവികളുടെ കാടൻ ഭാവനകളുമെന്നുമൊക്കെ കരുതിയിരുന്ന കുറേയാളുകൾ.''

''അതും ഇതുമായിട്ടെന്താ ബന്ധം?''

''അത്തരത്തിലുള്ള ചിലയാളുകളെ ഈജിപ്തിലും ഞാൻ കണ്ടിട്ടുണ്ട്.''

''എന്നിട്ട്?''

''വിചിത്രമായൊരു കാര്യം ശ്രദ്ധിച്ചിട്ടുണ്ട്. കവിസഹജമായ ഭാവനകളെ പുൽകി നടക്കുന്ന പലരുടെയും പെരുമാറ്റം യഥാതഥമാണെന്നും,

എന്നല്ല പലപ്പോഴുമവർ ഭൗതികവാദികളാണെന്നും കാണാനാകും. വിശ്വാസദാർഢ്യമില്ലാത്തവരെന്ന് പറഞ്ഞ് നാമവരെ പരിഹസിക്കും. എന്നാൽ ഇവരിൽനിന്നൊക്കെ അതിശയിപ്പിക്കുന്ന അവസ്ഥയാണ് നിങ്ങളെപ്പോലുള്ളവരുടേത്. ബീജഗണിതസമവാക്യങ്ങൾ പോലെയുള്ളതിലേ നിങ്ങൾ വിശ്വസിക്കുകയുള്ളൂ. അതേസമയം തന്നെ നിങ്ങളുടെയൊക്കെ പെരുമാറ്റം കണ്ടാൽ പതിനെട്ടാം നൂറ്റാണ്ടിലെ കാല്പനിക പ്രസ്ഥാനത്തെ ഓർമ്മ വരും. എന്തുകൊണ്ടാണെന്നറിയില്ല നിന്നെക്കാണുമ്പോൾ എനിക്കോർമ്മ വരുന്നത് ഇംഗ്ലീഷ് കവികളായ ബൈറണേയും ഷെല്ലിയേയുമാണ്. നിങ്ങളുടെ ജനുസ്സിൽപെട്ട മറ്റൊരു ചെറുപ്പക്കാരനെ എനിക്ക് ഈ നാട്ടിൽ പരിചയമുണ്ട്. ദൈവാധീനവാദിയായ ഒരുത്തൻ. ഭൗതിക പരിത്യാഗിയെപ്പോലെ ഏകാന്തവാസം നയിക്കുകയും സംഗീതം ശ്രവിച്ച് സമയം ചെലവിടുകയും ചെയ്യുന്നൊരുത്തൻ. തങ്ങൾ അംഗീകരിക്കാത്ത ധാർമ്മിക ആദർശങ്ങൾ നിരോധിച്ച നിഷിദ്ധമായ കാര്യങ്ങൾ ചെയ്യാൻ എന്തുകൊണ്ട് തയ്യാറാകുന്നില്ല എന്നതിന് ഒരു ന്യായവും പറയാനില്ലാത്ത നിങ്ങളുടെയൊക്കെ ആദർശത്തെപ്പറ്റി എന്ത് പറയാനാണ്?''

''അതായിരിക്കാം ഞങ്ങളുടെ ദൗർബല്യം.''

ഖാലിദ് എന്തായാലും തന്റെ നാടോടിവേഷത്തിൽ രണ്ടാഴ്ച നടന്നു. അവനോട് ചോദിച്ചാൽ പറയുക മൂന്നാഴ്ച നടന്നെന്നായിരിക്കും. ഇതിനിടയ്ക്കാണ് ഒരു ആടിനെ വാങ്ങിയത്. എന്നും രാവിലെ അതിന്റെ പാല് കറന്ന് കുടിക്കും. കഥ അവിടെയും തീർന്നില്ല. പരുത്തിയും നൂൽനൂക്കുന്ന ചക്രവും വാങ്ങി വസ്ത്രം നെയ്യാൻ തുടങ്ങി. മരുഭൂമിയിലെ അയൽവാസികളായ ബദവികൾക്കൊപ്പം സഹവസിക്കാനും അവരുമായി സദസ്സുകൾ പങ്കിടാനും തുടങ്ങി. ഒരു ദിവസം അവരുടെ അടുക്കൽനിന്ന് മടങ്ങി എത്തിയ ഉടനേ ഷേവിംഗ് ചെയ്യാനുള്ള കത്തി എടുത്ത് പുറത്തേക്കെറിഞ്ഞു. ഏതാനും ദിവസം കഴിഞ്ഞ് കണ്ണാടിയിൽ നോക്കിയപ്പോൾ കണ്ടത് കറുത്ത കണ്ണടയും നീണ്ട താടിയുമുള്ള ഒരു രൂപമായിരുന്നു. പരുക്കൻ ബദവിയേക്കാൾ ഏതോ ജൂത ഹുണ്ടികക്കാരനാണെന്നേ ആരും കണ്ടാൽ പറയൂ. അതോടെ കണ്ണാടിയും വലിച്ചെറിഞ്ഞു.

അങ്ങനെയങ്ങനെ ഓരോരോ സാധനങ്ങൾ...

ഒരു ദിവസം രാത്രി കുടിലിൽ നിന്ന് പുറത്തിറങ്ങി ഏതാനും വാരയകലെയുള്ള സുഹൃത്തിന്റെ വീട്ടിലേക്ക് ചെന്നു. വാതിലിൽ മുട്ടിവിളിച്ച ശേഷം ഇന്ന് രാത്രി ഈ വീട്ടിൽ അന്തിയുറങ്ങാൻ താൻ നിർബന്ധിതനാണെന്ന് സുഹൃത്തിനോട് പറഞ്ഞു. ഒരു പുസ്തകം വായിച്ചുകൊണ്ടിരിക്കുകയായിരുന്നു. അത് ഇന്നു തന്നെ മുഴുവനാക്കണം. കുടിലിലിലാകട്ടെ, വായിക്കാൻ വേണ്ട വെളിച്ചമില്ല. ശേഷം

വായിച്ചു തീർക്കാനുദ്ദേശിക്കുന്ന പുസ്തകങ്ങളുടെ എണ്ണം ഓരോ രാത്രിയിലും കൂടിക്കൂടി വന്നു. കുടിലിൽ വെളിച്ചമില്ല എന്ന ന്യായം തന്നെയാണ് ഓരോ ദിവസവും പറഞ്ഞു കൊണ്ടിരുന്നത്.

ഒരു തവണ തന്ത്രശാലിയായ സുഹൃത്ത് ചോദിച്ചു.

''കടുത്ത ചൂടാണ്. ഈ ദേഹം മുഴുവൻ മൂടുന്ന കുപ്പായങ്ങൾ ധരിക്കുമ്പോൾ നിനക്ക് അസ്വസ്ഥതയുണ്ടാകുന്നില്ലേ?''

''ശരിയാണ്.''

പിറ്റേ ദിവസം ഖാലിദ് വന്നത് ഇറക്കം കുറഞ്ഞൊരു പാന്റ്സും മുൻവശം തുറന്ന ഷർട്ടും ധരിച്ചായിരുന്നു. പതിയെപ്പതിയെ സ്വന്തം കുടിലിൽ കിടന്നുറങ്ങാതായി. അവിടെ നിന്നുള്ള തീറ്റയും കുടിയു മൊക്കെ അവസാനിച്ചു. സുഹൃത്തിന്റെ മകന്റെ ജന്മദിനത്തിന് തന്റെ ആടിനെ അറുത്ത് പാചകം ചെയ്തേ തീരൂവെന്ന് ശാഠ്യം കൂടി. പതിയെ ചൂട് കൂടിവന്നതനുസരിച്ച് രാത്രി കഴിഞ്ഞ് രാവിലെയും സ്വന്തം കുടിലിലേക്ക് പോകുന്നത് നിർത്തി. കഷ്ടിച്ച് വൈകുന്നേരം മാത്രം അവിടേക്ക് പോകും.

അങ്ങനെയങ്ങനെ...

ഒരു ഒന്നര മാസം കഴിഞ്ഞതും സ്വന്തം കുടിലിലേക്ക് ഖാലിദ് തീരേത്തന്നെ പോകാതായി. രണ്ടു മാസമായി എന്നായിരിക്കും ചോദി ച്ചാൽ അവൻ പറയുക.

അതോടെ തന്ത്രശാലിയായ സുഹൃത്ത് പിന്നെയും ചോദിച്ചു:

''നിനക്ക് ആ കുടിലങ്ങ് പൊളിച്ചുകളഞ്ഞുകൂടേ?''

ഇത് കേട്ടതും ഖാലിദ് സുഹൃത്തിന്റെ ജോലിക്കാരിയുടെ മുഖ ത്തേക്കു നോക്കി. സ്ഥിരം കൊഞ്ചിക്കുഴയുന്ന പതിവുകാരിയായ വേലക്കാരി ഭക്ഷണവുമായി വന്നതായിരുന്നു.

''ഇടയ്ക്കിടയ്ക്ക് ഞാൻ അവിടെപ്പോയി കിടക്കാനിടയുണ്ട്.''

ഖാലിദിന്റെ വാക്കുകൾ കേട്ടതും വേലക്കാരിയുടെ മുഖം നാണം കൊണ്ട് ചുവന്നു പോയി. അവൾ നിലത്തേക്ക് നോക്കി നിന്നു.

ഇതിനിടെയാണ് ഉമ്മയ്ക്ക് രോഗം കലശലായെന്നും മകനെ കാണാൻ കൊതിയായെന്നും പറഞ്ഞ് ഒരു ദൂതൻ ഖാലിദിനെ തേടി യെത്തിയത്. പെട്ടെന്നുതന്നെ മാളികയിലെത്തി. ശയ്യാവലംബിയായ ഉമ്മയെയാണ് അവിടെച്ചെല്ലുമ്പോൾ കാണുന്നത്. മകനെ കണ്ടതും അവർ കൈ നീട്ടി. കുനിഞ്ഞ് ചെന്ന് നെറുകയിൽ ചുംബിക്കുമ്പോൾ ഖാലിദിന്റെ കണ്ണുകൾ തുളുമ്പിയിരുന്നു. അന്നേരം ഉമ്മയുടെ മുഖ ത്തേക്ക് വീണ്ടും നോക്കിയപ്പോൾ കണ്ടത് ഇരുപത് വയസ്സിലേക്ക് മടങ്ങിപ്പോയ ആ പഴയ യുവതിയെയായിരുന്നു. ഉള്ളിന്റെ ഉള്ള്

നിറയെ താൻ ഉമ്മയെ സ്നേഹിക്കുകയാണെന്ന് ഖാലിദിന് തോന്നിപ്പോയി. പക്ഷേ കരയാനല്ലാതെ ആ സ്നേഹം എങ്ങനെ പ്രകടിപ്പിക്കണമെന്നറിയില്ല. ഏകാന്തതയെ തുരത്താനായി പലതരം വേഷംകെട്ടലുകൾ നടത്തി സ്വയം ആശ്വസിപ്പിച്ചിരുന്ന ആ പഴയ വിരസയായ വൃദ്ധയല്ല തന്റെ മുന്നിൽ രോഗക്കിടക്കയിൽ കിടക്കുന്ന സ്ത്രീ. ആ പഴയ പരിഷ്കാരിയായ സ്ത്രീയെ താൻ വെറുത്തിരുന്നു. എന്നാൽ മാതാവിന്റെ ഉദരത്തിൽ നിന്നും പിറന്നുവീണിട്ട് അധിക നേരമാകാത്ത കുഞ്ഞിനെപ്പോലെ നിഷ്കളങ്കയായ ഒരു പച്ചമനുഷ്യ സ്ത്രീയെയാണ് ഇപ്പോൾ കാണുന്നത്.

അന്നേരമാണ് ഖാലിദ് ആ സത്യം തിരിച്ചറിയുന്നത്. സത്യത്തിൽ ഉമ്മ എന്നുമൊരു പാവം സ്ത്രീ തന്നെയായിരുന്നു. എന്നാൽ ഒരിക്കൽപോലും പുറന്തോട് തകർത്ത് അകത്തേക്കു കടന്നുചെന്ന് അവരുടെ മനോഹരമായ മനസ്സിന്റെ ഭംഗി കാണാൻ താൻ മിനക്കെട്ടില്ല എന്നതാണ് വാസ്തവം. താൻ അങ്ങേയറ്റം സ്വാർത്ഥനായിരുന്നു. ചുറ്റുമുള്ളവരെ വിമർശിക്കുന്നതല്ലാതെ ഒരിക്കലും അവരുടെ നന്മകൾ കാണാൻ ശ്രമിച്ചിട്ടേയില്ല. അവരോട് താൻ പെരുമാറിയിരുന്ന രീതിയാണ് ഏറെ ദുഃഖിപ്പിക്കുന്നത്. ബഹുമാനത്തോടെയാണ് പെരുമാറിയിരുന്നതെങ്കിൽ പോലും ഭക്ഷണം പോലെ അവർക്കേറ്റവും ആവശ്യമായിരുന്ന അനുതാപം മാത്രം തന്റെ ഭാഗത്തുനിന്നുണ്ടായില്ല. ശരിയാണ്. ഭർത്താവിൽനിന്നും മക്കളുടെ അരികിൽനിന്നും കുറച്ച് അനുകമ്പ ലഭിച്ചിരുന്നെങ്കിൽ ഉമ്മയുടെ അവസ്ഥ ഇതുപോലെ ഒരിക്കലുമാകില്ലായിരുന്നു. കുടുംബമൊന്നാകെ അവരെ അവഗണിക്കുകയായിരുന്നു. വലിയ സമ്പത്തിന് ഉടമയല്ലായിരുന്നെങ്കിൽ ഉമ്മയുടെ അവസ്ഥ ഇതിലും എത്രയോ മടങ്ങ് ദയനീയമായേനെ.

എത്ര സ്നേഹത്തോടെയാണ് ഖാലിദ് ഉമ്മയുടെ കരം ഗ്രഹിച്ചിരിക്കുന്നത്. കഴിഞ്ഞുപോയ കാലത്ത് നഷ്ടമായതൊക്കെയും അവർക്ക് തിരിച്ചുകൊടുക്കാനായിരുന്നെങ്കിൽ! രാത്രി അരികത്തിരുന്ന്, ഉറങ്ങുന്നതുവരെ സംസാരിച്ചിരിക്കാനായെങ്കിൽ. എന്നും രാവിലെ ജീവിത പങ്കാളിയെപ്പോലെ ചുംബനം നൽകിയവരെ ഉണർത്താനായെങ്കിൽ. തന്റെ സർവ്വകാര്യങ്ങളും പറയാനായി അവരുടെ ചാരേയ്ക്ക് അണയാനായെങ്കിൽ. സന്തോഷത്തിലും സന്താപത്തിലുമൊക്കെ പങ്കാളിയാകാൻ സാധിച്ചിരുന്നെങ്കിൽ. മാതാവിനെപ്പോലെ തന്നെ അവരെ തന്റെ സഹോദരിയും സുഹൃത്തുമൊക്കെയായി കരുതാനായെങ്കിൽ.

പക്ഷേ, അതൊന്നും ഇനി സാധ്യമേയല്ല. ഉമ്മ മരണത്തേയും കാത്തു കിടക്കുകയാണിപ്പോൾ.

അന്നു രാത്രി സുഹൃത്തിന്റെ വീട്ടിലേക്കു പോകാതെ സ്വന്തം കുടിലിനുള്ളിലാണ് ഖാലിദ് അന്തിയുറങ്ങിയത്. തന്റെ കൈയ്യിൽ

കിടന്നാണ് ഉമ്മ മരിച്ചത്. അന്ത്യയാത്ര പറയുന്ന നേരത്ത് ആ കണ്ണുകളിൽ കണ്ട സ്നേഹവും കൃതജ്ഞതയും നിറഞ്ഞ നോട്ടം തന്റെ മനസ്സിൽനിന്ന് ഒരുനാളും മായുകയേ ഇല്ല. ആ നോട്ടം കാരണം മനസ്സാക്ഷിക്കുത്തിന്റെ ഇരയായിരിക്കും താനിനി എന്നും. മകനോട് ഒരു പരിഭവവുമില്ലെന്ന് പറയാനായിരിക്കും അവർ ശ്രമിച്ചിട്ടുണ്ടാവുക. എങ്കിലും അവർ മാപ്പ് തന്നു എന്നത് തന്നെയല്ലേ താൻ ചെയ്തത് കൊടിയ പാതകമായിരുന്നു എന്നതിന്റെ തെളിവ്?

താനാണ് ഉമ്മയുടെ ഘാതകൻ എന്ന ചിന്ത ഖാലിദിനെ വിടാതെ പിന്തുടരാൻ തുടങ്ങി. ഉമ്മയെ സ്നേഹംകൊണ്ട് മൂടിയിരുന്നെങ്കിൽ അവർ ഇത്ര പെട്ടെന്ന് രോഗിയാകില്ലായിരുന്നു. താൻ വീടു വിട്ടിറങ്ങിപ്പോയില്ലായിരുന്നെങ്കിൽ അവർ ഇത്ര വേഗം മരിച്ചു പോകില്ലായിരുന്നു.

ഈ സംഭവം കഴിഞ്ഞ് ഒരു മാസം പിന്നിട്ടപ്പോൾ പിതാവിന്റെ വായിൽനിന്നു തന്നെ അവനത് കേൾക്കേണ്ടി വന്നു:

''പെറ്റ തള്ളയെ കൊന്നവനാണ് നീ! അവളുടെ ചോരയുടെ കറ എന്നും നിന്റെ കൈയ്യിലുണ്ടാകും!''

ഏറെ നേരം നീണ്ട രൂക്ഷമായ വാദപ്രതിവാദത്തിനൊടുവിലാണ് അഹ്മദ് പാഷ മകനെതിരെ ഇങ്ങനെയൊരു ആരോപണമുന്നയിച്ചത്. അയാൾ തന്റെ മനസ്സ് വായിക്കുകയല്ലേ ചെയ്തതെന്ന് ഖാലിദിന് തോന്നിപ്പോയി. എങ്കിലും സ്വയം നിയന്ത്രിച്ച് ചുണ്ടിലൊരു പരിഹാസച്ചിരിയുമായി അവൻ പ്രതികരിച്ചു:

''തന്തയെപ്പോലെയല്ലേ മോനുമാകൂ.''

''ഈ ശൈലിയിലാണ് കാര്യങ്ങളെങ്കിൽ നമ്മൾ തമ്മിലുള്ള സംസാരം ഇവിടെ അവസാനിപ്പിക്കുന്നതാണ് നല്ലത്.''

''അതെ, നമ്മൾ വളരെക്കാലം മുമ്പേതന്നെ ഈ അധര വ്യായാമം അവസാനിപ്പിക്കേണ്ടതായിരുന്നു. എന്നെ കാണണമെന്ന് പറഞ്ഞ് നിങ്ങൾ വാശി പിടിച്ചതെന്തിനാണെന്ന് മനസ്സിലാകുന്നില്ല. അങ്ങനെ വന്നപ്പോഴാകട്ടെ, ആക്ഷേപിക്കുന്ന രീതിയിലാണ് സംസാരം. അപ്പോൾ പിന്നെ നിങ്ങളോട് സംസാരിച്ചതുകൊണ്ട് യാതൊരു ഫലവുമുണ്ടാകുമെന്ന് കരുതാൻ വയ്യ. എന്തോ കാര്യം സാധിക്കാനായി എന്നെ സംതൃപ്തനാക്കി സ്നേഹം പിടിച്ചുപറ്റാനാണ് ശ്രമം. ഇതാണ് നിങ്ങളുടെ ഈ ശ്രമത്തിൽനിന്ന് എനിക്കാകെ മനസ്സിലായിട്ടുള്ളത്. ഞാൻ വീട്ടിലേക്ക് തിരികെ വരണമെന്നും എന്നാൽ ഇഷ്ടമുള്ള രീതിയിൽ ചെലവഴിക്കാനായി മാസാമാസം എനിക്കൊരു തുക നൽകാമെന്നും നിങ്ങൾ തീരുമാനിച്ചതായി കേൾക്കുന്നു, പറയൂ വാപ്പാ, എന്താ നിങ്ങളുടെ മനസ്സിലിരിപ്പെന്ന്.''

മകന്റെ വാക്കുകൾ കേട്ടതും അഹന്തയോടെ അഹ്മദ് പാഷ ചാടിയെഴുന്നേറ്റു.

''ചെക്കാ, നിന്റെ ധിക്കാരം അതിരുവിടുകയാണ്. ഇങ്ങനെയാണെങ്കിൽ വീണ്ടും വീട്ടിൽനിന്നിറങ്ങിപ്പോടാ എന്നെനിക്ക് പറയേണ്ടിവരും, നോക്കിക്കോ.''

''അതെ, എനിക്കും നിങ്ങളെയൊരു കാര്യം വീണ്ടും ഓർമ്മിപ്പിക്കേണ്ടി വരും. മരിച്ചുപോയ എന്റെ ഉമ്മയുടെ വീട്ടിലാണ് ഞാൻ ഇരിക്കുന്നത്. നിങ്ങളെക്കാൾ അവരുടെ സ്വത്തിന്റെ അവകാശി ഇനി ഞാനാണ്.''

''ഈ വീട്ടിൽനിന്ന് ഒരു ചില്ലിക്കാശിന്റെ സ്വത്തു പോലും എന്റെ പുന്നാരമോന് അനന്തരാവകാശമായി കിട്ടാൻ പോണില്ല സാറേ.''

''അതെന്താ പാഷാ അങ്ങനെ, ഞാനെന്റെ ഉമ്മയുടെ മകനല്ലെന്ന് തെളിഞ്ഞോ അവസാനം?''

''മരിച്ചുപോയ നിന്റെ ഉമ്മയ്ക്ക് ചില കടങ്ങൾ വീട്ടാനുണ്ടായിരുന്നു. അതിനു പകരമായി ഈ വീടും തന്റെ സകല സ്വത്തുക്കളും അവൾ എനിക്കു വിറ്റിരുന്നു.''

''കടമോ? അപ്പോൾ നിങ്ങൾ ഉമ്മയ്ക്ക് പലിശയ്ക്ക് പണം കടം കൊടുത്തിരുന്നോ?''

''അതൊന്നും നീയറിയേണ്ട.''

''പിന്നെ ആരാണറിയേണ്ടത്? നിങ്ങളെക്കാളേറെ സ്വത്തുകൾക്ക് ഉടമയായിരുന്നു ഉമ്മ. പിന്നെ എങ്ങനെ അവർ നിങ്ങൾക്കു മുന്നിൽ കടക്കാരിയാകും?''

''അതൊക്കെ പറഞ്ഞാൽ വലിയ കഥയാണ്.''

''അതെ, ഉമ്മയ്ക്ക് പറയാൻ നിങ്ങൾ കരുതുന്നതിനേക്കാൾ വലിയ കഥയുണ്ടാകും. ഇപ്പോഴല്ലേ മനസ്സിലാകുന്നത് നിങ്ങൾ എന്തിനാണ് എന്റെ പ്രീതി പിടിച്ചുപറ്റാൻ നോക്കുന്നതെന്ന്. ഈ പറയുന്ന കച്ചവട ഇടപാടുകളൊന്നും നിയമത്തിന്റെ മുന്നിൽ നിലനിൽക്കില്ലെന്ന് നിങ്ങൾക്ക് നല്ലതുപോലെയറിയാം.''

''നിയമമെന്താണെന്ന് നിന്നെക്കാൾ അറിയുന്നത് എനിക്കാണ് സാറേ.''

''നമുക്ക് കാണാം മുതലാളീ.''

അങ്ങനെ 'സാറും' 'മുതലാളി'യും തമ്മിലുള്ള വാചകയുദ്ധം കൊടുമ്പിരി കൊണ്ടു. ഇരുവരും മറ്റേയാളെ അഭിസംബോധന ചെയ്യുമ്പോൾ സാറെന്നും മുതലാളിയെന്നും വിളിച്ചുകൊണ്ടിരുന്നു.

അവസാനം അഹ്മദ് പാഷ മൂത്ത മകൻ ഉമറിനോട് പറഞ്ഞു:

‘‘കോടതിയിൽ കൊടുത്ത ഹർജിയിൽ എന്നെക്കുറിച്ച് സൂചിപ്പിച്ചിരിക്കുന്ന ഭാഷ മാറ്റാൻ തന്റെ വക്കീലിനോട് സൂചിപ്പിക്കാൻ ആ സാറിനോട് പറയ്. അല്ലെങ്കിൽ എനിക്കറിയാം എങ്ങനെ അവന്റെ വക്കീലാപ്പീസ് അടച്ചുപൂട്ടണമെന്നും വായ മൂടണമെന്നും.’’

ഉമറിന്റെ വായിൽ നിന്നും ഇക്കാര്യം കേട്ടമാത്രയിൽ തന്നെ ഖാലിദും വിട്ടുകൊടുത്തില്ല.

‘‘ഓഹോ അങ്ങനെയാണോ? എങ്കിൽ ആ മുതലാളിയോട് ഇക്കാര്യം കൂടി പറഞ്ഞേക്ക്. ഇവിടെ ഒരുത്തനും ശരിക്കുള്ള കളി എന്താണെന്ന് ഇതുവരെ കണ്ടിട്ടില്ല. വലിയൊരു കേസിൽ പരിശോധന വരാൻ പോകുന്നതേയുള്ളൂ. കോടതി ഇടവേള കഴിഞ്ഞ് തുറക്കട്ടെ. അപ്പോൾ ആദ്യം എടുക്കുന്ന കേസുകളിലൊന്നായിരിക്കും അത്. നിനക്കറിയാത്തൊരു കാര്യമുണ്ട്. നിന്റെ ആ പഴഞ്ചൻ മുതലാളി വാപ്പയുണ്ടല്ലോ ഒരു കരാർ നടപ്പാക്കുന്ന സമയത്ത് വേണ്ടത്ര സമയം ലഭിച്ചില്ലെന്ന ന്യായം പറഞ്ഞ് കൃത്രിമ രേഖയുണ്ടാക്കിയ മനുഷ്യനാണ്. പച്ചയായ വ്യാജരേഖയാണ്. ചെന്ന് ഇക്കാര്യം പറഞ്ഞേക്ക്. ഇനി അങ്ങേര് സമാധാനമായി കിടന്നുറങ്ങുന്നതൊന്ന് കാണണമല്ലോ?’’

അങ്ങനെ പിതാവും പുത്രനും തമ്മിലുള്ള നിയമപോരാട്ടങ്ങൾ രൂക്ഷമായി. രണ്ടുപേരെയും പിണക്കാതിരിക്കുവാനായി ‘മുതലാളി’യും ‘സാറും’ തമ്മിലുള്ള കേസുകൾ എന്ന് വേണമെങ്കിലും പറയാം. ഒരാൾ ഒരു കേസ് കൊടുത്താൽ മറ്റേയാൾ രണ്ടെണ്ണം കൊടുത്തിരിക്കും. ബേയ് എന്ന് വിളിക്കുന്നൊരു വക്കീലിനെയാണ് ഒരാൾ തന്റെ അഭിഭാഷകനായി നിയമിക്കുന്നതെങ്കിൽ മറ്റേയാൾ നിയമിക്കുന്നത് പാഷ എന്നറിയപ്പെടുന്നൊരു വക്കീലിനെയേ ആകുകയുള്ളൂ. പോരാത്തതിന് കേസ് സംബന്ധമായ കുറിപ്പുകൾ അച്ചടിച്ച് പരമാവധി ബന്ധുക്കൾക്കും സുഹൃത്തുക്കൾക്കുമിടിൽ വിതരണവും ചെയ്യും.

മാതാവ് തന്റെ കുഞ്ഞിനെ സ്നേഹിക്കുന്നതുപോലെയാണ് ഇരുവരും തങ്ങളുടെ കേസുകളെ സ്നേഹിച്ചിരുന്നത് വ്രതമനുഷ്ഠിക്കുന്നവൻ അതവസാനിപ്പിക്കുന്നതിനുള്ള സമയം അറിയിക്കുന്ന പീരങ്കിവെടി കാത്തിരിക്കുന്നതുപോലെയായിരിക്കും താത്പര്യത്തോടെ തങ്ങളുടെ കേസുകളിലെ വിധി വരുന്നതും നോക്കിയിരിക്കുന്നത്. കേസ് സംബന്ധമായ ഏറ്റവും പുതിയ സംഭവവികാസങ്ങൾ എന്തൊക്കെയാണെന്നറിയാൻ കഠിനമായി ശ്രമിക്കും. ഒരിക്കൽ ഏതോ ഒരു കേസിന്റെ വിധി വന്നപ്പോൾ ഉച്ചകഴിഞ്ഞ് മണി രണ്ടായി. അതുവരെ ഉച്ചഭക്ഷണം കഴിക്കാതെ കാത്തിരുന്നു അഹ്മദ് പാഷ. കേസിന്റെ

വിധി എന്താണെന്ന് വിളിച്ചറിയിക്കുന്നതും പ്രതീക്ഷിച്ച് ടെലിഫോണിനരികിൽ തന്നെ കുത്തിയിരിക്കുകയായിരുന്നു അയാൾ. ഖാലിദാകട്ടെ, അന്നത്തെ ദിവസം രാവിലെ എട്ട് മണിക്കു തന്നെ കോടതിയിലെത്തി. പിന്നെ വിധി പ്രസ്താവിക്കുന്നതുവരെ അവിടെത്തന്നെ ഇരുന്നു. പ്രാഥമിക വിധിയായിരുന്നെങ്കിലും അത് അവന് അനുകൂലമായിരുന്നു. ഇക്കാര്യം ആദ്യം 'മുതലാളി'യെ ഫോൺ വിളിച്ചു പറഞ്ഞതും മറ്റാരുമായിരുന്നില്ല, ഖാലിദ് തന്നെയായിരുന്നു. അവസാനം അവൻ ഇത്രകൂടി പറഞ്ഞു:

''ഇനി നിങ്ങൾക്ക് ആസ്വദിച്ച് ഭക്ഷണം കഴിക്കാം. ദുഃഖം മറക്കാനുള്ള നല്ല വഴി സ്വന്തം മുറിക്കുള്ളിൽ കയറിക്കിടന്ന് ഉറങ്ങുകയാണ്. അപ്പോൾ പറയുമായിരിക്കും എനിക്ക് കിടന്നാൽ ഉറക്കം വരുന്നില്ലെന്ന്. അങ്ങനെയാണെങ്കിൽ എനിക്ക് നല്ലൊരു ഉപദേശം തരാനാകും. ഞരമ്പ് ഇളകിയവർക്ക് പറ്റിയ പുതിയൊരു മരുന്ന് ഇറങ്ങിയിട്ടുണ്ട്. ഞാനതിന്റെ പേര് പറഞ്ഞു തരണോ? അതോ...?''

മനസ്സിൽ തികട്ടി വന്ന സർവ്വ അശ്ലീലപദങ്ങളും മകന്റെ മേൽ ചൊരിഞ്ഞ ശേഷമാണ് പാഷ ഫോൺ വച്ചത്.

താനും പിതാവും തമ്മിലുള്ള കേസ്‌വിഷയങ്ങളിൽ ഖാലിദ് ഇത്ര താത്പര്യം കാണിക്കുന്നത് തീർത്തും വിചിത്രം തന്നെയാണ്. കാരണം ഭൗതികവിഷയങ്ങളിൽ വലിയ താത്പര്യമോ, സമ്പത്തിന് വലിയ മൂല്യമോ കല്പിക്കാത്തയാളാണവൻ. എന്നാൽ ഇക്കാര്യത്തെക്കുറിച്ച് ചോദിച്ചാൽ അവൻ പറയും:

''ആ 'മുതലാളി'ക്കെതിരെ ഞാൻ നടത്തുന്ന കേസുകൾ ശരിക്കും സമൂഹത്തിന്റെ സ്വന്തം കേസുകളാണ്. ഞാൻ വെറുമൊരു ഉപകരണം മാത്രമാണ്. അയാൾ പാപ്പരായാൽ സമൂഹത്തിനത് വലിയ സമ്പാദ്യമായിരിക്കും. അയാൾ സമ്പന്നനായി തുടരുന്നത് സമൂഹത്തിനായിരിക്കും വലിയ നഷ്ടം സൃഷ്ടിക്കുക. സ്വന്തം സ്വത്തുക്കൾ നഷ്ടമാകുന്നതായിരിക്കും അയാൾക്കും നന്നാകാൻ അവസരം നൽകുക.''

ഇത്ര ചെലവേറിയ കേസുകളുടെ നടത്തിപ്പിനാവശ്യമായ സാമ്പത്തിക വിഭവങ്ങളൊന്നും ഖാലിദിന്റെ കൈയ്യിലുണ്ടായിരുന്നില്ല. അപ്പോൾ പിന്നെ പിതാവിന്റെ ശത്രുക്കളുടെ സഹായം തേടുകയല്ലാതെ വേറെ വഴിയില്ലാതായി. അവരാകട്ടെ, ഖാലിദിനെ മനസ്സു തുറന്നുതന്നെ സഹായിച്ചു. ഈ 'ശത്രുക്കൾ' മറ്റാരുമായിരുന്നില്ല. പിതാവിന്റെ സഹോദരിമാർ തന്നെയായിരുന്നു അവർ. ഖാലിദിനെപ്പോലെ അവർക്കും അഹ്മദ് പാഷയോട് കടുത്ത വെറുപ്പായിരുന്നു. ഖാലിദ് പാഷയ്ക്കെതിരെ കൊടുത്ത കേസുകൾ അവർ തങ്ങളുടെ സ്വന്തം കേസുകളായാണ് കരുതിയത്. ഖാലിദിനെപ്പോലെ തന്നെ

ഈ കേസുകൾ സജീവമാക്കി നിർത്താനായിരുന്നു അവരുടെയും ശ്രമം.

ഈ മൂന്ന് ആന്റിമാരിൽ ഒരാളുടെ വീട്ടിൽ ഖാലിദ് താമസമാരംഭിച്ചു. പിതാവിന്റെ യാതൊരു സ്വഭാവവുമില്ലാത്ത സഹോദരിയായിരുന്നു അവർ. അതാണവരുടെ ഏറ്റവും വലിയ പ്രത്യേകത. രണ്ടാമതായി അവരൊരു വിധവയായിരുന്നു. ആൺമക്കളായി ആരുമില്ലാത്തൊരാൾ. കൂട്ടിന് ആകെയുണ്ടായിരുന്നത് നിഅമത് എന്ന സുന്ദരിയായ മകൾ മാത്രമായിരുന്നു. വെളുത്തു തുടുത്ത കൈകളായിരുന്നു നിഅമതിന്റേത്. അവ പുറത്ത് കാണിക്കുന്ന തരത്തിലേ അവൾ എപ്പോഴും വസ്ത്രം ധരിക്കുകയുള്ളൂ. ഇതൊക്കെ കാരണം ഈ ആന്റിയുടെ ഒപ്പം താമസിക്കാൻ തന്നെ ഖാലിദ് തീരുമാനിച്ചു.

ഇക്കാലത്തെ ഖാലിദിന്റെ ജീവിതമെന്ന് പറയുന്നത് അവനും പിതാവും തമ്മിലുള്ള നിയമയുദ്ധത്തിന്റെ കഥ തന്നെയായിരിക്കും. വർഷങ്ങൾ ഒന്ന് കഴിഞ്ഞ് മറ്റൊന്ന് ആഗതമാകുമ്പോഴും കേസുകൾ ഒന്നൊന്നായി കോടതികളിൽ കുമിഞ്ഞുകൂടാൻ തുടങ്ങി. എന്നാൽ ഒരൊറ്റ കേസിൽപോലും അന്തിമമായ തീർപ്പ് ഉണ്ടായതുമില്ല. കേസുകൾ വളർന്ന് കൂടിക്കൂടി വന്നു. നാട്ടിലെ സർവ്വകോടതികളിലും ഖാലിദിന്റെയും പാഷയുടെയും കേസുകൾ കുമിഞ്ഞു കൂടി.

എന്നാൽ ഈ കേസുകളെക്കുറിച്ച് കൂടുതൽ പറയാതിരിക്കുന്നതാകും നല്ലത്. നമുക്കെന്തായാലും ഖാലിദിന്റെയും അവന്റെ നിയമപോരാട്ടങ്ങളുടെയും കഥ ഇവിടെ നിർത്താം. രണ്ട് വർഷങ്ങൾക്കുശേഷം അവനും മല്ലീമിനും എന്ത് സംഭവിച്ചു എന്ന് നോക്കാം നമുക്കിനി.

ഭാഗം രണ്ട്

ഒന്ന്

ഖയ്യാമിയ്യ കോളനിയിൽ വളരെ പൗരാണികമായൊരു സ്ഥലമുണ്ട്. അവിടെ താമസിക്കുന്നവർ ആ സ്ഥലത്തെ 'കോട്ട' എന്നാണ് വിളിക്കാറുള്ളത്. ശരിക്കും അത് ഏതോ ഒരു മംലൂക് ബേയുടെ ബംഗ്ലാവായിരുന്നു മുമ്പ്. ബംഗ്ലാവ് എന്നാണ് ഉടമസ്ഥൻ അതിനെ വിളിക്കാറ്. കാരണം മംലൂകുകളിൽ പെട്ടൊരാളുടെ സ്വന്തമായിരുന്നു ആ സ്ഥലം. മംലൂകുകളാകട്ടെ, ബംഗ്ലാവുകളിലും മറ്റുമേ താമസിക്കുമായിരുന്നുള്ളൂ.

എന്നാൽ മുൻവശത്തുള്ള കൂറ്റൻ തടിവാതിൽ ഒഴിച്ചുനിർത്തിയാൽ ഒരു ബംഗ്ലാവിന്റെ അടയാളങ്ങളൊന്നും അവകാശപ്പെടാനില്ലാത്ത സ്ഥലമായിരുന്നു അത്. വാതിൽ തുറന്നാൽ ഇരുൾമുറ്റി നിൽക്കുന്ന ഒരു ഇടനാഴി കാണാം. അതിലൂടെ മുന്നോട്ടു നീങ്ങിയാൽ മാർബിൾ പതിച്ച ഒരു കുളത്തോടു കൂടിയ നടുമുറ്റത്തെത്തിച്ചേരും. ബംഗ്ലാവിന്റെ ഉടമയായിരുന്ന മംലൂക് ഈ കുളത്തിൽ വെള്ളം നിറച്ച ശേഷം വൈകുന്നേരങ്ങളിൽ സുഹൃത്തുക്കൾക്കൊപ്പം അതിനുള്ളിൽ കയറി ഇരിക്കും. ചൂളമടിക്കുമ്പോഴേക്കും വലിയൊരു ഹുക്ക കൊണ്ടുവരും. അന്നേരം ആ മംലൂകിന്റെ ഭാവം താനേതോ സുൽത്താനാണെന്നായിരിക്കും.

കത്തിക്കുത്തേറ്റോ വിഷം കഴിച്ചോ ആയിരിക്കും ഈ ബംഗ്ലാവിന്റെ ഉടമ മരിച്ചിട്ടുണ്ടാവുക. കാരണം അയാളൊരു മംലൂകായിരുന്നു. ഏതെങ്കിലും വിധത്തിൽ അസ്വാഭാവിക മരണം വരിക്കുന്നവരായിരുന്നല്ലോ ഈ മംലൂകുകൾ? അനന്തരാവകാശികളെ വകവരുത്തിയ ശേഷം അയാളുടെ ശത്രുക്കൾ ഈ ബംഗ്ലാവ് കൈയ്യേറിയിരിക്കാം. പിന്നെ അക്കാലത്തെ നാട്ടുനടപ്പുപ്രകാരം മംലൂകിന്റെ ഭാര്യയെ ആ കടന്നുകയറ്റക്കാരൻ വിവാഹവും ചെയ്തിരിക്കാം. അക്കാലഘട്ടം മുതൽ ഇവിടെ ഒട്ടേറെ കൊലകളും വിവാഹങ്ങളുമൊക്കെ അരങ്ങേറിയിരിക്കാം. ചെറുപ്പക്കാരിയായ വിധവയുടെ മനസ്സിൽനിന്നൊഴികെ ആ കൊലപാതകങ്ങളുടെ അടയാളങ്ങൾ തുടച്ചുനീക്കാൻ ഇത്തരം വിവാഹങ്ങൾകൊണ്ട് സാധിച്ചിട്ടുണ്ടാകും.

അങ്ങനെ വർഷങ്ങൾ പലത് കടന്നുപോയി. ഖയ്യാമിയ്യ കോളനിയിൽ ഇപ്പോൾ കഴിയുന്നത് ഇരുപതാം നൂറ്റാണ്ടിലെ മനുഷ്യരാണ്. അവർക്കിടയിൽ പ്രചരിച്ചിരിക്കുന്നൊരു കഥ ഈ ബംഗ്ലാവ് ഒരു പ്രേതാലയമാണെന്നാണ്. രാത്രി അവിടെ ജിന്നുബാധയുണ്ടെന്നും അലർച്ചയും ഒച്ചപ്പാടും കേൾക്കുമെന്നും ആളുകൾ പറയുന്നു. കൂടാരങ്ങൾ നിർമ്മിക്കുന്നയാളുകൾ പടച്ചുവിടുന്ന ഒട്ടനേകം കഥകളുണ്ട്. ഇവ മടിയന്മാരായി ഒരു പണിക്കും പോകാതെ കുത്തിയിരിക്കുന്നവരുടെ നാവുകളിലൂടെ നാടെങ്ങും പ്രചരിക്കും. ബംഗ്ലാവിന്റെ തകർച്ചയിലേക്കാണ് ഈ കുപ്രചരണങ്ങൾ നയിച്ചത്. അവസാന കാലത്ത് സർക്കാരിന്റെ ധർമ്മസ്വത്ത് കൈകാര്യവകുപ്പായ വഖഫ് മന്ത്രാലയത്തിന്റെ നിയന്ത്രണത്തിലാണ് കെട്ടിടം. അതോടെ അവിടെ കുടിയേറിയിട്ടുണ്ടെന്ന് പറയുന്ന ജിന്നുകളുടെ എണ്ണവും വർദ്ധിച്ചു. അങ്ങനെ ഏതാണ്ട് ഇരുപതു വർഷത്തോളം ബംഗ്ലാവ് ആൾത്താമസമില്ലാതെ ഒഴിഞ്ഞുകിടന്നു.

ഈ ദുശ്ശകുനം പിടിച്ച മന്ദിരത്തിന്റെ കാര്യത്തിൽ മന്ത്രാലയം തന്നെ ഗതികെട്ടിരുന്നപ്പോഴാണ് നസീഫ് എന്ന് പേരുള്ളൊരു ചെറുപ്പക്കാരൻ രംഗത്ത് വരുന്നത്. മൂന്ന് വർഷത്തേക്ക് മാസം രണ്ട് പൗണ്ട് തുകയ്ക്ക് തനിക്ക് ഈ കെട്ടിടം വാടകയ്ക്ക് വേണമെന്ന് അയാൾ ആവശ്യപ്പെട്ടു. പടുകൂറ്റൻ തടിവാതിലും മാർബിൾ കുളവുമൊക്കെ കടന്ന് മുന്നോട്ടു വന്നാൽ വിശാലമായ പത്ത് മുറികളുണ്ട്. എല്ലാം കൂടി വെറും രണ്ട് പൗണ്ട് മാസവാടകയ്ക്ക് ലഭിക്കുക എന്നു പറയുന്നത് എന്തുകൊണ്ടും ലാഭകരമായ ഇടപാട് തന്നെയാണ് എന്ന് സംശയരഹിതമായി പറയാം. എന്നാൽ ഈ ചെറുപ്പക്കാരൻ ആളൊരു വിഡ്ഢിയോ ഭ്രാന്തനോ ആണെന്നാണ് ആളുകൾ കരുതിയത്. ഒരു മാസമെന്നല്ല ഒരു രാത്രിപോലും രണ്ട് പൗണ്ട് പന്തയം വച്ച് അവിടെ കഴിയാൻ തുനിഞ്ഞവർ തോറ്റുപോയിട്ടേയുള്ളൂ. ചില സമയങ്ങളിൽ പന്തയത്തുക അഞ്ച് പൗണ്ടായി ഉയർന്നിട്ടുണ്ട്. ബംഗ്ലാവിനുള്ളിൽ ഒരു രാത്രി പുലരുന്നതുവരെ കഴിയണം. പക്ഷേ, ആ പന്തയമേറ്റെടുക്കാൻ ആരും മുന്നോട്ടു വന്നിട്ടില്ല.

എന്നാൽ നസീഫാകട്ടെ, ഇത്തരം പേടിപ്പെടുത്തുന്ന കഥകളൊന്നും തീരേ ഗൗനിച്ചില്ല. അവ ശരിയാണോ അല്ലയോ എന്ന് പരിശോധിച്ച് ഉറപ്പുവരുത്താനും ശ്രമിച്ചില്ല. അയാളുടെ കാഴ്ചപ്പാടിൽ ജിന്നുകളൊക്കെ വെറും അന്ധവിശ്വാസമാണ്. ജിന്നുകൾ ഉണ്ടെന്ന വിശ്വാസത്തെക്കാളും വലിയ അന്ധവിശ്വാസങ്ങളെ സ്വന്തം മനസ്സിൽനിന്ന് തുരത്താൻ സാധിച്ചയാളാണ് നസീഫ്. കൂടുതൽ യുക്തിപരവും വിശ്വസനീയവുമായ പല വിശ്വാസങ്ങളെയും. സരാതുസ്ത്ര എന്ന് വിളിക്കപ്പെട്ട ഒരു പ്രവാചകന്റെ മതത്തിൽ വിശ്വസിച്ചിരുന്ന ആളായിരുന്നു നസീഫ്. താൻ

തന്നെയാണ് സർവ്വതിന്റെയും സ്രഷ്ടാവ് എന്നാണ് ഈ മതത്തിന്റെ വിശ്വാസം. താനെന്തൊക്കെയാണ് സൃഷ്ടിച്ചിട്ടുള്ളതെന്ന് ഒന്ന് പരതി നോക്കുമ്പോഴാകട്ടെ, അക്കൂട്ടത്തിൽ ജിന്നുകൾ എന്നൊരു വിഭാഗത്തെ സൃഷ്ടിച്ചതായി കണ്ടതേയില്ല. അതിനാലാണ് നസീഫിന്റെ ലോകത്തിൽ ജിന്നുകൾക്ക് സ്ഥാനമേ ഇല്ലാതാകുന്നത്. എങ്കിലും യാതൊരു പ്രയോജനവുമില്ലാത്ത ഇത്തരം വിചിത്ര സൃഷ്ടികളുടെ ലോകം പടച്ചുണ്ടാക്കാൻ ശ്രമിക്കുന്ന വേറെ പലരുടെയും ലോകത്ത് ജിന്നുകൾക്ക് വലിയ സ്ഥാനമുണ്ടാകുമെന്നതും തീർച്ചയാണ്.

ഇത്തരം ആളുകൾ കേവലം ജിന്നുകൾക്ക് മാത്രമായിരിക്കില്ല ജന്മം നൽകുന്നത്. മറിച്ച് ഒട്ടനേകം സേച്ഛാധിപതികൾക്കും വഴിയൊരുക്കുന്നത് ഇവർ തന്നെയായിരിക്കും. മനുഷ്യനൊരിക്കലും ഭരിക്കുന്നവനാകരുത്, മറ്റുള്ളവരാൽ ഭരിക്കപ്പെടുന്നവരേ ആകാൻ പാടുള്ളൂ എന്നാണവരുടെ നയം. മനുഷ്യൻ ഒന്നുകിൽ ചാട്ടവാർ കൈയ്യിലെടുക്കണം. അല്ലെങ്കിൽ അതേ ചാട്ടവാർ കൊണ്ട് മർദ്ദനമേൽക്കേണ്ടി വരുമെന്ന് അവർ കരുതും. കഠോരമായ മർദ്ദനത്തിൽ നിന്ന് രക്ഷ നേടാനായി മറ്റുള്ളവർക്ക് നേരെ ചാട്ട വീശുന്നവരാണ് ബഹുഭൂരിപക്ഷം മനുഷ്യരും. അതിനിടയിൽ സ്വന്തം മനുഷ്യത്വത്തെപ്പോലും തള്ളിപ്പറയാനും അതിൽനിന്നും ഓടിയകലാനും അവർക്ക് മടിയില്ല. മനുഷ്യൻ സൃഷ്ടിക്കപ്പെട്ടതുതന്നെ മർദ്ദനത്തിനും പോരാട്ടത്തിനും അധികാരമേൽക്കോയ്മയ്ക്കും വേണ്ടിയാണ്. ഇതാണത്രേ സരാതുസ്ത്ര പറയുന്നത്.

മനുഷ്യരെ ചാട്ടയ്ക്കടിക്കുവാൻ തുനിഞ്ഞിറങ്ങിയ ചിലരുടെ കൈയ്യിൽനിന്നും ഈ ബംഗ്ലാവ് തട്ടിയെടുത്ത് തന്റെ കോട്ടയാക്കി മാറ്റുന്നതിൽ അതിനാൽതന്നെ വലിയൊരു ആനന്ദം കണ്ടെത്തുകയായിരുന്നു നസീഫ്. അവരുടെ ചാട്ടകൾ പിടിച്ചുവാങ്ങി അവരുടെ തന്നെ പുറം അടിച്ചുപൊളിക്കണം. അതിൽ ആനന്ദത്തിനപ്പുറം തനിക്ക് ചില പ്രയോജനങ്ങളുമുണ്ടാകും.

ഒന്നും ചെയ്യാതെ വെറുതെ ഇരിക്കുന്ന ഒരു വ്യക്തിയായിരുന്നില്ല ഈ നസീഫ്. എന്നാൽ നാലാൾ അറിയുന്ന ഒരു തൊഴിലും ചെയ്യുന്നതുമില്ല. ജീവിതം ആസ്വദിക്കുന്നൊരു വ്യക്തി. ഉദ്യോഗസ്ഥരും മറ്റ് തൊഴിലുകൾ ചെയ്യുന്നവരുമൊക്കെയാണ് ശരിക്കും ഒന്നും ചെയ്യാതെ ഇരിക്കുന്നവർ. കഞ്ചാവും കറുപ്പും സേവിക്കുന്നതിൽനിന്നും ഒട്ടും വ്യത്യസ്തമല്ലാത്ത രീതികളിലൂടെ ജീവിതത്തിൽ നിന്നും ഓടിമറയാൻ ശ്രമിക്കുന്നവരാണവർ. സ്വന്തം ചിന്തയെ പ്രവർത്തിക്കാൻ അനുവദിക്കാതിരിക്കുന്ന ഇവർ ശരിക്കും ഒന്നും ചെയ്യാത്തവർ തന്നെയാണ്. ചിന്തയെ അതാഗ്രഹിക്കുന്ന വഴിയേ പോകാൻ അനുവദിക്കാതെ അതിന്റെ കഴുത്തിൽ പിടിച്ചുനിർത്താനായിരിക്കും ഇക്കൂട്ടരുടെ ശ്രമം.

ഒരു ഉദ്യോഗസ്ഥൻ മാസത്തിൽ എത്ര മിനിട്ട് താമസിച്ചാണ് ജോലിക്കെത്തിയതെന്ന് ഗവേഷണം നടത്തി കണ്ടുപിടിക്കാൻ ശ്രമിച്ചു കൊണ്ട് അവന്റെ ചിന്തയെ പരിഹസിക്കുവാൻ നോക്കും. അല്ലെങ്കിൽ പണക്കാരനായിത്തീരാൻ വേണ്ടി ഒരു ഡോക്ടർ എത്ര രോഗികളുടെ രക്തമായിരിക്കും ഊറ്റിക്കുടിക്കുന്നതെന്ന് നോക്കും. ഇനി അക്കൂട്ട രിലെ പണ്ഡിതന്മാരായ ആളുകളുടെ കാര്യമോ? അവർ ദിവസവും എട്ട് മണിക്കൂറോളം തങ്ങളുടെ ഓഫീസ്മുറികളിൽ കുത്തിയിരുന്ന് കണ്ടെത്താൻ ശ്രമിക്കുന്ന കാര്യമെന്തെന്നോ? മനുഷ്യനാണോ തിന്മയെ സൃഷ്ടിച്ചത്? അതോ അവന്റെ സൃഷ്ടിപ്പിന് മുമ്പുതന്നെ ഈ ലോകത്ത് തിന്മയുടെ സാന്നിദ്ധ്യമുണ്ടോ? ഇക്കൂട്ടരുടെ കാര്യം കഷ്ട മാണ്. എന്തെങ്കിലും ചിന്തിക്കാൻ ശ്രമിച്ചാൽ അതവരുടെ കടിഞ്ഞാ ണിലായിരിക്കും പിടിമുറുക്കുക. പിന്നാലെ നിങ്ങൾക്ക് കേൾക്കേണ്ടി വരിക ആത്മഹത്യ ചെയ്യുന്നവരുടെ കാര്യമായിരിക്കും. അല്ലെങ്കിൽ മനോരോഗാശുപത്രികളിലെ അന്തേവാസികളുടെ എണ്ണം വർദ്ധി ക്കുന്ന വിഷയമായിരിക്കും.

ഒരു യന്ത്രം നന്നാക്കുക, ഒരു ചെടി നടുക... പോലുള്ള വിഷയ ങ്ങളിലല്ലാതെ ഉദാസീനതയെ സഹിക്കുവാൻ മനുഷ്യവർഗ്ഗം തയ്യാ റാകരുത്. സ്വന്തം ദേഹത്തിന്റെ ഇച്ഛകളെ സംതൃപ്തിപ്പെടുത്തുവാൻ മനുഷ്യൻ നിർബന്ധിതനാകുന്ന കാലത്തോളം ഓരോരുത്തരും തങ്ങൾക്ക് സാധിക്കുന്നതുപോലെ പങ്ക് നൽകേണ്ടൊരു നികുതി ക്രമമാണിത്. വ്യവസായരംഗത്തെ പുരോഗതി ഈ നികുതിഭാര ത്തിൽ നിന്നും പരമാവധി ആശ്വാസം നൽകുമായിരിക്കും. ദിവസം ഏതാനും മിനിട്ടുകൾ മാത്രം മനുഷ്യൻ ഉദാസീനനാകുന്നൊരു കാലം വരുമായിരിക്കും. അത് കഴിഞ്ഞാലുടൻ അവൻ തന്റെ ചിന്താ പരമായ പോരാട്ടത്തിലേക്ക് തിരിയുമായിരിക്കും.

പക്ഷേ, നസീഫ് വ്യവസായമോ കൃഷിയോ ഒന്നും ചെയ്യുന്നില്ല. പ്രത്യേകിച്ച് വേറെ സ്വത്തുവകകളുടെയൊന്നും ഉടമയുമല്ല. അതിനാൽ തന്നെ അയാൾ 'കോട്ട' എന്നു വിളിക്കുന്ന ബംഗ്ലാവ് വാടകയ്ക്കെ ടുത്തു. അതിനുള്ളിലെ ഏറ്റവും വലുതും മികച്ചതുമായ മുകളി ലെത്തെ മുറിയിൽ താമസവുമാരംഭിച്ചു. ബാക്കിയുള്ള മുറികളാകട്ടെ വാടകയ്ക്ക് കൊടുക്കുകയാണ് ചെയ്തത്. ഒന്നോ ഒന്നരയോ പൗണ്ടിന് ഓരോ മുറിയിലും വാടകയ്ക്ക് താമസിക്കാനെത്തിയത് പലതരക്കാ രായ ആളുകളായിരുന്നു. വാടകക്കാരെ സംഘടിപ്പിക്കാൻ അയാൾക്ക് ഒരു ബുദ്ധിമുട്ടും നേരിടേണ്ടി വന്നില്ല. ഇക്കാര്യത്തിൽ ഏത് തരത്തി ലുള്ള ആളുകളോടാണ് സംസാരിക്കേണ്ടതെന്ന് നസീഫിന് നല്ല ധാരണയുണ്ടായിരുന്നു.

ലോകത്തിന്റെ വിവിധ ഭാഗങ്ങളിൽ നിന്നും വരുന്ന വിനോദസഞ്ചാ രികളെ ആകർഷിക്കുന്ന തരത്തിലുള്ള പൗരസ്ത്യ പ്രദേശങ്ങളുടെ

മാതൃക എന്ന് പറയാവുന്നൊരു കോളനിയിലായിരുന്നു ഈ 'കോട്ട' സ്ഥിതി ചെയ്തിരുന്നത്. 'ഈജിപ്തിലെ ഓർമ്മകൾ' എന്ന തലക്കെട്ടിൽ നടക്കാറുള്ള പുസ്തക പ്രദർശനങ്ങളിൽ കാണാറുള്ളതുപോലെ വിവിധ വർണ്ണങ്ങളിലുള്ള കാഴ്ചകളായിരിക്കും ആ കോളനിയിലെത്തിയാൽ എവിടെത്തിരിഞ്ഞാലും കാണുന്നത്.

തഹ്തർ റബഅ് തെരുവ് പിന്നിട്ട് ഖയ്യാമിയ്യ കോളനിയിലേക്ക് കടന്നാലുടൻ മരത്തടികൊണ്ട് മേൽക്കൂര തീർത്തൊരു തെരുവ് കാണാം. മേൽക്കൂരയിലെ ചതുരാകൃതിയിലുള്ള ദ്വാരങ്ങളിലൂടെ സൂര്യപ്രകാശം കടന്നുവരുന്നതു കണ്ടാൽ സ്വർണ്ണ, വെള്ളി രാജികളാണെന്നേ തോന്നൂ. ശരിക്കുള്ള ഒരു സ്ഥലമാണെന്ന് തോന്നുകയേ ഇല്ല. സ്വപ്നത്തിൽ ഏതൊക്കെയോ രൂപങ്ങൾ കാണുന്നതായേ അനുഭവപ്പെടൂ. ഇവിടെയായിരിക്കും അറബി നാടോടിക്കഥയിലെ ഷാതിർ ഹസൻ ജീവിച്ചിരുന്നിട്ടുണ്ടാവുക. കാമുകിയായിരുന്ന ഖമർ സമാൻ അയാളെ ഉറ്റുനോക്കിയിരുന്നത് ആ കാണുന്ന മശ്റബിയ്യ കിളിവാതിലിലൂടെയായിരിക്കും. അതിന് എതിർവശത്തുള്ള വീട്ടിലായിരിക്കുമോ 'ആയിരത്തൊന്നുരാവുകളി'ലെ നാവികനായിരുന്ന സിന്ദുബാദ് ജീവിച്ചിരുന്നത്? മീൻപിടുത്തക്കാരനായിരുന്ന ഹസൻ കഴിഞ്ഞിരുന്നതും അരികത്തു തന്നെയാകും. നിങ്ങൾ വായിച്ചിട്ടുള്ളതും എന്നാൽ ഇതുവരെയും കണ്ടിട്ടില്ലാത്തവരുമായ 'ആയിരത്തൊന്നു രാവുകളി'ലെ കഥാപാത്രങ്ങളെയെല്ലാം ഈ തെരുവുകളിൽ വച്ച് കണ്ടുമുട്ടാനാകും.

പൗരസ്ത്യ ലോകത്തിന്റെ മാസ്മരികതയുടെയും നിഗൂഢതയുടെയും പ്രതീകങ്ങളായി ലോകമെങ്ങും പ്രചരിച്ച ഭാവനാദൃശ്യങ്ങളൊക്കെയും നിങ്ങൾക്കിവിടെ കാണാനാകും. കൂട്ടത്തിൽ ഏറ്റവും അതിശയിപ്പിക്കുന്ന ദൃശ്യം കമ്പോളത്തിന്റേത് തന്നെയാകും. തെരുവിന്റെ ഇരുവശത്ത് നിന്നുമായി നിങ്ങളുടെ നേർക്ക് എത്തിനോക്കുന്ന ചെറിയ കടകൾ. ചുറ്റികൾ പതിക്കുന്ന ശബ്ദം. കച്ചവടച്ചരക്കുകൾ ഉറക്കെ വിളിച്ചു വിൽക്കുന്നവർ. കൂടാരങ്ങൾക്ക് ചിത്രത്തുന്നലുകൾ ചെയ്യുന്നവർ. തോൽപ്പണികൾ ചെയ്യുന്നവർ. ദേ, ആ കാണുന്ന കടയിലേക്ക് കയറിയാൽ ലോകത്തെ ഏറ്റവും രുചികരമായ പാൻകേക്ക് കഴിക്കാൻ സാധിക്കും. യവമദ്യം വാറ്റുന്ന കാര്യത്തിൽ ഏറ്റവും കഴിവുറ്റൊരാളെ കാണാൻ അടുത്ത കടയിലേക്കു കയറിയാൽ മതി.

വല്ലാതെ തിക്കും തിരക്കും കൂട്ടുന്ന കാൽനടയാത്രക്കാർ. സർവ്വദിക്കിൽ നിന്നും ഉയർന്നുകേൾക്കുന്ന ഒച്ചപ്പാടുകൾ, കൊല്ലന്മാരുടെ പണിയായുധങ്ങളുടെ ശബ്ദത്തിനൊപ്പം കലരുമ്പോഴുള്ള ബഹളം. പട്ടുവസ്ത്രങ്ങൾ ധരിച്ച് കൊഞ്ചിക്കുഴഞ്ഞ് നടക്കുന്ന സ്ത്രീകൾ. മുഖാവരണത്തിന് പിന്നിൽ തിളങ്ങുന്ന ആരെയും കൊതിപ്പിക്കുന്ന

അവരുടെ കണ്ണുകൾ. അതിശയമടക്കി നിർത്താനാകാതെ അവരുടെ പിന്നാലെ ചെന്ന് 'ഹേ സുന്ദരീ' എന്നു വിളിക്കുന്ന പുരുഷന്മാർ. പിറകിലേക്ക് തിരിഞ്ഞുനോക്കിയാൽ കാണുന്നത് രഹസ്യങ്ങൾ നിറഞ്ഞ, ഗതകാലപ്രൗഢിയോടെ തലയുയർത്തി നിൽക്കുന്ന മിത്‌വല്ലി നഗരകവാടമായിരിക്കും. പൗരസ്ത്യലോകത്തിന്റെ തലസ്ഥാനവും നഗരങ്ങളുടെ വധുവുമായ കെയ്റോ പട്ടണത്തിന്റെ ശോഭയാർന്ന ചരിത്രം മകുടം ചാർത്തി നിൽക്കുകയാണവിടെ.

ഇത്രയും മാന്ത്രികശക്തി നിറഞ്ഞ സ്ഥലത്തിന്റെ മാസ്മരികത നുകരാനെത്തുന്നവരുടെ വഴിമുടക്കാൻ അല്ലെങ്കിൽ തന്നെ ഏത് ജിന്നുകൾക്കാണ് സാധിക്കുന്നത്? ഈയൊരു ഇന്ദ്രജാലത്തിന്റെ ശരിക്കുള്ള സ്വാധീനവലയത്തിനടിമയാകുന്നത് ആരായിരിക്കുമെന്ന് കണ്ടെത്തുന്നത് മാത്രമായിരിക്കും ശരിക്കുള്ള ബുദ്ധിമുട്ട്. ഇങ്ങനെയാണെങ്കിൽ പോലും ഈജിപ്തുകാർ പൊതുവെ ഖയ്യാമിയ്യ കോളനിയെ ദരിദ്രമായ പട്ടണചേരികളിലൊന്നായാണ് കരുതുന്നത്. വൃത്തിഹീനവും ജീവിതനിലവാരം മോശമായതുമായ ഒരിടം.

അതിനാൽ തന്നെ നസീഫിന്റെ കോട്ടയിൽ വാടകയ്ക്ക് കഴിഞ്ഞിരുന്നവരിൽ പകുതിപ്പേരും വിദേശികളായിരുന്നു. ബാക്കിയുള്ളവരാകട്ടെ വിദേശികളുടെ കണ്ണോടെ സ്വന്തം നാടിനെ നോക്കിക്കണ്ടവരായിരുന്നു. എന്നാൽ അവരെല്ലാവരും കലയിലോ സാഹിത്യത്തിലോ പത്രപ്രവർത്തനത്തിലോ ഒക്കെ മുഴുകുന്നവരായിരിക്കും. ഇനി ഒരു മരപ്പണിക്കാരനും മുടിവെട്ടുകാരനുമുണ്ടെങ്കിൽ പോലും അവരും ഈ വ്യതിരിക്തമായ സംഘത്തിന്റെ ഭാഗമായിത്തീരും. കലയുമായി എന്തെങ്കിലുമൊരു ബന്ധം അവർക്കുമുണ്ടാകും. തിളക്കമുള്ള ബട്ടണുകൾ കൊണ്ടലങ്കരിച്ച കറുത്ത ജല്ലാബിയ കുപ്പായം സ്ഥിരമായി ധരിക്കുന്നയാളാണ് ഈ മരപ്പണിക്കാരൻ. മുടിവെട്ടുകാരനാകട്ടെ കൃതാവ് നീട്ടി വളർത്തിയിരിക്കും. ഒപ്പമൊരു പുല്ലാങ്കുഴലുമുണ്ടാകും കൂടെ. ഇടയ്ക്കൊക്കെ അതുപയോഗിച്ച് അയാൾ പാട്ടുകൾ പാടാൻ നോക്കും.

ഒരേ വീടിന്റെ ചുവരുകൾക്കുള്ളിൽ കൊള്ളാവുന്ന ഇത്തരത്തിലൊരു വിചിത്ര ഗൂഢസംഘം കോട്ടയ്ക്കുള്ളിൽ താമസമാരംഭിച്ചതിൽ അതിശയമൊന്നുമില്ല. ഈ സംഘത്തിനെ ചുറ്റിപ്പറ്റിയുള്ള അതിശയഭാവം വർദ്ധിപ്പിച്ചൊരു സംഗതി മല്ലീമും അവന്റെ പിതാവായ 'ഹൗശ് ഈസയിലെ വട്ട'നും അവരുടെ കൂടെച്ചേർന്നു എന്നതായിരുന്നു.

പിതാവ് ജയിൽമോചിതനായ അതേ മാസത്തിൽ തന്നെയാണ് മല്ലീമും ശിക്ഷ കഴിഞ്ഞ് ജയിലിൽ നിന്നിറങ്ങിയത്. കുറേക്കാലം പ്രത്യേകിച്ച് തൊഴിലൊന്നുമില്ലാതെ കറങ്ങി നടന്ന ശേഷം മല്ലീം

ഒരു കാപ്പിക്കടയിൽ ജോലിക്ക് പോയിത്തുടങ്ങി. ഒരു കാലത്ത് അവന്റെ പിതാവിന്റെ പ്രവർത്തനങ്ങളുടെ വിഹാരകേന്ദ്രമായിരുന്നു ആ കാപ്പിക്കട. അവിടെ വച്ചാണ് നസീഫ് മല്ലീമിനെ കാണുന്നത്. നേരത്തെ പരിചയമുള്ളതിനാൽ തന്റെ ഒപ്പം ചേരുന്നോ എന്ന് നസീഫ് ചോദിച്ചു. അതോടുകൂടിയാണ് കോട്ട കേന്ദ്രീകരിച്ചുള്ള പദ്ധതി യാഥാർത്ഥ്യമാകുവാൻ തുടങ്ങിയത്.

''ഞാൻ ജയിലിൽ കിടന്നിട്ടുള്ള ആളാണെന്നറിഞ്ഞാൽ നിങ്ങൾ ഈ അഭിപ്രായം മാറ്റുമെന്നാണ് എനിക്ക് തോന്നുന്നത്.''

''എനിക്കതറിയാം മല്ലീമേ. അതുകൊണ്ട് തന്നെയാണ് ഞാൻ നിന്നെ തിരഞ്ഞെടുത്തതും.''

''മോഷണക്കുറ്റം ആരോപിച്ചാണ് ഞാൻ ജയിലിലടക്കപ്പെട്ട തെന്നറിഞ്ഞാലും അഭിപ്രായം മാറില്ലെന്നാണോ പറഞ്ഞുവരുന്നത്?''

''അതിന് മോഷ്ടിക്കാൻ എന്റെ കൈയിൽ ഒന്നുമില്ലല്ലോ? അതു പോട്ടെ, നീ എപ്പോഴെങ്കിലും സ്കൂളിൽ പോയിട്ടുണ്ടോ എന്ന് പറയ്.''

മല്ലീം അതിശയത്തോടെ നസീഫിന് നേർക്ക് നോക്കി.

''ഞാനിതു വരെ ഒരു സ്കൂളിലും പോയിട്ടില്ല.''

അതു കേട്ടതും നസീഫ് തല കുലുക്കി.

''അത് തന്നെയാണ് കാരണം.''

സാധാരണക്കാരായ കുട്ടികളെ കാണുമ്പോഴൊക്കെ നസീഫ് പതിവായി തിരക്കുന്ന കാര്യമാണിത്. ഉണ്ടെന്നോ ഇല്ലെന്നോ ഉള്ള മറുപടി കേട്ടാലുടൻ അയാൾ തല കുലുക്കിക്കൊണ്ട് പറയും.

''അത് തന്നെയാണ് കാരണം!''

സ്കൂൾ വിദ്യാഭ്യാസവും ഈ ചോദ്യം ഉന്നയിക്കാനുള്ള സാഹ ചര്യങ്ങളും തമ്മിൽ എന്തെങ്കിലുമൊരു ബന്ധമുള്ളതായി തോന്നു ന്നില്ല.

എന്തായാലും മല്ലീം നസീഫിന്റെ സഹായിയായി കൂടെക്കൂട്ടി. ഒപ്പം അവന്റെ 'ഫിദോ' എന്ന് പേരുള്ള നായയുമുണ്ടായിരുന്നു. ജയിലിൽനിന്നും പുറത്തിറങ്ങിയ മല്ലീം കാണുന്നത് ഒന്നും സംഭവി ക്കാത്ത മട്ടിൽ തങ്ങളുടെ വീടിന് മുന്നിൽ ശാന്തനായി കിടക്കുന്ന ഫിദോയെയായിരുന്നു.

കോട്ടയിലേക്ക് കാലെടുത്തുവച്ച നിമിഷം തന്നെ മല്ലീം ആകെ അമ്പരന്നു പോയി. ആ പുരാതനമായ ബംഗ്ലാവിനുള്ളിൽ സ്വതന്ത്ര മായൊരു പുതുലോകം കണ്ടെത്തുകയായിരുന്നു അവൻ. പ്രവേശന കവാടത്തിനരികിലുള്ള ഇടനാഴിയുടെ ഓരത്തായി ഫിദോയ്ക്ക് വേണ്ടി ഒരു തടിക്കൂട് പണിതു. മറ്റൊരു ഇടനാഴിയുടെ അരികിലായി

തനിക്ക് കിടക്കാനൊരു വിരിപ്പുമൊരുക്കി. ശേഷം കോട്ടയുടെ വിവിധ കോണുകളിൽ ചെന്ന് വേണ്ട മിനുക്കുപണികൾ ചെയ്തു. അവസാനം അവിടമൊരു മികച്ച ഹോട്ടൽ പോലെയായി മാറി. സ്വിസ്സർലന്റുകാരനായ ഒരാളായിരുന്നു എല്ലാത്തിനും മേൽനോട്ടം വഹിച്ചത്. തുറസ്സായി കിടക്കുന്ന നടുമുറ്റം കണ്ടപ്പോൾ അയാൾക്ക് തീരെ ഇഷ്ടപ്പെട്ടില്ല. അയാൾ അവിടെ കുറേ പൂച്ചെടികളും ചെറുമരങ്ങളും വച്ചു പിടിപ്പിച്ചു. അതുപോലെ തന്നെ കോട്ടയിലെ താമസക്കാരിലൊരാളായ തടിപ്പണിക്കാരന്റെ സഹായത്തോടു കൂടി മാർബിൾ കുളത്തിന് മുകളിൽ മനോഹരമായൊരു മേലാപ്പ് പണിയുകയും അതിലേക്ക് വള്ളിച്ചെടികൾ പടർത്തിവിടുകയും ചെയ്തു. വറ്റിക്കിടന്ന കുളത്തിൽ വെള്ളം നിറച്ചശേഷം ചുവന്ന മീനുകളെ കൊണ്ടിടുകയും ചെയ്തു.

മല്ലീമിന്റെ വരവിനുശേഷം കോട്ട പഴയതിൽ നിന്നും തീർത്തും മാറിപ്പോയതായി അന്തേവാസികൾക്കെല്ലാം ബോദ്ധ്യപ്പെട്ടു. അതോടെ ഈ പൗരാണിക മന്ദിരത്തിലെ താമസം അവരെ സംബന്ധിച്ച് തീർത്തും ആനന്ദകരമായി മാറി. തുടക്കത്തിൽ അവർക്കൊക്കെ ഒരുതരം നിരാശ തോന്നിയിരുന്നു എന്നതാണ് വാസ്തവം. ഒന്നോ രണ്ടോ മാസം കഴിഞ്ഞ ശേഷം മിക്കവരും അവിടെ സ്ഥിരമായി താമസിക്കുന്ന രീതി സ്വീകരിച്ചിരുന്നില്ല. ഏകാന്തത അനുഭവപ്പെടുമ്പോൾ അഭയം പ്രാപിക്കാനുള്ള ഒരു ദന്തഗോപുരമായിരുന്നു ചിലർക്ക് അവിടം. മറ്റ് ചിലർക്കാകട്ടെ മറ്റ് സ്ഥലങ്ങൾ കിട്ടാതാകുമ്പോൾ കാമുകിമാർക്കൊപ്പം പ്രണയകേളികളിൽ ഏർപ്പെടാൻ പറ്റിയൊരു സങ്കേതമായിരുന്നു കോട്ട. ചിത്രകാരന്മാരാകട്ടെ അവിടെയുള്ള തങ്ങളുടെ മുറികളെ സ്റ്റുഡിയോകളാക്കി മാറ്റിയിരിക്കുകയാണ്. എന്തെങ്കിലുമൊരു ചിത്രം വരയ്ക്കാനോ ശില്പം നിർമ്മിക്കാനോ തോന്നുമ്പോൾ മാത്രമായിരിക്കും. അവരിൽ പലരും കോട്ടയിലെത്തുക.

ഇതോടെ തന്റെ പദ്ധതി പാളാൻ പോവുകയാണെന്ന് നസീഫിന് തോന്നി. ഹാനിയ എന്ന് പേരുള്ളൊരു വിദേശിയായ ചിത്രകാരിയെ അയാൾക്ക് പരിചയമുണ്ടായിരുന്നു. കൃത്യമായൊരു പൗരത്വരേഖയൊന്നും ഈ ഹാനിയയ്ക്ക് ഉണ്ടായിരുന്നില്ല. ചിലപ്പോൾ പറയും പോളിഷുകാരിയാണെന്ന്. മറ്റ് ചിലപ്പോൾ പറയുക ഹങ്കറിക്കാരിയാണെന്നായിരിക്കും. ആവശ്യം വന്നാൽ താൻ റഷ്യക്കാരിയാണെന്ന് പറയാനും മടിക്കില്ല. നല്ല മെലിഞ്ഞ് ഉയരമുള്ള ശരീരപ്രകൃതിയായിരുന്നു ഹാനിയയുടേത്. സ്വർണ്ണത്തലമുടിയും നീലക്കണ്ണുകളുമുള്ളൊരു സുന്ദരി. ആ കണ്ണുകളിൽ നിന്നും പ്രവഹിച്ചിരുന്ന വിചിത്രമായ മിന്നലാട്ടം മുഖത്തിന് വല്ലാത്ത വശ്യത സമ്മാനിച്ചിരുന്നു.

അഞ്ച് വർഷങ്ങൾക്കു മുമ്പാണ് ഹാനിയ ഈജിപ്തിലെത്തിയത്. കുറഞ്ഞ കാലത്തിനുള്ളിൽ ഈ നാട്ടിൽ നിന്ന് സ്വത്തും പ്രശസ്തിയുമൊക്കെ സ്വന്തമാക്കാമെന്നാണ് കരുതിയത്. പക്ഷേ, പ്രതീക്ഷകളെയെല്ലാം തകർക്കുന്ന തരത്തിലുള്ള വിധിയാണ് ഹാനിയയെ കാത്തിരുന്നത്. തന്റെ ചിത്രങ്ങളുടെ പ്രദർശനങ്ങൾ സംഘടിപ്പിച്ചെങ്കിലും ആവശ്യത്തിന് കാണികളെ കിട്ടിയില്ല. പണ്ടത്തേതിനേക്കാൾ വലിയ ദാരിദ്ര്യമാണ് തന്നെ കാത്തിരിക്കുന്നതെന്ന് അതോടെ ബോദ്ധ്യമായി. അങ്ങനെയാണ് ചില സമ്പന്ന കുടുംബങ്ങളിലെ പെൺകുട്ടികളെ ചിത്രകല പഠിപ്പിക്കാൻ നിർബ്ബന്ധിതയാകുന്നത്.

സത്യം പറഞ്ഞാൽ അത്ര വലിയ പ്രതിഭയൊന്നുമുള്ള കലാകാരിയായിരുന്നില്ല ഈ ഹാനിയ. ചിത്രകലയിലെ അവളുടെ ശൈലിയും വളരെ പരിമിതികൾ നിറഞ്ഞതായിരുന്നു. മോശവും സന്തുലിതമില്ലാത്തതുമായ നിറക്കൂട്ടുകളായിരുന്നു ഹാനിയയുടെ ചിത്രങ്ങളുടേത്. അവ കണ്ടാൽ ഇരുളും വെളിച്ചവും എങ്ങനെയാണ് സന്നിവേശിപ്പിക്കേണ്ടത് എന്ന് തീരെ അറിയില്ലെന്ന് തോന്നും. ഇത്തരം ചിത്രകലയിൽ താനൊരിക്കലും തിളങ്ങാൻ പോകുന്നില്ലെന്ന് ഹാനിയയുടെ ഉപബോധമനസ്സ് അവളോട് പറഞ്ഞിട്ടുണ്ടാകും. നല്ലത് സർറിയലിസ്റ്റിക് എന്ന് വിളിക്കുന്ന പുതിയ ചിത്രകലാരീതിയിലേക്ക് മാറുന്നതാകും. പ്രപഞ്ചത്തിലെ സർവ്വ യാഥാർത്ഥ്യങ്ങളും അതിന്റെ രഹസ്യങ്ങളുമറിയുന്ന മഹാപ്രവാചകനായി ഉപബോധമനസ്സിനെ പ്രതിഷ്ഠിക്കുന്ന ആധുനിക കലാപ്രസ്ഥാനമാണ് ഈ സർറിയലിസം എന്ന് പറയുന്നത്. ഈ സ്കൂളിൽപെട്ട കലാകാരന്മാരുടെ ചിത്രങ്ങളും മറ്റ് രചനകളുമൊക്കെ ശോഭനീയമായ ബൗദ്ധിക ദീപ്തിയുള്ളവയായിരിക്കും.

ഇതൊക്കെയാണെങ്കിൽ കൂടിയും മിക്കപ്പോഴും ഇത്തരം കലാകാരന്മാരുടെ ചിത്രങ്ങൾ കണ്ടാൽ ഏതോ ഭണ്ഡാരപ്പുരയാണെന്ന് തോന്നും. അല്ലെങ്കിൽ ഉപയോഗിച്ച് പഴകിയ സാധനങ്ങൾ വിൽക്കാൻ വച്ചിരിക്കുന്ന പ്രത്യേക കടകളാണെന്ന്. അല്ലാതെ ഒരു കലാസൃഷ്ടിയുടെ വിവിധ ഘടകങ്ങളെ തമ്മിൽ കൂട്ടിയിണക്കുന്ന നൈസ്സർഗ്ഗികമായ ഒരു ബാന്ധവം അവയിൽ കാണാനാകില്ല. പരസ്പരം വ്യാഖ്യാനിക്കുന്ന തരത്തിലുള്ള അനുരൂപമായൊരു ലോകത്തെ സൃഷ്ടിക്കുന്നതാകണം കല. എന്നാൽ ഈ പ്രസ്ഥാനത്തിന്റെ അനുയായികളുടെ കൈയിൽ കലയെന്നത് വെറുമൊരു തരിശ്ഭൂമി മാത്രമായി മാറിപ്പോകുന്നു. മത്സ്യം, പാൽ, പുളി... എന്നിങ്ങനെ ഒരു പൊരുത്തവുമില്ലാത്ത കുറേ ചിതറിയ ചിത്രങ്ങൾ ഒരു ഫ്രെയിമിനുള്ളിൽ സമ്മേളിക്കുന്നതല്ലാതെ അവ പ്രത്യേകിച്ചൊരു ആശയമോ സന്ദേശമോ സംവേദനം ചെയ്യുന്നതേയില്ല.

അതിനാൽതന്നെ ജനങ്ങൾക്ക് മനസ്സിലാകാൻ സാധിക്കാത്ത കുറേ ചിത്രങ്ങൾ ഹാനിയ വരച്ചിട്ടുണ്ടെന്ന് കേട്ടാൽ അതിശയിക്കേണ്ടതില്ല. സത്യ പറഞ്ഞാൽ അവൾക്കു തന്നെ മനസ്സിലായിട്ടുണ്ടാവില്ല അവ എന്താണെന്ന്. ആർക്കറിയാം ചിലപ്പോൾ ആ ചിത്രങ്ങൾക്ക് തന്നെ അറിയില്ലായിരിക്കും തങ്ങൾ ശരിക്കും എന്താണെന്ന്.

നസീഫ് കോട്ടയിൽ വന്ന് താമസിക്കുവാൻ ഹാനിയയെ ക്ഷണിച്ചു. ഈജിപ്തിൽ പറയാൻ ബന്ധുക്കളോ പരിചയക്കാരോ ഒന്നുമില്ലാത്തതിനാൽ അവളത് മടികൂടാതെ സ്വീകരിക്കുകയും ചെയ്തു. എന്തായാലും ഹാനിയയുടെ വരവ് കോട്ടയിൽ വലിയൊരു കോലാഹലം തന്നെ സൃഷ്ടിച്ചു എന്ന് പറഞ്ഞേ തീരൂ. അവിടെ താമസിക്കാൻ മറ്റുള്ളവർ തമ്മിൽ മത്സരമായി. ഹാനിയയുടെ മനം കവരുവാൻ പോകുന്ന പരാക്രമിയായ പടയാളി താൻ തന്നെയായിരിക്കുമെന്നാണ് എല്ലാ അന്തേവാസികൾക്കും തോന്നിയത്. എന്നാൽ കലാകാരന്മാരായ തന്റെ സഹതാമസക്കാരോട് വലിയ താത്പര്യമൊന്നും ഹാനിയ കാണിച്ചതേയില്ല. കലയുമായി ബന്ധപ്പെട്ട അവളുടെ അഭിപ്രായങ്ങൾക്ക് മറ്റുള്ളവരും വലിയ പരിഗണനയൊന്നും നൽകിയില്ല. കലാകാരികളുടെ സംസാരം കേട്ടിരിക്കുക എന്നത് മറ്റുള്ളവർക്ക് അത്ര പ്രിയങ്കരമായ കാര്യമേയാകില്ല. അവരെ സംബന്ധിച്ച് കലയെന്ന് പറയുന്നത് തങ്ങൾ ചെയ്യുന്നതോ ചെയ്യാൻ ആഗ്രഹിക്കുന്നതോ മാത്രമായിരിക്കും. വേറൊന്നുമല്ല. മറ്റൊന്നിനും അവരുടെ ലോകത്തെ കലയിൽ ഒരു സ്ഥാനവുമുണ്ടാകില്ല.

എന്തായാലും കോട്ടനിവാസികൾ വീണ്ടും പഴയ പടിയായി. മല്ലീം രംഗം കൈയ്യടക്കി. അവന്റെ പിതാവ് കോട്ടയുടെ കൂറ്റൻ വാതിലിനരികിൽ കാവൽക്കാരനായി നിലയുറപ്പിച്ചു. തകർന്നു വീഴാറായ ആ ബംഗ്ലാവിനെ മനുഷ്യൻ കൊതിക്കുന്നതൊക്കെ ലഭിക്കുന്ന, യുവത്വം തുടിക്കുന്ന ഒരു സംഗമസ്ഥാനമാക്കി മാറ്റിയത് മല്ലീമെന്ന അധികം സംസാരിക്കാത്ത ചെറുപ്പക്കാരനായിരുന്നു. കഴിക്കാനും കുടിക്കാനുമൊക്കെ എന്തും കിട്ടുമവിടെ. ശൂന്യമായിക്കിടന്ന സ്ഥലത്ത് ആരെയും സമയം ചെലവഴിക്കുവാൻ പ്രേരിപ്പിക്കുന്ന ധാരാളം ഇടങ്ങളുണ്ടിപ്പോൾ. സന്തോഷവും നേരമ്പോക്കും അന്തേവാസികളെത്തമ്മിൽ കൂട്ടിയിണക്കുന്ന സാമൂഹിക ബന്ധങ്ങളുമുള്ളൊരിടം. സർവ്വസ്വാതന്ത്ര്യവുമുള്ളപ്പോൾ തന്നെ കൃത്യമായൊരു വ്യവസ്ഥയുമുണ്ടായിരുന്നു. തീരാത്ത തരം വിനോദങ്ങൾ സമ്മാനിക്കുന്ന മല്ലീമിന്റെ പിതാവിന്റെ സാന്നിദ്ധ്യത്തെക്കാൾ ഉപരി എടുത്തുപറയേണ്ടത് ഏവരുടെയും ഹൃദയവും വികാരവും കവർന്ന നിഗൂഢത ശീലമാക്കിയ മല്ലീമിന്റെ കാര്യമായിരിക്കും.

ക്രമേണ കോട്ടയിലെ ഒരേയൊരു കാര്യക്കാരനായി മല്ലീം മാറി.

കോട്ടയിൽ താമസിക്കുന്നവർ സ്വയം വിശേഷിപ്പിക്കുന്നത് 'തെമ്മാടി സഖാക്കളെ'ന്നാണ്. ഇവർക്ക് ആർക്കെങ്കിലും എന്തെങ്കിലും വാങ്ങാൻ ആഗ്രഹിക്കുന്നുവെങ്കിൽ അക്കാര്യം ആവശ്യപ്പെടുക മല്ലീമിനോടായിരിക്കും. അന്തേവാസികൾക്കായി ഇടപാടുകൾ ഉറപ്പിക്കുന്നതും കാര്യങ്ങൾ നടപ്പിലാക്കുന്നതും പ്രശ്നങ്ങൾ പരിഹരിക്കുന്നതും അവനായിരിക്കും. തങ്ങൾ അകപ്പെട്ടിരിക്കുന്ന പ്രശ്നങ്ങളിൽ നിന്നും അവരെ മോചിപ്പിക്കാൻ അവിടെ മറ്റാരുമുണ്ടായിരുന്നില്ല. കലാകാരന്മാർക്ക് നിറക്കൂട്ടുകൾ തയ്യാറാക്കി നൽകുന്നതും പേനയും മഷിയുമൊക്കെ ഹാജരാക്കുന്നതും ശില്പങ്ങളുണ്ടാക്കാനുള്ള ശിലകളും കൊത്തുപണികൾ ചെയ്യാനുള്ള സാമഗ്രികൾ ഒരുക്കുന്നതുമൊക്കെ മല്ലീം തന്നെയായിരിക്കും.

ഒരു ദിവസം രാത്രി നടുമുറ്റത്തിലെ മേലാപ്പിന് കീഴിലിരുന്ന് മദ്യം നുകരുകയാണ് സഖാക്കൾ. ഹാനിയ മല്ലീമിനെ ഉറക്കെ വിളിച്ചു. അത് കണ്ടതും അരികത്തുണ്ടായിരുന്ന സഅദുദ്ദീൻ പൊട്ടിച്ചിരിച്ചു. ഏതോ ഒരു വാരികയിൽ ജോലി ചെയ്യുന്ന ആളാണയാൾ.

''ഇങ്ങനെയാണെങ്കിൽ സ്വന്തം കപ്പിലെ മദ്യം കൂടി മല്ലീം തന്നെ കുടിക്കണമെന്ന് നീ വാശി പിടിക്കുമല്ലോ?''

''കണക്കില്ലാതെ മദ്യപിച്ചിരിക്കുകയാണ് സഅദേ നീ.''

''ഞാൻ മദ്യപിച്ചാൽ മല്ലീമിന് മത്ത് പിടിക്കുകയൊന്നുമില്ല. എന്നാൽ എന്നെക്കാൾ ബുദ്ധിമതിയാണല്ലോ നീ ഹാനിയാ? അതിനാൽതന്നെ മല്ലീം കുടിച്ചാൽ മതി നിനക്ക് മത്ത് പിടിച്ചിരിക്കും!''

ഈ അവസരം മുതലാക്കി വരത്തനായ ഖൂരിൻ വിഷയത്തിലിടപെട്ടു. അർമേനിയക്കാരനാണെങ്കിലും ഈ നാട്ടിലെത്തിയ ശേഷം ഈജിപ്തുകാരനായി മാറിയ ആളാണ് ഖൂരിൻ. പാദരക്ഷകൾ നിർമ്മിക്കുന്ന വ്യവസായം നടത്തി കുറേയേറെ പണമുണ്ടാക്കിയ ആളായിരുന്നു അയാളുടെ പിതാവ്. എന്നാൽ കലാപ്രേമം അസ്ഥിക്ക് പിടിച്ചതോടെ പിതാവിന്റെ പണവും സ്വന്തമാക്കി നേരെ കോട്ടയിൽ വന്ന് താമസമാക്കി. ഹാനിയയുടെ പക്കൽ നിന്ന് ചിത്രകലാപാഠങ്ങൾ പഠിക്കുകയാണ് ലക്ഷ്യം.

''സഅദേ നീ പറഞ്ഞത് ശരിയല്ല. മല്ലീമിന്റെ മദ്യം തന്നെ മതിയാകും ഹാനിയയ്ക്ക് മത്ത് പിടിക്കാൻ.''

ഹാനിയയ്ക്ക് ഇതൊക്കെ കേട്ട് ദേഷ്യമാണ് വന്നത്.

''വെറുതേ ഇങ്ങനെ അശ്ലീലച്ചുവവച്ച് സംസാരിക്കരുതേ.''

സഅദ് പൊട്ടിച്ചിരിച്ചു.

''ഹാനിയാ, ദേഷ്യപ്പെടല്ലേ. സത്യം പറഞ്ഞാൽ നമ്മുടെ എല്ലാവരുടെയും ഭർത്താവായി മാറിയിരിക്കുകയല്ലേ ഈ മല്ലീം?''

ആ പറഞ്ഞത് ഹാനിയയ്ക്ക് തീരേ ഇഷ്ടപ്പെട്ടില്ല. അത് കേട്ട് നിശ്ശബ്ദയായി ഇരിക്കാനും മനസ്സ് അനുവദിച്ചില്ല.

''മല്ലീം വെറുമൊരു ജോലിക്കാരൻ മാത്രമാണ്.''

സാധാരണ അവസാനം മാത്രം ഇടപെടുന്ന പ്രകൃതക്കാരനാണ് നസീഫ്. എന്നാൽ ഇവിടെ അയാൾ നേരത്തേ ഇടപെട്ടു.

''കാര്യങ്ങൾ നേരെ തിരിച്ചാണ് സഖാവേ. ഇന്ന് ഈ കോട്ടയുടെ ശരിക്കുള്ള ഉടമസ്ഥൻ തന്നെ മല്ലീമാണെന്ന് പറയാം.''

''അവനൊരു നിസ്സാരവ്യക്തിയല്ലേ?''

ഹാനിയയുടെ വാക്കുകൾ കേട്ടതും സഅദ് തിരിച്ചടിച്ചു.

''ഒരിക്കലുമല്ല. അവൻ ആളൊരു വല്ലഭനാണ്. സഖാക്കളേ, ഞാനൊരു കാര്യം തുറന്നുതന്നെ പറയാം. എനിക്ക് എന്നെക്കാളേറെ ബഹുമാനമാണ് മല്ലീമിനോടുള്ളത്.''

പിന്നെയും നസീഫിന് ഇടപെടാതെ തരമില്ലെന്നായി.

''മല്ലീം ആളൊരു നിസ്സാരനുമല്ല. വല്ലഭനുമല്ല. അവനൊരു സാധാരണ ചെറുപ്പക്കാരനാണ്. അതുതന്നെയാണ് അവന് നിങ്ങളുടെ മേലുള്ള സ്വാധീനത്തിന്റെ രഹസ്യവും. സഖാക്കളേ, നമ്മൾ ശരിക്കും പരാജിതരായ യുവാക്കളാണ്. എന്നാൽ മല്ലീം തന്റെ തൊഴിലിൽ തീർത്തും വിജയം കൈവരിച്ചവനാണ്. എന്നാൽ ഏതെങ്കിലുമൊരു കച്ചവടക്കാരന്റേയോ ഉദ്യോഗസ്ഥന്റേയോ വീട്ടിലാണ് മല്ലീം ജോലി ചെയ്യുന്നതെങ്കിൽ ഹാനിയ പറഞ്ഞതുപോലെ അവൻ വെറുമൊരു പണിക്കാരനാകാനേ തരമുള്ളൂ. കാരണം ഈ കച്ചവടക്കാരനും ഉദ്യോഗസ്ഥനുമൊക്കെ ബഹുമാന്യവ്യക്തിത്വങ്ങളും നാം ജീവിക്കുന്ന സമൂഹത്തിൽ വിജയികളായി കരുതപ്പെടുന്നവരുമാണ്. അതിനാൽ തന്നെ അവരുടെ ഒപ്പം ജോലി ചെയ്താൽ മല്ലീമിന് അവന്റെ സ്വാഭാവികസാമൂഹിക പദവിയേ ലഭിക്കുകയുള്ളൂ.

എന്നാൽ നാമോ? നമ്മൾ വെറുക്കപ്പെട്ട തെമ്മാടിക്കൂട്ടമല്ലേ? സമൂഹത്തിന്റെ ഗീതത്തിലെ അപശ്രുതിയാണ് നാം. അതിനാൽ തന്നെ സമൂഹം നമ്മെ വിലമതിക്കില്ലെന്ന് മാത്രമല്ല, അപഹസിക്കുകയും വിലകുറച്ചു കാണിക്കുകയും ചെയ്യും. അതിനപ്പുറമുള്ള ഒന്നും തന്നെ നാമും പ്രതീക്ഷിക്കുന്നില്ല എന്നത് നേരാണ്. എന്നാൽ നമുക്ക് തന്നെ സ്വന്തത്തോട് ഒരു ബഹുമാനവുമില്ല എന്നൊരു വിമർശനവുമുണ്ട്. നമ്മുടെ ഓരോരുത്തരുടേയും മനസ്സിലുയരുന്ന വലിയൊരു ചോദ്യമുണ്ട്. സമൂഹത്തിന്റെ കാഴ്ചപ്പാടല്ലേ ശരി? നമുക്ക് തന്നെ സ്വന്തത്തോട് യാതൊരു മതിപ്പുമില്ല. അതുകൊണ്ടാണ് മല്ലീമിന്റെ വ്യക്തിത്വം നമ്മുടെ കണ്ണുകളിൽ ഇത്രത്തോളം വലുതാവുകയും

നാടോടിക്കഥകളിലെ കഥാപാത്രങ്ങളുടേതുപോലുള്ള രൂപം കൈവരിക്കുകയും ചെയ്യുന്നത്.''

''ഞാൻ മല്ലീമിനെക്കുറിച്ചെഴുതിയ കഥ നിങ്ങൾ ഒളിച്ചു വായിച്ചല്ലേ നസീഫേ? 'നാടോടിക്കഥകളിലെ കഥാപാത്രങ്ങൾ' എന്ന പ്രയോഗംതന്നെ ഉണ്ടായിരുന്നു എന്റെ കഥയിൽ.''

സഅദിന്റെ ഗീർവാണം കേട്ടതും ഹാനിയയ്ക്ക് ചിരി വന്നു. ശേഷം തല ഉയർത്താതെ അവൾ പറഞ്ഞു:

''നാമെല്ലാവരും മല്ലീമിനെ തങ്ങളുടെ കലയ്ക്ക് പറ്റിയൊരു വിഷയമാക്കി മാറ്റിയെന്നാണ് തോന്നുന്നത്. 'നായകനായ മല്ലീം' എന്ന് പേരിട്ടൊരു ചിത്രം വരച്ചിട്ടുണ്ട് ഞാൻ. നാളെ അത് നിങ്ങളെ കാണിക്കാമെന്നു കരുതി ഇരിക്കുകയായിരുന്നു.''

''അവൻ വെറുമൊരു ജോലിക്കാരൻ മാത്രമാണെന്നാണല്ലോ അല്പം മുമ്പ് കേട്ടത്?''

ഖുരീൻ കളിയാക്കി.

''ചിത്രങ്ങളിൽ മാത്രമാണ് മല്ലീം നായകൻ.''

നസീഫ് നിഷേധഭാവത്തിൽ തലകുലുക്കി.

''എന്റെ പെണ്ണേ, അതിന് ചിത്രങ്ങളിൽ മാത്രമല്ലേ നാം ജീവിക്കുന്നത്? ക്യാൻവാസിന്റെ ഫ്രെയ്മിനകത്ത്? വഴിയരികിലേക്ക് വലിച്ചെറിയപ്പെട്ട വലിയൊരു ചിത്രം മാത്രമാണ് നമ്മുടെ ഈ കോട്ട.''

നസീഫ് സംസാരിച്ചു കഴിഞ്ഞ ഉടനെയാണ് ശത്തയുടെ ഒച്ച കേട്ടത്. ധൃതിയിൽ കടന്നുവരുന്നതിനിടയിൽ അയാൾ പറയുന്നുണ്ടായിരുന്നു.

''പേടിക്കേണ്ട സഖാവേ, പേടിക്കേണ്ട. അധികം വൈകാതെ തന്നെ കാര്യങ്ങളുടെയെല്ലാം കടിഞ്ഞാൺ നമ്മുടെ കൈകളിലെത്തിച്ചേരും. പാർലമെന്റിലെ ഏമാന്മാർ നിയമങ്ങൾ നിർമ്മിക്കുന്നത് അവർക്കുവേണ്ടി മാത്രമാണെന്ന് ഒരു തൊഴിലാളി സംസാരിക്കുന്നത് ഞാൻ ഇന്നെന്റെ ചെവികൊണ്ട് കേട്ടു. അതിനർത്ഥം നമ്മുടെ ആശയങ്ങൾ സാധാരണക്കാരുടെ മനസ്സുകളിലേക്ക് ആഴ്ന്നിറങ്ങി എത്തിയിരിക്കുന്നു എന്നാണ്. ആ തീ ആളിക്കത്തുവാൻ ഒരു തീപ്പൊരിയുടെ ആവശ്യം മാത്രമേയുള്ളൂ. അതിനാലാണ് ഞാൻ ഇത്ര ധൃതിപിടിച്ച് ഓടിയെത്തിയത്. അധികാരികളുടെ പിടിയിലമരാൻ പാടില്ല. അതിനായി വേണ്ട ക്രമീകരണങ്ങൾ നമ്മുടെ പ്രവർത്തനങ്ങളിൽ വരുത്തിയേ മതിയാകൂ. നമ്മുടെ സർക്കാരിന്റെ തലവൻ ഞാനാകാം. അക്കാര്യത്തിലാർക്കെങ്കിലും എതിർപ്പുണ്ടോ സഖാക്കളേ? പിന്നെ ഹാനിയ ഒരു വിദേശവനിതയാണല്ലോ? അതിനാൽ വിദേശകാര്യമന്ത്രി പദവി ഞാൻ അവൾക്കുതന്നെ നൽകും.''

പരുത്തി വ്യവസായം ചെയ്യുന്ന ഒരു വിദേശ ഹുണ്ടികക്കാരന്റെ ഓഫീസിൽ എന്തോ ചെറിയ ഉദ്യോഗം വഹിക്കുന്നയാളാണ് ഈ ശത്ത. സമൂഹത്തിന്റെ മുന്നിൽ അതാണയാളുടെ തൊഴിൽ. പക്ഷേ കൈയിലെ നഖങ്ങളും ശിരസ്സിലെ മുടിയും മാത്രമാണ് താൻ ഈ ഉദ്യോഗത്തിന് നൽകിയിട്ടുള്ളതെന്നാണ് അയാൾ പറയാറുള്ളത്. എന്നാൽ അധികം വൈകാതെ ഈജിപ്തിലെ ചലച്ചിത്ര രാജാവായി മാറാൻ പോകുന്ന ശരിക്കുള്ള ശത്തയുടെ സ്വന്തമായിരിക്കും തന്റെ കൈകളും ശിരസ്സുമൊക്കെ. സത്യം പറഞ്ഞാൽ ഇദ്ദേഹം സിനിമയെയും നാടകത്തെയും സംബന്ധിച്ച് ധാരാളം വായിച്ചിട്ടുള്ള ആളാണ്. എങ്കിലും തന്റെ വിലപ്പെട്ട വിവരങ്ങൾ പരീക്ഷിക്കാൻ അവസരം ലഭിച്ചതാകട്ടെ ഒരിക്കൽ മാത്രമാണ്. ഒരു ഈജിപ്ഷ്യൻ സിനിമയിൽ അഭിനയിക്കാൻ അവസരം കിട്ടിയപ്പോഴായിരുന്നു അത്. ഇരട്ടിമധുര സർബത്ത് കച്ചവടക്കാരന്റെ വേഷമായിരുന്നു അത്.

എന്തായാലും അത്തരമൊരു വേഷം കെട്ടിയത് ശത്തയെ വളരെ സ്വാധീനിച്ചു. അതിനുശേഷം അയാൾ നെഞ്ചു വിരിച്ച് കൈകൾ വീശി തല ഉയർത്തിപ്പിടിച്ചേ നടക്കൂ. സാദാ ജീവിതത്തിൽ സർബത്ത് കച്ചവടക്കാരന്റെ പാത്രവും പേറിയല്ല നടക്കുന്നത് എന്ന വ്യത്യാസം മാത്രമേയുള്ളൂ. എന്തൊക്കെപ്പറഞ്ഞാലും ആളൊരു ബുദ്ധിമാനാണ്. ഓരോ കലയുമായി ബന്ധപ്പെട്ട് പ്രസിദ്ധീകരിക്കപ്പെട്ടിട്ടുള്ള കൈപ്പുസ്തകങ്ങൾ വായിച്ച് ഉപരിപ്ലവമായതാണെങ്കിൽകൂടിയും കുറേ വിവരങ്ങൾ അയാൾ മനസ്സിലാക്കിവച്ചിട്ടുണ്ട്. ആ അറിവ് വച്ച് ശത്ത തുടർന്ന് പറഞ്ഞു:

‘‘തെമ്മാടി സഖാക്കളേ, പ്രകാശാലങ്കാരകലയെ സംബന്ധിച്ച് എന്റെ കാഴ്ചപ്പാട് നിങ്ങൾക്ക് അറിയാമല്ലോ? ഇരുളും വെളിച്ചവുമല്ലാതെ മറ്റൊരു സംഗതി ഇല്ലെന്നറിയുക. പിന്നെ വെളുത്തതും കറുത്തതുമായ തിരശ്ശീലകളുണ്ടാകും ഈ നാടകത്തിൽ. മേശകളോ ഇരിപ്പിടങ്ങളോ കാണില്ല. വാതിലുകളും ജാലകങ്ങളുമില്ല. ഇനി പറയുന്നത് കാതുകൾ കൂർപ്പിച്ച് കേൾക്കുക. മനസ്സിലെ പടപടപ്പും ശ്വാസം പിടിച്ചു നിർത്തലുമൊന്നും വേണ്ടതില്ല. ഇരുളും വെളിച്ചവും നിറഞ്ഞ വേദിയിൽ അവതരിപ്പിക്കാനിരിക്കുന്ന എന്റെ ആദ്യനാടകത്തിലെ ആദ്യരംഗം കേട്ടുകൊള്ളൂ. ഇനി എന്താണെന്നറിയേണ്ടേ നാടകത്തിന്റെ പേര്? ‘മഹാനായ മല്ലീം’!

* * *

മല്ലീം മിക്കവാറും സമയം പുറത്തെവിടെയെങ്കിലുമായിരിക്കും. അവന്റെ അസാന്നിധ്യത്തിൽ കോട്ടയിലെ കാര്യങ്ങൾ ശ്രദ്ധിക്കുന്നത് മല്ലീമിന്റെ പിതാവായിരിക്കും. മല്ലീം സ്ഥലത്തുണ്ടെങ്കിൽ അയാൾ

വാതിലിനരികിൽതന്നെ കാവൽ നിൽക്കും. മല്ലീം പുറത്ത് പോകുന്നത് വളരെ അധികമാണിപ്പോൾ. കാരണം അവൻ വെറുമൊരു സേവകനല്ലിപ്പോൾ. വേറെന്തൊക്കെയോ പുറം ജോലികളുണ്ടവന്. കോട്ടയിൽ താമസിക്കുന്ന മറ്റാരെക്കാളും പണം സമ്പാദിക്കുന്ന ആളാണവൻ. പ്രതിബന്ധങ്ങളെ ഇഷ്ടപ്പെടാത്ത, സ്വാതന്ത്ര്യത്തെ ഇഷ്ടപ്പെടുന്ന പ്രകൃതമാണവന്റേത്. അതിന് എന്തുകൊണ്ടും യോജിച്ച, വലിയ പ്രയത്നമൊന്നും വേണ്ടാത്ത ജോലിയാണ് മല്ലീമിന് ചെയ്യാനുള്ളത്.

എന്നും വൈകുന്നേരം കെയ്റോ പട്ടണത്തിലെ തെരുവോരങ്ങളിലൂടെ ഏതാണ്ട് രണ്ട് മണിക്കൂർ വെറുതെ ചുറ്റിത്തിരിയുകയേ വേണ്ടൂ. ഒരു ദിവസം ഫീദോയെ തലോടിക്കൊണ്ടിരിക്കുമ്പോഴാണ് ഈ ആശയം തലയിലുദിക്കുന്നത്. നേരെ ചെന്ന് പറഞ്ഞത് ഹാനിയയോടാണ്. പക്ഷേ അവൾ സമ്മതിച്ചില്ല. അങ്ങനെയാണ് നസീഫിനെ സമീപിക്കുന്നത്. വിശദാംശങ്ങൾ അറിഞ്ഞതും നസീഫ് മല്ലീമിന്റെ പദ്ധതിയെ സ്വാഗതം ചെയ്തു. ഏതു വിധേനയും ഹാനിയയെ പറഞ്ഞ് സമ്മതിപ്പിക്കുന്ന ചുമതല താൻ ഏറ്റെടുക്കാമെന്നും അയാൾ വാക്കു കൊടുത്തു.

കോട്ടയിൽ തന്റെ സ്ഥാനത്തിന് ഭീഷണി നേരിടുന്നുണ്ടെന്ന് അറിയാതിരിക്കുമ്പോഴാണ് ഈ പദ്ധതി മല്ലീമിന്റെ മനസ്സിൽ നാമ്പിടുന്നത്. അതിന് ഏതാനും ദിവസങ്ങൾക്ക് മുമ്പാണ് അവനെ സംബന്ധിച്ചൊരു അഭിപ്രായം നസീഫ് തന്റെ കൂട്ടാളികളോട് പങ്കുവെച്ചത്. അവരാകട്ടെ, വലിയ ഒച്ചപ്പാടുണ്ടാക്കിയതല്ലാതെ അത് അംഗീകരിക്കാൻ തയ്യാറായില്ല.

''മല്ലീം ഒരു സാധാരണക്കാരൻ മാത്രമാണെന്ന് തെളിയിക്കാനൊരു വഴിയുണ്ട്. നമുക്ക് അവനെ പുറത്താക്കി മറ്റൊരു ജോലിക്കാരനെ നിയമിച്ചാലോ? ഞാൻ പന്തയം വയ്ക്കാം. ഒന്നോ രണ്ടോ ആഴ്ചയ്ക്കുള്ളിൽതന്നെ ഈ പുതിയ ജോലിക്കാരൻ മല്ലീം ഇപ്പോൾ കൈയ്യടക്കിയിരിക്കുന്ന സ്ഥാനം നേടിയിരിക്കും.''

ഇങ്ങനെയൊരു നിർദ്ദേശം മുന്നോട്ടുവയ്ക്കാൻ നസീഫിനെ പ്രേരിപ്പിച്ചത് കേവലം പരീക്ഷണം നടത്തി നോക്കാനുള്ള ത്വരയൊന്നുമായിരുന്നില്ല. മറിച്ച് പകയും അസൂയയുമായിരുന്നു യഥാർത്ഥ കാരണം. കൂട്ടാളികൾക്ക് മേൽ തനിക്കുണ്ടായിരുന്ന നേതൃത്വം ശരിക്കും ആസ്വദിച്ചിരുന്ന വ്യക്തിയായിരുന്നു കോട്ടയുടെ നിലവിലെ ഉടമസ്ഥൻകൂടിയായ നസീഫ്. തങ്ങളുടെ ആശയത്തിന്റെ പതാകവാഹകൻ താൻതന്നെയാകണം എന്ന് നസീഫിന് നിർബന്ധമുണ്ടായിരുന്നു. മുകളിലത്തെ നിലയിൽ താമസിക്കുന്ന തന്റെ നേർക്ക് കൂട്ടാളികൾ നോക്കേണ്ടത് സൈദ്ധാന്തികകാര്യങ്ങളിൽ ശ്രദ്ധാലുവായൊരു

നായകന്റെ നേർക്ക് നോക്കുന്നതുപോലെയായിരിക്കണം. പുതിയൊരു ലോകക്രമം പടുത്തുയർത്താനായി അത്യദ്ധ്വാനം ചെയ്യുന്ന തന്റെ ചിന്തകൾക്ക് അസ്വസ്ഥത സൃഷ്ടിക്കാത്തവിധത്തിൽ അവരൊക്കെ ശബ്ദം താഴ്ത്തിയേ സംസാരിക്കാൻ പാടുള്ളൂ. മാത്രമല്ല, നസീഫ് എന്ന തന്റെ പേര് അവരുടെ നാവുകളിൽ സദാ തങ്ങിനിൽക്കുകയും വേണം.

പക്ഷേ, അവസാനം നസീഫ് തിരിച്ചറിഞ്ഞത് കോട്ടയിലെ നേതൃത്വം തന്റെ കൈയിൽനിന്നും മല്ലീം തട്ടിയെടുത്തു കഴിഞ്ഞുവെന്നാണ്. തനിക്ക് പകരം മല്ലീമാണ് ഇപ്പോൾ ഏവരുടെയും ശ്രദ്ധാകേന്ദ്രം. കോട്ടയിലുള്ളവർ അവന്റെ ചിത്രം വരയ്ക്കുന്നു. ശില്പം നിർമ്മിക്കുന്നു. അവനെക്കുറിച്ച് കഥകളെഴുതുന്നു. അവനിപ്പോൾ 'മിസ്റ്റർ മല്ലീ'മാണ്. അല്ലെങ്കിൽ 'മഹാനായ മല്ലീം'. ആർക്കറിയാം നാളെ എന്തായിത്തീരുമെന്ന്? ഇന്ന് കോട്ടയുടെ ഇടനാഴിയിൽ കിടന്നുറങ്ങുന്നത് മല്ലീമാണ്. നാളെ ചിലപ്പോൾ തന്റെ സ്ഥാനം അവിടെയായിരിക്കാം. പിന്നെ ഏറ്റവും മുകളിലുള്ള തന്റെ മുറി കൈയടക്കുന്ന മല്ലീമിനെയും കാണേണ്ടിവരും. അതിനാൽ മല്ലീമിനെ നിലയ്ക്ക് നിർത്താനുള്ള നേരമായിരിക്കുന്നു.

അങ്ങനെ ഇരിക്കുമ്പോഴാണ്, മല്ലീം തന്റെ പുതിയ പദ്ധതിയുമായി രംഗത്തെത്തുന്നത്. അതാണവനെ കാത്തിരുന്ന അനിവാര്യമായ പുറത്താക്കലിൽനിന്നും രക്ഷപ്പെടുത്തിയത്. എന്നു മാത്രമല്ല കോട്ടയിലുള്ളവർക്കെല്ലാം കൈ നിറയെ പണം കിട്ടാനും അത് കാരണമായി മാറി.

രണ്ട്

കിടപ്പുമുറിയിലെ ടെലിഫോൺ ബെൽ നിർത്താതെ മുഴങ്ങുകയാണ്. മൂടിപ്പുതച്ച് കിടന്നുറങ്ങുകയായിരുന്ന ഖാലിദ് ശബ്ദം കേട്ടതും പരിഭ്രാന്തിയോടെ പിടഞ്ഞെഴുന്നേറ്റു. ഉറക്കത്തിന് ശല്യമുണ്ടാക്കിയത് ടെലിഫോണാണെന്ന് മനസ്സിലായതും റിസീവർ എടുത്ത് മേശപ്പുറത്ത് വച്ചു. ശേഷം കണ്ണുകൾ ഇറുകെയടച്ച് ഉറക്കം തുടരാൻ നോക്കി. എന്നാൽ ചെന്നുപെട്ടതാകട്ടെ, സ്കൂളിലേക്ക് പോകുന്നതായൊരു സ്വപ്നത്തിലേക്കായിരുന്നു. സ്കൂൾമുറ്റത്തെത്തിയപ്പോഴാണ് മനസ്സിലായത് കാലിൽ ചെരുപ്പുകളൊന്നുമില്ലെന്ന്. അതോടെ കുറേ കുട്ടികൾ ചുറ്റുംകൂടി പരിഹസിച്ച് ചിരിക്കാൻ തുടങ്ങി. ശരിക്കും ഉറങ്ങുകയാണോ എന്ന് ചോദിച്ചാൽ അല്ല. പാതിയുണർന്ന അവസ്ഥയിലായിരുന്നു മനസ്സ്. അതോടെ ഇത്തരം ബാലിശമായ സ്വപ്നങ്ങൾക്ക് ഇരയാകുന്നതിലും ഭേദം കിടക്കവിട്ടെഴുന്നേൽക്കുന്നതാണെന്നു തോന്നി. ഈയടുത്തകാലത്തായി ഇത്തരം സ്വപ്നങ്ങൾ കാണുന്നത് പതിവായിരിക്കുകയാണ്. അവ കഴിഞ്ഞ് ഉണർന്നാൽ മനസ്സാകെ അസ്വസ്ഥവും ആശങ്കാഭരിതവുമായിരിക്കും.

പരീക്ഷ നടക്കുന്ന വലിയ കൂടാരത്തിനുള്ളിൽ ഇരിക്കുന്ന സ്വപ്നമാണ് ഒരിക്കൽ കണ്ടത്. നിശ്ചിതസമയം കഴിഞ്ഞിട്ടും ഒരക്ഷരം പോലും ചോദ്യങ്ങൾക്ക് ഉത്തരമായി എഴുതിയിട്ടില്ല. 'പേന താഴെ വയ്ക്കൂ' എന്ന് ഉറക്കെ പറഞ്ഞുകൊണ്ട് പരീക്ഷാനടത്തിപ്പുകാരനായ അദ്ധ്യാപകൻ അരികിലേക്ക് വന്നു. ഉത്തരക്കടലാസ് പിടിച്ചുവാങ്ങുകയാണ് ഉദ്ദേശ്യം. ഒരു മിനിട്ട് സമയംകൂടി തന്നൂകൂടേ എന്ന് കെഞ്ചിനോക്കി. അതിനുള്ളിൽ ഒന്നോ രണ്ടോ വാചകം ഉത്തരമെഴുതാൻ പറ്റിയാലോ? പക്ഷേ അയാൾ തന്റെ യാചനയൊന്നും ശ്രദ്ധിക്കാതെ ഉത്തരക്കടലാസ് പിടിച്ചുവാങ്ങി. കരഞ്ഞുകൊണ്ട് അയാളുടെ പിന്നാലെ ചെല്ലുന്നതിനിടയിൽ ദയ കാണിക്കണേ എന്ന് യാചിച്ചുനോക്കി. അപ്പോഴേക്കും സ്വപ്നത്തിൽ നിന്നുണരുകയും ചെയ്തു.

മറ്റൊരു സ്വപ്നം ഏതോ യാത്ര പുറപ്പെടാൻ തയ്യാറായി നിൽക്കുന്ന കാഴ്ചയായിരുന്നു. വാച്ചിലേക്ക് നോക്കിയപ്പോഴാണ് മനസ്സിലാകുന്നത് ട്രെയിൻ യാത്ര പുറപ്പെടാൻ ഇനി ഏതാനും മിനുട്ടുകൾ മാത്രമേയുള്ളൂവെന്ന്. താനാകട്ടെ, വസ്ത്രംപോലും ധരിച്ചിട്ടില്ല ഇതുവരെ. പിന്നെ ഒരു ഓട്ടപ്പാച്ചിലായിരുന്നു. സാധനങ്ങളും വസ്ത്രങ്ങളുമൊക്കെ കക്ഷത്തിലൊതുക്കിക്കൊണ്ട് റെയിൽവേ സ്റ്റേഷനിലേക്ക് കാറിൽ കുതിച്ചു. സ്ഥലത്തെത്തുമ്പോഴേക്കും ട്രെയിൻ ചലിക്കാൻ തുടങ്ങിക്കഴിഞ്ഞിരുന്നു. ആൾക്കൂട്ടത്തിനിടയിലൂടെ തിക്കിത്തിരക്കി ഓടാൻ ശ്രമിക്കുന്ന തന്റെ നേർക്ക് പരിഹാസത്തോടും അതിശയത്തോടുംകൂടി നോക്കുകയാണ് ആളുകൾ. എന്നാൽ ട്രെയിനിൽ കയറാൻ സാധിച്ചതുമില്ല. പ്ലാറ്റ്ഫോമിലെത്തിയപ്പോഴേക്കും ട്രെയിൻ കണ്ണെത്താദൂരത്തെത്തിക്കഴിഞ്ഞിരുന്നു. ഉറക്കവസ്ത്രത്തിൽ പ്ലാറ്റ്ഫോമിൽ നിൽക്കുന്ന തന്നെ നോക്കി ചുറ്റുമുള്ള ആളുകളാകെ പരിഹസിച്ച് ചിരിക്കുകയാണ്.

എന്തുകൊണ്ടായിരിക്കും ഇത്തരം സ്വപ്നങ്ങൾ കാണുന്നതെന്ന് മനസ്സിലാകുന്നതേയില്ല. തന്റെഉള്ളിലെ മനഃസാക്ഷിക്കുത്തായിരിക്കുമോ ഇത്തരമൊരു രൂപം സ്വീകരിക്കുന്നത്? അതോ ഇനിയുമെന്തെന്ന് വ്യക്തമാകാത്ത കാര്യങ്ങളിലേക്ക് വിരൽ ചൂണ്ടുന്ന സൂചനകൾ വല്ലതുമായിരിക്കുമോ? ഇനി അതുമല്ല, പരീക്ഷ തോൽക്കുന്നതായും ട്രെയിൻ നഷ്ടപ്പെടുന്നതായും കാണുന്നത് ശരിക്കുള്ള സംഭവങ്ങൾ വല്ലതുമായിരിക്കുമോ?

കിടക്കയിൽ നിന്നെഴുന്നേറ്റ് ജനാലയ്ക്കരികിലേക്ക് ചെന്നു. ജാലകവിരി അരികത്തേക്ക് വകഞ്ഞുമാറ്റിയശേഷം വാച്ചിലേക്ക് നോക്കി. സമയം പത്തരയായിരിക്കുന്നു. തലയിൽ വല്ലാത്തൊരു ഭാരമനുഭവപ്പെടുന്നുണ്ട്. കൈകാലുകളിൽ എന്തോ ഒരു കോച്ചിപ്പിടുത്തം. തണുത്ത വെള്ളത്തിൽ ഒന്ന് കുളിച്ചാലോ എന്നു തോന്നി. അതോ എന്തെങ്കിലും വ്യായാമം ചെയ്യണോ? വീടിന്റെ മട്ടുപ്പാവിൽ പോയിനിന്ന് രാവിലെയുള്ള ശുദ്ധവായു ശ്വസിച്ചാൽ അല്പം ഉന്മേഷം ലഭിക്കുമെന്നും തോന്നി. പക്ഷേ ഇതൊന്നും ചെയ്യാതെ കിടക്കയ്ക്കരികിലുള്ള കസേരയിൽ ചെന്നിരുന്നശേഷം ചുരുട്ട് കത്തിച്ച് വലിക്കാനാണ് ഖാലിദ് ശ്രമിച്ചത്.

ഇതിനിടയിൽ ടെലിഫോൺ പിന്നെയും ശബ്ദിച്ചു. അലസതയോടെ റിസീവർ കൈയിലെടുത്ത് ചെവിയോട് ചേർത്തു. പിന്നെ ചുണ്ടിൽനിന്നും ചുരുട്ട് എടുത്തുമാറ്റാതെതന്നെ സംസാരിക്കാൻ തുടങ്ങി. മറുവശത്തുനിന്നും കേട്ടതൊരു സ്ത്രീശബ്ദമായിരുന്നു.

''ഞങ്ങളുടെ അരികിയിൽനിന്ന് പോയശേഷം ഇന്നലെ നിന്റെ കല്യാണമായിരുന്നോ?''

എന്താണ് പറയുന്നതെന്നുപോലും അറിയാത്ത അവസ്ഥയായിരുന്നു ഖാലിദിന്റേത്. യാന്ത്രികമായിരുന്നു അവന്റെ മറുപടി:

''ഇല്ല. എന്റെ കല്യാണമൊന്നും നടന്നില്ല, നിന്റെ കഴിഞ്ഞോ?''

''എന്റെ കല്യാണം കഴിഞ്ഞെങ്കിൽ നിന്നോട് സംസാരിക്കാൻ ടെലിഫോണിന്റെ ആവശ്യം വരില്ലായിരുന്നല്ലോ? പിന്നെ നിന്നെപ്പോലെ പത്തുമണിവരെ ഇങ്ങനെ കിടന്നുറങ്ങുകയുമില്ല ഞാൻ.''

ഖാലിദിന് ദേഷ്യമാണ് വന്നത്.

''അതിന് പെണ്ണേ, ഞാൻ പത്ത് മണിക്കൊന്നുമല്ലല്ലോ ഉണർന്നത്? കിടക്കവിട്ടെഴുന്നേറ്റിട്ട് മൂന്ന് മണിക്കൂറെങ്കിലും കഴിഞ്ഞിട്ടുണ്ടാകും.''

''ശരിക്കും? ഞാൻ നിന്നെ ഒരു മൂന്നുതവണയെങ്കിലും വിളിച്ചിട്ടുണ്ടാകും. പിന്നെന്തേ ഫോൺ എടുത്തില്ല?''

''അത് പിന്നെ... ഞാൻ തോട്ടത്തിലിരുന്ന് വായിച്ചുകൊണ്ടിരിക്കുകയായിരുന്നു. പ്രഭാതത്തിലെ സുന്ദരമായ മണിക്കൂറുകൾ അടഞ്ഞ മുറികൾക്കുള്ളിൽ പാഴാക്കുന്നത് മണ്ടത്തരമല്ലേ?''

''അതവിടെ നിൽക്കട്ടെ. ഇന്നലത്തെ ആഘോഷത്തിലെ താരം നീയായിരുന്നു എന്നറിയാമല്ലോ അല്ലേ? ക്ഷണം കിട്ടി വന്നവരെല്ലാം സംസാരിച്ചത് നിന്നെക്കുറിച്ച് മാത്രമായിരുന്നു.''

''ഓഹ്... അതിലിപ്പോൾ എന്താണതിശയം? ആ ചടങ്ങിൽ പങ്കെടുത്ത ഒരേയൊരു മനുഷ്യൻ ഞാൻ മാത്രമാണല്ലോ?''

''ആണോ? അപ്പോൾ നീ ഞങ്ങളെപ്പോലെ 'സൂപ്പർമാൻ' ഒന്നുമല്ലെന്നാണോ പറഞ്ഞുവരുന്നത്?''

''അതെ. നിർഭാഗ്യത്തിന് എന്റെ ശരീരം ആമാശയവും പിന്നെ നിനക്കറിയാത്ത വേറെ ചില സാമഗ്രികളുമൊക്കെ അടങ്ങിയതാണ്.''

''ഓഹ്... ഗംഭീരം. അതിശയമായിരിക്കുന്നു.''

യുവതി ഫ്രഞ്ച് ഭാഷയിൽ ഉറക്കെ പറഞ്ഞു. പിന്നെ അതേ സ്വരത്തിൽ മറ്റാരോടെന്നതുപോലെ അവൾ തുടർന്നു.

''എന്റെ പൊന്നേ... നീയറിഞ്ഞോ? പാരീസിലെ 'മൗളിൻ റോഷ്' നൃത്തശാലയുടെ മുകളിലുമുണ്ടത്രെ ഒരു കാറ്റാടി.''

ഇതു കേട്ടതും ഖാലിദിന് കലികയറി.

''എന്നെ ആ പേര് പറഞ്ഞ് വിളിക്കരുതെന്ന് ഞാൻ നിന്നോട് പറഞ്ഞിട്ടില്ലേ, ബാലിശമാണിത്.''

''നിറുത്താതെ സംസാരിക്കുന്ന നിന്നെ കാണുമ്പോൾ ഒരു കാറ്റാടിയാണെന്നേ തോന്നൂ. എന്റെ ഖാലിദേ, നീ ഫിഷറിനെ വായിക്കണം. വായിച്ചിട്ടുണ്ടോ അദ്ദേഹത്തെ?''

‘‘ഇല്ല. അതുകൊണ്ട് ഉണ്ടാക്കുന്ന സംഗതികൾ തിന്നുന്നതാണ് എന്റെ പതിവ്.’’

‘‘തിന്നുമെന്നോ? അപ്പോൾ നീ ഇപ്പോൾ തിന്നുന്നത് പുസ്തകങ്ങളാണോ?’’

‘‘ഏത് പുസ്തകത്തിന്റെ കാര്യമാണ് നീ പറയുന്നത്?’’

‘‘ഫിഷറിന്റെ പുസ്തകങ്ങൾ. അദ്ദേഹത്തിന്റെ പുസ്തകങ്ങളെക്കുറിച്ച് നിനക്കറിയില്ലേ ഖാലിദ്? സൂപ്പർമാന്റെ സ്രഷ്ടാവായ ഫിഷറിനെ?’’

ഖാലിദ് നീട്ടിവലിച്ചൊരു നെടുവീർപ്പിട്ടു. പിന്നെ ചോദിച്ചു.

‘‘എന്നെ ഫോൺ താഴെ വയ്ക്കാൻ അനുവദിക്കുമോ?’’

‘‘ഒരു മിനിട്ട്. പ്ലീസ്. ഇന്നു വൈകുന്നേരം ഹുസൈൻ ബേയ് ഒരുക്കുന്ന വിരുന്നിൽ പങ്കെടുക്കാൻ വരുമോ എന്ന് പറയ്. ഇന്നലത്തെ ചടങ്ങ് പിരിയുന്നതിനു മുമ്പ് അയാൾ നമ്മളെ ക്ഷണിച്ചതാണ്.’’

‘‘പാവം മനുഷ്യൻ.’’

‘‘നീ വരുമോ?’’

‘‘ഞാനില്ല.’’

‘‘അതെന്താ ഇല്ലാത്തത്, വെറുതെ തമാശ പറയരുത്. വന്നാൽ എന്താ കുഴപ്പം?’’

‘‘ഹുസൈൻ എന്റെ സുഹൃത്താണ്.’’

‘‘അതിനെന്താ പ്രശ്നം, ശത്രുക്കളുടെ വിരുന്നിൽ മാത്രമേ നീ പങ്കെടുക്കുകയുള്ളോ?’’

‘‘അതെ. ശത്രുക്കളുടെ വീടുകളിലേ ഞാൻ താമസിക്കൂ. ശത്രുക്കളുടെ സമൂഹത്തിലേ ജീവിക്കുകയുമുള്ളൂ.’’

‘‘നീ വിരുന്നിന് വരുന്നില്ലെങ്കിൽ പിന്നെ ഞാനും പോകുന്നില്ല.’’

‘‘അതു കാരണം മനുഷ്യവംശത്തിന് ഒരു നഷ്ടവും വരാനില്ല. ശരി. എങ്കിൽ കാണാം.’’

റിസീവർ തിരികെ ടെലിഫോൺ ക്രാഡിലിലേക്ക് വച്ചശേഷം കുറച്ചുനേരം എന്തോ ആലോചിച്ചുകൊണ്ടിരുന്നു ഖാലിദ്. ഇത്തരമൊരു ടെലിഫോൺ സംഭാഷണം എന്തുകൊണ്ടാണ് തന്നെ അസ്വസ്ഥമാക്കുന്നതെന്ന് മനസ്സിലായതേയില്ല. രാവിലെ സ്വപ്നം കണ്ടുണർന്ന ശേഷം തോന്നിയതരം വികാരമാണ് ഇപ്പോഴും അനുഭവപ്പെടുന്നത്.

ഇന്നലത്തെ ചടങ്ങിൽ പങ്കെടുത്തവരുടെ കണ്ണിൽ താനൊരു തിളങ്ങുന്ന നക്ഷത്രമായിരുന്നു എന്നാണ് സുഹൃത്തായ യുവതി

പറഞ്ഞത്. അയഞ്ഞ നരച്ച പാന്റ്സും മുൻവശം തുറന്ന പരുത്തിക്കുപ്പായവും ധരിച്ചാണ് താൻ ചടങ്ങിൽ പങ്കെടുത്തത്. അപ്പോൾ അതാണ് കാരണം. ബാക്കിയുള്ള അതിഥികളൊക്കെയും ആഢംബരവസ്ത്രം ധരിച്ച് വന്നവരായിരുന്നു. സുഗന്ധം പൂശിയും രത്നങ്ങൾ പതിച്ച ഉടയാടകൾ അണിഞ്ഞുമാണ് അവരൊക്കെയും ചടങ്ങിൽ പങ്കെടുത്തത്. അവർക്കാർക്കും തന്റെ സാന്നിധ്യം ഇഷ്ടമായെന്നേ കരുതാൻ വയ്യ. കാലുകളിൽ പാദുകങ്ങളൊന്നുമില്ലാതെ സ്കൂളിലെത്തിയപ്പോൾ കുട്ടികൾ കൂട്ടംകൂടിനിന്ന് പരിഹസിച്ച് ചിരിച്ച സ്വപ്നത്തിൽ കണ്ട ആ സാധു ബാലൻ തന്നെയായിരുന്നു താൻ ശരിക്കും.

* * *

തല വെട്ടിപ്പൊളിക്കുന്നതുപോലുള്ള വേദനയുണ്ട്. ഒരു കപ്പ് കാപ്പി തയ്യാറാക്കിത്തരാനായി വേലക്കാരനെ വിളിച്ചു പറഞ്ഞു. കുറച്ചു കഴിഞ്ഞതും വാതിലിൽ മുട്ട് കേട്ടു. പക്ഷേ കയറിവന്നത് വീട്ടുവേലക്കാരനായിരുന്നില്ല. പിതാവിന്റെ സഹോദരിയുടെ മകൾ നിഅമതായിരുന്നു. അത് കണ്ട മാത്രയിൽതന്നെ ഖാലിദ് മുഖം ചുളിച്ചുകൊണ്ട് എന്തോ തിരക്ക് ഭാവിച്ചു. എന്നാൽ അത്തരമൊരു തന്ത്രം പ്രയോഗിക്കാനുള്ള കഴിവ് തനിക്കില്ലെന്ന് ബോധ്യമായതും വിധിക്ക് കീഴടങ്ങാൻതന്നെ തീരുമാനിച്ചു. ഇപ്പോഴുള്ള തലവേദനതന്നെ ധാരാളമാണ്.

''ശുഭദിനം ഖാലിദ്.''

യുവതി മുറിക്കുള്ളിലേക്ക് കയറിവന്നു. പ്രത്യഭിവാദ്യംപോലെ എന്തോ ഒന്ന് മുരണ്ടശേഷം അവൻ പുതിയൊരു ചുരുട്ട് കത്തിച്ചു.

അവന്റെ കസേരയുടെ കൈപ്പിടിയിൽ വന്നിരിക്കുന്നതിനിടയിൽ നിഅമത് കുറ്റപ്പെടുത്താൻ തുടങ്ങി.

''ഇത് ശരിയല്ല ഖാലിദ്, നിങ്ങളുടെ ഈ സ്വഭാവം എനിക്ക് തീരെ ഇഷ്ടപ്പെടുന്നില്ല. പുകവലി തുടങ്ങിയിട്ട് ഏതാനും ആഴ്ചകൾ പോലുമായിട്ടില്ല. അതിനകംതന്നെ ഇത്തരത്തിൽ ചുരുട്ട് വലിക്ക് അടിമയായി മാറിയിരിക്കുകയാണോ?''

തനിക്ക് തലവേദന എടുക്കുന്നുണ്ടെന്നോ മറ്റോ മുറുമുറുത്തതേയുള്ളൂ ഖാലിദ്. അത് കാരണം അല്പനേരം നിശ്ശബ്ദയായിരുന്ന യുവതി പിന്നെയും തിരക്കി.

''രാവിലെ ആരുമായാണ് ഫോണിൽ സംസാരിച്ചുകൊണ്ടിരുന്നത്?''

അപ്പോൾ ഇനി കേൾക്കാൻ പോകുന്നത് പൂരപ്പാട്ട് തന്നെയായിരിക്കും. നാടോടിപ്പാട്ടുകളായ തഖാസീമും പിന്നെ മവ്വാലും ഒടുക്കം

നീണ്ട മുവശ്ശഹാതുകൾവരെ ഇനി കേൾക്കേണ്ടിവരും. ഇത്തരത്തിൽ അവസാനിക്കാത്ത പരിഭാവം പറച്ചിൽ കേൾക്കേണ്ടി വരുമെന്ന ഭയമുള്ളതിനാൽ നിഅമതിന് മുഖം കൊടുക്കാതെ നടക്കുന്നതാണ് പതിവ്. എങ്കിലും തന്റെ വേഷം നന്നായി കെട്ടാൻ ശ്രമിക്കുന്ന ആളിന്റെ ഭാവത്തിലാണ് ഖാലിദ് മറുപടി പറഞ്ഞത്.

''തയ്യൽക്കാരനായിരുന്നു. എന്റെ പഴയ വസ്ത്രങ്ങൾ നിനക്കിഷ്ടമല്ലല്ലോ? അത് കാരണം നിന്റെ ആഗ്രഹപ്രകാരം അല്പം ഗമയുള്ള വസ്ത്രങ്ങൾതന്നെ ധരിക്കാൻ തീരുമാനിച്ചിരിക്കുകയാണ് ഞാൻ.''

''സത്യമാണോ ഖാലിദ്? എന്നാൽ നിങ്ങളൊരു ചുംബനമർഹിക്കുന്നുണ്ട്.''

അതോടെ പാവത്തിന് ചുണ്ട് നീട്ടിക്കൊടുക്കേണ്ടിവന്നു. നിഅമതിന്റെ വെളുത്ത കൈകൾ ചുറ്റിപ്പിടിച്ചു കഴിഞ്ഞതിനാൽ ഇനി രക്ഷപ്പെടാൻ വഴിയൊന്നുമില്ല. എന്തായാലും എന്നും രാവിലെ പതിവുള്ള പരിഭവങ്ങളുടെ പൂരപ്പാട് ഇന്ന് കേൾക്കേണ്ടിവരില്ലെന്നാണ് തോന്നുന്നത്. അത് കേൾക്കുന്നതിനെക്കാളും എന്തുകൊണ്ടും ഭേദമാണ് ഒരു ചുംബനം സഹിക്കുന്നത്. എന്നാൽ ഒന്നിലധികം ഉമ്മ കൊടുക്കാൻ അനുവദിച്ചില്ല. അതിനകം ഇരിപ്പിടത്തിൽനിന്ന് ചാടി എഴുന്നേറ്റ് അവളുടെ ആലിംഗനത്തിൽനിന്ന് കുതറി മാറുന്നതിനിടയിൽ ഖാലിദ് പറഞ്ഞു.

''മട്ടുപ്പാവിലെ വാതിലൊന്ന് തുറന്നിടട്ടെ. മുറിക്കകത്തെ അശുദ്ധ വായു കാരണമാണെന്ന് തോന്നുന്നു എന്റെ ഈ തലപെരുപ്പ്.''

എന്നാൽ അങ്ങനെയൊരു സാഹസം കാണിച്ചത് ബുദ്ധിപരമായിരുന്നില്ല. ആലിംഗനം രക്ഷപ്പെടാനൊരു വഴിയായിരുന്നു. എന്നാൽ അതിൽനിന്നും കുതറിമാറിയതോടെ വലിയ വിലതന്നെ ഇനി നൽകേണ്ടിവരും. നട്ടുച്ചിക്ക് തന്നെയായിരിക്കും മിക്കവാറും പ്രഹരം.

''അതൊന്നുമല്ല ഖാലിദ് ബേയ്. നിങ്ങളുടെ തലവേദനയുടെ കാരണം ഈ മുറിയിലെ വായു മലിനമായതൊന്നുമല്ല. മറിച്ച് നിങ്ങൾ സ്ഥിരം പോകാറുള്ള സ്ഥലങ്ങളുടെ കുഴപ്പമാണ്. നേരം പുലരുന്നതു വരെ എന്നും രാത്രി ഉറക്കമൊഴിഞ്ഞല്ലേ നടത്തം? ഇന്നലെ രാത്രി എത്ര മണിക്കാണ് തിരിച്ചുവന്നതെന്ന് വല്ല ബോധവുമുണ്ടോ?''

''അതിന് ഞാൻ ഇന്നലെയല്ലല്ലോ, ഇന്നു രാവിലെയല്ലേ തിരിച്ചെത്തിയത്? ഒരു രണ്ടരമണിയായിട്ടുണ്ടാകും.''

പ്രത്യേകിച്ചൊന്നും ആലോചിക്കാതെയാണ് ഖാലിദ് മറുപടി പറഞ്ഞത്. പക്ഷേ പിന്നീടാണ് പറഞ്ഞുപോയ കാര്യമോർത്ത് ഖേദം തോന്നിയത്. കഴിഞ്ഞ കുറേ മാസങ്ങളായി നിഅമതിനോട് കൂടുതൽ

അടുത്തിടപഴകുന്നത് തനിക്ക് വലിയ ആശയക്കുഴപ്പങ്ങളാണ് സൃഷ്ടിച്ചുകൊണ്ടിരിക്കുന്നത്. പ്രത്യേകിച്ച് ആ ദിവസം മുതൽ. അന്നൊരു നാൾ വീട്ടിലേവരും ഒരുമിച്ച് ഭക്ഷണം കഴിക്കാനിരിക്കുകയായിരുന്നു. അതിനിടയിലാണ് ഏതോ സാഹചര്യത്തിൽ അറിയാതെ പറഞ്ഞുപോയത്.

''അതുല്യയായൊരു പെൺകുട്ടിയാണ് നിഅമത്.''

ഇതു കേട്ടതും ചെറിയൊരു പുഞ്ചിരിയോടെ തന്റെ കണ്ണടയ്ക്കടിയിലൂടെ ഖാലിദിന് നേർക്ക് നോക്കിക്കൊണ്ട് ആന്റി പറഞ്ഞു.

''നിങ്ങൾ രണ്ടുപേരും ഒരേ രീതിയിലാണല്ലോ സംസാരിക്കുന്നത്. നിഅമത് നിന്നെക്കുറിച്ച് പറഞ്ഞതും ഇതുപോലെത്തന്നെയാണ്. എങ്കിൽ നമുക്ക് നിങ്ങൾ തമ്മിലുള്ള വിവാഹമങ്ങ് നടത്തിയാലോ?''

അന്നു മുതൽ ഒരു കാര്യംകൂടി വ്യക്തമായി. ഇപ്പോൾ നടന്നുകൊണ്ടിരിക്കുന്നത് കേവലം ചുംബനനാടകം മാത്രമൊന്നുമല്ല. തനിക്കാണെങ്കിൽ ഈ പെൺകുട്ടിയെ സഹിക്കാനാകുന്നതേയില്ല. ആദ്യ തവണ കണ്ടപ്പോൾ ശ്രദ്ധയാകർഷിച്ച ആ വെളുത്തുതുടുത്ത കൈകൾ മാത്രമാണ് സൗന്ദര്യമെന്ന് അവകാശപ്പെടാൻ അവൾക്ക് ആകെയുള്ളത്. സുന്ദരമായ ശരീരത്തിനുടമയാണ് എന്നതൊഴിച്ചാൽ, ആ ശരീരത്തിൽ കുടികൊള്ളുന്ന യുവതി അങ്ങേയറ്റം അരസികയാണ്. അനാവശ്യമായ കാര്യങ്ങളല്ലാതെ ലോകവിവരങ്ങളൊന്നുമില്ലാത്ത ഒരു പെൺകുട്ടി. ചെറുപ്പകാലം മുഴുവൻ ഈ പഴയ വീടിന്റെ നാല് ചുമരുകൾക്കുള്ളിൽ തളയ്ക്കപ്പെട്ട ജീവിതമാണ് നിഅമതിന്റേത്. അവളുമായി ഇടപഴകിയ ആദ്യത്തെ അന്യപുരുഷനായിരിക്കും ഖാലിദ്. അതുകൊണ്ടാണ് പേമാരികണക്കേ അവൾ പെയ്തിറങ്ങിയത്.

ആദ്യമൊക്കെ ആ ബന്ധത്തിലൊരു ഊഷ്മളത ഖാലിദിനും തോന്നിയിരുന്നു. എന്നാലത് വളരെ വേഗമാണ് അവനെ ശ്വാസം മുട്ടിക്കാനും നെഞ്ചിലൊരു ഭാരമായും മാറിയത്. ഒരാഴ്ചക്കാലത്തേക്ക് മാത്രമാണ് അവനവളോടൊരു ഇഷ്ടം തോന്നിയത്. എന്നാലതിനെ യഥാർത്ഥ പ്രണയമെന്ന് വിളിക്കാനേ കഴിയില്ല. ഒരു പെണ്ണിന്റെ മനം കവർന്നതിലുള്ള ഗർവ്വ് മാത്രമായിരുന്നു അത്. എന്നാൽ ആദ്യത്തെ ആഴ്ചയ്ക്കപ്പുറം ഒരു യുവതിയോട് തോന്നുന്ന പ്രണയം പോലും ഖാലിദിന് അവളോട് തോന്നിയതേയില്ല. അതോടെ ആ പഴയ സുന്ദരമായ വെളുത്ത കരങ്ങൾ തണുത്ത സർപ്പംപോലെയായി മാറി. സ്പർശിക്കുന്ന മാത്രയിൽതന്നെ തന്റെ ദേഹം വിറയ്ക്കാൻ തുടങ്ങും.

ഇങ്ങനെയാണ് കാര്യമെങ്കിലും ആന്റിയോടും മകളോടും സ്നേഹം നടിച്ച് ഈയൊരു വികാരത്തെ മറികടക്കാൻ ഖാലിദ്

ശ്രമിച്ചുകൊണ്ടിരുന്നു. കാരണം താൻ അവരുടെ വീട്ടിലാണ് താമസിക്കുന്നത്. അവർ തരുന്ന ഭക്ഷണമാണ് കഴിക്കുന്നത്. അതിനാൽ തന്നെ ഇവിടെ കഴിയുന്ന കാലത്തോളം അവരോട് നന്നായി പെരുമാറിയേ തീരൂ. പോരാത്തതിന് താനും പിതാവും തമ്മിലുള്ള അനന്തമായ കേസ്സുകെട്ടുകൾ ഈ അടുത്തകാലത്തെങ്ങും അവസാനിക്കുമെന്ന പ്രതീക്ഷയുമില്ല. ഇനി തീർന്നാൽതന്നെ അവയുടെ വിധിയെന്തായിരിക്കുമെന്നും ഒരു പിടിയുമില്ല. മല്ലീമിനെ തറപറ്റിച്ചതുപോലെ വാപ്പ തന്നെയും തോൽപ്പിച്ചാൽ, കൊടിയ ദാരിദ്ര്യം സഹിച്ച് തെരുവിൽ അലഞ്ഞുതിരിയുന്നതിലും ഭേദം നിഅമതിനെ കല്യാണം കഴിച്ച് ഇവിടെ കൂടുന്നത് തന്നെയായിരിക്കും.

അതിനാൽ കാര്യങ്ങളിൽ ഒരു മധ്യമനിലപാട് സ്വീകരിച്ചേ തീരൂ. നിഅമതിനോട് പരുക്കനായി സംസാരിച്ചതിലൂടെ താൻ അക്കാര്യത്തിലൊരു കുറവ് വരുത്തിയിരിക്കുകയാണ്. അതിനാൽ വേണ്ട പ്രായശ്ചിത്തം ചെയ്തേ തീരൂ. അതോടെ തലകുനിച്ച് അരികിലേക്ക് ചെന്നു. പിന്നെ ക്ഷമാപണസ്വരത്തിൽ ഖാലിദ് പറഞ്ഞു.

''നിഅമതേ ക്ഷമിക്കൂ. തലവേദന കാരണം എനിക്കാകെ വട്ടുപിടിച്ചിരിക്കുകയാണ്.''

എന്നാൽ ഈ അവസരം മുതലാക്കി എന്തെങ്കിലുമൊക്കെ പറയാതെ അത്ര പെട്ടെന്ന് ക്ഷമിച്ചുകൊടുക്കുന്ന ആളൊന്നുമല്ല നിഅമത്.

''അതിന് നിങ്ങൾക്ക് എന്റെയരികിൽ വരുമ്പോൾ എപ്പോഴും അങ്ങനെയാണല്ലോ? പുറത്തു പോകുമ്പോഴാകട്ടെ ഒരു കുഴപ്പവുമില്ല.''

കൊടുക്കൽ വാങ്ങൽ രംഗത്ത് അത്ര മികവുള്ള ആളല്ല ഖാലിദ്. ഭൗതികവാദതത്ത്വചിന്തയും പേറി നടക്കുന്നവനാണ് താൻ. കൂടെയുള്ള യുവതിക്ക് അതിൽ താല്പര്യമുണ്ടെന്നും തോന്നുന്നില്ല.

ധരിച്ചിരിക്കുന്ന കുപ്പായത്തിനിടയിലൂടെ നിഅമതിന്റെ മാറിടങ്ങളുടെ കുറെ ഭാഗം പുറത്തു കാണാം. പോരാത്തതിന് പതിവിലും ചുവപ്പാണ് ഇന്നവളുടെ കവിളുകൾക്ക്. കണ്ണുകളിൽ കൂടുതൽ തിളക്കവും. അപ്പോൾ പിന്നെ ഭൗതികവാദതത്ത്വചിന്തയ്ക്കെന്ത് സംഭവിക്കും?

അല്പം കഴിഞ്ഞതും ആ 'തത്ത്വചിന്ത'യുടെ ആലസ്യത്തിൽ നിന്നുണർന്ന് കേട്ടത് നിഅമതിന്റെ ശബ്ദമായിരുന്നു. അതോടെ നേരത്തെ ക്ഷമ ചോദിച്ചത് ഖാലിദായിരുന്നെങ്കിൽ ഇപ്പോൾ അതിനുള്ള യോഗം അവൾക്കായി മാറി. ഖാലിദ് എഴുന്നേൽക്കാൻ ശ്രമിച്ചെങ്കിലും അവൾ അവനെ തന്റെ മാറത്തേക്ക് പിടിച്ചണച്ചതേയുള്ളൂ. തീർത്തും വികാരതരളിതമായിരുന്നു അവളുടെ ശബ്ദം. വശീകരിക്കാനും മനം കവരാനും ശ്രമിക്കുമ്പോഴൊക്കെ ഉണ്ടാക്കാറുള്ള അതേ

ശബ്ദം. ഒപ്പം വികാരതരളിതമായൊരു നോട്ടവും കാണാം ആ കണ്ണുകളിൽ.

''നിങ്ങളെന്താ എന്നെ ഇവിടെ ചുംബിക്കാത്തത് പൊന്നേ?''

ഇത്തരമൊരു ആവശ്യം പിന്നാലെ വരുമെന്ന് പ്രതീക്ഷിച്ചു തന്നെയാണ് ഖാലിദ് കുതറിമാറാൻ നോക്കിയത്. പക്ഷേ, അതിനകംതന്നെ അവൾ അവന്റെ ശിരസ്സ് തന്റെ മാറിലേക്ക് ചേർത്തു പിടിച്ചു കഴിഞ്ഞിരുന്നു. അവിടെ രണ്ടോ മൂന്നോ തവണ ചുംബിക്കാതെ അവൾ പിടി അയച്ചതേയില്ല. വീണ്ടും വീണ്ടും ചുംബനങ്ങൾ ആവർത്തിച്ചെങ്കിൽപോലും അവൾക്ക് തൃപ്തിയായെന്ന് തോന്നുന്നതേയില്ല. ഒരു കൈകൊണ്ട് തന്റെ കഴുത്തിൽ പിടിമുറുക്കുന്നതിനിടയിൽതന്നെ മറ്റേ കൈകൊണ്ട് തലമുടിയിൽ തഴുകുന്നുണ്ട്.

ഖാലിദിന് വല്ലാത്ത മടുപ്പ് തോന്നി. നെറ്റിയാകെ വിയർത്തു. യാന്ത്രികമായി ചുണ്ടുകൾ സ്പർശിക്കുകയും അകന്നുമാറുകയും ചെയ്യുന്നതിനിടയിൽ അവൻ ശരിക്കും ചിന്തിച്ചത് രാവിലെ കഴിക്കാനെന്തായിരിക്കും എന്നായിരുന്നു. പൊരിച്ച മുട്ടയായിരിക്കുമോ? അതോ പുഴുങ്ങിയതോ? രണ്ടിലേതായിരിക്കും നല്ലതെന്ന് ആലോചിച്ചു. അവസാനം പൊരിച്ചത് തന്നെ മതിയെന്ന് തീരുമാനിച്ചു. അപ്പോൾ മാത്രമാണ് നിഅമത് അവന്റെ ശിരസ്സിനെ വെറുതെ വിട്ടത്.

''പൊന്നേ, നിങ്ങൾക്കെന്നെ ഇഷ്ടമല്ലേ?''

ഖാലിദ് കരുതിയത് താൻ ആലോചിച്ചുകൊണ്ടിരുന്ന കാര്യത്തെക്കുറിച്ചാണ് അവൾ ചോദിച്ചതെന്നാണ്.

''എനിക്കിഷ്ടം പൊരിച്ച മുട്ടയാണ് പ്രിയേ.''

അവന്റെ മറുപടി കേട്ടതും കിടക്കയിൽ മലർന്നു കിടന്നുകൊണ്ട് നിഅമത് പൊട്ടിച്ചിരിക്കാൻ തുടങ്ങി. ഖാലിദാകട്ടെ, കാര്യം മനസ്സിലാകാതെ അന്തംവിട്ടുനിൽക്കുകയാണ്. എന്നാൽ അവൾ എന്തിനാണ് തന്റെ മറുപടി കേട്ട് ചിരിച്ചതെന്ന് എത്ര ആലോചിച്ചിട്ടും അവന് മനസ്സിലായതേയില്ല. പിന്നെ സ്ഥാനത്തും അസ്ഥാനത്തുമൊക്കെ ഇത്തരത്തിൽ പൊട്ടിച്ചിരിക്കുന്നത് നിഅമതിന്റെ ശീലവുമാണ്. ഇങ്ങനെ വിഡ്ഢിച്ചിരി നടത്തുന്നതും അവളെ വെറുക്കാൻ ഖാലിദിനെ പ്രേരിപ്പിക്കാറുണ്ട്. ഇത്തരത്തിൽ ഒരർത്ഥവുമില്ലാതെ ചിരിക്കുന്നത് കേൾക്കുന്നതോ കാണുന്നതോ അവന് തീരെ ഇഷ്ടമല്ല.

ഖാലിദ് അവളിൽനിന്ന് അകന്നുമാറി മുറിയുടെ ഒരു കോണിലേക്ക് ചെന്നു. അവിടെയൊരു പെയിന്റിംഗ് തൂക്കിയിട്ടുണ്ട്. മൂടിയിട്ടിരുന്ന തുണി നീക്കിയശേഷം ഇനിയും വരച്ചുതീർന്നിട്ടില്ലാത്ത ചിത്രത്തിനു നേർക്ക് കുറച്ചു സമയം നോക്കിനിന്നു. നാടോടിയായ ബദവിയുടെ വസ്ത്രങ്ങളും ധരിച്ച് നടന്ന കാലത്തെ കൗമാര

സഹജമായ ഭാവനകളുടെ സൃഷ്ടിയായിരുന്നു അത്. ബ്രഷ് കൈയിലെടുത്തപ്പോൾ ചിത്രത്തിലെ തന്റെ പഴയ രൂപത്തെക്കുറിച്ചായി ചിന്ത. ശരിക്കും ഒരത്ഭുതം തന്നെയായിരുന്നില്ലേ ഈ ചെറുപ്പക്കാരൻ? അവന്റെ ശിരസ്സിനുള്ളിലേക്ക് കടന്നുകയറുവാൻ ഒരവസരം ആർക്കെങ്കിലും ലഭിച്ചാൽ അതിനുള്ളിൽ രണ്ടറകളുണ്ടെന്ന് മനസ്സിലാകും. അതിലൊന്നിൽ ഇരുപതാം നൂറ്റാണ്ട് അതിന്റെ സർവ്വ ആയുധങ്ങളുമായും സമവാക്യങ്ങളുമായും കൂടിയിരിക്കുന്നതാണ് കാണുന്നതെങ്കിൽ മറ്റേതിൽ അരുവിയൊഴുകുന്ന കാടിന് മധ്യത്തിലുള്ള പതിനെട്ടാം നൂറ്റാണ്ടിനെയാകും കാണാനാകുക.

ഒരുപക്ഷേ എല്ലാ മനുഷ്യരുടെ കാര്യവും ഇതുപോലെതന്നെയാകും. ഓരോ മനുഷ്യർക്കുമുണ്ടാകും ഇതുപോലെ ദ്വന്ദ്വവ്യക്തിത്വങ്ങൾ. ചില കാലങ്ങളിൽ അവർ അവയ്ക്കിടയിൽ കിടന്ന് ചാഞ്ചാടുമായിരിക്കും. ഒന്നിൽ നിന്നിറങ്ങി മറ്റൊന്നിലേക്ക് കയറുകയോ കയറാതിരിക്കുകയോ ചെയ്യും.

കുറേനേരം പിന്നെയും ചിത്രത്തിലേക്ക് ഉറ്റുനോക്കിക്കൊണ്ടിരിക്കുന്നതിനിടെയാണ് നിഅമതിന്റെ ശബ്ദം പിന്നെയും കേട്ടത്.

‘‘എന്നാണ് എന്റെയൊരു ചിത്രം വരച്ചുതരുന്നത് പൊന്നേ?’’

നീ ചരിത്രത്തിന്റെ ഭാഗമായിത്തീരുമ്പോൾ എന്ന് പറയാനാണ് മനസ്സിന് തോന്നിയത്. എന്നാൽ നാവ് പറഞ്ഞത് മറ്റൊന്നായിരുന്നു.

‘‘നിന്നെ ഈ കോലത്തിൽ വരയ്ക്കണമെന്നാണോ പറയുന്നത്?’’

‘‘കള്ളാ...’’

യുവതി ചിരിച്ചു.

‘‘നീ ഇപ്പോൾ പോയി സ്വന്തം കാര്യം നോക്ക്. അതിനുശേഷം ആലോചിക്കാം ചിത്രത്തിന്റെ കാര്യം.’’

‘‘ശരി. ഞാൻ പോയി രാവിലെ കഴിക്കാനുള്ള ആഹാരമെടുത്തുകൊണ്ടുവരാം.’’

നിഅമത് എഴുന്നേറ്റശേഷം തലമുടി നേരെ കെട്ടിവച്ചു. വസ്ത്രങ്ങൾ ശരിയായ രൂപത്തിലാക്കി. പിന്നെ മുറി വിട്ടിറങ്ങുന്നതിനുമുമ്പ് ഖാലിദിന്റെ മുഖത്ത് പല സ്ഥലങ്ങളിലായി കുറേ ചുംബനങ്ങളും നൽകി.

ഇതെന്തായാലും ശരിയാവുകയില്ല. അവളുടെ പിടിയിൽനിന്ന് രക്ഷപ്പെടാൻ ശ്രമിക്കുന്നതിനിടെ ഒരു തവണ വില നൽകിക്കഴിഞ്ഞതാണ്. പക്ഷേ സ്ത്രീകളുടെ വിലപേശുന്ന സ്വഭാവം ഒന്നു വേറെയാണല്ലോ? തങ്ങൾക്കിടയിലെ ബന്ധം വച്ചുകൊണ്ട് വിടാതെ പിന്തുടരാനും പകൽ മുഴുവൻ കൂടെക്കൂടാനുമുള്ള സ്വാതന്ത്ര്യം

തനിക്കുണ്ടെന്നുമായിരിക്കും അവൾ കരുതുന്നത്. താൻ തന്നെ ഭക്ഷണം കൊണ്ടുവരാമെന്ന് പറഞ്ഞതിലൂടെ അക്കാര്യത്തിലുള്ള മനസ്സിലിരുപ്പ് തന്നെയാണ് അവൾ പ്രഖ്യാപിച്ചിരിക്കുന്നത്. കുറച്ചു കഴിഞ്ഞാൽ ഒരുമിച്ച് വീടിന്റെ തോട്ടത്തിലേക്ക് പോകണമെന്നായിരിക്കും ആവശ്യം. ചിലപ്പോൾ പറയുക ഒരു സിനിമയ്ക്ക് പോകണമെന്നായിരിക്കും. അല്ലെങ്കിൽ കാറിൽ കയറി പിരമിഡുകൾ സ്ഥിതി ചെയ്യുന്ന സ്ഥലത്തേക്കോ മആദിയിലേക്കോ പോകാമെന്ന് പറയും. എന്തായാലും അർദ്ധരാത്രിയാകുന്നതിനു മുമ്പ് ഒരു കാരണവശാലും തീരാനിടയില്ലാത്ത ഇന്നത്തെ ദിവസം ചെയ്യാനുള്ള പദ്ധതികളുടെ നീണ്ട പട്ടികതന്നെ അവളുടെ തലയിലുണ്ടാകുമെന്ന കാര്യത്തിൽ സംശയമേതുമില്ല.

ടെലിഫോൺ വീണ്ടും ബെല്ലടിച്ചു. ഇത്തവണയും മറുതലയ്ക്കലൊരു സ്ത്രീശബ്ദം തന്നെയായിരുന്നു.

‘‘പോരാളിയങ്ങുന്നല്ലേ സാർ?’’

‘‘അതേ മാഡം, എന്തുവേണം?’’

‘‘ചെറിയ ഒരു കാര്യം ചോദിച്ചോട്ടെ?’’

‘‘എനിക്കും ആഗ്രഹമുണ്ട്. പക്ഷേ നമ്മുടെ പോരാളി കഴിഞ്ഞ രണ്ടു വർഷക്കാലമായി അവധിയിലാണല്ലോ? പുള്ളിക്കാരൻ തന്റെ പോരാട്ടം പുനരാരംഭിക്കുമ്പോൾ വിവരമറിയിക്കാം കേട്ടോ.’’

അധികകാലം ജീവിച്ചിരിക്കണമെങ്കിൽ എത്രയും വേഗത്തിൽ ഓടി രക്ഷപ്പെട്ടേ തീരൂ. നിഅമതിന്റെ രൂപത്തിലാണ് ഈ വീടിനകത്തെ ഭീഷണിയെങ്കിൽ പുറത്തുനിന്നുള്ള ഭീഷണി ടെലിഫോണിലൂടെയായിരിക്കും തേടിയെത്തുന്നത്. ഇതിനിടയിൽപെട്ട് തന്റെ ജീവൻ ഏതു നിമിഷവും അപകടത്തിലാകും. അതു കാരണം പെട്ടെന്ന് വസ്ത്രം ധരിച്ചുകൊണ്ട് പിറകുവശത്തുള്ള ജോലിക്കാർക്കുള്ള പടിക്കെട്ടിലൂടെ വീട്ടിൽനിന്നും പുറത്തേക്ക് കടന്നു. ശേഷം പ്രത്യേകിച്ചൊരു ലക്ഷ്യവുമില്ലാതെ ഏതൊക്കെയോ തെരുവുകളിലൂടെ വെറുതെ നടക്കാൻ തുടങ്ങി.

മൂന്ന്

തെരുവുകളിലൂടെ ലക്ഷ്യമില്ലാതെ അലയുകയാണ് ഖാലിദ്. കൃത്യമെന്ന് പറയാൻ മനസ്സിലൊരു ലക്ഷ്യസ്ഥാനമൊന്നുമില്ല. സുഹൃത്തുക്കൾ തമ്പടിക്കാറുള്ള സ്ഥലങ്ങളിൽ നിന്നകന്നു നിൽക്കലാണ് പ്രധാനം. എന്തായാലും നടന്നെത്തിയത് നൈൽ നദിയുടെ തീരത്തുള്ളൊരു പാർക്കിലേക്കാണ്. അവിടെ കുറേ നേരമിരുന്നു. ചുറ്റും കുട്ടികൾ കളിക്കുന്നതു കാണാം. അവരുടെ ആയമാരാകട്ടെ, മരത്തണലുകളിൽ ഇരുന്ന് സൊറ പറയുകയോ ചിത്രത്തുന്നൽ പണികളിലേർപ്പെടുകയോ ആണ്.

ഇത് തീർത്തും അതിശയം തന്നെയാണ്. യാദൃച്ഛികമായി പാർക്കിലേക്കെത്തിയതെന്നാണ് മനസ്സ് പറയുന്നത്. എന്നാൽ ഈ പാർക്കിലെത്തുന്നത് ഇതാദ്യമായിട്ടാണെന്നും പറയുകവയ്യ. പക്ഷേ പാർക്കിൽ ഈ ഭാഗത്ത് വന്നിരിക്കുന്നത് ആദ്യമായിട്ടുതന്നെയായിരിക്കും. പാർക്കിലേക്ക് പല തവണ വന്നിട്ടുണ്ട്. എപ്പോഴൊക്കെ മനസ്സ് മടുക്കുകയോ ലോകം ഇടുങ്ങിയതാണെന്ന് തോന്നുന്നുവോ അപ്പോഴെല്ലാം പാദങ്ങൾ നീളുന്നത് ഇവിടേക്കായിരിക്കും. അപ്പോഴൊക്കെയും ഇതുപോലെ ചുറ്റും കളിക്കുന്ന കുട്ടികളെയും തണൽ നൽകുന്ന മരങ്ങളും പിന്നെ ഈ കറുത്ത ആഫ്രിക്കൻ നദിയെയുമൊക്കെ കാണും. സത്യം പറഞ്ഞാൽ തനിക്ക് കുട്ടികളെയും പാർക്കുകളെയുമൊക്കെ വെറുപ്പാണ്. നൈൽനദിയോടാകട്ടെ, ഒരുനാളും ഒരടുപ്പം തോന്നിയിട്ടേയില്ല. എന്നിട്ടുമെന്തുകൊണ്ടായിരിക്കും താൻ ഇവിടേക്കുതന്നെ വരുന്നത്?

മാനസികമായ എന്തോ ഒരു പ്രതിസന്ധിയുടെ വിത്തുകളാണ് മനസ്സിനുള്ളിലുള്ളത്. പുതിയ ഏതോ വഴിത്തിരിവിലേക്ക് കടക്കാൻ പോകുന്നുവെന്നൊരു തോന്നൽ. അത്തരത്തിലുള്ള ഗൂഢമായ വികാരങ്ങളെ പുറത്ത് വരുവാൻ പ്രേരിപ്പിക്കുംവിധം പാകമാകാൻ സഹായിക്കാനായിരിക്കും ഇഷ്ടമില്ലാതിരുന്നിട്ടും താൻ ഇത്തരമൊരു സ്ഥലത്തേക്ക് വരുന്നത്.

മേഘാവൃതമായ ഒരു പകൽ മുഴുവൻ അവിടെത്തന്നെ ഇരുന്നു. അതിനിടയിൽ യാതൊരു താല്പര്യവുമില്ലാതെ ഒന്നും മനസ്സിലാകാത്ത ആളെപ്പോലെ ചുറ്റും നോക്കിയിരുന്നതേയുള്ളൂ. ജീവിതത്തെയും മരണത്തെയും സംബന്ധിച്ച് പലതരം വിരുദ്ധചിന്തകൾ മനസ്സിൽ നിറയുന്നുണ്ടായിരുന്നു. എന്നാൽ അവയ്ക്കൊന്നും പ്രത്യേകമായെന്തെങ്കിലും അർത്ഥമുള്ളതായി തോന്നുന്നതേയില്ല. അതുകാരണം മറ്റ് ചിന്തകൾക്ക് ഇടമൊരുക്കാനെന്നതുപോലെ അവയെ കൈയൊഴിഞ്ഞുകൊണ്ടിരിക്കും.

ഇതിനിടയിൽ ഒരിക്കൽപോലും മനസ്സിലെ വിഷാദം വിട്ടകന്നതേയില്ല. എന്നാൽ അതിനെ കാര്യമായി ശ്രദ്ധിക്കാൻ പോയതുമില്ല. അത് മറ്റാരെയോ ബാധിക്കുന്ന കാര്യമാണെന്ന ഭാവമായിരുന്നു ഖാലിദിന്. തന്റെ അവസ്ഥയാണെങ്കിൽ മറ്റുള്ളവരുടെ ആരുടെയും കാര്യങ്ങൾ ശ്രദ്ധിക്കാൻ പറ്റിയതല്ലതാനും. ഷാങ് ഹായ് കഫേയിൽ മയക്കുമരുന്ന് സിരയ്ക്ക് പിടിച്ചവരെ കാണുന്നതുപോലെ വെറുതെ ഇങ്ങനെ ഇരുന്നാൽ മതി തനിക്ക്. പിന്നെ ഈ തലയ്ക്കുള്ളിലെ ചിന്തകൾ അതിന് തോന്നുന്ന കാര്യങ്ങൾ ആലോചിക്കട്ടെ. ആവശ്യമുള്ള മനോരാജ്യങ്ങളും കാണട്ടെ. അതിനാൽ മറ്റൊന്നും ചിന്തിക്കാൻ തനിക്ക് താല്പര്യമേയില്ല.

സൂര്യനസ്തമിച്ചതിനുശേഷമാണ് മയക്കംവിട്ടുണർന്നതുതന്നെ. അപ്പോഴേക്കും സന്ദർശകരൊക്കെ സ്ഥലം വിട്ടിരുന്നു. കൺമുന്നിലിപ്പോൾ കാണുന്നത് ചെകുത്താന്റെ വാലുപോലെ നീണ്ടു കിടക്കുന്ന നൈൽനദി മാത്രമാണ്. പതിയെ എഴുന്നേറ്റ് പാർക്കിന്റെ കവാടത്തിന് നേർക്ക് അടിയാടി നടന്നു. പുറത്തെത്തിയപ്പോൾ ഒരു കേക്ക് വിൽപ്പനക്കാരനെ കണ്ടു. ഒരു കഷണം കേക്ക് വാങ്ങി തിന്നശേഷം പട്ടണത്തിന് നേർക്ക് പതിയെ നടന്നു.

ഖസ്റുന്നീൽ പാലം കടക്കുന്നതിനിടയിലാണ് ഒരു കാർ അടുത്തുവന്ന് നിന്നതുപോലെ തോന്നിയത്. തിരിഞ്ഞുനോക്കിയപ്പോൾ അതിൽ നിറയെ തന്റെ പരിചയക്കാരായ കുറേ ചെറുപ്പക്കാരും യുവതികളുമായിരുന്നു. അവർക്കൊപ്പം ചേരാൻ വിളിക്കുകയാണ്. എന്നാൽ ഇതുവരെ പറഞ്ഞിട്ടില്ലാത്ത ചീത്ത വാചകങ്ങളാണ് ഖാലിദ് അവർക്കുമേൽ ചൊരിഞ്ഞത്. പിന്നീട് അവരെ ശ്രദ്ധിക്കുകപോലും ചെയ്യാതെ നടന്നുനീങ്ങി.

ഇസ്മാഈൽ സ്ക്വയർ കടന്നുപോകുന്നതിനിടയിൽ വലിയ തിരക്കും ബഹളവും കണ്ടപ്പോൾ എന്തോ വല്ലായ്മ തോന്നി. അത് കാരണം ഒരു ഇടവഴിയിലേക്ക് തിരിഞ്ഞു നടന്നു. കാൽനടയാത്രക്കാർ ആരുമില്ലാത്ത ശാന്തമായൊരു വഴിയായിരുന്നു അത്. എന്നാൽ പെട്ടെന്നാണ് ആ കാഴ്ച കണ്ടത്. വിചിത്രരൂപമുള്ളൊരു നായ തന്നെ

ചുറ്റിപ്പറ്റി നിൽക്കുന്നു. കുറച്ചു കഴിയുമ്പോൾ പിന്തിരിയും. ഇത് ഒന്നുരണ്ടു തവണ ആവർത്തിച്ചപ്പോൾ ഖാലിദിന് കലി കയറി. നായയെ ചവിട്ടാൻ തുനിഞ്ഞപ്പോഴാണ് പിറകിൽനിന്ന് ആരോ വിളിക്കുന്ന ശബ്ദം കേട്ടത്.

‘‘ഫിദോ... ഇങ്ങോട്ട് വാ.’’

ശബ്ദം കേട്ട ഭാഗത്തേക്ക് നോക്കിയതും അതാ നിൽക്കുന്നു സാക്ഷാൽ മല്ലീം.

രണ്ടുപേർക്കും പെട്ടെന്നുതന്നെ മറ്റേയാളെ തിരിച്ചറിയാനായി. മല്ലീം അടുത്തുള്ളൊരു ഊടുവഴിയിലേക്ക് മാറിക്കളയാൻ നോക്കിയതാണ്. പക്ഷേ അതിനുള്ള അവസരം നൽകാതെ ഖാലിദ് തന്റെ നേർക്ക് ധൃതിയിൽ കടന്നുവരുന്നതാണ് മല്ലീം കണ്ടത്. കൈ നീട്ടുന്നത് ശ്രദ്ധിച്ചതും ആദ്യമൊന്ന് ശങ്കിച്ചെങ്കിലും പിന്നെ മല്ലീമും കൈ നീട്ടിക്കൊടുത്തു.

ഊഷ്മളതയോടെ കൈപിടിച്ച് കുലുക്കുന്നതിനിടയിൽ ഖാലിദ് തിരക്കി.

‘‘സുഖമാണോ മല്ലീം?’’

‘‘ദൈവത്തിന് സ്തുതി.’’

‘‘ജയിലിൽ നിന്നിറങ്ങിയത് എപ്പോഴാ?’’

‘‘ആറു മാസമായി.’’

ഒരു നിമിഷം മല്ലീമിന് നേർക്ക് സൂക്ഷിച്ചുനോക്കിയശേഷം ഖാലിദ് ചോദിച്ചു.

‘‘നിന്നെ കണ്ടാൽ പ്രായമായതുപോലെ തോന്നുന്നല്ലോ? നീ വിവാഹം കഴിച്ചോ?’’

മല്ലീം അതു കേട്ട് ചിരിച്ചു.

‘‘അതെ. എട്ട് തവണ!’’

‘‘എട്ട് തവണയോ? അത്രയും പെണ്ണുങ്ങൾക്ക് ചെലവിന് കൊടുക്കാൻ സാധിക്കുമെങ്കിൽ നീ വലിയ സമ്പന്നനായി മാറിയിട്ടുണ്ടാകുമല്ലോ?’’

‘‘എന്തിന്, അവരല്ലേ എനിക്ക് ചെലവിന് തരുന്നത്?’’

ഖാലിദിന്റെ മുഖം ചുളിഞ്ഞു. ഒരു നിമിഷം നിശ്ശബ്ദനായശേഷം അവൻ ചോദിച്ചു.

‘‘നീ ഇപ്പോൾ എന്തു ചെയ്യുന്നു മല്ലീമേ?’’

ഖാലിദിന്റെ മനസ്സിലെന്താണെന്ന് ഉറപ്പായതോടെ മല്ലീം പുഞ്ചിരിച്ചു.

''തമാശ പറഞ്ഞതാണ് ഖാലിദ് ബേയ്. ഞാനിതുവരെ കല്യാണമൊന്നും കഴിച്ചിട്ടില്ല.''

അടുത്തുള്ള കാപ്പിക്കടവരെ മല്ലീം കൂടെ വന്നേ തീരൂവെന്ന് ഖാലിദ് നിർബന്ധം പിടിച്ചു. കൂടെച്ചെന്നാൽ വാതോരാതെ സംസാരിച്ച് തലവേദന സൃഷ്ടിക്കുമെന്ന് അറിയാമായിരുന്നു. അതിനാൽ അല്പം അസ്വസ്ഥതയോടെയാണ് മല്ലീം ഒപ്പം ചെന്നത്. ചായക്കോപ്പകൾക്ക് മുന്നിലിരിക്കുമ്പോൾ തന്റെ പിതാവും സഹോദരനും മല്ലീമിനോട് ചെയ്ത തെറ്റുകൾ തുറന്നു പറയുകയായിരുന്നു ഖാലിദ്. അവയുടെ പേരിൽ മല്ലീമിന് ജയിലിൽ അനുഭവിക്കേണ്ടിവന്ന പീഡനങ്ങൾക്കും യാതനകൾക്കും തന്നെക്കൊണ്ടാകുന്ന വിധത്തിൽ നഷ്ടപരിഹാരമായി എന്തെങ്കിലും ചെയ്യാൻ തയ്യാറാണെന്നും ഖാലിദ് കൂട്ടിച്ചേർത്തു. എന്നാൽ മാന്യമായ ഭാഷയിൽ നന്ദി പറഞ്ഞശേഷം പഴയ കാര്യങ്ങൾ വീണ്ടും അയവിറക്കാനോ അതിന് പ്രതിവിധികൾ കണ്ടെത്താനോ ഒന്നും തനിക്ക് താല്പര്യമില്ലെന്നാണ് മല്ലീം പറഞ്ഞത്. ജയിലിൽ തനിക്ക് ഒരു പീഡനവും ഏൽക്കേണ്ടി വന്നിട്ടില്ല. മറിച്ച് താനവിടെ നല്ലൊരളവോളം ആസ്വദിച്ചു കഴിയുകയായിരുന്നു.

ആവശ്യപ്പെടുന്ന എന്ത് സഹായവും ചെയ്യാൻ തയ്യാറാണെന്ന് ഖാലിദ് പിന്നെയും പറഞ്ഞു. എന്നാൽ താൻ സന്തോഷകരമായ ജീവിതമാണ് നയിക്കുന്നതെന്നും വേറൊരു കാര്യവും ആവശ്യമില്ലെന്നും മല്ലീമിന് ആവർത്തിക്കേണ്ടിവന്നു. എന്നു മാത്രമല്ല, ഖാലിദിന്റെ സഹായത്തെക്കാൾ അവന്റെ പിതാവിന്റെ ദ്രോഹമാണ് തനിക്ക് കൂടുതൽ ഉപകാരപ്പെട്ടത് എന്നുപോലും ശുദ്ധമനസ്സ് കാരണം മല്ലീം പറഞ്ഞുപോയി. കുറേനേരം സംസാരിച്ചപ്പോൾ അവന് ശരിക്കും മടുത്തു. ഖാലിദ് ആണെങ്കിൽ തത്ത്വം വിളമ്പുന്നതും പരിഭവം പറയുന്നതും നിർത്തുന്നതേയില്ല. ലക്കും ലഗാനുമില്ലാതെ സംസാരിക്കുകയാണവൻ.

''നമ്മുടെ ഇന്നത്തെ ഈ കൂടിക്കാഴ്ച ആനന്ദകരമായൊരു യാദൃച്ഛികത തന്നെയാണല്ലേ? നിന്നെ വീണ്ടും കാണാനാകുമെന്ന് കരുതിയതേയില്ലായിരുന്നു. ഒരു മുന്നൊരുക്കവുമില്ലാതെയാണല്ലോ യാദൃച്ഛികമായി കാണുന്നത്? എങ്കിലും ഇത് വെറും യാദൃച്ഛികത മാത്രമാണെന്ന് കരുതാതിരിക്കാനാണ് എനിക്കിഷ്ടം. മനുഷ്യന്റെ ജീവിതത്തിൽ യാദൃച്ഛികതയും ഒരു അടിസ്ഥാനഘടകമാണെന്ന് വേണമെങ്കിൽ പറയാം. തീരുമാനിച്ചുറച്ച കാര്യങ്ങളും യാദൃച്ഛികമായി സംഭവിക്കുന്നവയും തുല്യപ്രാധാന്യമർഹിക്കുന്നവയാണെന്ന് പറയാം. എനിക്ക് വേണമെങ്കിൽ നിന്നെ അന്വേഷിച്ച് കണ്ടെത്താമായിരുന്നു. അല്ലെങ്കിൽ യാദൃച്ഛികതയ്ക്ക് വിട്ടശേഷം വെറുതെ ഇരിക്കുകയുമാകാം. രണ്ടും ഒരുപോലെതന്നെയാണ്.''

ഈ വിഷയം നന്നായി ഇഷ്ടപ്പെട്ടിട്ടാണെന്ന് തോന്നുന്നു ഖാലിദ് പിന്നെയും പിന്നെയും അക്കാര്യംതന്നെ സംസാരിച്ചുകൊണ്ടിരിക്കുകയാണ്. സ്വന്തം ശബ്ദം വീണ്ടും വീണ്ടും കേൾക്കുന്നത് ആസ്വദിക്കുന്നതുപോലെ. 'മൗളിൻ റോഷിലെ കാറ്റാടിമരം' നിർത്താതെ സംസാരിച്ചുകൊണ്ടേയിരിക്കുകയാണ്. ഇതിനിടയിലാണ് മല്ലീമിന്റെ കണ്ണുകൾ തിളങ്ങിയത്. ഈ ചെറുപ്പക്കാരൻ തന്റെ സമയം വെറുതെ പാഴാക്കുകയാണ്. അതിന്റെ വില ഇവനെക്കൊണ്ടുതന്നെ ഈടാക്കിയാലോ? തന്റെ ഇന്നത്തെ 'ഇടപാടുകാരുടെ' പട്ടികയിലേക്ക് ഇവനെക്കൂടി ചേർത്താലോ? ഇന്നത്തെ ദിവസം ആകെ രണ്ട് പേഴ്സുകൾ മാത്രമല്ലേ കിട്ടിയിട്ടുള്ളൂ? അത്ര നല്ലൊരു കൊയ്ത്താണെന്ന് പറയാനുമാകില്ല. എങ്കിൽ പിന്നെ ഖാലിദിന്റേത് തന്നെയായിക്കൊള്ളട്ടെ, ഇന്നത്തെ മൂന്നാമത്തെ പേഴ്സ്. കോട്ടയിലേക്ക് തിരിച്ചുപോകുന്ന വഴിയിൽ നാലാമതൊന്നുകൂടി ഒപ്പിക്കാനും സാധിച്ചേക്കും.

തന്റെ ആയുസ്സിൽനിന്നും ഒന്നര വർഷം കവർന്നെടുത്തശേഷം തടവറയ്ക്കുള്ളിലടച്ചയാളാണ് ഈ ഖാലിദിന്റെ പിതാവ്. അതിനു പകരമായി മകൻ ഒരു ഇരുപത് ഖുർശ് പണം നൽകുന്നതുകൊണ്ട് ഒരു കുഴപ്പവുമില്ല. അത് അവന്റെ വരവ് ചെലവ് കണക്കുകളെയൊന്നും ബാധിക്കാനും പോകുന്നില്ല.

ഖാലിദ് ഒരു നിമിഷം സംസാരം നിർത്തി ഉമിനീരിറക്കുന്ന അവസരം നോക്കി മല്ലീം മുന്നോട്ട് ചെന്നു.

''ശരിയാണ് ഖാലിദ് ബേയ്. നമ്മുടെ ഈ കണ്ടുമുട്ടൽ വെറും യാദൃച്ഛികതയല്ല.''

''അതു കൊള്ളാമല്ലോ? അപ്പോൾ നീയും എന്നെത്തിരക്കി നടക്കുകയായിരുന്നോ?''

''ഇല്ല. പക്ഷേ നിങ്ങളെ അന്വേഷിക്കുന്ന മറ്റൊരു വ്യക്തിയുടെ ദൂതനാണ് ഞാൻ. അയാൾ നിങ്ങളെ ഇന്ന് കാണാനിടയായി. ആ ആളാണ് എന്നെ അയച്ചത്. ഞാനാകട്ടെ, കുറേ നേരമായി നിങ്ങളെ പിന്തുടരുകയായിരുന്നു. എന്നാൽ മുന്നിൽ വന്നുപെടണമോ വേണ്ടയോ എന്നൊരു ചിന്താക്കുഴപ്പത്തിലായിരുന്നു ഞാൻ ഇതുവരെ. ആദ്യം കണ്ടപ്പോൾതന്നെ എനിക്ക് നിങ്ങളെ മനസ്സിലായിരുന്നു. എന്നെ ഏൽപ്പിച്ച പണിയാകട്ടെ, അത്ര സുഖകരമല്ലതാനും. പ്രത്യേകിച്ച് ആളുകൾ തെറ്റിദ്ധരിക്കാൻ ഇടയുള്ളപ്പോൾ.''

''മല്ലീമേ, നീയൊരു സംഭവമാണ് കേട്ടോ. പക്ഷേ, നീ പറഞ്ഞതൊന്നും എനിക്കങ്ങോട്ട് മനസ്സിലായിട്ടില്ല.''

''നിങ്ങൾ ഇടയ്ക്കിടയ്ക്ക് ഗ്രോപ്പിബാറിൽ പോകാറുണ്ടോ?''

''ഉവ്വ്. വേറെ വഴിയില്ലാത്തതിനാൽ കഷ്ടകാലത്തിന് പോകാറുണ്ട്.''

'നിങ്ങളെ കാണണമെന്ന് എന്നോട് പറഞ്ഞയാളും അവിടെ വരാറുണ്ട്. അവിടെ വച്ചാണ് നിങ്ങളെ കാണാനിടയായതും.''

''ആരാണീ പറയുന്നയാൾ? അയാളും നീയും തമ്മിലെന്താ ബന്ധം? എന്റെ മല്ലീമേ, നീ എല്ലാം ഗൂഢമായേ പറയൂ അല്ലേ? ജയിലിൽ കിടക്കുന്നതിനിടയിൽ നീ എന്താ രാഷ്ട്രീയമാണോ പഠിച്ചത്?''

''എന്നെ ഏല്പിച്ച പണിയെന്തെന്ന് മനസ്സിലായിരുന്നെങ്കിൽ നിങ്ങളെന്നെ വിളിക്കുമായിരുന്നത് രാഷ്ട്രീയക്കാരനെന്നാകില്ലായിരുന്നു. മറ്റൊരു പേരാകുമായിരുന്നു. ഞാനൊരു വിദേശി കുടുംബത്തിന്റെയടുക്കലാണ് ജോലി ചെയ്യുന്നത്. അവരുടെ മകൾക്ക് ചിത്രകല വലിയ ഇഷ്ടമാണ്. ഈയൊരു താല്പര്യമുള്ളതു കാരണം വീട്ടുകാരുടെ രീതികൾക്ക് എതിരെ നിൽക്കുന്നത് അവളുടെ പതിവാണ്. അത് കാരണം അവർ അവളെ അധികം നിരീക്ഷിക്കാറുമുണ്ട്. അങ്ങനെയിരിക്കുമ്പോഴാണ് തന്റെ വീടിന്റെ മുന്നിലൂടെ നിങ്ങൾ കടന്നുപോകുന്നത് അവൾ കണ്ടത്. ഉടനെ വലിയ താല്പര്യത്തോടെ എന്നെ വിളിച്ച് കാണിച്ചുതന്നു. ശേഷം ഏതുവിധേനയും നിങ്ങൾക്കൊരു സന്ദേശം കൈമാറാനായി എന്നെ ചുമതലപ്പെടുത്തുകയും ചെയ്തു. സാധാരണയായി ഇത്തരം ആവശ്യങ്ങൾ നിരസിക്കുന്നതാണ് എന്റെ രീതി. കാരണം നിങ്ങൾ പറഞ്ഞതുപോലെ ഞാനൊരു രാഷ്ട്രീയക്കാരനൊന്നുമല്ലല്ലോ? പിന്നെ എനിക്ക് നിങ്ങളെ അറിയാമെന്ന വസ്തുതയുമുണ്ടല്ലോ?

എന്നാൽ ആ പെൺകുട്ടി കരഞ്ഞു യാചിക്കാൻ തുടങ്ങിയതോടെ എന്റെ മുഖത്ത് കീഴടങ്ങുന്നതിന്റെ ഭാവങ്ങൾ പ്രത്യക്ഷപ്പെട്ടു. പിന്നെ പൊടുന്നനെയാണ് എന്നെ പറഞ്ഞ് പുറത്തേക്ക് വിട്ടത്. കാര്യം തിരക്കിയ മാതാപിതാക്കളോട് പറഞ്ഞത് തന്റെ നായയെ നടക്കാൻ കൂട്ടിക്കൊണ്ടുപോകുവാനാണ് എന്നോട് ആവശ്യപ്പെട്ടത് എന്നാണ്.''

മല്ലീമിന്റെ വാക്കുകൾ തലകുനിച്ചുനിന്ന് കേൾക്കുകയായിരുന്നു ഖാലിദ്. പിന്നെയും കുറച്ചുനേരം അങ്ങനെതന്നെ നിന്നശേഷം തല ഉയർത്തി അവൻ ചോദിച്ചു.

''നല്ല ഉയരവും കറുത്ത തലമുടിയും ചെറിയ കണ്ണുകളുമുള്ള യുവതിയല്ലേ നിന്റെ ഈ യജമാനത്തി?''

''അതെ ഖാലിദ് ബേയ്. അപ്പോൾ നിങ്ങൾക്ക് അവളെ അറിയാമല്ലേ? പറഞ്ഞതുപോലെതന്നെയാണ് രൂപം.''

''ഇല്ല. എനിക്കറിയില്ല. പക്ഷേ ഇതുപോലൊരു യുവതി ഗ്രോപ്പി കഫേയിൽ ഇടയ്ക്കിടയ്ക്ക് വരാറുണ്ട്. എപ്പോഴും എന്റെ നേർക്ക് നോക്കിക്കൊണ്ടിരിക്കും. ഞാൻ നോക്കിയാലുടൻ നോട്ടം മാറ്റിക്കളയുകയും ചെയ്യും. ഒരു ദിവസം ഒപ്പം നൃത്തം ചെയ്യാൻ ഞാൻ ക്ഷണിച്ചെങ്കിലും അവൾ സോറി പറഞ്ഞ് ഒഴിഞ്ഞുമാറുകയായിരുന്നു.''

''വീട്ടിലും അതുതന്നെയാണ് അവളുടെ പ്രകൃതം. ഇഷ്ടമുണ്ടെങ്കിലും ആരെങ്കിലും എന്തെങ്കിലും ആവശ്യപ്പെട്ടാൽ അത് പറ്റില്ലെന്ന് പറയും. അതേസമയം ഇഷ്ടമില്ലാത്ത കാര്യമാണെങ്കിൽ പോലും ആരെങ്കിലും വിലക്കിയാൽ അത് വേണമെന്ന് വാശിപിടിക്കുകയും ചെയ്യും.''

''എങ്കിൽ കക്ഷിക്ക് വല്ല മതിഭ്രമവുമായിരിക്കും. അതുപോട്ടെ, എന്ത് സന്ദേശമാണ് നിന്റെ പക്കൽ തന്നയച്ചിരിക്കുന്നത്?''

''നിങ്ങളുടെ പേരും ഫോൺ നമ്പറും അറിയണമത്രെ. അതുപോലെ നിങ്ങളെ വിളിക്കാൻ പറ്റിയ നേരമേതാണെന്നും അന്വേഷിച്ചിട്ടുണ്ട്.''

''നാളെ രാവിലെ പത്തുമണിക്ക് ആയിക്കോട്ടെ.''

ശേഷം പോക്കറ്റിൽനിന്ന് തന്റെ ഫോൺ നമ്പർ രേഖപ്പെടുത്തിയ ഒരു വിസിറ്റിംഗ് കാർഡ് എടുത്ത് മല്ലീമിന് കൈമാറി. ഒപ്പം കുറച്ചു വെള്ളിനാണയങ്ങളും നൽകി.

***

ഈയൊരു നോവുള്ള സ്വപ്നത്തിൽ ആറാടുന്ന മനസ്സുമായാണ് ഖാലിദ് താമസസ്ഥലത്തേക്ക് തിരികെ എത്തിയത്. ദിവസവും കണ്ടുമുട്ടാറുള്ള മറ്റു പെൺകുട്ടികളിൽനിന്നൊക്കെ തീർത്തും വ്യത്യസ്തയായിരിക്കും ഈ വിദേശ യുവതിയെന്ന കാര്യം തീർച്ചയാണ്. ചിലപ്പോൾ കഴിഞ്ഞ കുറേ മാസങ്ങളായി തന്നെ കീഴടക്കിയിരിക്കുന്ന ഈ മാനസികസമ്മർദ്ദത്തിൽനിന്നും കരകയറ്റുവാൻ ഇവൾക്കു കഴിയുമായിരിക്കും. തനിക്കൊരു പുതുഭാവം നൽകുവാനും ഓജസ്സും ആവേശവും തുളുമ്പുന്ന ജീവിതം സമ്മാനിക്കുവാനും അവൾക്ക് സാധിച്ചേക്കും. ആകാൻ കൊതിക്കുന്ന ആ മനുഷ്യനായി മാറാൻ തനിക്ക് കഴിഞ്ഞാലോ? ഇനി അതൊന്നുംതന്നെ സംഭവിച്ചില്ലെങ്കിൽകൂടിയും ഇതൊരു ആവേശകരമായ പ്രണയപരീക്ഷണം തന്നെയായിരിക്കും. ആന്റിയുടെ മകൾ നിഅമതിന്റെ ഭാഗത്തുനിന്ന് സഹിക്കേണ്ടിവന്ന യാതനകൾക്കൊരു പരിഹാരവുമാകും.

കൺമുന്നിൽ വന്നുപെടേണ്ട സമയത്തുതന്നെയാണ് ഈ യുവതി രംഗത്ത് വന്നിരിക്കുന്നത്. ഈജിപ്തുകാരികളായ പെണ്ണുങ്ങളുമായി ഇടപഴകി ഖാലിദിന് മടുത്തിരിക്കുകയാണ്. അവരുടെ സംസാരം തന്നെ അവന് ഇഷ്ടമല്ല. ഈ നാട്ടിലെ പെണ്ണുങ്ങളെക്കുറിച്ച് ഖാലിദ് കരുതിയിരിക്കുന്നത് ബാലിശമായ ചിന്തകളും ശോചനീയമായ വാദഗതികളും സങ്കീർണ്ണമായ മാനസികാവസ്ഥയുമായി നടക്കുന്ന കൂട്ടരാണെന്നാണ്. പങ്കാളിയായി ഏതെങ്കിലുമൊരുത്തനെ വലവീശിപ്പിടിക്കാൻ നടക്കുന്ന പെണ്ണുങ്ങൾ. കാര്യങ്ങൾ അത്രമാത്രമാണെങ്കിൽ

പോലും കുഴപ്പമില്ലായിരുന്നു. നേരേമറിച്ച് താനൊരു പെണ്ണാണെന്നും ആണിന് പിറകേ നടക്കുന്നത് താനാണെന്നും അംഗീകരിക്കാതെ വലിയ വിദ്യാസമ്പന്നയാണെന്നും മറ്റും വാദിച്ചുകളയും. പടിഞ്ഞറൻ സാങ്കേതികവിദ്യകളെക്കുറിച്ചൊക്കെ എല്ലാമറിയുന്ന പച്ചപ്പരിഷ്കാരിയായും നടിക്കും. ചിലപ്പോൾ സ്വതന്ത്രചിന്തകൾ പേറുന്ന, ആരെയും വകവയ്ക്കാത്ത യുവതിയുടെ വേഷമായിരിക്കും അവരാടുക. ചിലപ്പോഴൊക്കെ ലജ്ജയുടെയും ശാലീനതയുടെയും മുഖംമൂടികൾ അണിയാനും നോക്കും. താനെന്താണോ അതായി നിൽക്കാതെ ആഗ്രഹിക്കുന്ന വേഷങ്ങളൊക്കെ കെട്ടിയാടാനായിരിക്കും ജന്മനാട്ടിലെ മിക്ക പെണ്ണുങ്ങളുടെയും ശ്രമം. സ്ത്രൈണതയുടെ ആദ്യദശയിൽതന്നെയാണ് ഈ നാട്ടിലെ പെണ്ണ് ഇപ്പോഴുമുള്ളത്. മനുഷ്യത്വത്തിന്റെ പുതിയ ഘട്ടത്തിലേക്ക് കടക്കാൻ അവൾക്കിനിയും സാധിച്ചിട്ടില്ല. അവിടേക്ക് എത്തിപ്പെടാൻ ഈ പെണ്ണുങ്ങൾക്ക് നീണ്ട പോരാട്ടം തന്നെ നടത്തേണ്ടിവരും.

ഇത്തരം ചിന്തകളുമായി തിരിഞ്ഞും മറിഞ്ഞും കിടന്നതിനാൽ ഖാലിദിന് രാത്രിയിൽ നല്ലതുപോലെ ഉറങ്ങാൻതന്നെ സാധിച്ചില്ല. രാവിലെ നേരത്തേ കിടക്ക വിട്ടെഴുന്നേറ്റു. താടി വടിച്ചു. തൃപ്തി വരാത്തതിനാൽ ഒരിക്കൽകൂടി വടിച്ചു. വസ്ത്രം ധരിച്ചു. പിന്നെ അവ ഊരിമാറ്റിയശേഷം ഒന്നുകൂടി ധരിച്ചു. മുടി കോതിവച്ചു. പിന്നെ മറ്റൊരു രീതിയിൽ വീണ്ടും കോതി. പിന്നീട് വേറൊന്നും ചെയ്യാനില്ലെന്ന് ഉറപ്പായതോടെ ടെലിഫോണിന്റെ അരികിൽപോയി നോക്കിയിരുന്നു.

പത്തുമണിയായതും ടെലിഫോൺ ബെല്ലടിച്ചു. അതോടെ പ്രണയലോലുപനായ കാമുകൻ ആവേശത്തോടെ റിസീവർ കൈയിലെടുത്തു. ആരാണെന്ന് തിരക്കിയതും മറുവശത്ത് നിന്നൊരു ആർദ്രമായ സ്ത്രീശബ്ദം ഒഴുകിയെത്തി.

"ഖാലിദ് ബേയല്ലേ?"

"അതെ."

തനിക്ക് അറബിഭാഷ കുറച്ചേ അറിയാവൂ എന്നും ജർമ്മനിൽ സംസാരിക്കാൻ കഴിയുമോ എന്നും യുവതി ചോദിച്ചു. എന്നാൽ തനിക്ക് ഇംഗ്ലീഷും പിന്നെ പേരിനല്പം ഫ്രഞ്ചും മാത്രമേ അറിയൂവെന്ന് പറഞ്ഞ് ഖാലിദ് ക്ഷമ ചോദിച്ചു.

"പക്ഷേ നിങ്ങളുടെ അറബി വളരെ നന്നായിരിക്കുന്നല്ലോ? നന്നായി സംസാരിക്കുന്നുണ്ടല്ലോ."

"നിങ്ങളുടെ ശബ്ദം ഇഷ്ടമായി. പിന്നെ എന്നെ നിങ്ങൾക്കറിയാമെന്ന് മല്ലീം പറഞ്ഞു."

''പക്ഷേ അതു പോരാ. നിങ്ങളെ വിശദമായി പരിചയപ്പെടണമെന്നുണ്ട്. വെറുതെ കണ്ടതുകൊണ്ട് ഒരാളെ പരിചയപ്പെട്ടെന്ന് പറയാനാകില്ലല്ലോ.''

''ഞാനും നിങ്ങളെ പരിചയപ്പെടാൻ കാത്തിരിക്കുകയായിരുന്നു.''

''പിന്നെ എന്താ അന്നൊരു ദിവസം ഒപ്പം നൃത്തം ചെയ്യാൻ ക്ഷണിച്ചപ്പോൾ പറ്റില്ലെന്ന് പറഞ്ഞത്?''

''അത് പിന്നെ... അക്കാര്യത്തെക്കുറിച്ച് നമ്മൾ നേരിൽ കാണുമ്പോൾ പറയാം. ഏതു നിമിഷവും എന്റെ മമ്മി കയറിവരുമെന്നാണ് തോന്നുന്നത്.''

''ആയിക്കോട്ടെ. എങ്കിൽ നമുക്ക് ഒരു അരമണിക്കൂർ കഴിഞ്ഞ് ഗ്രോപ്പി ബാറിൽ വച്ച് കണ്ടാലോ?''

''അത് നടക്കില്ല. ഈ സമയത്ത് വീട്ടിൽനിന്ന് പുറത്തിറങ്ങാൻ എന്റെ മമ്മി അനുവദിക്കില്ല. ഖാലിദ് ബേയ് ഞാൻ പറയുന്നതു കേൾക്കൂ. എന്റെ ഒരു കൂട്ടുകാരി ഖസ്റുന്നീൽ തെരുവിലെ ഇരുപത്തിയേഴാം നമ്പർ വീട്ടിൽ താമസിക്കുന്നുണ്ട്. അവളുടെ വീടിനരികിൽ താമസിക്കുന്ന ഒരു വൃദ്ധ മുറി വാടകയ്ക്ക് കൊടുക്കും. ഒരു രാത്രിക്ക് ഇരുപത് ഖുർശാണ് വാടക. പക്ഷേ എന്റെ കൈയിൽ അത്രയും പണമില്ല. മല്ലീമിനെ അയച്ചാൽ അവന്റെ കൈയിൽ കൊടുത്തുവിടാമോ പണം? എന്നോട് ദേഷ്യമൊന്നും തോന്നരുതേ.''

''ഒരിക്കലുമില്ല. നേരേമറിച്ച് ഏഴാമാകാശത്തിലേക്ക് കയറിപ്പോയ ആനന്ദമാണെനിക്ക് തോന്നുന്നത്.''

''നന്ദി ഖാലിദ് ബേയ്. നമ്മുടെ ബന്ധത്തിന്റെ ഭാവിയെക്കുറിച്ച് എനിക്ക് വലിയ ശുഭപ്രതീക്ഷയാണുള്ളത്. ഇന്ന് രാത്രി ഏഴുമണിയാകുമ്പോൾ നേരത്തേ പറഞ്ഞ വിലാസത്തിലുള്ള വീടിന് മുന്നിൽ ഞാൻ നിങ്ങളെ കാത്തുനിൽക്കും. തിരിച്ചറിയാനായി ഞാനെന്റെ വസ്ത്രത്തിൽ ഒരു ചുവന്ന പനിനീർപ്പൂവ് കോർത്തുവച്ചിട്ടുണ്ടാകും.''

''ആ പൂവൊന്നുമില്ലാതെതന്നെ എനിക്ക് നിങ്ങളെ തിരിച്ചറിയാനാകും. പക്ഷേ, ഇതുവരെ പേര് പറഞ്ഞില്ലല്ലോ?''

''അതെല്ലാം നേരിൽ കാണുമ്പോൾ മനസ്സിലായിക്കൊള്ളും. പിന്നെ വരാൻ വൈകരുത് കേട്ടോ?''

ഇന്നലെ കണ്ട കാപ്പിക്കടയിൽവച്ച് മല്ലീമിനെ നേരിൽ കാണാമെന്നാണ് ഖാലിദ് യുവതിയെ അറിയിച്ചത്. വൈകിട്ട് അഞ്ചുമണിക്ക് പറഞ്ഞ സമയത്തുതന്നെ മല്ലീം സ്ഥലത്തെത്തി. കുറച്ചു സമയം ഇരിക്കാമോ എന്ന് ഖാലിദ് ചോദിച്ചു. എന്നാൽ തനിക്ക് ധൃതിയുണ്ടെന്നും എത്രയും വേഗം ജോലി ചെയ്യുന്ന വീട്ടിലേക്ക് മടങ്ങിപ്പോകേണ്ടതുണ്ടെന്നും പറഞ്ഞ് മല്ലീം ഒഴിഞ്ഞുമാറിക്കളഞ്ഞു.

''അഞ്ച് മിനിട്ടിൽ കൂടില്ല മല്ലീമേ.''

''ക്ഷമിക്കണം ഖാലിദ് ബേയ്. നിങ്ങൾ എന്റെ കൈവശം കുറച്ചു പണം തന്നയയ്ക്കുമെന്നാണ് കൊച്ചമ്മ പറഞ്ഞത്.''

''ഇതാ എടുത്തോളൂ പണം.''

പണവും വാങ്ങി അഭിവാദ്യം ചെയ്തശേഷം മല്ലീം ധൃതിയിൽ സ്ഥലംവിട്ടു. കുറച്ചു ദൂരം പിന്നിട്ടതും അവൻ ഒന്നു തിരിഞ്ഞു നോക്കി. പിന്നെ വീണ്ടും നടത്തം തുടർന്നു. ഇതു കണ്ടതും ഖാലിദിന് എന്തോ ഒരു വശപ്പിശക് തോന്നി. കാര്യങ്ങളുടെ കിടപ്പുവശം അത്ര പന്തി കേടല്ലെന്ന് മനസ്സിലായതും ഖാലിദും പെട്ടെന്ന് എഴുന്നേറ്റു. ശേഷം മല്ലീമിനെ പിന്തുടരാൻ തുടങ്ങി.

അല്പദൂരം പിന്നിട്ടതും മല്ലീമിനെ കണ്ടു. അതോടെ ശ്രദ്ധയോടെ പിന്നാലെ കൂടി. എന്നാൽ താൻ ജോലി ചെയ്യുന്നു എന്നു പറഞ്ഞ വീട് നിൽക്കുന്ന ദിക്കിലേക്കായിരുന്നില്ല മല്ലീം പൊയ്ക്കൊണ്ടിരുന്നത്. ഫുആദ് ഒന്നാമൻ തെരുവിലേക്ക് ചെന്നിറങ്ങുന്ന നിരത്തിലൂടെയാണ് അവനിപ്പോൾ പോകുന്നത്. എന്നാൽ താൻ ജോലി ചെയ്യുന്നത് ഇസ്മാഈൽ സ്ക്വയറിലുള്ള വീട്ടിലാണെന്നാണല്ലോ ഇവൻ പറഞ്ഞിരുന്നത്? അതോടെ ഖാലിദിന്റെ സംശയവും ആശങ്കയും ഇരട്ടിയായി. അഞ്ചു മിനിട്ട് നേരമെങ്കിലും ഒപ്പമിരിക്കാൻ ക്ഷണിച്ചപ്പോൾ അത് സ്വീകരിക്കാൻ തയ്യാറാകാതെ മല്ലീം അസ്വസ്ഥനായതിന്റെ രഹസ്യമെന്തായിരിക്കും? വീട്ടുജോലിക്കാർ മണിക്കൂറുകളോളം പുറത്തുപോകാറുള്ളപ്പോഴാണിതെന്ന് ഓർക്കണം. പിന്നെ എന്തുകൊണ്ടായിരിക്കും അവൻ പണം ചോദിച്ചുവാങ്ങിയത്? ചോദിക്കാതെ താൻ പണം നൽകില്ലെന്നൊരു ഭയം മല്ലീമിനുണ്ടായിരുന്നു എന്നതല്ലേ നേര്?

അതോടെ ആ വിദേശയുവതിയുമായി രാവിലെ നടത്തിയ സംഭാഷണവിഷയം വീണ്ടും മനസ്സിലെത്തി. ഈ പുതിയ സംശയത്തിന്റെ വെളിച്ചത്തിൽ നോക്കുമ്പോൾ നടന്ന കാര്യങ്ങൾക്ക് വേറെന്തൊക്കെയോ അർത്ഥമുണ്ടെന്ന് തോന്നുന്നു. മുറി വാടകയ്ക്കെടുക്കുന്ന കാര്യം പറഞ്ഞപ്പോൾ താൻ കരുതിയത് മനസ്സിൽ ഒന്നുവച്ച് മറ്റൊന്ന് പറയാൻ കഴിയാത്ത പെൺകുട്ടിയായിരിക്കുമെന്നാണ്. ആഗ്രഹിക്കുന്ന കാര്യം നേരേചൊവ്വേ ചെയ്യുന്നൊരാൾ. പക്ഷേ, അപ്പോഴുമൊരു അതിശയം തോന്നുന്നു. ഒരു ചെറുപ്പക്കാരനും യുവതിയും തമ്മിൽ ആദ്യം കണ്ടുമുട്ടുന്നത് അടഞ്ഞ മുറിക്കുള്ളിൽവച്ചായിരിക്കുമോ? ശരിക്കുള്ള പ്രണയബന്ധത്തിന്റെ സ്വഭാവത്തെയാകെ നിരാകരിക്കുകയല്ലേ ഇത്? കിടക്ക ഒരിക്കലും പ്രണയത്തിന്റെ ആരംഭമല്ല. മറിച്ച് അവസാനമാണ്.

പിന്നെ തന്നെ തിരിച്ചറിയാനായി ചുവന്ന പനിനീർപ്പൂവ് വസ്ത്രത്തിൽ തിരുകാമെന്ന് അവൾ പറഞ്ഞതെന്തിനെന്നും മനസ്സിലാകുന്നതേയില്ല. തന്നെ അവൾക്ക് നല്ലതുപോലെ അറിയാമെന്ന കാര്യം തീർച്ചയാണ്. അതുകൊണ്ടാണല്ലോ കാണണമെന്ന് ആഗ്രഹം പ്രകടിപ്പിക്കുന്നത്? അതുപോലെ തനിക്കും അവളെ പരിചയമുണ്ടെന്ന് അറിയിച്ചതുമാണല്ലോ?

ഇങ്ങനെ വിവിധ ചിന്തകളുമായി പിന്തുടരുന്നതിനിടെയാണ് മല്ലീം അല്പം ലജ്ജയോടെ ഒരു ചെറുപ്പക്കാരനരികിലേക്ക് ചെല്ലുന്നത് കണ്ടത്. ഒരു ബാറിന്റെ കണ്ണാടിച്ചില്ലിന് മുന്നിൽ നിൽക്കുകയാണ് അയാൾ. അല്പമെന്തോ സംസാരിച്ചുകഴിഞ്ഞതും അയാൾ എന്തോ എഴുതിയൊരു കടലാസ് കഷണം കുപ്പായത്തിൽ നിന്നെടുത്ത് മല്ലീമിന് നൽകി. അല്പംകൂടി കഴിഞ്ഞശേഷം ഏതാനും കറൻസിനോട്ടുകളുംകൂടി അയാൾ മല്ലീമിന് നൽകി. അതോടെ മല്ലീം അയാൾക്ക് നന്ദി പറഞ്ഞശേഷം നടത്തം തുടർന്നു.

ഖാലിദ് മല്ലീമിനെ പിന്തുടർന്നുകൊണ്ടേയിരുന്നു. ഫുആദ് ഒന്നാമൻ തെരുവിലെത്തിയതും ട്രാം ബസ്സിൽ കയറാനായി മല്ലീം കാത്തുനിന്നു. പതിമ്മൂന്നാം നമ്പർ ട്രാമിലേക്ക് അവൻ കയറുന്നതു കണ്ടപ്പോൾ ഖാലിദ് ആകെ അതിശയിച്ചുപോയി. കിഴക്കൻ കെയ്റോയിലെ ഹിൽമിയ ജദീദ കോളനിയിലേക്കും പിന്നെ കോട്ടയിലേക്കും പോകുന്ന ബസ്സാണല്ലോ ഇത്? പാവപ്പെട്ടവർ കഴിയുന്ന ഇത്തരം സ്ഥലങ്ങളിൽ ഒരു വിദേശവനിത താമസിക്കുമെന്നു പറഞ്ഞാൽ ആരെങ്കിലും വിശ്വസിക്കുമോ?

എന്തായാലും മല്ലീം കയറിയ ട്രാമിന്റെ പിറകേ വന്ന മറ്റൊരു വാഹനത്തിൽ ഖാലിദും കയറി. എന്തായാലും ഈ കഥ എവിടെ ച്ചെന്ന് നിൽക്കുമെന്ന് അറിഞ്ഞിട്ടുതന്നെ കാര്യം. ഇതെന്തായാലും ആവേശകരമായൊരു സാഹസം തന്നെയാണ്.

ബാബുൽ ഖൽഖ് ചത്വരത്തിലെത്തിയതും മല്ലീം ട്രാമിൽ നിന്നിറങ്ങി. പിന്നാലെ ഖാലിദും ഇറങ്ങി. ചത്വരം കടന്ന് മല്ലീം തഹ്തർറബഅ് തെരുവിലേക്ക് പോകുന്നത് കണ്ടതോടെ ഖാലിദിന് അതിശയമടക്കാനായില്ല.

ആ തെരുവിലുള്ള സകലർക്കും മല്ലീമിനെ അറിയാമെന്നാണ് തോന്നുന്നത്. എവിടേക്ക് കാലെടുത്തുവച്ചാലും അവിടെനിന്നും ഇവിടെനിന്നുമൊക്കെ ആരെങ്കിലും അവനെ അഭിവാദ്യം ചെയ്യുന്നുണ്ട്. മിത്വല്ലി കവാടത്തിലെത്തിയതും മല്ലീം വലതുവശത്തേക്ക് തിരിഞ്ഞ് ഖയ്യാമിയ്യ കോളനിക്കുള്ളിലേക്ക് പ്രവേശിച്ചു.

കാൽനടയാത്രക്കാരെക്കൊണ്ട് നിറഞ്ഞൊരു തെരുവായിരുന്നു അവിടെ ഖാലിദിനെ കാത്തിരുന്നത്. എന്നിട്ടും ആ തിരക്കിനിടയിലൂടെ

വളരെ സമർത്ഥമായും അനായാസമായും മുന്നോട്ട് പോവുകയാണ് മല്ലീം.

കോളനിയിലുള്ള ആളുകൾ കാണുന്ന മാത്രയിൽതന്നെ ''മല്ലീമേ ഒന്നിങ്ങോട്ട് വാടാ...'', ''മല്ലീമേ എനിക്കൊരു കാര്യം പറയാനുണ്ട്'' എന്നൊക്കെ വിളിച്ചുപറയുന്നുണ്ട്. എന്നാൽ അതൊന്നും കേട്ട് നിൽക്കാതെ മുന്നോട്ട് പൊയ്ക്കൊണ്ടിരിക്കുകയാണ് മല്ലീം. വിളി കേട്ടാൽ ആ ഭാഗത്തേക്കൊന്ന് തിരിഞ്ഞുനോക്കി പ്രത്യഭിവാദ്യം ചെയ്യുകയോ തമാശയായി എന്തെങ്കിലും പറയുകയോ, വെള്ളരി വിൽക്കാനിരിക്കുന്നവന്റെ കൈയിൽനിന്നും ചോദിക്കാതെ ഒന്നെ ടുത്തുകൊണ്ട് പോവുകയോ ഒക്കെയാണ് മല്ലീം ആകെ ചെയ്യുന്നത്.

ഇതിനിടയിലാണ് കറുത്ത മേലങ്കി ധരിച്ചൊരു സുന്ദരിയായ യുവതി മല്ലീമിനെ തടഞ്ഞുനിർത്തിയത്. ഉദാസീനതയോടും തകർന്ന മന സ്സോടുംകൂടി അവന്റെ നേർക്ക് നോക്കിക്കൊണ്ട് പെൺകുട്ടി പറഞ്ഞു.

''എന്റെ സുന്ദരാ...''

മല്ലീം അവളുടെ കവിളിൽ പിടിച്ചുയർത്തി ആശ്വസിപ്പിച്ചു.

''അതിന് നീയൊരു കൊച്ചുകുട്ടിയല്ലേ ഫത്ഹിയ്യാ. വലിയ കുട്ടി യാകുന്നതുവരെ കാത്തിരുന്നുകൂടേ?''

''ഞാൻ വലിയ കുട്ടി തന്നെയാണ് മല്ലീമേ. പിന്നെ നിനക്കെ ന്താണ് പ്രശ്നം?''

ശേഷം മാർബിൾ പോലെ വെളുത്ത മാറ് മൂടിയിരുന്ന ഷോൾ മാറ്റുന്ന യുവതിയെ കണ്ടതും മുല്ലീം അവളുടെ തോളിൽ തഴുകി.

''ശരി, ആയിക്കോട്ടെ. അങ്ങനെയാണെങ്കിൽ ഞാനൊന്ന് വലു തായിക്കൊള്ളട്ടെ.''

പെൺകുട്ടി സ്ഥലംവിട്ടതിന് പിന്നാലെ മല്ലീം അടുത്തുള്ളൊരു പലഹാരക്കടയിലേക്ക് കയറി. കടക്കാരൻ ഉടനെതന്നെ മാവ് കുഴച്ച് രണ്ട് പാൻകേക്കുകൾ ഉണ്ടാക്കാൻ തുടങ്ങി. നെയ്യ് നിറച്ചശേഷം കേക്ക് അടുപ്പിൽ വച്ചു. പുറത്തെടുത്തപ്പോൾ പനിനീർപ്പൂവിന്റെ നിറമായിരുന്നു അതിന്. പഞ്ചസാര വിതറിയശേഷം അല്പം പനി നീര് തളിക്കുകയും ചെയ്തു.

മല്ലീം കേക്ക് വാങ്ങിയശേഷം ധൃതിയിൽ കോട്ടയ്ക്കു നേരെ നടന്നു. പ്രത്യേക രീതിയിൽ വലിയ തടിവാതിലിൽ മുട്ടിയതും കോട്ട യുടെ വാതിൽ തുറന്നു. അവൻ ഉള്ളിലേക്ക് കയറിയതിന് പിന്നാലെ വാതിൽ തിരികെയടഞ്ഞു.

അതോടെ ആ കോട്ടയ്ക്കുള്ളിലെ ഇരുളിലെവിടെയോ അപ്ര ത്യക്ഷനായിരിക്കുകയാണ് മല്ലീം. ഏതോ ഒരു സ്വപ്നത്തിലെന്ന വണ്ണമല്ലേ അവൻ മാഞ്ഞുപോയിരിക്കുന്നത്?

നാല്

വാതിലിൽ മുട്ടുകയൊന്നും ചെയ്യാതെയാണ് ഹാനിയയുടെ മുറി ക്കുള്ളിലേക്ക് കയറിച്ചെന്നത്. ജനാലയിലൂടെ പുറത്തേക്കു നോക്കി പുറംതിരിഞ്ഞു നിൽക്കുകയായിരുന്ന ഹാനിയ തിരിഞ്ഞുനോക്കിയ തേയില്ല. അവളുടെ മുറി രണ്ടായി പകുത്തിട്ടുണ്ടെന്നുതന്നെ പറയാം. ഒരു ഭാഗത്ത് കിടക്കയും പിന്നെ പുസ്തകങ്ങളും കടലാസും അടുക്കി വച്ചൊരു മേശയും കാണാം. മറുഭാഗത്താണ് ചിത്രരചനയ്ക്കുള്ള ക്യാൻവാസ് ഘടിപ്പിക്കുന്ന സ്റ്റാന്റും പെയിന്റിംഗിനുള്ള സാമഗ്രികൾ നിരത്തിയൊരു ടേബിളും കിടക്കുന്നത്.

മല്ലീം പതിയെ യുവതിയുടെ സമീപത്തേക്ക് ചെന്നു. മുറിയുടെ മധ്യഭാഗത്തെത്തിയതും ഹാനിയ തിരക്കി:

“നീ വാതിലിൽ മുട്ടുന്നത് കേട്ടില്ലല്ലോ?”

“അത് ശരിയാണ്.”

“എങ്കിൽ പുറത്തിറങ്ങി വാതിൽ തിരികെയടയ്ക്കുക. പിന്നെ മുട്ടി വിളിക്കണം. എന്റെ അനുവാദം കിട്ടിയശേഷമേ ഉള്ളിലേക്ക് കയറിവരാവൂ.”

“ആയിക്കോട്ടെ.”

മല്ലീം പുറത്തിറങ്ങാൻ തുനിഞ്ഞു. അപ്പോഴാണ് ഹാനിയ വീണ്ടും പറഞ്ഞത്:

“എന്റെ മുറിയിലേക്ക് അനുവാദം ചോദിക്കാതെ കടന്നുവരാ നുള്ള അനുമതി നിനക്കില്ല. മനസ്സിലായോ?”

“മനസ്സിലായി.”

അത്രയും പറഞ്ഞശേഷം മല്ലീം വാതിലിനരികിലേക്ക് നീങ്ങി. അതുകണ്ടതും യുവതി ചോദിച്ചു.

“നീ ഇത് എങ്ങോട്ടാണ് പോകുന്നത്? ഇങ്ങോട്ട് വന്നേ. കുറച്ച് മുമ്പ് നീ ഒരു പെണ്ണിനോട് ശൃംഗരിക്കുന്നത് കണ്ടല്ലോ? അതാരാണ്?

നിഷേധിക്കാൻ ശ്രമിക്കേണ്ട. ഞാനെല്ലാം കണ്ടുകൊണ്ട് നിൽക്കുക യായിരുന്നു.''

''ഓഹ്... അത് ഫത്ഹിയ്യയാണ്.''

''അവൾ ഫത്ഹിയ്യ ആണോ ഫാത്തിമയാണോ എന്നതൊന്നും എനിക്കറിയേണ്ട. നിനക്ക് പ്രേമം തോന്നുന്നത് ഇതുപോലെയുള്ള പെണ്ണുങ്ങളോടാകുന്നത് സ്വാഭാവികമാണല്ലോ? തെരുവിൽ അലഞ്ഞു തിരിയുന്നൊരു ഊരുതെണ്ടിയാണല്ലോ നീ? പിന്നെ എന്തിനാണ് എന്റെയരികിലേക്ക് വന്നതെന്ന് മനസ്സിലാകുന്നില്ലല്ലോ? അവളുടെ അടുത്തേക്ക് തന്നെ പൊയ്ക്കോ. ഇവിടെ എന്താ കാത്തുനിൽക്കു ന്നത്?''

പക്ഷേ ഹാനിയ തന്നെ അധിക്ഷേപിച്ചതിന്റെ യാതൊരു ഭാവ വ്യത്യാസവും മല്ലീമിന്റെ മുഖത്ത് പ്രത്യക്ഷപ്പെട്ടതേയില്ല. മറിച്ച് വളരെ ശാന്തനായാണ് അവൻ പ്രതികരിച്ചത്:

''ഇന്നത്തെ ദിവസം കിട്ടിയ വരുമാനത്തിന്റെ പങ്ക് തരാനാണ് ഞാൻ വന്നത്. രണ്ട് പേഴ്സും അറുപത് ഖുർശിന്റെ പണവുമാണ് ഇന്ന് കിട്ടിയത്.''

''എനിക്ക് നിന്റെ പണവും വേണ്ട, പേഴ്സും വേണ്ട. എന്റെ മേൽ അടിച്ചേൽപ്പിച്ചിരിക്കുന്ന ഈ നാണംകെട്ട പണി ചെയ്യാൻ വേറെ ആളെ നോക്കണമെന്ന് ആ നസീഫെന്ന് വിളിക്കുന്ന ഊരുതെണ്ടി യോട് ചെന്ന് പറയ്. ഞാനെന്താ വല്ല തെരുവ് വേശ്യയുമാണെ ന്നാണോ നിങ്ങളൊക്കെ കരുതിവച്ചിരിക്കുന്നത്? നീയും നിന്റെ നേതാവും പിന്നെ ഈ നശിച്ച കോട്ടയ്ക്കുള്ളിൽ താമസിക്കുന്ന വരുമെല്ലാം വെറും പഴഞ്ചന്മാരാണ്. സാഹിത്യത്തിലും കലയിലു മൊക്കെ ഇടപെടുന്നുണ്ടെന്ന് നിങ്ങൾ വെറുതേ വാചകമടിക്കുന്നത് വൃത്തികെട്ട പ്രവർത്തികൾ മറച്ചുപിടിക്കാൻ മാത്രമാണ്. പിടിച്ചു പറിക്കാർ ധരിക്കുന്ന മുഖംമൂടിതന്നെയാണ് നിങ്ങളുടേതും. എന്നാൽ ഈ ദുരിതം പിടിച്ച സംഘത്തിനൊപ്പം എന്നെ കൂട്ടേണ്ടെന്ന് മന സ്സിലാക്കാനുള്ള സമയമായിരിക്കുന്നു.

ഈ നാട്ടിലെ പുരോഗമനവാദികളെന്ന് അവകാശപ്പെട്ട് നടക്കുന്ന വരെ ഓർത്ത് ശരിക്കും അതിശയമാണ് തോന്നുന്നത്. യൂറോപ്പിലെ പല നാടുകളിലും ഞാൻ പോയിട്ടുണ്ട്. അവിടെയൊക്കെ കലാരംഗത്ത് പ്രവർത്തിക്കുന്നവരുമായി ഇടപഴകിയിട്ടുമുണ്ട്. പക്ഷേ അപ്പോ ഴൊന്നുംതന്നെ ഇതുപോലെ നരകതുല്യമായൊരു കോട്ടയെയോ കുടിലബുദ്ധികളായ അന്തേവാസികളെയോ കണ്ടിട്ടില്ല. നിന്നെപ്പോലെ നിസ്സാരനായൊരുത്തനെയല്ലേ ഇവിടുത്തെ നടത്തിപ്പ് ചുമതലയാകെ ഇവരെല്ലാം ചേർന്ന് ഏല്പിച്ചിരിക്കുന്നത്? ഒരു കാര്യം മുഖത്ത്

നോക്കി പറയാമല്ലോ, ഞാൻ നിങ്ങളെയൊക്കെപ്പോലൊരുത്തിയല്ല. നാളെ രാവിലെതന്നെ ഞാൻ ഈ വൃത്തികെട്ടയിടത്തുനിന്ന് സ്ഥലം വിടും, നോക്കിക്കോ.''

കീശയിലുള്ള പണത്തെക്കുറിച്ചുള്ള ചിന്തയിൽ മുഴുകിയിരുന്നതു കാരണം ഹാനിയയുടെ പരിഭവം കാര്യമായി എടുക്കാതിരിക്കുക യായിരുന്നു മല്ലീം. കൂട്ടത്തിലൊരു വെള്ളിനാണയം നല്ലതുതന്നെ യാണോ എന്ന സംശയമുണ്ടായപ്പോൾ നിലത്തേക്കിട്ട് ശബ്ദം പരിശോധിച്ചു. എന്നാൽ ഹാനിയ കോട്ട വിട്ടു പൊയ്ക്കളയുമെന്ന് ഭീഷണിപ്പെടുത്തിയതോടെ അവൻ ഉണർന്നു. പെട്ടെന്ന് അരികി ലേക്ക് ചെന്ന് ഹാനിയയുടെ നഗ്നമായി കൈയിൽ അമർത്തിപ്പിടിച്ചു കൊണ്ട് മല്ലീം പറഞ്ഞു.

''അരുത്. പോകരുത്.''

പുച്ഛത്തോടെയാണ് അവൾ മല്ലീമിന്റെ നേർക്ക് നോക്കിയത്.

''എന്നെ തടയാൻ തിരുമനസ്സ് ആരാണാവോ?''

മല്ലീം ഹാനിയയുടെ മറ്റേ കൈയിൽ കൂടി പിടിച്ചു.

''അരുത്. പോകരുത്. നിങ്ങൾ ഇവിടെത്തന്നെ കഴിയണം.''

എന്നാൽ ഹാനിയ കുതറിമാറാൻ നോക്കിയതേയില്ല. നേരേമറിച്ച് അവളുടെ മുഖത്ത് ദൗർബല്യത്തിന്റെ ഭാവങ്ങൾ പ്രത്യക്ഷപ്പെടാനും തുടങ്ങി.

''ഞാൻ പോയാൽ നിനക്കെന്താ കുഴപ്പം? ആ ഫത്ഹിയ്യ ഉണ്ടാകു മല്ലോ നിന്റെ കൂടെ?''

''എനിക്ക് വേറെ ധാരാളം ജോലികൾ ചെയ്യാനുള്ള ക്ഷണം കിട്ടിയിട്ടുണ്ടെന്ന് നിങ്ങൾക്കറിയാമല്ലോ? ഇപ്പോഴുള്ളതിനേക്കാൾ കൂടുതൽ ലാഭകരവും മികച്ചതുമായ പല ജോലികൾ. എന്നാൽ ഞാൻ അവയെല്ലാം നിരസിച്ചു. നിങ്ങളുടെ ഒപ്പം ഊരുതെണ്ടിയാ യൊരു സേവകനായി തുടരാനാണ് ഞാനങ്ങനെ ചെയ്തത്. നിങ്ങ ളുടെ സേവകനാകാനായാണ് ഞാൻ ഇവിടെ താമസിക്കുന്ന മറ്റെല്ലാ വരുടെയും സേവകനായത്. നിങ്ങൾ ആരോപിക്കുന്നതുപോലെ നസീഫിന്റെ താല്പര്യത്തിനായല്ല ഞാൻ ഈ പണി ചെയ്യുന്നത്. മറിച്ച് എനിക്ക് മുഖ്യം നിങ്ങളുടെ താല്പര്യമാണ്. പുതിയൊരു വസ്ത്രം വാങ്ങാനാഗ്രഹിക്കുന്നുവെന്ന് കേട്ടല്ലോ? അതിനുള്ള പണം കൈയിലില്ലെന്നും അറിഞ്ഞു. എന്തായാലും നിങ്ങൾ പോകരുത്.''

സാധാരണ ഇതുപോലെ നീട്ടിവലിച്ചു സംസാരിക്കുന്ന രീതിയേ ഇല്ലാത്തയാളാണ് മല്ലീം. ഒന്നോ രണ്ടോ വാക്കുകൾ മാത്രമായി രിക്കും മിക്കപ്പോഴും പറയാറുള്ളത്. എന്നാൽ ഇത്തരത്തിൽ അവൻ

നിർത്താതെ സംസാരിക്കുന്നത് ഹാനിയ കാണുന്നത് ഇതാദ്യമായിട്ടായിരിക്കും. അതു കാരണം അവൻ പറഞ്ഞ ഓരോ വാക്കിനും പിറകിൽ മറഞ്ഞിരുന്ന ഉറച്ച നിലപാടും ആത്മവിശ്വാസവുമൊക്കെ ഹാനിയയെ ശരിക്കും കീഴടക്കിക്കളഞ്ഞു. ഒരു പുരുഷന്റെ ശരിക്കുള്ള സംസാരം കേട്ടിട്ട് കാലമേറെയായിട്ടുണ്ടാകും. 'നോക്കട്ടെ', 'പറ്റിയാൽ കൊള്ളാം' തുടങ്ങിയ വാക്കുകളാണ് കോട്ടയിൽ താമസിക്കുന്നവർ മിക്കവാറും പറയാറുള്ളത്. ഇല്ല, ഒരിക്കലും നടക്കില്ല എന്നാണ് മല്ലീം സ്ഥിരമായി പറയാറുള്ളത്.

കുറച്ചു നേരം അവന്റെ നേർക്ക് നോക്കിക്കൊണ്ടിരുന്നശേഷം ഹാനിയ പറഞ്ഞു.

''മല്ലീമേ, നീയാകെ ക്ഷീണിച്ചിരിക്കുകയാണല്ലോ?''

അതോടെ അവൻ ഹാനിയയുടെ കൈയിലെ പിടിവിട്ടു.

''അതെ. ഇന്ന് കുറെയേറെ അലച്ചിലുണ്ടായിരുന്നു.''

''എനിക്കുവേണ്ടി നീ കഷ്ടപ്പെടുന്നുവെന്നറിഞ്ഞതിൽ സന്തോഷമുണ്ട്. നീയാണല്ലോ എന്റെ ഏക അന്നദാതാവ്..?''

ഹാനിയയെ മുഴുവനാക്കാൻ സമ്മതിക്കാതെ മല്ലീം താൻ വാങ്ങിക്കൊണ്ടുവന്ന പലഹാരം ഉയർത്തിക്കാണിച്ചു.

''നോക്കൂ, ഞാൻ നിങ്ങൾക്ക് ഇഷ്ടപ്പെട്ട കേക്ക് വാങ്ങിക്കൊണ്ട് വന്നിട്ടുണ്ട്.''

ഹാനിയ പുഞ്ചിരിച്ചു.

''നന്ദി മല്ലീം. ഞാൻ പറഞ്ഞല്ലോ നീയാണെന്റെ അന്നദാതാവെന്ന്? വാ. നമുക്ക് ഒരുമിച്ച് കഴിക്കാം.''

''ഞാൻ ഇപ്പോൾ പോകട്ടെ. ഒന്ന് കുളിക്കണം. തട്ടിപ്പ് നല്ല അദ്ധ്വാനമാണ്. ദേഹം വിയർത്ത് നിറയെ അഴുക്കാണ്. അതൊക്കെ ഒന്ന് കഴുകിക്കളയണം. മാന്യമായ തൊഴിലുകൾ ചെയ്യുമ്പോഴുള്ളതുപോലെതന്നെ അദ്ധ്വാനം മാന്യമല്ലാത്ത ജോലികൾ ചെയ്യുമ്പോഴും വേണ്ടിവരും. ആകെയുള്ള വ്യത്യാസം ഈ ജോലിക്ക് മടുപ്പില്ല എന്നതാണ്.''

മല്ലീമിന്റെ വാക്കുകൾ കേട്ട് ഹാനിയ കൈയടിച്ചു.

''ബ്രാവോ... മിടുക്കനായ വിദ്യാർത്ഥിക്ക് ആശംസകൾ! നീ ഇപ്പോൾ അവരെപ്പോലെതന്നെയാണ് സംസാരിക്കുന്നത്. ഇനി ആകെ അവശേഷിക്കുന്നത് മാന്യമായ തൊഴിൽ, മാന്യമല്ലാത്ത തൊഴിൽ അങ്ങനെയൊരു വേർതിരിവിന്റെ ആവശ്യം തന്നെയില്ലെന്ന് നീ പറയുന്നത് മാത്രമായിരിക്കും. എന്തെങ്കിലും ലക്ഷ്യം നേടാനുള്ള

ഏതൊരു അദ്ധ്വാനവും തൊഴിൽതന്നെയാണെന്ന് പറയുമായിരിക്കും. അവയിൽ വിജയിക്കുകയോ വിജയിക്കാതിരിക്കുകയോ ചെയ്തേക്കാം.''

ഒരു നിമിഷം മല്ലീമിന്റെ മുഖം ചുളിഞ്ഞു.

''അങ്ങനെയല്ല. തീർത്തും മാന്യതയില്ലാത്ത തൊഴിലുകളുമുണ്ട്. ഞാൻ ഈ കേക്കിന്റെ വില ആ പെട്ടിക്കച്ചവടക്കാരന് കൊടുത്തില്ലെന്ന് സങ്കല്പിച്ചുനോക്കിക്കേ.''

''എന്നും തന്റെ ഇരകളുടെ കൈയിൽനിന്നും നീ കവർന്നെടുക്കുന്ന പണത്തിന്റെ കാര്യവും മറക്കരുത്.''

''അവരുടെ അളവറ്റ സമ്പാദ്യത്തിലെ മിച്ചംവന്നത് മാത്രമാണ് ഞാൻ കവർന്നെടുക്കുന്നത്. എന്നാൽ ആ റൊട്ടിക്കച്ചവടക്കാരൻ തന്റെ പണിക്കൂലിയിൽനിന്നാണ് അന്നത്തിനുള്ള വഴി കണ്ടെത്തുന്നത്. അയാളുടെ പക്കൽ നിന്നാണ് ഞാനൊരു ഖുർശ് നാണയമെങ്കിലും കവർന്നെടുക്കുന്നതെങ്കിൽ ആ കുടുംബത്തിന്റെ ആഹാരത്തിൽ ചിലപ്പോൾ ഒരു റൊട്ടി വാങ്ങാൻ കഴിയാതെപോയേക്കും.''

ഹാനിയ ചിരിച്ചുകൊണ്ട് മല്ലീമിന്റെ തോളിൽ തട്ടി.

''ഞാൻ പറഞ്ഞല്ലോ നീയൊരു മിടുക്കനായ വിദ്യാർത്ഥിയാണെന്ന്?''

''ഇന്നത്തെ വരുമാനത്തിൽനിന്നുള്ള നിങ്ങളുടെ ഓഹരി എടുത്തോളൂ. മുപ്പത് ഖുർശ്. വേറൊരു മുപ്പത് നസീഫിനുള്ളതാണ്. അക്കൂട്ടത്തിൽ ചിലത് കള്ളനാണയവുമായിരിക്കാം. ഖാലിദ് ബേയ് തന്ന പത്ത് ഖുർശ് ഞാൻ എടുത്തോളാം. പിന്നെ ഈ പേഴ്സിന്റെ ഉടമയായ ചെറുപ്പക്കാരന്റെ കൈയിൽനിന്ന് കിട്ടിയ അഞ്ച് ഖുർശും ഞാൻ എടുക്കാം.''

ഹാനിയ കൈനീട്ടി ആ പേഴ്സ് വാങ്ങി. അതിനുള്ളിലെ വിസിറ്റിംഗ് കാർഡ് നോക്കിയശേഷം തിരികെ നൽകി.

''ഇത് അറബിയിലാണല്ലോ എഴുതിയിരിക്കുന്നത്? നീ തന്നെ വായിക്കൂ മല്ലീമേ.''

അവൻ കാർഡ് അല്പം ബുദ്ധിമുട്ടിയാണെങ്കിലും വായിച്ചു.

''മുഹ്സിൻ. അബ്ദുൽ ബാഖി. സാമൂഹികമാർഗദർശകൻ. ഇതിനർത്ഥം ഇയാൾ പ്രത്യേകിച്ചൊരു ജോലിയും ചെയ്യുന്നില്ലെന്നാണ്. വൈകാതെ ഇയാൾ നമ്മുടെ അരികിലേക്ക് വരേണ്ടതാണ്. നമുക്കാണെങ്കിൽ, ഒരു സാമൂഹിക മാർഗദർശകന്റെ കുറവുണ്ടായിരുന്നു എന്ന കാര്യത്തിൽ സംശയമേയില്ല.''

''നീ ഒന്ന് സമാധാനപ്പെട്. ഇയാളെപ്പോലെ വേറൊരുത്തൻ ഇന്ന്

വൈകുന്നേരം വന്നിട്ടുണ്ട്. എന്തൊരു അരസികനായ മനുഷ്യൻ! കണ്ടാലൊരു കാളപ്പോരുകാരനാണെന്നേ തോന്നൂ.''

''അയാളും സാമൂഹികമാർഗദർശകനാണോ?''

''അതുപോലെന്തോ ആണ്. അല്ല, ഇപ്പോൾ ഓർമ്മ വന്നു. ആളൊരു മനശ്ശാസ്ത്രവിദഗ്ദ്ധനാണത്രേ. റോമൻ പൂവങ്കോഴിയെപ്പോലെ നെഞ്ചുവിരിച്ചുകൊണ്ടായിരുന്നു വരവ്. അരയന്നത്തിനെ അനുകരിക്കുന്ന വിചിത്രമായ രീതിയിലാണ് നടത്തം. ഞങ്ങൾ ഇരിക്കുകയായിരുന്ന മേലാപ്പിന് ഏതാനും വാരയകലെയെത്തിയതും പെട്ടെന്ന് നടത്തം നിർത്തി. പിന്നെ നെപ്പോളിയനെപ്പോലെ നെഞ്ചു വിരിച്ചൊരു നില്പായിരുന്നു.

ഞങ്ങളുടെ നേർക്കൊന്ന് മാറിമാറി നോക്കിയശേഷം ഞെരിപിരികൊള്ളുന്ന ശബ്ദത്തിൽ അയാൾ ചോദിച്ചു. ശ്വാസകോശത്തിൽ അമർത്തിവച്ചിരിക്കുന്ന വായുവിന്റെ സമ്മർദ്ദം കാരണം അയാളുടെ തൊണ്ടയിലെ പേശികൾപോലും പൊട്ടിത്തെറിച്ചുപോകുമെന്നു തോന്നി. 'മിസ്റ്റർ നസീഫ്..!' സത്യം പറഞ്ഞാൽ എനിക്ക് ചിരിവന്നു പോയി. കെട്ടിയാടാൻ നന്നായി പരിശീലിച്ചുവന്നശേഷം അഭിനയിക്കാൻ തന്നെയാണ് ഇയാളുടെ ഭാവമെന്നത് തീർച്ചയാണ്. അതു കാരണം അങ്ങേയറ്റം പരിഹാസ്യനായാണ് കക്ഷിയുടെ നില്പ്. ഒരു നിമിഷം ഞങ്ങളെല്ലാവരും നിശ്ശബ്ദരായി. പെട്ടെന്ന് മുന്നിൽ വന്നുപെട്ട ഈ വിചിത്ര പ്രതിഭാസത്തിന്റെ കാര്യംതന്നെ ചിന്തിക്കുകയായിരുന്നു ഏവരും.

ഞാനായിരുന്നു ആദ്യം സംസാരിച്ചത്. അതിന് മുമ്പ് പരമാവധി ശ്വാസം ഉള്ളിലേക്ക് ആവാഹിച്ചു. തൊണ്ടയിൽ കഴിയുന്നത്ര സമ്മർദ്ദം ചെലുത്തിയശേഷം അയാളുടെതന്നെ ശബ്ദം അനുകരിച്ചുകൊണ്ട് ഞാൻ പറഞ്ഞു: ''മിസ്റ്റർ നസീഫ് മരിച്ചുപോയല്ലോ?'' അതോടെ ആർക്കും ചിരിയടക്കാനായില്ല. കെട്ടഴിച്ചുവിട്ടതുപോലെയാണ് ഏവരും പൊട്ടിച്ചിരിച്ചത്. എന്നിട്ടും ആ മനുഷ്യൻ സിനിമയിലൊക്കെ കാണുന്നതുപോലെ മൂക്ക് ഉയർത്തിപ്പിടിച്ച് ഞങ്ങളുടെ നേർക്കൊരു നോട്ടം നോക്കി. എന്നാൽ ഇത്തരമൊരു സ്വീകരണം ലഭിക്കുമെന്ന് സ്വപ്നത്തിൽപോലും പ്രതീക്ഷിക്കാത്തതിനാൽ അയാൾ പെട്ടെന്ന് അസ്വസ്ഥനായി. പിന്നാലെ എന്തൊക്കെയോ പിറുപിറുക്കാൻ തുടങ്ങി: 'എന്തെന്ന്?', 'എന്താണിത്?' അവസാനം നസീഫിന് സഹതാപം തോന്നി ഇരിക്കാൻ പറഞ്ഞു.''

മല്ലീമിനും ഇതൊക്കെ കേട്ടപ്പോൾ ചിരിയടക്കാനായില്ല.

''വേറിട്ടൊരു വ്യക്തിയാണല്ലോ കക്ഷി? അപ്പോൾ ഇയാളാണ് പുതിയ അന്തേവാസി?''

''അയാൾ എന്നെ അഭിവാദ്യം ചെയ്യുന്നത് നീയൊന്ന് കാണേണ്ടതായിരുന്നു മല്ലീമേ. വലിയ ആദരവോടെയാണ് മുന്നിലേക്ക് വന്നത്. പിന്നെ മധ്യകാലഘട്ടത്തിലുള്ള യോദ്ധാക്കളെപ്പോലെ തല കുനിച്ച് അഭിവാദ്യം ചെയ്തു. അയാൾക്ക് ചുംബിക്കാനായി ഞാൻ കൈനീട്ടിക്കൊടുക്കുമെന്ന് പ്രതീക്ഷിച്ചുകാണണം. അതിനുശേഷം അയാൾ എന്നെ അഭിസംബോധന ചെയ്തത് ഏതോ കത്ത് വായിക്കുന്നതുപോലെ 'ബഹുമാനപ്പെട്ട മാഡം' എന്നായിരുന്നു.

''അയാളിപ്പോൾ എവിടെയാണ്?''

''മറ്റുള്ളവർക്കൊപ്പം ഇരിക്കുന്നുണ്ടാകും. നിന്റെ വരവ് പ്രതീക്ഷിക്കുന്നതിനാൽ ഞാൻ അവരുടെ അരികിൽനിന്ന് മുറിയിലേക്ക് വരികയായിരുന്നു. അതുപോട്ടെ, ആ ഖാലിദിന്റെ കാര്യത്തിൽ എന്താ ചെയ്തത്? അയാളെ കാണുന്ന കാര്യത്തിൽ നീ അല്പം അസ്വസ്ഥനായിരുന്നല്ലോ?''

''അതെ. എന്നെ സഹായിക്കാനും നന്നാക്കാനും താല്പര്യമുണ്ടെന്നാണ് പറഞ്ഞിരിക്കുന്നത്. അയാളുടെ ഈ നല്ല മനസ്സാണ് എന്നെ ഏറ്റവുമധികം ഭയപ്പെടുത്തുന്നത്.''

ഹാനിയ കിടക്കയിൽ ചെന്ന് വീണു.

''ഓഹ്... ഞാനാകെ ക്ഷീണിതയാണ് മല്ലീം. വന്ന് എന്റെയരികിൽ ഇരുന്നേ. എനിക്ക് നിന്നോടൊരു കാര്യം പറയാനുണ്ട്.''

അവൾ ആവശ്യപ്പെട്ടതുപോലെ ചെയ്യാനൊരുങ്ങിയതാണ് മല്ലീം. കിടക്കയ്ക്കരികിലേക്ക് ഏതാണ്ട് എത്തിയതുമാണ്. അതിനിടയിലാണ് കോട്ടയുടെ വാതിൽക്കൽനിന്ന് മുട്ടുന്ന കടുത്ത ശബ്ദം മുഴങ്ങിയത്. രാത്രിയുടെ നിശ്ശബ്ദതയെ ഭേദിക്കുന്നതരത്തിലുള്ള ഒച്ചയായിരുന്നു അത്.

* * *

ഖാലിദാകട്ടെ ഈ സ്ഥലത്തേക്ക് മുമ്പൊരിക്കലും വന്നിട്ടേയില്ല. മല്ലീം തന്നെ നയിച്ചുകൊണ്ടുവന്ന ഇതുപോലൊരു കോളനി കെയ്റോയിലുണ്ടാകുമെന്ന് സങ്കല്പിച്ചിട്ടുതന്നെയില്ല. മേൽക്കൂരയുള്ള തെരുവിന്റെ ഭാഗമെത്തിയതും ഈയൊരു തോന്നൽ ഇരട്ടിയായി മാറി. ദമാസ്കസ്, ബാഗ്ദാദ്, ബോംബെ പോലെ ഏതോ പൗരസ്ത്യ പട്ടണമാണെന്നേ തോന്നൂ. അല്ലാതെ കെയ്റോ പട്ടണമാണെന്ന് ഒരിക്കലും തോന്നുകയേ ഇല്ല. എന്തായാലും തനിക്ക് പരിചയമുള്ള ഈജിപ്തുകാരുമായി ഇവിടെ കാണുന്നവർക്ക് യാതൊരു സാമ്യവുമില്ല. പൗരസ്ത്യമാണെങ്കിൽപോലും ഈ നാട്ടുകാരിൽനിന്നും തീർത്തും അപരിചിതമായ മുഖഭാവങ്ങളാണിവർക്കുള്ളത്. വടക്കേ ആഫ്രിക്കക്കാരുടെയോ പേർഷ്യക്കാരുടെയോ പോലുള്ള ഭാവം.

മല്ലീമിനെ പിന്തുടർന്ന് ആൾക്കൂട്ടത്തിനിടയിലൂടെ നീങ്ങുന്നതിനിടയിൽ തുടക്കത്തിൽ ഖാലിദിന് ഭയം തോന്നിയിരുന്നു. അവിടെയുള്ള സർവ്വരും തനിക്കു നേരെ സംശയദൃഷ്ടിയോടെ നോക്കുന്നതുപോലെ. ചിലപ്പോൾ എല്ലാവരുംകൂടി തന്നെ വളഞ്ഞ് മർദ്ദിക്കുകയോ പണമൊക്കെ കവരുകയോ കുറഞ്ഞപക്ഷം ആക്ഷേപിക്കുകയോ ചെയ്തേക്കാമെന്നൊരു തോന്നൽ. അങ്ങനെ സംഭവിച്ചാൽ താനെന്തു ചെയ്യും? എങ്ങനെ പ്രതികരിക്കണം? തനിക്കാണെങ്കിൽ അവരുടെ ഭാഷയൊന്നും മനസ്സിലാകാനേ സാധ്യതയില്ല. അപ്പോൾപിന്നെ എന്താണ് സംസാരിക്കുന്നതെന്ന് തിരിച്ചറിയാനുമാകില്ല.

അതിശയമെന്നല്ലാതെ എന്തു പറയാനാണ്? രാവിലെ തന്നോട് സംസാരിച്ച വിദേശയുവതിക്കെങ്ങനെയാണ് ഇതുപോലൊരു അമ്പരപ്പിക്കുന്ന സ്ഥലത്തു വന്ന് താമസിക്കാനാകുന്നത്? ഇനി അവൾ ഏതെങ്കിലും കൊള്ളസംഘത്തിന്റെ നേതാവായിരിക്കുമോ? പക്ഷേ, ബാലിശമായ നോവലുകളിൽ മാത്രമേ സ്ത്രീകൾ കൊള്ളസംഘത്തെ നയിക്കുന്നതായി കാണുകയുള്ളൂ. അപ്പോൾ പിന്നെ ഇവളൊരു വിദേശചാരവനിതയായിരിക്കുമോ? താനും പിതാവും തമ്മിലുള്ള അകൽച്ച മനസ്സിലാക്കിയശേഷം തനിക്ക് താല്പര്യമുള്ള എന്തോ വിവരം ചോർത്തിയെടുക്കാനുള്ള ശ്രമമായിരിക്കും. തന്നെക്കുറിച്ച് മറ്റാരും അറിയാതിരിക്കാനായിരിക്കും ഇത്തരമൊരു കോളനിയിൽ കഴിയുന്നത്.

ഇത്തരം ആലോചനകളിൽ മുഴുകുന്നതിനിടയിലാണ് മല്ലീം പെട്ടെന്ന് ആൾക്കൂട്ടത്തിനുള്ളിൽ അപ്രത്യക്ഷനാകുന്നത്. അവസാനം കണ്ട സ്ഥലത്തേക്ക് വേഗത്തിൽ നടന്നെത്തിയശേഷം ചുറ്റുപാടുമൊക്കെ നോക്കിയെങ്കിലും ഫലമൊന്നുമുണ്ടായില്ല. ഈ ചെകുത്താൻ എവിടെപ്പോയതായിരിക്കും? അവൻ തന്നേക്കാൾ ഏറെ നേരം മുമ്പുതന്നെ കുറേ ദൂരം പിന്നിട്ടിരിക്കാനാണ് സാധ്യത. ആ കൗശലക്കാരൻ അതിവേഗം സ്ഥലംവിട്ടിരിക്കും. വല്ല പൂമ്പാറ്റയേയും പോലെ ആളുകളുടെ തലയ്ക്കു മീതേ പറന്നുപോയിരിക്കും. കുറേ ദൂരം ഇരുവശത്തേക്കും നോക്കി തിരിഞ്ഞു നടന്നെങ്കിലും മല്ലീമിന്റെ പൊടിപോലും കണ്ടില്ല. അപ്പോൾ തോന്നി വന്ന സ്ഥലത്തേക്കു തന്നെ തിരികെപ്പോകുന്നതാണ് നല്ലതെന്ന്. മിത്‌വല്ലി പട്ടണകവാടം വരെ പോയി നോക്കിയെങ്കിലും മല്ലീമിന്റെ സാന്നിധ്യമേ കാണാനായില്ല. അന്നേരം കടുത്ത നിരാശയാണ് ഖാലിദിന് തോന്നിയത്.

കവാടത്തിനരികിലെത്തി ഒരു നിമിഷം ഉള്ളിലെ ഇരുൾമൂടിയ ഭാഗത്തേക്ക് നോക്കി. മോഷണത്തിനും പിടിച്ചുപറിക്കുമൊക്കെയായി തങ്ങളുടെ മട വിട്ടിറങ്ങുന്ന തസ്കരന്മാരെപ്പോലെയാണ് ആളുകൾ അവിടെനിന്ന് പുറത്തേക്ക് വരുന്നതായി തോന്നുന്നത്. അന്നേരം

തന്നോടുതന്നെ കടുത്ത വെറുപ്പാണ് ഖാലിദിന് തോന്നിയത്. താൻ ഇത്രത്തോളം ഭീരുവാണോ? സ്ത്രീകളും പുരുഷന്മാരും കുട്ടികളൊക്കെയടങ്ങിയ ഈ കാണുന്ന ആൾക്കൂട്ടത്തിനൊക്കെ തന്നെക്കാൾ നട്ടെല്ലിന് ബലമുണ്ടെന്ന് തോന്നുന്നു. എന്നാൽ പോരാടുന്നതിനെക്കാൾ തനിക്ക് താല്പര്യം നിരാശപ്പെട്ടിരിക്കാനാണ്. അതിവേഗം ആയുധംവച്ച് കീഴടങ്ങുന്ന തന്റെ കൈയിൽ സൂത്രപ്പണികളൊന്നുമില്ലല്ലോ?

എന്തായാലും മല്ലീമിനെ കണ്ടുപിടിച്ചേ അടങ്ങൂ എന്ന് ദൃഢനിശ്ചയമെടുത്തു ഖാലിദ്. അതിനുവേണ്ടി ഈ കോളനിയിൽ കഴിയുന്ന വിദേശികളോടൊക്കെയും സംസാരിക്കേണ്ടി വന്നാലും കുഴപ്പമില്ല. എന്തൊക്കെപ്പറഞ്ഞാലും ഈ നാട്ടിലെ നിയമങ്ങൾക്ക് കീഴൊതുങ്ങി ജീവിക്കുന്നവർ തന്നെയാണല്ലോ ഇവരെല്ലാവരും? തന്നെ മർദ്ദിക്കുകയോ കൊലപ്പെടുത്തുകയോ ചെയ്താൽ നിയമം വെറുതെ വിടില്ലെന്ന് അവർക്ക് അറിയാം. പിന്നെ ഇവരെല്ലാവരും മനുഷ്യരുമാണ്. പോരാത്തതിന് പൗരസ്ത്യനാടുകളിൽനിന്ന് വന്നവർ. അങ്ങനെയുള്ളവർ ആവലാതി പറയാനെത്തുന്ന തന്നെ അധിക്ഷേപിക്കേണ്ട കാര്യമില്ല.

ഖയ്യാമിയ്യ കോളനിയിലേക്ക് ഒരിക്കൽകൂടി ചെന്നു. ശേഷം തന്നെ സഹായിക്കുമെന്ന് ഉറപ്പുള്ള നല്ല മനസ്സിനുടമയായ ആരെയെങ്കിലും കണ്ടുപിടിക്കാൻ നോക്കി. അവസാനം ഒരാളെ കിട്ടി. പേരയ്ക്ക വിൽക്കാനിരിക്കുന്ന ഒരു വൃദ്ധൻ. അടുത്തേക്ക് ചെന്ന് ഒന്നരക്കിലോ പേരയ്ക്ക വേണമെന്ന് പറഞ്ഞു. വിലപേശാനൊന്നും നിൽക്കാതെ ചോദിച്ച വിലയും കൊടുത്തു.

സാധനം തൂക്കിക്കൊണ്ടിരിക്കുന്നതിനിടയിൽ വൃദ്ധനോട് ചോദിച്ചു.

''ഈ മല്ലീം എന്നു പറയുന്ന ആളിനെ അറിയാമോ?''

''ആ നശിച്ചവനെ അറിയാത്ത ആരെങ്കിലുമുണ്ടോ? അല്പം മുമ്പല്ലേ ഈ വഴി പോയത്.''

''ആൾ താമസിക്കുന്നത് എവിടെയാണെന്ന് അറിയാമോ?''

സംശയത്തോടെയുള്ള ഒരു നോട്ടമായിരുന്നു വൃദ്ധന്റെ ആദ്യ പ്രതികരണം.

''കൊള്ളാമല്ലോ? അപ്പോൾ നിങ്ങൾ അവന്മാരുടെ കൂട്ടത്തിൽ പെട്ടയാളല്ലേ?''

''ആരുടെ?''

''അവരുടെ ഒപ്പം ജോലി ചെയ്യുന്ന വിദേശികളിൽപെട്ടയാളാണോ?''

''അല്ല ഞാൻ അവരിലൊരാളുടെ സുഹൃത്താണ്. പക്ഷേ അയാൾ എവിടെയാണ് താമസിക്കുന്നത് എന്നറിയില്ല.''

‘‘ഇതാ പേരയ്ക്ക. വലത്തോട്ട് തിരിഞ്ഞാൽ മൂന്നാമത്തെ വീടാണ്.’’

സാധനവും വാങ്ങിക്കൊണ്ട് ഖാലിദ് വൃദ്ധൻ സൂചിപ്പിച്ച വീടിരിക്കുന്ന ഭാഗത്തേക്ക് നടന്നു. നേരെ ചെന്നുനിന്നത് ഒരു കൂറ്റൻ തടിവാതിലിന് മുന്നിലാണ്. കണ്ടാൽ മുട്ടിവിളിക്കാനുള്ള ധൈര്യം ആർക്കുമുണ്ടാകില്ല. സന്ദർശകരായി ആരെയും സ്വാഗതം ചെയ്യുമെന്നും തോന്നുന്നില്ല. അതോടെ എന്തോ ഒരു ഭയം തോന്നി മനസ്സിലാകെ. പരിചയമില്ലാത്ത ആളുകൾ താമസിക്കുന്ന ഒരിടത്തുചെന്ന് രാത്രി ഈ നേരത്ത് എങ്ങനെയാണ് മുട്ടിവിളിക്കുന്നത്? ഇനി വാതിൽ തുറന്നുവെന്നുതന്നെ കരുതുക. അപ്പോൾ താനെന്തായിരിക്കും പറയേണ്ടി വരുന്നത്?

തനിക്കും മല്ലീമിനുമിടയിൽ നടന്ന കാര്യങ്ങളൊക്കെ യാഥാർത്ഥ്യത്തെക്കാൾ കെട്ടുകഥകളോടല്ലേ അടുത്തുനിൽക്കുന്നത്? എന്റെ കഥ കേട്ടാൽ അവർ ആമാശയത്തിലുള്ളതെല്ലാം പുറത്തുവരുന്നതുവരെ ചിരിച്ചുകൊണ്ടേയിരിക്കും. പിന്നെ കൈയ്യിലിരിക്കുന്ന ഈ പേരയ്ക്ക. അത് എന്തു ചെയ്യണം?’’

ആദ്യം പേരയ്ക്ക തിന്നുകതന്നെ. കോട്ടയ്ക്ക് മുന്നിലെ വാതിൽപ്പടിയിലിരുന്നശേഷം ഒരു പേരയ്ക്ക എടുത്ത് കടിച്ചുതിന്നാൻ തുടങ്ങി. എന്നാൽ എന്തോ രുചിയില്ലാത്തതു കാരണം അത് കളഞ്ഞശേഷം മറ്റൊരെണ്ണം കൈയിലെടുത്തു. എന്നാൽ അത് കടിച്ചുതിന്നുന്നതിനുപകരം കൈയിലിരുന്ന പേരയ്ക്കകൾ മുഴുവൻ നിലത്തേക്ക് ഇട്ടശേഷം ചാടി എഴുന്നേൽക്കുകയായിരുന്നു ഖാലിദ്. പിന്നീട് അതിശക്തിയോടെ വാതിലിൽ മുട്ടാൻ തുടങ്ങി.

അഞ്ച്

കോട്ടയിൽ പുതുതായി വന്ന അന്തേവാസി ചുരുട്ട് വലിച്ച് പുക ച്ചുരുളുകൾ പുറത്തേക്ക് ഊതിയശേഷം സംസാരം തുടർന്നു:

''തരിശായ മരുഭൂമിയുടെ മധ്യത്തിൽ എണ്ണച്ഛായാചിത്രങ്ങളുടെ പ്രദർശനം സംഘടിപ്പിച്ചശേഷം അത് കാണാനായി നാടോടികളായ ബദവികളെ ക്ഷണിക്കുന്നതുപോലൊരു പണിയാണ് നാം ചെയ്തു കൊണ്ടിരിക്കുന്നത്. അത്തരം പ്രദർശനങ്ങൾക്കൊന്നും പറ്റിയ ഇട മല്ല മരുഭൂമി. ബദവികൾക്ക് സന്ദർശിക്കാൻ പറ്റിയ വിഷയവുമല്ല ചിത്രകല. അല്ല മാന്യരേ, നമുക്കിപ്പോൾ ആവശ്യം സാഹിത്യമോ കലയോ ഒന്നുമല്ല. നമുക്ക് വേണ്ടത് തൊഴിലാണ്. ധീരവും നിർണാ യകവുമായ തൊഴിലുകൾ! പല പല കാലങ്ങളിലായി കവികൾ പടച്ചുവിട്ട ആയിരക്കണക്കിന് കവിതാസമാഹാരങ്ങൾകൊണ്ട് പൗര സ്ത്യലോകത്തിന് എന്ത് പ്രയോജനമാണുണ്ടായിട്ടുള്ളത്? കെട്ടു കഥകളുടെയും ഐതിഹ്യങ്ങളുടെയുമൊക്കെ പര്യായമായി കിഴക്ക് എന്ന പദം മാറി എന്നതൊഴിച്ചാൽ ഒന്നും സംഭവിച്ചിട്ടില്ല. പരാജി തനും തൊഴിലൊന്നും ചെയ്യാത്തവനുമായ ഒരു വ്യക്തി കഴിക്കുന്ന മയക്കുമരുന്നുപോലെയല്ലേ കിഴക്കിന്റെ കവിതകളൊക്കെയും?

ഒരു തൊഴിലും ചെയ്യാനാകാതെ വരുമ്പോഴല്ലേ നാം കവിത ചൊല്ലാൻ മെനക്കെടുന്നത്? ഇനി നാം ഉയർത്തെഴുന്നേറ്റ് ആധുനിക മായൊരു നാഗരികത പടുത്തുയർത്തി വികസിതരായൊരു ജനത യായി മാറുന്നുവെങ്കിൽ ഉറപ്പായും കവിതകൾ ചൊല്ലാൻ ശ്രമിക്കാ റില്ല. അതിനർത്ഥം കവിതകൾ ചൊല്ലുന്നപക്ഷം നമുക്കൊരു നവോ ത്ഥാനമേ ഉണ്ടാകില്ലെന്നാണ്. അതിനാൽതന്നെ എനിക്ക് പറയാ നുള്ളത് ഇത്രയുമാണ്. നാം വേഗത്തിൽ തൊഴിൽ ചെയ്യാൻ തയ്യാറെ ടുക്കുക. ചിത്രം വരയും ലേഖനരചനയുമൊക്കെ കൈയൊഴിയുക.''

പുതിയ ഈ അന്തേവാസിയുടെ പേര് അതല്ലാ എന്നായിരുന്നു. അയാളുടെ കാർഡിൽ ഇതല്ലാതെ വേറെ പേരൊന്നും എഴുതിയിട്ടു ണ്ടായിരുന്നില്ല. ഉപനാമമോ അപരനാമമോ ഒന്നുമില്ല. അത് കണ്ടാൽ

സോക്രട്ടീസിന്റെയോ, അറബി കവി അബുൽ അലാ മഅർറിയുടെയോ കാർഡ് ആണെന്നേ തോന്നൂ. തന്റെ ശബ്ദം മറ്റുള്ളവർ കേട്ടുകൊണ്ടേയിരിക്കണം എന്നാഗ്രഹിക്കുന്ന തരക്കാരനാണിയാൾ. വായാടി. ഇടങ്കോലിട്ടുകൊണ്ടേയിരിക്കും. മറ്റുള്ളവർ പറയുന്നത് കേൾക്കാൻ ക്ഷമയുമില്ല.

അതള്ളായുടെ സംസാരം അസ്വസ്ഥതയോടെ ശ്രദ്ധിച്ചുകൊണ്ടിരുന്ന സഅദുദ്ദീന് ആദ്യം കണ്ടപ്പോൾതന്നെ അയാളോട് വെറുപ്പാണ് തോന്നിയത്. അതിനാൽതന്നെ കോട്ടയിലെ സഖാക്കൾക്കിടയിൽ എതിർശബ്ദത്തിന്റെ പതാക വഹിച്ചിരുന്നതും മറ്റാരുമായിരുന്നില്ല. അതള്ളാ എന്ത് പറഞ്ഞാലും ഉടനെതന്നെ അതിനെ എതിർത്ത് അഭിപ്രായം പറഞ്ഞിരിക്കും സഅദുദ്ദീൻ. അതിനാൽതന്നെ ഇപ്പോഴും തിരിച്ചടിച്ചത് അയാൾ തന്നെയാണ്.

''മിസ്റ്റർ അതള്ളാ, ഒരു അഭിപ്രായപ്രകടനം എന്ന നിലയിൽ നിങ്ങളുടെ വാക്കുകൾ ഞങ്ങൾ മാനിക്കുന്നു. പക്ഷേ, ഏതൊരു വാദപ്രതിവാദവീക്ഷണവുമെന്നതുപോലെ നിങ്ങളുടെ വാക്കുകൾ സ്വയംതന്നെ ഖണ്ഡിക്കുന്നുണ്ട്. നമ്മുടെ ജനത പക്വതയെത്താത്തവരാണെന്നാണല്ലോ നിങ്ങൾ പറഞ്ഞത്? കവിത രചിക്കുന്നതിലോ ലേഖനങ്ങൾ എഴുതുന്നതുകൊണ്ടോ പ്രയോജനമൊന്നുമില്ലെന്നും പറഞ്ഞു. പക്ഷേ ലേഖനങ്ങൾ വായിക്കാതെയും കവിതകൾ കേൾക്കാതെയും അജ്ഞരായ ഒരു സമൂഹം എങ്ങനെ പുരോഗതി പ്രാപിക്കുമെന്നാണ് എനിക്ക് നിങ്ങളോട് ചോദിക്കാനുള്ളത്.

ഏതൊരു പരിഷ്കരണത്തിന്റെയും ആദ്യാടിത്തറ എന്നു പറയുന്നത് സാമൂഹിക അവബോധം സൃഷ്ടിക്കുക എന്നതാണ്. ഈയൊരു ബോധമില്ലാത്തപക്ഷം തനിക്ക് തെറ്റുകൾ പറ്റുന്നുവെന്ന് കർഷകനോ, താൻ ചൂഷണം ചെയ്യപ്പെടുന്നുവെന്ന് തൊഴിലാളിക്കോ മനസ്സിലാവുകയേ ഇല്ല. സാഹിത്യവും കലയുമില്ലാതെ ഇത്തരമൊരു സാമൂഹികബോധം എങ്ങനെ രൂപപ്പെടുമെന്നാണ് എനിക്ക് നിങ്ങളോട് വീണ്ടും ചോദിക്കാനുള്ളത്.''

സഅദുദ്ദീൻ പറഞ്ഞ ഓരോ വാക്കുകളെയും ഖണ്ഡിക്കാനാണ് അതള്ളായുടെ ശ്രമം. ഈ വാദപ്രതിവാദത്തിൽ വിജയിക്കാൻ ശബ്ദമുയർത്തുകയാണ് സഅദുദ്ദീൻ. അതിന് തടയിടാനായി അതള്ളായും ഒച്ചയുണ്ടാക്കാൻ തുടങ്ങി. സഅദുദ്ദീൻ സംസാരിച്ചുകഴിഞ്ഞതും രണ്ടുപേരും ഒച്ചവച്ചു ബഹളമുണ്ടാക്കാനും വഴക്കിന്റെ വക്കോളവുമെത്തി.

കോട്ടയ്ക്കുള്ളിലെ മേലാപ്പിന്റെ ഒരു ഓരത്ത് പോയിരിക്കുകയാണ് ശത്ത. കൈയിലുള്ള മദ്യം ഒറ്റയ്ക്ക് കുടിച്ച് തീർക്കുകയാണയാൾ. ഒപ്പമുള്ളവർ ബഹളം വയ്ക്കുന്നതു കാരണം മനോരാജ്യത്തിൽ

അലഞ്ഞുതിരിയാൻ കഴിയാതെ അസ്വസ്ഥനായ ശത്ത അവസാനം പ്രതികരിച്ചു.

"അല്പം കരുണ കാണിക്കൂ. നിങ്ങളുടെ ഈ ഒച്ചപ്പാട് ചെവിക്ക് താങ്ങാനാകുന്നില്ല. ഏതൊരു നാടകത്തിന്റെയും രസം കെടുത്താൻ നിങ്ങൾ രണ്ടുപേരുംതന്നെ മതിയാകും. ഇങ്ങനെയാണോ സംവാദം നടത്തേണ്ടത്? പ്രതിവാദമുന്നയിക്കുന്നത് ഒരു കലയാണ്. അതിന് സാഹസപ്പെടുന്നതിനു മുമ്പ് അതള്ളാ അതൊന്ന് പഠിക്കുന്നത് നന്നായിരിക്കും. സംവാദകലയ്ക്ക് നിരക്കാത്ത രീതിയിൽ ഒച്ച വയ്ക്കുകയാണ് നിങ്ങൾ. അതിനാലാണ് അല്പനേരം സംസാരിച്ചപ്പോഴേക്കും നിങ്ങൾക്ക് തൊണ്ടയടച്ചുപോയത്. തുടക്കക്കാരായ അഭിനേതാക്കൾക്കും ഈ തെറ്റ് പറ്റാറുണ്ട്. അവർ..."

എന്നാൽ ശത്തയുടെ ഉപദേശപ്രസംഗം മുഴുവനാക്കാൻ അതള്ളാ അനുവദിച്ചില്ല.

"സാമൂഹിക അവബോധത്തിന്റെയൊന്നും ആവശ്യം നമുക്കില്ല തന്നെ. സമർത്ഥരായ നേതൃത്വത്തിന്റെ കൈയിലെ എളുപ്പം അനുനയിക്കാനാകുന്നൊരു ഉപകരണം മാത്രമാണ് ജനങ്ങൾ. കഴിവുറ്റൊരു നേതാവിന് ജനത്തിന്റെ മരവിപ്പിനെ ചലനാത്മകമാക്കാൻ കഴിയും. മിസ്റ്റർ സഅദുദ്ദീൻ, എനിക്ക് നിങ്ങളോട് ചോദിക്കാനുള്ളത് ഇതാണ്. 1919ലെ ദേശീയ പ്രക്ഷോഭത്തിന് തിരികൊളുത്തിയപ്പോൾ ഈജിപ്തുകാരായ നമുക്ക് കവിതയുടെ ആവശ്യമുണ്ടായിരുന്നോ?"

"റൗദുൽ ഫറജ് പാർക്കിൽ വരുന്ന ആളായിരുന്നെങ്കിൽ ജനമനസ്സുകളിൽ വിപ്ലവവീര്യം ആളിക്കത്തിക്കുന്നതിൽ വീരഗാനങ്ങൾക്ക് എത്രത്തോളം പങ്കുണ്ടായിരുന്നുവെന്ന് നിങ്ങൾ മനസ്സിലാക്കുമായിരുന്നു. ഉണർന്നെഴുന്നേറ്റ സാമൂഹിക അവബോധത്തിന്റെ സാന്നിധ്യമില്ലായിരുന്നെങ്കിൽ 1919ലെ വിപ്ലവം വിജയിക്കുകയേ ഇല്ലായിരുന്നു. അതു കാരണമാണ് ദേശീയാവേശം സമൂഹത്തിലെ സകല ശ്രേണികളിലും നിറഞ്ഞുതുളുമ്പിയത്. ജനങ്ങൾക്കിടയിൽ ഏറ്റവും അവസാനം മാത്രം പ്രതിഷേധിക്കുന്ന ഉദ്യോഗസ്ഥവൃന്ദംപോലും അന്ന് പ്രക്ഷോഭത്തിനിറങ്ങിയില്ലേ?"

സഖാക്കളുടെ തർക്കവിതർക്കങ്ങൾ തുടരുകയാണ്. എപ്പോഴൊക്കെ സംസാരിക്കാനായി ഇരിക്കുന്നുവോ അപ്പോഴൊക്കെയും ഇതാണവരുടെ പതിവ്. അതവസാനിക്കണമെങ്കിൽ ഒന്നുകിൽ തുടർന്ന് സംസാരിക്കാൻ കഴിയാത്തവിധം തൊണ്ടയടയ്ക്കണം. അല്ലെങ്കിൽ മദ്യപിച്ച് ലക്കുകെടണം. എന്നാൽ ഈ രാത്രി കോട്ടയിലെ അന്തേവാസികളെ നിശ്ശബ്ദരാക്കാൻ സാക്ഷാൽ നസീഫ് തന്നെ തീരുമാനിച്ചിരിക്കുകയാണ്. കാരണം ഓരോരുത്തരും തങ്ങളുടെ വാദങ്ങളിൽ ഉറച്ചുനിൽക്കുകയാണ്. അതു കാരണം അതള്ളാ

അടക്കമുള്ള സഖാക്കൾക്കെല്ലാം നസീഫിന്റെ ഉദ്ദേശ്യശുദ്ധി ബോധ്യ മായി.

ഇതിനിടയിലാണ് വരത്തനായ ഖൂരീൻ ഏകപാർട്ടിസമ്പ്രദായ ത്തെക്കുറിച്ച് സംസാരിച്ചത്. ഈ സമ്പ്രദായം ജനാധിപത്യത്തിന്റെ ആത്മാവിന് ഏതുതരത്തിലാണ് വിരുദ്ധമാകാത്തതെന്നാണ് അയാൾ സ്ഥാപിക്കാൻ ശ്രമിച്ചത്. ജനം സ്വയം ഭരണം കൈയാളുമ്പോൾ ഇതാണത്രേ ഏറ്റവും മാതൃകായോഗ്യമായ രീതി. ശേഷം തുർക്കിയി ലേയും സ്വിറ്റ്സർലന്റിലേയുമൊക്കെ ഏകപാർട്ടീസമ്പ്രദായത്തിന്റെ ഉദാഹരണങ്ങൾ നിരത്തുകയും ചെയ്തു. പക്ഷേ, പറഞ്ഞുകൊണ്ടിരുന്ന വിഷയം മുഴുവനാക്കുവാൻ അയാളെ അനുവദിക്കാതെ നഫീസ് ഇടപെട്ടു.

''കൂടുതലൊന്നും പറയേണ്ട ഖൂരീൻ. ഇത്തരം കാര്യങ്ങളൊക്കെ ആർക്കുവേണമെങ്കിലും പുസ്തകങ്ങളിൽ വായിക്കാൻ കിട്ടുന്നതാ ണല്ലോ?''

അന്നേരം തന്നെയാണ് അതള്ളാ തന്റെ നാടകീയവും പരിഹാസ്യ വുമായ രീതിയിൽ ഇരിപ്പിടത്തിൽനിന്നും എഴുന്നേറ്റത്. അതോടെ ശത്ത പിന്നെയും വായ് തുറന്നു:

''നിശ്ശബ്ദരാകൂ. ബഹുമാന്യരേ, ഉജ്ജ്വലമായ ഒരു നാടകീയ മുഹൂർത്തമാണ് നിങ്ങൾ കാണാൻ പോകുന്നത്. മിസ്റ്റർ അതള്ളാ, ശിരസ് അല്പംകൂടി ഉയർത്തൂ. പിന്നെ പതിഞ്ഞ സ്വരത്തിൽ സംസാ രിച്ചുതുടങ്ങുക. ശേഷം സാവധാനം ശബ്ദം കൂട്ടുക. എന്നാലതൊരി ക്കലും ബഹളം വയ്ക്കുന്ന തരത്തിലാകരുത്. ഉദ്ദേശിച്ച ഫലം സൃഷ്ടിക്കുന്ന കാര്യത്തിൽ ധൃതികൂട്ടരുത്. അങ്ങനെ സംഭവിച്ചാൽ എല്ലാം തകിടംമറിയുകയേ ഉള്ളൂ.''

പക്ഷേ, ശത്തയുടെ ഉപദേശമൊന്നും ചെവിക്കൊള്ളാൻ തയ്യാറല്ലാ യിരുന്നു അതള്ളാ. പരുക്കൻ ശബ്ദത്തിൽതന്നെയാണ് അയാൾ തുടർന്നും സംസാരിച്ചത്:

''മാന്യരേ, നിങ്ങൾ എന്നെ വിശ്വാസത്തിലെടുക്കുന്നതേയില്ല എന്നാണെനിക്ക് തോന്നുന്നത്. നിങ്ങളുടെ കൂട്ടായ്മയിലേക്ക് അതി ക്രമിച്ചുകടന്നയാളായല്ലേ എന്നെ കരുതുന്നത്? പക്ഷേ ഒരു കാര്യം മനസ്സിലാക്കുക. നിങ്ങളിൽ പലരും ബാലമാസികകൾ നോക്കി നട ക്കുന്ന കാലത്ത് സാമൂഹിക പരിഷ്കരണരംഗത്തെ മുൻനിര പോരാളി കളിൽ ഒരാളായിരുന്നു ഞാൻ. നിങ്ങളുടെ വാദഗതികളൊക്കെ കേട്ട പ്പോൾ എനിക്ക് മനസ്സിലായത് ഇതാണ്. മിസ്റ്റർ നസീഫ് ഒഴികെയുള്ള നിങ്ങളേവരും വളർച്ചയുടെ ആദ്യഘട്ടത്തിൽ തന്നെയാണിപ്പോഴും. നിങ്ങളുടെ വീക്ഷണങ്ങൾ അസ്ഥിരവും കാഴ്ചപ്പാടുകൾ അപക്വ വുമാണ്. അതിനാൽതന്നെ നിങ്ങൾക്കിപ്പോൾ ആവശ്യം നല്ല മാർഗ

ദർശനത്തിന്റേതാണ്. അതുകൊണ്ടുതന്നെയാണ് നിങ്ങളുടെ കൂട്ടായ്മയെക്കുറിച്ചറിഞ്ഞ് ഞാൻ ഇവിടേക്ക് വന്നത്. വർഷങ്ങളുടെ നീണ്ട അനുഭവപരിചയമുള്ള ഒരാൾ വഴികാട്ടിയായി വരാത്തപക്ഷം നിങ്ങളുടെ പ്രവർത്തികളൊന്നുംതന്നെ വിജയം കാണുമെന്ന് പ്രതീക്ഷിക്കുകയേ ചെയ്യരുത്. ആ ഒരാൾ ഞാൻ തന്നെയാണെന്നും അറിയുക.''

ഇതൊക്കെ കേട്ട് ഒച്ചവയ്ക്കാതിരിക്കാൻ ശത്തയ്ക്ക് സാധിച്ചതേയില്ല.

''മിസ്റ്റർ അതള്ളാ, നിങ്ങൾ എന്നെ പിന്നെയും നിരാശനാക്കിക്കളഞ്ഞല്ലോ? ഞാൻ ഓർമ്മപ്പെടുത്തിയിട്ടുപോലും ഉദ്ദേശിച്ച ഫലം സൃഷ്ടിക്കുന്ന കാര്യത്തിൽ നിങ്ങൾ ധൃതികാട്ടിയല്ലേ? അതോടെ എല്ലാം തകിടംമറിച്ച് നിങ്ങൾ പിന്നെയും പരിഹാസ്യനായി മാറുകയാണ്.''

ശത്തയുടെ വാക്കുകേട്ട് സഅദുദ്ദീന് ചിരിവന്നു.

''ഇത് മിസ്റ്റർ അതള്ളായുടെ വ്യക്തിത്വത്തിന്റെ പ്രശ്നമാണ്. യോദ്ധാവിന്റെ വേഷം കെട്ടാനാണ് പുള്ളിയുടെ ശ്രമം. അതിനാൽ കൗശലക്കാരന്റെ വേഷം കെട്ടാൻ അയാളെ അനുവദിക്കുകയാണ് വേണ്ടത്.''

എന്നാൽ ഖൂരീന് തോന്നിയത് പുതിയ അന്തേവാസിയെ പിന്തുണയ്ക്കുന്നതാണ് തനിക്ക് നല്ലതെന്നായിരുന്നു. അതോടെ അയാൾ അതള്ളായുടെ സഹായത്തിനെത്തി.

''സഖാക്കളേ, നിങ്ങൾ ഇദ്ദേഹത്തിന്റെ അവകാശങ്ങൾ നിഷേധിക്കരുത്. 'അതള്ളാ' എന്നാലർത്ഥം ദൈവത്തിന്റെ ദാനമെന്നാണ്. 'പടച്ചവൻ നൽകിയതിന് അവൻ തന്നെയാണ് പ്രതിഫലവും' എന്ന പ്രസ്ഥാനത്തെപ്പറ്റി കേട്ടിട്ടില്ലേ?''

മേലാപ്പിന് കീഴിൽ മാറിയിരുന്ന ശത്ത ഒച്ചവച്ചു.

''അതെ... അതെ. ഇപ്പോഴാണ് ഓർമ്മവന്നത്. തന്റെ ഈ പ്രസ്ഥാനത്തിനായി മിക്കവാറും ജന്മദിനാഘോഷസദസ്സുകളിൽ മിസ്റ്റർ അതള്ളാ പന്തലുകൾ പണിയാറുണ്ട്. പന്തലിന്റെ കവാടത്തിനരികിൽതന്നെ ഒരു പീഠത്തിൽ മിസ്റ്റർ അതള്ളാ ഇരിപ്പുറപ്പിക്കും. പച്ചയും ചുവപ്പും നിറങ്ങളിൽ വസ്ത്രം ധരിച്ച പ്രസ്ഥാന അംഗങ്ങൾ ചുറ്റുമുണ്ടാകും. അവരുടെ പിന്നിലുള്ള സംഗീതസംഘമാകട്ടെ വലിയ ആരവം സൃഷ്ടിച്ച് ആഘോഷത്തിനെത്തുന്നവരുടെയൊക്കെ ശ്രദ്ധയാകർഷിക്കുകയും ചെയ്യും. അപ്പോൾ ഇനി എന്താണ് പദ്ധതി മിസ്റ്റർ അതള്ളാ?''

ഈ സമയം തോട്ടത്തിന്റെ മറ്റൊരു കോണിലേക്ക് അരയന്നത്തെ

പോലെ നടക്കുകയായിരുന്നു അതല്ലാ. അത് നോക്കി സഅദുദ്ദീൻ ഉറക്കെ വിളിച്ചുപറഞ്ഞു:

''കോട്ടയുടെ കവാടത്തിനരികെ 'ഹൗശ്ഈസയിലെ വട്ടൻ' എന്നറിയപ്പെടുന്ന ഒരു കക്ഷിയെ കാണാം. ആളൊരു 'വരയൻ പുലി'യാണ്. കൂടെ കൂട്ടിക്കോളൂ. നിങ്ങളുടെ പ്രസ്ഥാനത്തിനൊരു മുതൽക്കൂട്ടായിത്തീരും.''

എന്നാൽ സുഹൃത്തുക്കൾ കരുതിയതുപോലെ അതല്ലാ പോയത് കവാടത്തിന് നേർക്കായിരുന്നില്ല. മറിച്ച് തോട്ടത്തിന് മധ്യഭാഗത്തെത്തിയതും അയാൾ ഉച്ചത്തിൽ പറഞ്ഞു:

''മിസ്റ്റർ നസീഫ്, എനിക്ക് നിങ്ങളോട് തനിച്ചൊരു കാര്യം പറയാനുണ്ട്.''

അതല്ലായെ പ്രകോപിപ്പിക്കാതെ മാറി ഇരുന്ന ഒരേയൊരാൾ നസീഫായിരുന്നു. ചർച്ചയ്ക്ക് തീ കൊളുത്തപ്പെട്ടതോടെ ദൂരേയ്ക്ക് മാറിയിരുന്ന് പുഞ്ചിരിയോടെ നോക്കുകയായിരുന്നു എല്ലാം. വിജയ ഭാവത്തോടെയാണ് ഇരിപ്പ്. തന്റെ അധികാരം കവർന്നെടുക്കാനായി വന്നവനെ അനുയായികളെല്ലാം ചേർന്ന് നിലംപരിശാക്കിയിരിക്കുകയാണ്. തനിക്കായിട്ട് ഒന്നുംതന്നെ ചെയ്യേണ്ടിവന്നില്ല. തന്റെ നേതൃത്വത്തിന് നല്ല ഉറപ്പുണ്ട്. കാരണം ഉദ്ദേശിച്ച ഫലം സൃഷ്ടിക്കാനായി താൻ ധൃതികൂട്ടുന്നതേയില്ല. അതിനായാണ് ഈ കോട്ട വാടകയ്ക്കെടുത്തത്. ശേഷം കാലക്രമേണ നേതൃത്വനിരയിലേക്ക് ഉയരാനായി ക്ഷമയോടെ കാത്തിരുന്നു. അങ്ങനെ അവസാനം ഈ സഖാക്കളുടെ മേൽ തന്റെ നേതൃത്വം അടിച്ചേൽപ്പിക്കാനുമായി.

തനിക്കെതിരെ നിലകൊള്ളാൻ ധൈര്യം കാണിച്ച അധമന്മാരെ വെല്ലുവിളിക്കുന്ന ഭാവത്തിൽ നെഞ്ചു വിരിച്ച് നിൽക്കുന്ന അതല്ലായുടെ നേർക്ക് നോക്കുകയാണ് നസീഫ്. നെപ്പോളിയൻ നിൽക്കുന്നതുപോലുള്ള ആ ഭാവം കാണുമ്പോൾതന്നെ പൊട്ടിച്ചിരി വന്നുപോകും. എന്നാൽ നസീഫ് ചിരിച്ചതേയില്ല. മറിച്ച് സഹതാപം നിറഞ്ഞ ഭാവത്തിൽ പുഞ്ചിരിച്ചതേയുള്ളൂ. താൻ എല്ലാവരോടും ഒരേ രീതിയിലാണ് ഇടപഴകുന്നതെന്ന് അതല്ലായ്ക്ക് തോന്നണം എന്നാണ് നസീഫ് ആഗ്രഹിക്കുന്നത്. ബാലിശമായ ചാപല്യങ്ങളിൽ പങ്കാളിയാകുന്ന മറ്റു സഖാക്കളെപ്പോലെയേ അല്ല താനെന്ന് സ്ഥാപിക്കുകയും വേണം. അവസാനം അല്പം ആർദ്രമായ സ്വരത്തിൽ അയാൾ പറഞ്ഞു:

''മിസ്റ്റർ അതല്ലാ, എന്താണ് നിങ്ങൾക്ക് പറയാനുള്ളത്? സഖാക്കളിൽനിന്ന് മറച്ചുപിടിക്കാൻ എനിക്ക് രഹസ്യങ്ങളൊന്നുമില്ല.''

എന്നാൽ നസീഫിന്റെ ഉപചാരഭാവം അതല്ലായ്ക്ക് കുറച്ചുകൂടി ആത്മവിശ്വാസം നൽകിയതുപോലെയാണ് തോന്നിയത്. പാന്റ്സിന്റെ

പോക്കറ്റിൽ കൈ തിരുകി കൂടുതൽ നെഞ്ചുവിരിച്ചുകൊണ്ട് ഗർവ്വ് നിറഞ്ഞ ഭാവത്തിൽ അയാൾ പറഞ്ഞു.

''എന്റെ പക്കൽ നിങ്ങൾക്കുള്ളൊരു സന്ദേശമുണ്ട്. നിങ്ങളെ നേരിട്ടറിയിക്കണമെന്നാണ് എന്നോട് ആവശ്യപ്പെട്ടിരിക്കുന്നത്.''

അതള്ളായുടെ ഈ ആവശ്യത്തോട് പ്രതികരിക്കുന്നത് സഖാക്കളുടെ കണ്ണിൽ തന്റെ സ്ഥാനം ഉയർത്തുകയേ ഉള്ളൂവെന്ന് പെട്ടെന്നു തന്നെ നസീഫിന് ബോധ്യമായി. എഴുന്നേറ്റുചെന്ന് മാറി നിന്ന് സംസാരിച്ചാൽ ഏവരും കരുതുക തനിക്ക് വലിയ ഏതൊക്കെയോ കേന്ദ്രങ്ങളുമായി ബന്ധമുണ്ടാകും എന്നായിരിക്കും. അതുപോലെ തനിക്ക് ചുറ്റും അല്പം നിഗൂഢത സൃഷ്ടിക്കാനും സാധിക്കും. അക്കാര്യത്തിൽ നസീഫ് എപ്പോഴും ബദ്ധശ്രദ്ധനാണുതാനും. താൻ അതള്ളായുടെ കൂടെ പോകുന്നതു കണ്ടാൽ കൂടെയുള്ളവർ ചിന്തിക്കുന്നത് ഇങ്ങനെയായിരിക്കും: ഈ അപരിചിതരായ മനുഷ്യർ കൊണ്ടുവരുന്ന സന്ദേശങ്ങളെന്തായിരിക്കും? എവിടെ നിന്നായിരിക്കും ഇവയൊക്കെ വരുന്നത്? തങ്ങൾക്കറിയാത്ത ധാരാളം അധികാരികൾക്കൊക്കെ സുപരിചിതനായ വ്യക്തിതന്നെയായിരിക്കും നസീഫ്.

എന്തായാലും ജാഗ്രതയോടെയാണ് നസീഫ് ഇരുന്നയിടത്തു നിന്ന് എഴുന്നേറ്റത്. ശേഷം നേതൃത്വഭാവത്തോടെ അയാൾ പറഞ്ഞു:

''ശരി മിസ്റ്റർ അതള്ളാ. നമുക്ക് എന്റെ മുറിയിലേക്ക് പോകാം. വരൂ.''

നഫീസ് മുന്നിലും അതള്ളാ പിന്നിലുമായി നടന്നു. ഇരുൾ പറ്റിക്കിടന്ന തടിയിൽ തീർത്ത കോണിപ്പടികൾ കയറുന്നതിനിടയിൽ ആരും ഒന്നും മിണ്ടിയതേയില്ല. അതള്ളാ അല്പം ബുദ്ധിമുട്ടോടെയാണ് പടികൾ കയറിയത്. വഴി കാണാനായി നസീഫ് ഒരു തീപ്പെട്ടിക്കൊള്ളിയുരച്ചു. അതള്ളായ്ക്ക് എന്തോ ഒരു പേടി തോന്നുകയും ചെയ്തു. ഏതോ ജിന്നുകൾ കൂടിയിരുന്ന് ഗൂഢാലോചന നടത്തുന്നതുപോലെയാണ് ചുവരിൽ പതിച്ചുകൊണ്ടിരുന്ന അവരുടെ നിഴലുകൾ കണ്ടപ്പോൾ തോന്നിയത്. നടന്നെത്തിയത് ഒരു മുറിയുടെ മുന്നിലേക്കായിരുന്നു. വാതിലിനടിയിലൂടെ ഉള്ളിലെ വെളിച്ചം കാണാം. അന്നേരം അതള്ളാ തിരക്കി:

''ഇതാണോ ഹാനിയാ മാഡത്തിന്റെ മുറി?''

''അതെ.''

അല്പം മുഷിച്ചിലോടെയായിരുന്നു നസീഫ് പ്രതികരിച്ചത്.

''ആരാണിവർ?''

''അവരൊരു വിദേശവനിതയാണ്.''

''പ്രസ്ഥാനത്തിന്റെ ആളാണോ?''

''അവർ ഒരു വിദേശിയായ കലാകാരിയാണ്. അത്രതന്നെ.''

നസീഫ് സ്വരം കടുപ്പിക്കുന്നത് കണ്ടതും അതള്ളാ ഒരു നിമിഷം നിശ്ശബ്ദനായി.

''നിങ്ങൾക്ക് എന്നോടുള്ള ഈ വിശ്വാസക്കുറവ് എത്രകാലം തുടരുമെന്നറിയില്ല. എന്തായാലും ഈ കത്ത് വായിക്കുന്നതുവരെ എന്നെ വിശ്വസിച്ചേ തീരൂ.''

നസീഫ് താക്കോലെടുത്ത് വാതിലിലെ പഴുതിനുള്ളിലേക്ക് കടത്തി. നല്ല കിറുകിറു ശബ്ദത്തോടെയാണ് വാതിൽ തുറന്നത്. മുറിക്കുള്ളിൽ ഇരുട്ടായതിനാൽ അയാൾ ഒരു തീപ്പെട്ടിക്കൊള്ളി ഉരച്ച് വിളക്ക് കത്തിച്ചു. വലിയ എണ്ണവിളക്കിന് വെള്ള സ്ഫടികത്തിൽ തീർത്ത മൂടിയാണുണ്ടായിരുന്നത്. ശേഷം മുറിയുടെ ഒരു കോണിൽ അല്പം ഉയരത്തിൽ സ്ഥിതിചെയ്യുന്ന തന്റെ മേശയ്ക്കരികിലേക്ക് നീങ്ങിയ നസീഫ് അതള്ളായുടെ നേർക്ക് തിരിഞ്ഞ് ഇരിക്കാൻ ആവശ്യപ്പെട്ടു. ഇതിനിടയിൽ ആദ്യമായി കാണുകയാണെന്നമട്ടിൽ മേശപ്പുറത്ത് കിടന്ന കടലാസുകളും നോട്ടീസുകളുമൊക്കെ മറിച്ചു നോക്കിക്കൊണ്ടിരുന്നു. തനിക്ക് ധാരാളം കത്തുകൾ വരാറുണ്ടെന്നും ഒട്ടനേകം ജോലികൾ ചെയ്തുതീർക്കാനുണ്ടെന്നും കൂടെയുള്ളയാൾക്ക് തോന്നാനായി നസീഫ് പലപ്പോഴും പ്രയോഗിക്കാറുള്ളൊരു കൗശലമാണിത്.

അതള്ളായാകട്ടെ ഒരു ചുരുട്ട് കത്തിച്ച് വലിച്ചുകൊണ്ട് കസേരയിൽ തല ചായ്ച്ച് ഇരുന്നു. ശേഷം മേൽക്കൂരയിലേക്ക് പുക ഊതിവിട്ടു. അല്പം കഴിഞ്ഞതും തൊണ്ടയനക്കിക്കൊണ്ട് സംസാരിക്കാൻ തയ്യാറെടുത്തു. തലകുലുക്കിക്കൊണ്ട് അയാൾ ആരംഭിച്ചു.

''മിസ്റ്റർ നസീഫ്, എനിക്ക് നിങ്ങളുടെ പ്രവർത്തനങ്ങളെക്കുറിച്ച് നല്ല മതിപ്പാണ്.''

കടലാസുകളിൽനിന്ന് കണ്ണുയർത്തി നസീഫ് അതള്ളായുടെ നേർക്ക് ഒരു നിമിഷം നോക്കി. ശേഷം പുഞ്ചിരിയോടെ തിരക്കി:

''ഏത് പ്രവർത്തനത്തിന്റെ കാര്യമാണ് നിങ്ങൾ ഉദ്ദേശിച്ചത് മിസ്റ്റർ അതള്ളാ?''

''മറച്ചുവയ്ക്കേണ്ട കാര്യമൊന്നുമില്ല. ഞാൻ ഹംദാന്റെ അരികിൽനിന്നാണ് വരുന്നത്.''

അതിശയം കാരണം നസീഫിന്റെ പുരികങ്ങൾ ഉയർന്നുപോയി.

''ആണോ? പക്ഷേ ആരാണീ ഹംദാൻ എന്നയാൾ?''

''താങ്കൾ നല്ല ജാഗ്രതയുള്ള ആളാണെന്നറിയാം. അക്കാര്യം നമ്മൾ എല്ലാവരും അംഗീകരിക്കുന്നതുമാണ്. സംശയങ്ങൾ ഉണ്ടാക്കാത്തവിധത്തിൽ കൂട്ടായ്മയുടെ പ്രവർത്തനങ്ങൾക്ക് നിങ്ങൾ

നേതൃത്വം നൽകുന്നതുകൊണ്ട് മാത്രമാണ് പലരും അപകടങ്ങളിൽ പെടാതെ പോകുന്നത്. അശ്രദ്ധയും ജാഗ്രതക്കുറവുംകൊണ്ടുമാണ് ഇസ്മാഈൽ ബദറിനും കൂട്ടാളികൾക്കും അപകടം സംഭവിക്കാൻ കാരണം. ദുരഭിമാനത്തിന് ഇടം നൽകാതെ ജാഗ്രതയോടും രഹസ്യ മായും പ്രവർത്തിക്കുകയാണെങ്കിൽ നമുക്ക് ഒട്ടനേരം ദുരിതങ്ങളെ അകറ്റിനിർത്താൻ സാധിക്കുമെന്നറിയുക.''

മേശയുടെ അരികിൽ ഇരുന്നെങ്കിലും നസീഫിന് സ്വസ്ഥത കിട്ടി യില്ല. പെട്ടെന്നുതന്നെ നിലത്തേക്കിറങ്ങിയശേഷം തലകുമ്പിട്ടുകൊണ്ട് അയാൾ മുറിക്കുള്ളിൽ അങ്ങോട്ടുമിങ്ങോട്ടും ഉലാത്താൻ തുടങ്ങി. അവസാനം അതള്ളായുടെ മുന്നിൽ വന്നുനിന്ന് നെഞ്ചിൽ കൈ കെട്ടി ശാന്തമായി മുഖത്തേക്കുതന്നെ സൂക്ഷിച്ചു നോക്കാൻ തുടങ്ങി. തന്റെ ഉള്ളിലേക്ക് തുളച്ചു കയറാൻ തയ്യാറെടുക്കുന്നതുപോലെ തുറിച്ചുനോക്കുന്ന നസീഫിന്റെ കണ്ണുകൾ കണ്ടതും ഒരു നിമിഷം അതള്ളായ്ക്ക് എന്തോ അസ്വസ്ഥത തോന്നി. എന്നാൽ അതൊരു അടക്കിപ്പിടിച്ച ചിരിയിലൂടെ മറികടക്കാൻ ശ്രമിച്ചുകൊണ്ട് അയാൾ പറഞ്ഞു.

''ഏതോ അന്വേഷണ ഉദ്യോഗസ്ഥന്റെ മുന്നിൽ നിൽക്കുന്നതു പോലെയാണല്ലോ തോന്നുന്നത്? മറ്റൊന്നും കരുതേണ്ട മിസ്റ്റർ നസീഫ്. നമ്മുടെ മുന്നിലുള്ളത് വളരെ സുപ്രധാനമായൊരു ദൗത്യ മാണ്.''

എന്നാൽ നസീഫ് അതള്ളായുടെ നേർക്ക് കണ്ണെടുക്കാതെ നോക്കിക്കൊണ്ടേയിരുന്നതേയുള്ളൂ. നോട്ടത്തിന്റെ രൂക്ഷത കൂട്ടി ക്കൊണ്ട് അയാൾ തിരക്കി:

''നിങ്ങൾ ഏത് സെല്ലിൽപെട്ടയാളാണ്?''

''ഞാനൊരു പ്രവർത്തകൻ മാത്രമാണ്.''

''നിങ്ങളെ നിയോഗിച്ചതാരാണ്?''

''തുറന്നു പറയാൻ സാധിക്കാത്ത രഹസ്യമാണ് അതെന്ന് നിങ്ങൾക്കു തന്നെ അറിയാമല്ലോ?''

''എവിടെ നിങ്ങൾ പറഞ്ഞ സന്ദേശം?''

അതള്ളാ തന്റെ പോക്കറ്റിൽനിന്ന് ഒരു തുറന്ന കവർ പുറത്തെ ടുത്ത് നസീഫിന് നേർക്ക് നീട്ടി. അയാൾ അത് വാങ്ങി തുറന്നപ്പോൾ ഉള്ളിലൊരു കത്ത് കണ്ടു. അതിൽ ഇങ്ങനെ എഴുതിയിരുന്നു:

''പ്രിയപ്പെട്ട നസീഫ്,

ഈ കത്തുമായി വരുന്നയാൾ വിശ്വസ്തനാണ്. 'പ്രസ്ഥാന' ത്തിനായി വളരെയേറെ കഷ്ടപ്പെട്ടൊരു പഴയ പോരാളിയാണ്. നിങ്ങൾ എത്രയും വേഗം ഇദ്ദേഹത്തിനൊപ്പം അബ്ദുൽ അസീസ്

മുസ്തഫ എന്ന വ്യക്തിയെ പോയി കാണണം. ആഭ്യന്തരമന്ത്രാലയത്തിലെ ഉദ്യോഗസ്ഥനാണദ്ദേഹം. എന്നാൽ ആ കൂടിക്കാഴ്ചയുടെ ഫലമെന്താണെന്ന് എന്നെ എഴുതിയറിയിക്കാൻ ശ്രമിക്കരുത്. നിങ്ങൾക്കറിയാവുന്ന സ്ഥലത്തുനിന്നും ഞാൻ താമസം മാറ്റി. ഒരാഴ്ച മുമ്പു തന്നെ ഞാൻ അലക്സാണ്ട്രിയ വിട്ടു. പിന്നെ ഈ വ്യക്തിയുടെ കാര്യവും മറ്റ് ചില വിഷയങ്ങളും സംസാരിക്കാനായി ഞാൻ വൈകാതെ തന്നെ നിങ്ങളെ വന്ന് കാണുന്നതാണ്.

-ഹംദാൻ.

പക്ഷേ നസീഫിന് പരിചയമുള്ള ഹംദാന്റെ കൈപ്പടയായിരുന്നില്ല കത്തിലേത്. എന്നാൽ ഒപ്പിൽ സാമ്യമുണ്ട് താനും. കുറച്ചു നേരം കത്തിലേക്കുതന്നെ നോക്കിനിന്നശേഷം നസീഫ് ചോദിച്ചു.

''നിങ്ങൾക്ക് ഈ കത്ത് തന്നുവിട്ടത് ആരാണ്?''

''പടച്ചവനേ... ഞാനിത് ഹംദാന്റെ കൈയിൽനിന്നുതന്നെ വാങ്ങിയതാണ്.''

''നിങ്ങളുടെ മുന്നിൽവച്ചാണോ അദ്ദേഹം ഇത് എഴുതിയത്?''

''എഴുതിക്കഴിഞ്ഞ കത്ത് എനിക്ക് നൽകുകയായിരുന്നു.''

''അദ്ദേഹം ഇപ്പോൾ എവിടെയാണ്?''

''ആ രഹസ്യം പുറത്തു പറയരുതെന്നാണ് എന്നോട് പറഞ്ഞിരിക്കുന്നത്. അതിന്റെ കാരണം നിങ്ങൾക്ക് അറിയാമായിരിക്കുമല്ലോ?''

''എന്നോടു പറയരുതെന്ന് അദ്ദേഹം സൂചിപ്പിച്ചോ?''

''അക്കാര്യത്തെക്കുറിച്ച് ഞാൻ ചോദിച്ചിട്ടില്ല. അതിനാൽതന്നെ നിങ്ങളോടും രഹസ്യം വെളിപ്പെടുത്താനാകാത്തതിൽ ക്ഷമ ചോദിക്കുന്നു.''

''ഇത് വളരെ വിചിത്രമായിരിക്കുന്നല്ലോ?''

നസീഫ് ഒരു തീപ്പെട്ടിക്കൊള്ളി ഉരച്ച് അതിനരികിലേക്ക് കത്ത് അടുപ്പിച്ചു പിടിച്ചു. നിമിഷങ്ങൾക്കുള്ളിൽ കത്ത് കത്തിയമർന്നു. പിന്നെ ജനാല തുറന്നശേഷം കൈ പുറത്തേക്ക് നീട്ടി. ചാരത്തിലേക്ക് ഊതിയതും അത് കാറ്റിൽ പറന്നുപോയി. തിരികെ ജനാല അടയ്ക്കുന്നതിനിടെയാണ് കോട്ടയുടെ വാതിലിൽ ആരോ ശക്തിയായി മുട്ടുന്ന ഒച്ച കേൾക്കാൻ തുടങ്ങിയത്.

അതു കേട്ടതും നസീഫിന്റെ ദേഹത്തുകൂടി ഒരു കൊള്ളിയാൻ കടന്നുപോയി. തരിച്ചുനിൽക്കുന്ന അയാളുടെ നേർക്ക് നോക്കിയ അതല്ലാ കാണുന്നത് നസീഫിന്റെ വിളറിയ മുഖമാണ്. പേശികൾ വീർത്ത്, കണ്ണുകൾ തുറിച്ച്, ചുണ്ടുകൾ തൂങ്ങി, തോളുകൾ ഇടിഞ്ഞ നിലയിൽ നിൽക്കുന്ന നസീഫിനെ ആരെങ്കിലും കണ്ടാൽ ഇപ്പോൾ

ഇടിവെട്ടേറ്റതുപോലെ പേടിച്ചരണ്ടു നിൽക്കുന്ന വ്യക്തിയും, കുറച്ചു മുമ്പുവരെയും തന്റെ മടയിൽ സിംഹത്തെപ്പോലെ ഉലാത്തിയിരുന്ന പ്രതാപവും ഗർവ്വും നിറഞ്ഞ പഴയ വ്യക്തിയും തമ്മിൽ എന്തെങ്കിലും ബന്ധമുണ്ടോയെന്ന് കണ്ടെത്താൻ നന്നേ ബുദ്ധിമുട്ടിയിരിക്കും.

നസീഫിന്റെ നെറ്റി വിയർത്തൊഴുകാൻ തുടങ്ങി. ഒരു ശബ്ദവും കേൾക്കുന്നില്ലെങ്കിൽകൂടിയും ചുണ്ടുകൾ ചലിച്ചുകൊണ്ടിരുന്നു. തളർന്ന് വീണുപോകുമെന്ന് തോന്നിയതും അയാൾ മേശയുടെ അരികിൽ ചാരി നിന്നു. അവസാനം പിറുപിറുക്കുന്ന ശബ്ദത്തിൽ അയാൾ ചോദിക്കാൻ തുടങ്ങി.

''ആരാണത്? ആരായിരിക്കും. വാതിലിൽ മുട്ടിവിളിക്കുന്നതാരായിരിക്കും? മല്ലീം... മല്ലീമേ... നമ്മുടെ കഥ കഴിഞ്ഞു.''

പെട്ടെന്ന് എന്തോ ഒരു ഊർജ്ജം സ്വന്തമാക്കിയതുപോലെ നസീഫ് പോക്കറ്റിൽ പരതാൻ തുടങ്ങി. അതിൽനിന്നും പുറത്തെടുത്ത താക്കോൽ ഉപയോഗിച്ച് മേശയുടെ ഒരു വലിപ്പ് തുറന്നു. ശേഷം അതിനകത്തുള്ള വസ്തുക്കളൊക്കെ ചികയാൻ തുടങ്ങി. ഉദ്ദേശിച്ച സാധനം കിട്ടുന്നതുവരെ കടലാസുകളൊക്കെ വാരി പുറത്തിട്ടുകൊണ്ടിരുന്നു. അവസാനം അയാൾ അലറിവിളിച്ചു.

''കിട്ടിപ്പോയി. നിന്നെ ഞാൻ കൊല്ലുമെടാ വൃത്തികെട്ട ചാരാ.''

കസേരയിൽനിന്ന് ചാടിയെഴുന്നേറ്റ അതല്ലാ അറിയാതെ നിലവിളിച്ചുപോയി. നസീഫിന്റെ വിറയ്ക്കുന്ന കൈയിൽ അയാൾ കാണുന്നത് തന്റെ നെഞ്ചിന് നേർക്ക് നീട്ടിപ്പിടിച്ച തോക്കാണ്. ഏതു നിമിഷവും നസീഫ് കാഞ്ചിവലിക്കുമെന്ന് തീർച്ചയാണ്. പേടിച്ചരണ്ട അതല്ലാ ഒരു അലമാരയുടെ പിറകിൽ ചെന്ന് ഒളിക്കുന്നതിനിടയിൽ ഉറക്കെപ്പറഞ്ഞു.

''ഭ്രാന്ത് കാണിക്കല്ലേ നിങ്ങൾ. ആ തോക്ക് താഴെയിടൂ.''

എന്നാൽ പതിയെ മുന്നോട്ട് ചുവടുവച്ചതേയുള്ളൂ നസീഫ്.

''ഈ പുറത്ത് നിൽക്കുന്നവർ പൊലീസുകാരാണെങ്കിൽ തന്റെ ശവത്തിന് മുകളിലൂടെയല്ലാതെ അവന്മാർക്ക് എന്നെ തൊടാനാവില്ല, സത്യം!''

ഒളിച്ചിരുന്ന സ്ഥലത്തേക്ക് കൂടുതൽ ചുരുണ്ടുകൂടുന്നതിനിടയിലും അതല്ലാ യാചിക്കുന്നുണ്ടായിരുന്നു:

''ദൈവത്തെയോർത്ത് ഒന്ന് മനസ്സിലാക്കൂ. എനിക്ക് പൊലീസിനുമായി യാതൊരു ബന്ധവുമില്ല. നിങ്ങളെപ്പോലെ ഒരാൾ മാത്രമാണ് ഞാൻ.''

വാതിലിൽ വീണ്ടും മുട്ടുന്ന ശബ്ദം കേൾക്കാൻ തുടങ്ങിയതോടെ നസീഫ് വിറച്ചുപോയി. അയാളുടെ കൈയിലിരുന്ന തോക്ക് നിലത്തേക്ക്

വീണു. എന്നാൽ അത് കുനിഞ്ഞെടുക്കുന്നതിനു പകരം അയാൾ പരിതപിക്കുന്നതാണ് പിന്നീട് കേട്ടത്.

''ഞാനെന്ത് ചെയ്യും? അവർ ആ വാതിൽ തകർത്ത് കയറിവന്നാൽ എന്തു ചെയ്യണം?''

പെട്ടെന്നാണ് അതള്ളായുടെ തലയിലൊരു ആശയമുദിച്ചത്. അതോടെ ഒളിയിടത്തിൽനിന്ന് പുറത്തിറങ്ങി നസീഫിന്റെ മുന്നിലേക്ക് ചെന്ന് അയാൾ പറഞ്ഞു.

''പൊലീസിന്റെ കൈയിൽ ഒരു കാരണവശാലും പെടാൻ പാടില്ലാത്ത ചില സാധനങ്ങൾ നിങ്ങളുടെ കൈവശം കണ്ടേക്കും. വരൂ, നമുക്ക് ആദ്യം അവ ഒഴിവാക്കാൻ നോക്കാം. എവിടെയാണവ?''

ഇതേസമയം തന്നെയാണ് കോണിപ്പടികൾ ഓടിക്കയറിവരുന്ന ശബ്ദം അവരുടെ കാതുകളിൽ വന്നലച്ചത്. കാതുകൾ വട്ടംപിടിച്ചു കൊണ്ട് നസീഫ് മുറിയുടെ വാതിലിനു നേർക്ക് തുറിച്ചുനോക്കാൻ തുടങ്ങി. അപ്പോൾ വീണ്ടും അതള്ളാ പറഞ്ഞു.

''സമയം പാഴാകുന്നതിനു മുമ്പ് വരൂ. നമ്മുടെ പ്രസിദ്ധീകരണത്തിന്റെ അവസാനലക്കങ്ങൾ വല്ലതും കൈയിലുണ്ടോ?''

എന്നാൽ മറുപടി പറയാനൊന്നും സാധിക്കാതെ തരിച്ചുനിൽക്കുകയാണ് നസീഫ്. ഏതോ പ്രേതത്തെക്കണ്ട് പേടിച്ചതുപോലെ വാതിലിൽ തറച്ചിരിക്കുകയാണ് അയാളുടെ കണ്ണുകൾ. ഇനിയൊരു രക്ഷയുമില്ല. സർവ്വപ്രതീക്ഷകളും നഷ്ടമായിരിക്കുന്നു.

എന്നാൽ വേഗതയിൽ വാതിൽ തുറന്നുകൊണ്ട് ഉള്ളിലേക്ക് ഓടിക്കയറിവന്നത് മല്ലീമായിരുന്നു.

''നസീഫ് ബേയ്... നമ്മളുടെ കഥ കഴിഞ്ഞു.''

തളർന്നുപോയ നസീഫിന്റെ ഉള്ളിൽനിന്നും പുറത്തുവന്നതൊരു ആർത്തനാദമായിരുന്നു. എന്തോ തിരയുന്നതുപോലെ നോക്കുകയാണ് അയാളുടെ കണ്ണുകൾ. ശേഷം ഒരു ഞരക്കത്തോടെ അരികിൽ കിടന്ന കസേരയിലേക്ക് തളർന്നിരുന്നു. വിറയ്ക്കുന്ന വിരലുകളോടെ പോക്കറ്റിനുള്ളിൽ നിന്നൊരു ചുരുട്ട് പുറത്തെടുത്ത് കത്തിച്ചു. ശേഷം കൈകൊണ്ട് തലമുടി മാടിയൊതുക്കിക്കൊണ്ട് അയാൾ മല്ലീമിന്റെ നേർക്ക് തിരിഞ്ഞ് വിറയാർന്ന ശബ്ദത്തിൽ പറഞ്ഞു:

''അവർ വരട്ടെ. ഞാനിവിടെത്തന്നെയുണ്ടാകും. ഈജിപ്ത് സിന്ദാബാദ്.''

ആറ്

കോട്ടയുടെ വാതിലിൽ ആരോ ഭ്രാന്തമായി മുട്ടിവിളിക്കുന്നത് കേട്ട മാത്രയിൽതന്നെ മല്ലീം ഹാനിയയുടെ മുറിയിൽ നിന്നിറങ്ങി ശബ്ദം കേട്ട ഭാഗത്തേക്ക് കുതിച്ചു. എന്നാൽ സ്ഥലത്തെത്തുന്നതിന് മുമ്പു തന്നെ മല്ലീം ബ്രേക്കിട്ടതുപോലെ നിന്നുപോയി. വാതിൽക്കൽ കാവൽ നിൽക്കുകയായിരുന്ന പിതാവിനോട് തന്നെക്കുറിച്ച് ചോദിക്കുന്ന ഖാലിദിന്റെ ശബ്ദം ഇതിനകംതന്നെ മല്ലീമിന്റെ ചെവിയിലെത്തി ക്കഴിഞ്ഞിരുന്നു.

എന്തൊരു നാശമാണിത്!

മല്ലീം തിരികെ ഓടി. നേരെ പോയത് നസീഫിന്റെ മുറിയിലേ ക്കാണ്. ഖാലിദിന്റെ വരവിലൂടെ ഉണ്ടാകാൻ പോകുന്ന ഊരാക്കുടു ക്കിൽനിന്നും രക്ഷപ്പെടാനെന്ത് വഴിയെന്ന് അയാളുമായി ആലോചി ക്കാതെ തരമില്ല. എന്നാൽ മുറിയിലെത്തുമ്പോൾ കാണുന്നത് ഈജിപ്തിന് സിന്ദാബാദ് വിളിക്കുന്ന നസീഫിനെയായിരുന്നു.

പടിക്കെട്ടിന് താഴെ നിന്ന് വാപ്പ തന്നെ വിളിക്കുന്നതുകൂടി കേട്ട തോടെ മല്ലീമിന്റെ അസ്വസ്ഥത വർദ്ധിച്ചു. എന്നാൽ പെട്ടെന്നുതന്നെ ഒരു നിർവ്വികാരത അവനെ പിടികൂടി. എന്തെങ്കിലും ദുരിതം വന്നു പെടുമ്പോൾ അവന്റെ മനസ്സിൽ ആദ്യമെത്തുന്ന വികാരമാണത്. അതോടെ പടിക്കെട്ടിറങ്ങി താഴേക്ക് ചെന്ന് എന്താ വേണ്ടതെന്ന് വാപ്പയോട് ചോദിച്ചു.

‘‘ഈ സാറിന് നിന്നെ കാണണമെന്ന് പറഞ്ഞു.’’

അരണ്ട വെളിച്ചം നൽകുന്ന എണ്ണവിളക്ക് മാത്രമുള്ള ഒരു ഇട നാഴിയായിരുന്നു അത്. സന്ദർശകന്റെ മുഖത്തേക്ക് സൂക്ഷിച്ച് നോക്കു ന്നതായി നടിച്ചുകൊണ്ട് മല്ലീം ഉറക്കെ അതിശയം കൂറി:

‘‘ഇതാരാ ഖാലിദ് ബേയോ? വരൂ, സ്വാഗതം. സുഖം തന്നെയല്ലേ നിങ്ങൾക്ക്?’’

രൂക്ഷമായി മല്ലീമിന്റെ നേർക്ക് തുറിച്ചുനോക്കുകയാണ് ഖാലിദ്. പിന്നെ വെറുപ്പോടുകൂടി അവൻ പറഞ്ഞു:

''ഞാനെന്തിനാണിവിടെ വന്നതെന്ന് നിനക്ക് നല്ലതുപോലെയറിയാമല്ലോ മല്ലീമേ?''

എന്നാൽ മല്ലീം അതിശയഭാവം വെടിഞ്ഞതേയില്ല.

''എനിക്കെങ്ങനെ അറിയാനാണ് ഖാലിദ് ബേയ്? പറഞ്ഞ സമയത്ത് നിങ്ങളെ കാണാൻ എന്റെ യജമാനത്തി വന്നില്ലേ?''

''ഏത് യജമാനത്തിയുടെ കാര്യമാണെടാ നീ പറയുന്നത്, പെരുങ്കള്ളാ?''

''അതിശയമാണല്ലോ? അവരുമായി നിങ്ങൾ ഫോണിൽ സംസാരിച്ചതല്ലേ?''

''ആരുമായി സംസാരിച്ചെന്നാണെടാ നീ പറയുന്നത് വഞ്ചകാ? വളരെക്കാലം നീ കൊതിച്ചുനടക്കുകയായിരുന്നു എന്ന് പറഞ്ഞ മാന്യമായ തൊഴിലായിരിക്കുമല്ലേ ഇത്?''

എന്തായാലും താഴെ ഇരുളിന്റെ മറപറ്റി ഇരിക്കുകയായിരുന്ന സഖാക്കളുടെ ചെവിയിലുമെത്തി ഈ സംസാരം. അതോടെ ശത്ത ഉറക്കെ ചോദിച്ചു.

''മല്ലീമേ, ആരാ അത്? വല്ല യാചകനുമാണെങ്കിൽ ആട്ടിയോടിക്ക്. അതിനുമുമ്പ് അവന്റെ കൈ തല്ലിയൊടിക്കണം. വാതിലിൽ മുട്ടിമുട്ടി ഞങ്ങൾക്ക് തലവേദന ഉണ്ടാക്കിയവനാണ്.''

''ഇത് ഖാലിദ് ബേയാണ് മിസ്റ്റർ ശത്താ. വരൂ ഖാലിദ് ബേയ്. നഷ്ടപ്പെട്ട കാര്യമെന്തായാലും അതിനുള്ള നഷ്ടപരിഹാരം തന്നെയായിരിക്കും ഇവിടെ നിങ്ങൾക്ക് ലഭിക്കുന്ന സൗഹൃദങ്ങൾ.''

സന്തോഷം ഭാവിച്ചുകൊണ്ട് മല്ലീം പറഞ്ഞു. പിന്നെ അവൻ ഖാലിദിനെ പതിയെ മുന്നോട്ടു തള്ളാൻ തുടങ്ങി. അവസാനം ഇരുളിൽ കുത്തിയിരിക്കുകയായിരുന്ന ആൾക്കൂട്ടത്തിന് നടുവിലെത്തി ഖാലിദ്. ഇത്രയ്ക്ക് വിചിത്രരൂപികളായ ആളുകളെ അവൻ ആദ്യമായിട്ടായിരിക്കും കാണുന്നത്. ശേഷം അവനെ മല്ലീം എല്ലാവർക്കുമായി പരിചയപ്പെടുത്തി.

''ഇത് ഖാലിദ് ബേയ്. ഇദ്ദേഹത്തിന്റെ പിതാവാണ് എന്നെ ജയിലിലടച്ചത്.''

''സ്വാഗതം മിസ്റ്റർ ഖാലിദ്, വന്നാലും. നിങ്ങളുടെ പിതാവ് ഞങ്ങളുടെ ഏവരുടെയും കൊടിയ ശത്രുവാണ്.''

സഅദുദ്ദീൻ ഉറക്കെ പറയുന്നതിനിടയിൽ മല്ലീം ഇരിക്കാനായി ഒരു കസേര എടുത്തുകൊണ്ടുവന്നു.

''ദയവായി ഇരിക്കൂ. ഞാൻ പോയി ഗൃഹനാഥനെ കൂട്ടിക്കൊണ്ടുവരാം. അദ്ദേഹമാണല്ലോ നിങ്ങളെ ശരിക്കും സ്വാഗതം ചെയ്യേണ്ടത്.''

മല്ലീം നേരെ മുകളിലത്തെ നിലയിലേക്ക് ഓടിച്ചെന്നു. അവിടെ ചെല്ലുമ്പോൾ കണ്ടത് നസീഫിന്റെ പ്രകടനമായിരുന്നു. എന്തായാലും കാര്യങ്ങളുടെ കിടപ്പുവശം മല്ലീം അയാളെ ഒരുവിധം പറഞ്ഞു ബോധ്യപ്പെടുത്തി. നസീഫാകട്ടെ, പെട്ടെന്നുതന്നെ നേരത്തെ ഉണ്ടായ വികാരക്ഷോഭമൊക്കെ അടക്കി ആത്മവിശ്വാസം തിരികെപ്പിടിച്ചു കഴിഞ്ഞിരുന്നു. അതോടെ അയാൾ പഴയപടി വീണ്ടും കോട്ടയുടെ തലവനായി മാറിയിരിക്കുകയാണിപ്പോൾ.

മല്ലീം പറഞ്ഞ കഥകളൊക്കെ ശ്രദ്ധയോടെ കേട്ടുതീർന്നശേഷം അല്പം നീരസത്തോടെ നസീഫ് പറഞ്ഞു.

''അവനെ എന്റെയരികിലേക്ക് കൂട്ടിക്കൊണ്ടുവാ.''

''എന്തിലും കുലുങ്ങാത്ത നിഷേധിയാണയാൾ. എനിക്ക് ചെറിയ പേടിയുണ്ട്.''

''നിന്നോടല്ലേ പറഞ്ഞത് അവനെ എന്റെയരികിലേക്ക് കൂട്ടിക്കൊണ്ടുവരാൻ?''

നേതാവിന്റെ ധ്വനിയിൽ നസീഫ് കയർത്തു.

''സഖാക്കളെ എല്ലാവരെയും കൂടി വിളിക്കുന്നതല്ലേ നല്ലത്?''

ഒരു നിമിഷം മുഖം ചുളിച്ചശേഷം നസീഫ് സമ്മതിച്ചു.

''ഓ... ശരി ശരി!''

അല്പസമയത്തിനുള്ളിൽതന്നെ കോട്ടയിലെ അന്തേവാസികളെല്ലാം നസീഫിന്റെ മുറിയിലേക്ക് വന്നു. അവരുടെ മധ്യഭാഗത്തായി നിന്ന ഖാലിദ് ശരിക്കും ഞെട്ടിത്തരിച്ച നിലയിലായിരുന്നു. ഇതുപോലെ വിചിത്രമായൊരു സാഹചര്യത്തിൽ ചെന്ന് പെട്ടുപോകുമെന്ന് അവൻ സത്യം പറഞ്ഞാൽ പ്രതീക്ഷിച്ചതേ ഇല്ലായിരുന്നു. വാതിലിൽ മുട്ടിവിളിക്കുമ്പോൾ ആകെ പ്രതീക്ഷിച്ചത് തീർത്തും സാധാരണമായൊരു സ്ഥലത്ത് താമസിക്കുന്ന മല്ലീമിനെയും അവന്റെ പിതാവിനെയും മാത്രമേ കാണേണ്ടിവരികയുള്ളൂ എന്നായിരുന്നു.

ഇതിനിടയിൽ നസീഫ് മറ്റൊരു വിളക്കുകൂടി കത്തിച്ചു. മുറിക്കുള്ളിലേക്ക് കയറി വന്ന ഖാലിദ് കാണുന്നത് കണ്ണഞ്ചിപ്പിക്കുന്ന പ്രകാശമായിരുന്നു. ചുറ്റുപാടുമുള്ളതൊക്കെ ഇപ്പോൾ വ്യക്തമായി കാണാം. വീതിയേറിയ വശങ്ങളോടുകൂടിയ വിശാലമായൊരു മുറിയായിരുന്നു അത്. ഫർണീച്ചറുകളൊക്കെ മിക്കവാറും പൗരസ്ത്യ ശൈലിയിലുള്ളവയാണ്. വലതുവശത്തായി ഒരു നീളൻ സോഫ കാണാം. കളിമൺ പാത്രങ്ങളുടെ ചിത്രം ആലേഖനം ചെയ്ത സോഫയുടെ മുകളിൽ കണ്ണഞ്ചിപ്പിക്കുന്ന നിറങ്ങളോടുകൂടിയ ഒരു വിരിപ്പ് മൂടിയിട്ടുണ്ട്.

ഇടതുവശത്തായി പുസ്തകങ്ങൾ വയ്ക്കുന്ന കൂറ്റൻ ചുവരലമാരയിൽ ചിത്രത്തുന്നൽ ചെയ്ത പട്ടുവിരിപ്പ് മൂടിയിരിക്കുന്നു. മുറിയുടെ കോണുകളിലായി പൗരസ്ത്യശൈലിയിലുള്ള ഇരിപ്പിടങ്ങളും അവയിൽ ചാരിവച്ച നിലയിൽ പട്ടിലും ലെതറിലും തീർത്ത തലയണകളും കാണാം. ഖാനുൽ ഖലീലി തെരുവിലൊക്കെ വിനോദസഞ്ചാരികൾക്കായി വിൽക്കാൻ വച്ചിരിക്കുന്ന തരം തലയണകളായിരുന്നു അവ. മുറിയുടെ ഒത്ത നടുവിലായാണ് നസീഫിന്റെ വലിയ മേശയുടെ സ്ഥാനം. അതിന് മുകളിൽ നിറയെ പുസ്തകങ്ങളും കടലാസുകളും പ്രസിദ്ധീകരണങ്ങളുമാണ്. തൊട്ടരികിലായി പൈതൃകശേഷിപ്പുകളിൽപെട്ടതെന്ന് തോന്നുന്ന തരത്തിലുള്ള ഒരു പഴയകാല ഗ്രാമഫോൺ പ്ലേയറുമുണ്ട്.

എന്നാൽ ഖാലിദിന്റെ ശ്രദ്ധ കൂടുതൽ ആകർഷിച്ചത് മറ്റൊന്നായിരുന്നു. മേശയുടെ പിറകിൽ കിടക്കുന്ന ഇരിപ്പിടത്തിന്റെ ശിരസ്ഭാഗത്ത് ഘടിപ്പിച്ചിരുന്ന ഒരു പലകയായിരുന്നു അത്. അതിന് മുകളിൽ വെള്ള നിറത്തിലുള്ള കടലാസിൽ ഇംഗ്ലീഷ് ഭാഷയിൽ മൂന്ന് വരിയിൽ ഏതോ ആപ്തവാക്യം എഴുതിയിരിക്കുന്നത് കാണാം. പരിഭാഷപ്പെടുത്തിയാൽ അത് ഏതാണ്ട് ഇങ്ങനെയാണെന്ന് പറയാം:

''പുതിയ വസ്തുക്കളും പുത്തൻ ഗുണഗണങ്ങളും സൃഷ്ടിക്കാൻ അദ്ധ്വാനിക്കുന്നവനാണ് മഹാനായ മനുഷ്യൻ.

എന്നാൽ പഴമയെ അതേപടി തുടരാൻ അനുവദിക്കുന്നവനാണ് ഉത്തമനായ മനുഷ്യൻ.

ഒരു മഹാനായ മനുഷ്യൻ നേരിടാവുന്ന ഏറ്റവും വലിയ അപകടം അയാളൊരു ഉത്തമനായ മനുഷ്യനായി മാറിപ്പോകുന്നതായിരിക്കും.''

ഖാലിദും സഖാക്കളും മുറിക്കുള്ളിലേക്ക് കയറിവരുന്നത് കണ്ട ശേഷവും നസീഫ് തന്റെ ഇരിപ്പിടത്തിൽനിന്ന് എഴുന്നേറ്റതേയില്ല. മറിച്ച് ഇരുന്നുകൊണ്ടുതന്നെ ഖാലിദിന് പ്രത്യഭിവാദ്യം ചെയ്തതേയുള്ളൂ. ശേഷം അരികിൽ കിടക്കുന്ന കസേരയിൽ ഇരിക്കാൻ പറഞ്ഞു.

എന്നാൽ ഖാലിദ് വായ് തുറക്കുന്നതിന് മുമ്പുതന്നെ നസീഫ് സംസാരിക്കാൻ തുടങ്ങിക്കഴിഞ്ഞിരുന്നു. ഖാലിദിന്റെ സന്ദർശനോദ്ദേശം തനിക്ക് നല്ലതുപോലെയറിയാം. ആരോപണങ്ങൾ തെളിയിക്കാൻ കഷ്ടപ്പെടേണ്ട കാര്യമൊന്നുമില്ല. എല്ലാം ശരിതന്നെയാണെന്നറിയാം. ഖാലിദിന്റെ കൈയിൽനിന്നും കുറച്ച് പണം കവർന്നെടുക്കാനുള്ള കൗശലമാണ് മല്ലീം പ്രയോഗിച്ചത്. എന്നാലതിനെയൊരു മോഷണമെന്ന് വിളിക്കാനാകില്ല. ഇരുപത് ഖുർശ് പണം മല്ലീമിന് നൽകിയെങ്കിലെന്താ, അത് കാരണം ഒരു പകൽ മുഴുവൻ ആനന്ദകരമായ ദിവാസ്വപ്നങ്ങൾ കണ്ട് നടക്കാൻ സാധിച്ചില്ലേ? അതു

പോലെതന്നെ ആർദ്രമായൊരു സ്ത്രീശബ്ദം ഫോണിലൂടെ കേട്ട് ആസ്വദിക്കാനും സാധിച്ചു.

നാവിന് കടിഞ്ഞാൺ വീണതുപോലെ തോന്നിയ ഖാലിദ് എന്തു പറയണമെന്നറിയാതെ നിൽക്കുകയാണ്. താനിതുവരെ കണ്ടിട്ടുള്ള തിൽ ഏറ്റവും വിചിത്രസ്വഭാവക്കാരായ ആൾക്കൂട്ടമാണ് കൂടെയുള്ളത്. കൺമുന്നിൽ കണ്ടുകൊണ്ടിരിക്കുന്നതും കേട്ടതുമായ കാര്യങ്ങൾ അവനെ തീർത്തും അമ്പരപ്പിച്ചിരിക്കുകയാണ്. അതിനാൽതന്നെ പൊട്ടിത്തെറിക്കണോ വേണ്ടയോ എന്നറിയില്ല.

എന്നാൽ മർക്കടമുഷ്ടിയായ ഖാലിദിന് നസീഫിന്റെ വായിൽ നിന്നും കേട്ട വിചിത്രവാദങ്ങൾ സ്വീകരിക്കാനുമാകില്ല.

''മല്ലീമിന്റെ പ്രവർത്തി മോഷണം അല്ലാതാകുന്നത് എങ്ങനെ യെന്ന് എനിക്ക് മനസ്സിലാകുന്നില്ല. ആർദ്രമായി ഏതെങ്കിലും സ്ത്രീ ശബ്ദം കേട്ട് ആസ്വദിക്കാനൊന്നുമല്ല ഞാൻ ഇവന് പണം കൊടു ത്തത്. അത് നിങ്ങൾക്കറിയാവുന്ന മറ്റൊരു കാര്യത്തിനായിത്തന്നെ യാണ്.''

ഖാലിദിന്റെ വാക്കുകൾ കേട്ടതും നസീഫ് കസേരയിലേക്ക് ചാഞ്ഞിരുന്നു. ശേഷം ഗർവ്വോടെ നോക്കിക്കൊണ്ട് അയാൾ പറഞ്ഞു.

''മിസ്റ്റർ ഖാലിദ് ഇത് കേൾക്കൂ. വഴിയിൽ വച്ച് യാദൃച്ഛികമായി നേരിൽ കാണുന്ന മല്ലീം നിങ്ങളുടെ പേഴ്സ് തട്ടിയെടുത്താൽ പോലും ഞാനതിനെ ഒരു മോഷണമായി കരുതാനേ പോകുന്നില്ല. കാരണം ഈ മല്ലീം ഒരു ദരിദ്രനാണ്. ദരിദ്രന്മാരല്ല സമ്പന്നരെ കൊള്ള യടിക്കുന്നത്. മറിച്ച് സമ്പന്നരാണ് പാവങ്ങളുടെ അന്നവും ആന ന്ദവും ആരോഗ്യവും പിന്നെ അവരുടെ മനുഷ്യത്വത്തെക്കൂടി കവർ ന്നെടുക്കുന്നത്. ഇല്ല, മിസ്റ്റർ ഖാലിദ്, ഇല്ല... മല്ലീമിന് അവൻ അനുഭവിച്ച ആദ്യയാതനകൾതന്നെ ധാരാളമാണ്. അന്ന് നിങ്ങളുടെ സഹോദരനല്ലേ ശരിക്കും മോഷണം നടത്തിയത്? പിതാവായിരുന്നു അതിന്റെ ഗുണഭോക്താവ്. അതിന് വില നൽകേണ്ടിവന്നതോ ഈ മല്ലീമിനും!''

നസീഫിന്റെ വാക്കുകൾ ഖാലിദിന് തൃപ്തികരമായത് തന്നെ യായിരുന്നു. എന്നാൽ പിതാവിനും സഹോദരനും ഒപ്പം തന്റെ പേര് കൂടി ചേർത്തു പറഞ്ഞത് അവനെ ദേഷ്യം പിടിപ്പിച്ചു.

''നിങ്ങൾ പറയുന്നത് സത്യമായിരിക്കാം. പക്ഷേ മല്ലീം കൗശലം പ്രയോഗിച്ചത് എന്റെ പിതാവിനോടോ സഹോദരനോടോ അല്ല, എന്റെ നേർക്കാണ്. ഞാനായിരുന്നു ഇവന്റെ ഒരേയൊരു സഹായി. ഇവനു വേണ്ടിയാണ് ഞാൻ പിതാവുമായി തെറ്റിപ്പിരിഞ്ഞ് വീടു വിട്ടിറങ്ങിയത്. അപ്പോൾപിന്നെ മനസ്സിലാക്കേണ്ടത് മല്ലീം തന്റെ അന്തസ്സെല്ലാം കൈയൊഴിഞ്ഞുവെന്നല്ലേ?''

കൂടുതൽ സംസാരിക്കാൻ കഴിയുന്നതിനു മുമ്പുതന്നെ നസീഫ് പൊട്ടിച്ചിരിച്ചു.

''നിങ്ങൾ അന്തസ്സിനെക്കുറിച്ച് സംസാരിക്കുന്നത് കേട്ടല്ലോ? പ്രിയപ്പെട്ട മിസ്റ്റർ, ഞങ്ങൾക്കിവിടെ അങ്ങനെയൊരു പദംതന്നെ പരിചയമില്ല. നിങ്ങളുടെ ചുറ്റും കൂടിനിൽക്കുന്ന ഈ ചെറുപ്പക്കാർ സ്വയം വിളിക്കുന്നതുതന്നെ 'തെമ്മാടി സഖാക്കൾ' എന്നാണ്. പിന്നെയാണ് ഈ 'അന്തസ്'! മിസ്റ്റർ ഖാലിദ്, ഞങ്ങൾക്ക് സ്വന്തമായൊരു നിഘണ്ടു തന്നെയുണ്ട്. 'ദരിദ്രന്മാരുടെ നിഘണ്ടു'! നിങ്ങൾക്ക് പരിചയമുള്ള ധാരാളം പദങ്ങൾക്ക് ആ നിഘണ്ടുവിൽ സ്ഥാനമില്ല. അന്തസ്, കുലീനത, വിശ്വസ്തത തുടങ്ങിയ പദങ്ങളൊക്കെ സമ്പന്നന്മാർക്ക് മാത്രം വാങ്ങാൻ സാധിക്കുന്നതും പാവങ്ങൾക്ക് കഴിയാത്തതുമായ വിലപിടിച്ച ആഭരണങ്ങളല്ലേ?''

ഇത്തവണ പൊട്ടിച്ചിരിച്ചത് ഖാലിദായിരുന്നു.

''ഇത് തീർത്തും അതിശയകരമാണല്ലോ? ഞാൻ കരുതിയിരുന്നത് അന്തസ്സും കുലീനതയുമൊക്കെ പാവങ്ങളുടെ മാത്രം സ്വന്തമായ വിശിഷ്ടഗുണങ്ങളെന്നായിരുന്നു. പക്ഷേ നിങ്ങൾ പറയുന്നു പാവങ്ങൾക്ക് ഇത്തരം ഗുണങ്ങളെ സംബന്ധിച്ച് ഒന്നുമറിയില്ലെന്ന്. പിന്നെ ഇവയെ എവിടെ കാണാൻ കിട്ടുമെന്നുകൂടി ഒന്നു പറഞ്ഞു തരാമോ?''

''കണ്ടെത്തിയേ തീരൂവെന്ന് അത്ര താല്പര്യമാണെങ്കിൽ നേരെ വല്ല പുരാവസ്തുശാലയിലേക്കും പോകുക. അവിടെ ഫറവോമാരുടെ മമ്മികൾക്കിടയിലോ ആദ്യകാല വൈദേശിക ആക്രമണകാരികളുടെ ആയുധക്കൂനയിലോ, അല്ലെങ്കിൽ ചരിത്രപുസ്തകങ്ങളിൽ വായിച്ചിട്ടുള്ള അപരിഷ്കൃതരായ ജനവിഭാഗങ്ങളുടെ അവശേഷിപ്പുകൾക്കിടയിലോ മറ്റോ കണ്ടേക്കും നിങ്ങൾ തേടുന്നത്. പുരോഗതിക്ക് കൂച്ചുവിലങ്ങിടുന്ന ഇത്തരം വിഭ്രമചിന്തകളുടെയൊന്നും ആവശ്യം നാഗരികനായ മനുഷ്യന് എന്തായാലുമില്ല. അന്തസ്സെന്നാൽ വിനാശകരമായ യുദ്ധം മാത്രമാണ്. കുലീനതയുടെ അർത്ഥം പകയും അസൂയയും വിദ്വേഷവും ശേഷം കൊലയുമാണ്. പിന്നെ വിശ്വസ്തതയുടെ കാര്യം പറയുകയാണെങ്കിൽ അതിനർത്ഥം ഒന്നേയുള്ളൂ, മോഷണം! കവർന്നെടുത്തതെന്തും സൂക്ഷിച്ച് വയ്ക്കാൻ ഓരോ മോഷ്ടാവും കണ്ടെത്തുന്ന ന്യായീകരണമാർഗം മാത്രമാണ് ഈ പറയുന്ന വിശ്വസ്തത!''

ഇതിനിടയിൽ സഅദുദ്ദീൻ തന്റെ ഇരിപ്പിടത്തിൽ നിന്നെഴുന്നെറ്റ് കോട്ടുവായയിടാനും നടുനിവർത്താനും തുടങ്ങി. ശേഷം നസീഫിന്റെ അരികിലേക്ക് ചെന്ന് അയാൾ പറഞ്ഞു:

''നിങ്ങൾ പറയുന്നതൊന്നും ഇയാൾക്ക് മനസ്സിലാകുന്നുണ്ടെന്ന് എനിക്ക് തോന്നുന്നില്ല. ചരിത്രാതീതകാലത്തെ മനുഷ്യന്റേതു പോലുള്ള ശിക്ഷണം ലഭിച്ചയാളാണ് ഇദ്ദേഹമെന്നാണ് തോന്നുന്നത്.''

ഇതു കേട്ടതും ഖാലിദിന്റെ അഭിമാനത്തിന് മുറിവേറ്റു. അയാൾ ഒച്ചവച്ചു.

''ഹേ മിസ്റ്റർ, ഇംഗ്ലണ്ടിലെ ഏറ്റവും പുരാതനമായ സർവ്വകലാശാലകളിലൊന്നിൽനിന്നും ബിരുദം നേടിയ ആളാണ് ഞാൻ.''

''ഞാൻ പറഞ്ഞില്ലേ; ഇദ്ദേഹം നിരക്ഷരനാണെന്ന്?''

നസീഫിനെ നോക്കി സഅദുദ്ദീൻ പറഞ്ഞു. ശേഷം ഖാലിദിന്റെ നേർക്ക് തിരിഞ്ഞ് അയാൾ തുടർന്നു:

''ഹേ മിസ്റ്റർ, ഈ സർവ്വകലാശാലകളിൽനിന്നും ബിരുദം നേടിയവരെന്ന് പറയുന്നവരെ ഞങ്ങൾക്ക് വലിയ വിശ്വാസമില്ല. അസംബന്ധങ്ങൾ കേൾക്കാനായി വിദ്യാലയങ്ങളിൽ അധികകാലം തുടരാൻ നല്ലൊരു വ്യക്തിക്ക് കഴിയില്ലതന്നെ. ആവശ്യത്തിന് വിദ്യാഭ്യാസം ലഭിച്ചയുടനെ സ്കൂളിൽനിന്നും പുറത്തേക്ക് പോകേണ്ടതായിരുന്നു നിങ്ങൾ. എന്നാൽ ബിരുദം നേടിയ ശേഷവും നിങ്ങൾ അവിടെത്തന്നെ തുടരുന്നുവെങ്കിൽ മാപ്പർഹിക്കുന്നില്ല.''

നാടകീയമായ സ്വരത്തിൽ സംസാരിച്ചുകൊണ്ട് ശത്ത തന്റെ ഒളിയിടത്തിൽനിന്നും പുറത്തുവന്നു.

''അന്തസ്സ് എന്നു പറയുന്നത് യാഥാർത്ഥ്യമാണ്. ഈ പദം കേൾക്കുന്ന മാത്രയിൽതന്നെ ഞാൻ വീണ്ടുമൊരു കുട്ടിയായി മാറുന്നതായി തോന്നുകയാണ്. ഒരു കഷണം ചോക്ലേറ്റ് തരുമോയെന്ന് മിസ്റ്റർ ഖാലിദിനോട് അപേക്ഷിക്കുകയാണ് ഞാൻ.''

ശേഷം എഴുന്നേറ്റ് നിന്ന് കൈകൾ ഉയർത്തിക്കൊണ്ട് അയാൾ തുടർന്നു.

''സഖാക്കളേ, നമ്മൾ ആദ്യം മിസ്റ്റർ ഖാലിദിനെ പരീക്ഷിക്കേണ്ടതാണ്. നാമുമായി സംസാരിക്കാൻ ഇദ്ദേഹം യോഗ്യനാണോ അതോ നമ്മൾ വെറും ചാരത്തിലാണോ ഊതാൻ ശ്രമിക്കുന്നതെന്ന് അറിഞ്ഞേ തീരൂ. ദ്വീപ് പരീക്ഷണം നടത്തുന്നതിനെക്കുറിച്ച് എന്തു പറയുന്നു? സമ്മതമാണോ? ഓകെ!''

പാന്റിന്റെ പോക്കറ്റിനുള്ളിലേക്ക് കൈകൾ തിരുകിക്കൊണ്ട് ശത്ത ഖാലിദിന്റെ മുന്നിൽ വന്നുനിന്ന് അല്പനേരം സൂക്ഷിച്ചു നോക്കി.

''നിങ്ങളൊരു ദ്വീപ് വാസിയാണോ മിസ്റ്റർ ഖാലിദ്?''

''എനിക്കൊന്നും മനസ്സിലായില്ല.''

ഖാലിദ് തന്റെ പരിശോധകന്റെ നേർക്ക് നോക്കി.

‘‘ഞാൻ പറയുന്നത് ശ്രദ്ധിച്ചു കേൾക്കൂ മിസ്റ്റർ ഖാലിദ്. നിങ്ങൾ കുടുംബത്തിനൊപ്പം ഒരു യാത്ര നടത്തുകയാണെന്ന് സങ്കല്പിക്കുക. അങ്ങനെ നടുക്കടലിലെത്തിയപ്പോൾ വലിയൊരു കടൽക്ഷോഭ മുണ്ടായി. കപ്പൽ മുങ്ങി. നിങ്ങളും ഒരു സഹോദരിയുമൊഴികെ ആരും നഷ്ടപ്പെട്ടില്ല. തകർന്ന കപ്പലിന്റെ അവശിഷ്ടങ്ങളിൽ പറ്റി പ്പിടിച്ച് കിടന്നതാണ് നിങ്ങൾക്ക് തുണയായത്. അവസാനം കൊടു ങ്കാറ്റിൽ പെട്ടുലഞ്ഞ് നിങ്ങളേതോ ഒരു ചെറുദ്വീപിൽ ചെന്നടിഞ്ഞു. കാര്യങ്ങൾ ഒന്ന് ശാന്തമായപ്പോൾ നിങ്ങൾ സഹോദരിയേയും കൂട്ടി ക്കൊണ്ട് ആ ദ്വീപിന്റെ അജ്ഞാതമായ ഭാഗങ്ങളിലൊക്കെ ചെന്നു നോക്കി. അപ്പോഴാണ് മനസ്സിലായത് ആ ദ്വീപിൽ ആകെ മനുഷ്യ രായുള്ളത് തങ്ങൾ രണ്ടുപേർ മാത്രമാണ്. അങ്ങനെ പകലുകളും രാത്രികളും ഒട്ടനേകം കടന്നുപോയിട്ടും ആ ദ്വീപ് വഴി കപ്പലു കളൊന്നും കടന്നുപോയില്ല. അവസാനം നിങ്ങൾക്ക് ഒരു കാര്യം ഉറപ്പായി. തങ്ങൾ അവിടെനിന്ന് രക്ഷപ്പെടാനേ പോകുന്നില്ല.

ഇനി മിസ്റ്റർ ഖാലിദ് ഞാൻ പറയുന്ന ചോദ്യത്തിന് ഉത്തരം പറയണം: ഈയൊരു സാഹചര്യത്തിൽ ഭാര്യാഭർത്താക്കന്മാർ ചെയ്യു ന്നതുപോലെ സ്വന്തം സഹോദരിക്കൊപ്പം നിങ്ങൾ ശയിക്കാൻ തയ്യാ റാകുമോ, അതോ ഇല്ലയോ?’’

കോപം അടക്കാനാകാതെ ഖാലിദ് തന്റെ ഇരിപ്പിടത്തിൽനിന്നും ചാടി എഴുന്നേറ്റു.

‘‘നിങ്ങളെന്താ എന്നെ പരിഹസിക്കുകയാണോ? അതോ എന്നെ യൊരു വിനോദോപാദിയായി കാണുകയാണോ?’’

ഖാലിദിനെ ആശ്വസിപ്പിക്കാനായി അതള്ളാ ഉടനെ ഇടപെട്ടു.

‘‘ഖാലിദ് ബേയ്, ഇവർ പറയുന്നതൊന്നും നിങ്ങൾ കാര്യമായെ ടുക്കേണ്ട. ഇതിവരുടെ ശീലമാണ്. നിങ്ങളിവിടെ നിന്ന് തിരിച്ചു പോകാനാഗ്രഹിക്കുന്നുവെങ്കിൽ ഞാനും കൂടെയുണ്ടാകും.’’

കാര്യങ്ങൾ ഇത്രത്തോളം ആയതോടെ നസീഫിന് ഇടപെടേണ്ടി വന്നു. ശാന്തമായ സ്വരത്തിലാണ് അയാൾ സംസാരിച്ചുതുടങ്ങിയത്.

‘‘സമാധാനപ്പെടൂ മിസ്റ്റർ ഖാലിദ്. നിങ്ങൾ ഒരു ലോലമനസ്സിനു ടമയാണെന്നാണ് തോന്നുന്നത്. അന്തസ്സ്, ആത്മാഭിമാനം തുടങ്ങിയ വിഭ്രമചിന്തകളിൽ പെട്ടുപോയതുകൊണ്ട് സംഭവിച്ച വലിയ ദൗർല്യം തന്നെയാണ്. എന്നാൽ മനുഷ്യനെ തെറ്റായാണ് നിങ്ങൾ മനസ്സിലാക്കി വച്ചിരിക്കുന്നത് എന്ന ഒഴികഴിവിന് അർഹനുമാണ്. സമസ്തലോക ത്തെയും പ്രതിനിധാനം ചെയ്യുന്ന എന്തോ മഹത്തരമായ വസ്തു വായാണ് നിങ്ങൾ മനുഷ്യനെ കരുതുന്നത്. സർവ്വസൃഷ്ടികളുടെയും അനുസരണവും ആദരവും ലഭിക്കുവാൻ കടപ്പെട്ട എന്തോ വിശുദ്ധ

വസ്തുവാണ് നിങ്ങളുടെ കണ്ണിലെ മനുഷ്യൻ. അതിനാലാണ് നിസ്സാരമായ കാര്യങ്ങൾക്ക് നിങ്ങൾ ദേഷ്യപ്പെടുകയും ക്ഷോഭിക്കുകയുമൊക്കെ ചെയ്യുന്നത്.

എന്നാൽ ഒരു ദിവസം വൈകുന്നേരം നിങ്ങൾ വീടിന്റെ മട്ടുപ്പാവിലേക്ക് ചെല്ലുക. ശേഷം എണ്ണിയാലൊടുങ്ങാത്ത ആകാശത്തിലെ നക്ഷത്രങ്ങളിലേക്കും ഗ്രഹങ്ങളിലേക്കും കണ്ണോടിക്കുക. അപ്പോൾ മനസ്സിലാകും ഈ വിശാലമായ പ്രപഞ്ചത്തിന്റെ ചക്രവാളങ്ങളിൽ ചിതറിക്കിടക്കുന്ന കൂറ്റൻ ഗ്രഹങ്ങൾക്കിടയിലെ ഒരു അണുവലിപ്പമുള്ള സംഗതി മാത്രമാണ് ഭൂമിയെന്ന്. ഒപ്പം ഒരു കാര്യംകൂടി ബോധ്യമാകും. മനുഷ്യനെ ഈ പ്രപഞ്ചത്തിലെ നിസ്സാരവസ്തുവെന്നല്ല, കേവലമൊരു വസ്തുവായേ കണക്കാക്കാനാകില്ല എന്നതാണ്. നാം കഴിക്കുന്ന ഒരു പാൽക്കട്ടിയുടെയും അതിന്മേൽ ഇഴഞ്ഞുനടക്കുന്ന പുഴുക്കളുടെയും കാര്യമെടുക്കുക. അതുപോലെയാണ് ഭൂമിയും അതിലെ മനുഷ്യനും.''

നസീഫ് വരച്ചുകാണിക്കാൻ ശ്രമിക്കുന്ന വികൃതമായ ചിത്രം ഉൾക്കൊള്ളാനുള്ള വിശാലത ഖാലിദിന്റെ മനസ്സിനുണ്ടായിരുന്നില്ല. കുറച്ചുനേരം തല കുമ്പിട്ട് നിന്ന ശേഷം തലയുയർത്തി അവൻ ചോദിച്ചു.

''നിങ്ങൾ പറഞ്ഞതുപോലെയാണ് കാര്യങ്ങളെങ്കിൽ പിന്നെ അസ്തിത്വത്തിന്റെ യുക്തിയെന്താണ്? ആ ജീവിതംകൊണ്ട് എന്ത് ലക്ഷ്യമാണ് നേടാനുള്ളത്?''

നസീഫ് തോളുകൾ കുലുക്കി.

''എന്ത് യുക്തി? എന്ത് ലക്ഷ്യം? ഇല്ലാത്ത കാര്യത്തെ തിരയുകയാണ് നിങ്ങൾ. വെയിലേറ്റാൽ വെള്ളം തിളങ്ങുന്നതിന്റെ യുക്തി അന്വേഷിക്കുന്നതുപോലെയേ ഉള്ളൂ ഇതൊക്കെ. ജന്തുക്കൾക്കും സസ്യങ്ങൾക്കും ജന്മം നൽകുന്ന കുറേ പ്രതിപ്രവർത്തനങ്ങളുടെ ആകെത്തുകയാണ് നാം ജീവിക്കുന്ന ഭൂമി. ഏതെങ്കിലുമൊരു സമയത്ത് താപനിലയിൽ മാറ്റം വരികയോ, ശൂന്യാകാശത്തിലെ ഭൂമിയുടെ സ്ഥാനം സൂര്യനോട് കൂടുതൽ അടുക്കുകയോ അകലുകയോ ചെയ്തിരുന്നെങ്കിലോ നിങ്ങൾ ഇപ്പോൾ കാണുന്ന ജീവജാലങ്ങളെയൊന്നുമായിരിക്കില്ല ഭൂമിയിൽ പിന്നെ കാണുക. ചിലപ്പോൾ ഇവിടെ ജീവവർഗങ്ങൾതന്നെ കാണില്ലായിരിക്കും. അപ്പോൾ പിന്നെ എന്ത് യുക്തിയെക്കുറിച്ചാണ് നാം സംസാരിക്കുന്നത്? ചന്ദ്രനിൽ ജീവനില്ലാതെ പോയതിന്റെ യുക്തി എന്താണ്? ഇതിനെയൊക്കെ യാദൃച്ഛികതയുടെ യുക്തിയെന്നല്ലാതെ മറ്റൊന്നുകൊണ്ടും വിശേഷിപ്പിക്കാനാകില്ല.''

* * *

അങ്ങനെ സഖാക്കൾക്കിടയിലെ സംഭാഷണം തുടർന്നുകൊണ്ടേയിരുന്നു. രാത്രിയുടെ ആദ്യയാമവും രണ്ടാംയാമവും പിന്നിട്ടിട്ടും അവർ സംസാരിച്ചുകൊണ്ടേയിരുന്നു. സംസാരിക്കാൻ തുടങ്ങിയാൽ ക്ഷീണമെന്തെന്നറിയാത്ത കൂട്ടരാണ്. അവരുടെ ചിന്ത ആശയങ്ങൾക്ക് ജന്മം നൽകും. വാക്കുകൾകൊണ്ട് അമ്മാനമാടുകയായിരിക്കും അന്നേരം അവരുടെ നാവുകൾ. ലോകത്തിന്റെ അവസ്ഥാന്തരങ്ങളും വിധിയുമൊക്കെ ഇഷ്ടാനുസരണം കൈകാര്യം ചെയ്യാനായി അവരുടെ മുന്നിൽ നിവർന്നു കിടക്കുകയാണ്. തങ്ങളുടെ ശിരസ്സിൽ കുടിക്കൊണ്ടിരുന്ന ചിന്തകളെ പുറത്തിറക്കാനുള്ള ഒരവസരമായാണ് ഖാലിദിന്റെ വരവിനെ അവർ കണ്ടത്. അവരുടെ വാദങ്ങളുടെ പേമാരിക്കിടയിൽപെട്ടതോടെ ഖാലിദിന്റെ അവസ്ഥ ഒരു ടെന്നീസ് ബോളിന്റേതുപോലെയായി. അവരുടെ വാഗ്വാദങ്ങൾ കേൾക്കുന്നതിനിടയിൽ പതറിയ കണ്ണുകളോടെ അന്തംവിട്ട് നിൽക്കുകയായിരുന്നു ഖാലിദ്.

ചർച്ചയിലുടനീളം മാർഗ്ഗനിർദ്ദേശം നൽകിയും നിയന്ത്രണമേർപ്പെടുത്തിയും നേതൃസ്ഥാനം കൈയടക്കിയത് നസീഫ് തന്നെയായിരുന്നു. വിഷയമേതായാലും അവസാനതീർപ്പ് അയാൾക്ക് തന്നെയായിരിക്കും. ഉപനേതാവിന്റെ ഭാഗം നിർവ്വഹിക്കുന്നതാകട്ടെ സഅദുദ്ദീനാണ്. 'രണ്ടാംതര'ത്തിൽപെട്ട വിഷയങ്ങളായിരിക്കും അയാൾക്ക് കിട്ടുക. ആവശ്യമുള്ള വിശദീകരണങ്ങളും വ്യാഖ്യാനങ്ങളും നൽകുകയാണ് അയാളുടെ രീതി. ശത്തയാകട്ടെ, പതിവ് തെറ്റിക്കാതെ നാടകീയമായാണ് സംസാരത്തെയും സംസാരിക്കുന്നവരെയുമൊക്കെ നോക്കിക്കണ്ടത്. ഇന്നയാളുടെ വാദം പെട്ടെന്ന് അവസാനിച്ച ലഘുസംസാരമായിപ്പോയെന്ന് അയാൾ പറയും. അല്ലെങ്കിൽ ഇന്ന വ്യക്തിയുടെ സംസാരഭാവം മോശമായ രീതിയിലായിരുന്നു. ഉദ്ദേശിച്ച ഫലം സൃഷ്ടിക്കണമെങ്കിൽ എങ്ങനെയാണ് സംസാരിക്കേണ്ടതെന്ന് അയാൾക്കറിയില്ല. ഇങ്ങനെ പോകും ശത്തയുടെ വിലയിരുത്തലുകൾ.

ഇനി ഖൂരീനാണെങ്കിൽ എപ്പോഴും മറ്റുള്ളവരുടെ വീക്ഷണങ്ങളെ പിന്താങ്ങുന്ന സമീപനരീതിയാണ് സ്വീകരിക്കാറുള്ളത്. കോട്ടയിലെ താമസക്കാരുടെ കൂട്ടത്തിൽ ഏറ്റവും സമ്പന്നനായതിനാൽ ഏതൊരു ചർച്ചയുടെയും ഉപസംഹാരം നടത്താൻ ഖൂരീനെ അനുവദിക്കുന്നതാണ് അന്തേവാസികളുടെ രീതി. ''ഇതെല്ലാം ഒരുപയോഗവുമില്ലാത്തതാണ്'' എന്ന സ്ഥിരം വാചകം പറഞ്ഞാണ് അയാൾ ഏത് ചർച്ചയും അവസാനിപ്പിക്കാറുള്ളത്. ഈ വാചകം അവസാനം അയാളുടെ ഒരു മുഖമുദ്രയായി എന്നുതന്നെ പറയാം. ആളുകൾ വലിച്ചെറിയുന്ന ചപ്പുചവറുകൾ ശേഖരിച്ച് തന്റേതായ ഉല്പന്നങ്ങളുണ്ടാക്കുന്ന തൂപ്പുകാരനോടാണ് ഖൂരീനെ നസീഫ് ഉപമിക്കാറുള്ളത്.

എന്നാൽ അതള്ളായാകട്ടെ, ഖാലിദിനെ പുകഴ്ത്താനും അവനോട് അടുപ്പം കാണിക്കാനുമാണ് ശ്രമിച്ചത്. വിദേശകാര്യമന്ത്രാലയത്തിൽ നിർണായക അധികാരകേന്ദ്രമായ അഹ്മദ് പാഷ ഖൂറഷീദിന്റെ മകനാണ് ഖാലിദ് എന്നറിഞ്ഞതു മുതലാണ് ഈ മാറ്റം. കോട്ടയിലെ അന്തേവാസികളുടെ കൂട്ടത്തിൽ തന്റെ വാദങ്ങളെ പിന്തുണയ്ക്കുന്ന മറ്റാരെയും ഖാലിദിന് കണ്ടെത്താൻ കഴിയാത്ത സാഹചര്യത്തിലാണ് ഇതെന്നോർക്കണം. എന്തായാലും അതള്ളാ സദാ ഖാലിദിന്റെ തുണയ്ക്കെത്താൻ തുടങ്ങി. അവൻ പറയുന്നതൊക്കെ കേൾക്കാനും പിന്തുണയ്ക്കാനും അയാൾ ശ്രമിച്ചുകൊണ്ടേയിരുന്നു.

രാത്രിയുടെ ആദ്യയാമത്തിലാണ് ഹാനിയ അവർക്കിടയിലേക്ക് വന്നത്. ഇതാദ്യമായിട്ടായിരിക്കും ഖാലിദ് അവളെ കാണുന്നത്. അപ്പോൾ ഒരു പകൽ മുഴുവൻ തന്റെ കാതുകളിൽ മുഴങ്ങിക്കൊണ്ടിരുന്ന ആ സ്ത്രീശബ്ദത്തിനുടമ ഇവളാണല്ലേ? ഖാലിദ് തന്റെ സൗന്ദര്യത്തിന്റെ വശ്യതയിൽ കുടുങ്ങിക്കഴിഞ്ഞുവെന്ന് ഹാനിയയ്ക്ക് പെട്ടെന്നു തന്നെ മനസ്സിലായി. അതിനാൽതന്നെ തന്റെ ഏറ്റവും ശക്തമായ ആയുധം പ്രയോഗിക്കാൻ പിന്നെ അമാന്തിച്ചതുമില്ല. നീണ്ടു വളഞ്ഞ പീലികളുള്ള തവിട്ടുനിറമാർന്ന കണ്ണുകൾ. അവസരം കിട്ടുമ്പോഴൊക്കെ കുപ്പി കിലുങ്ങുന്നതുപോലെ അവൾ ചിരിക്കും. ശേഷം പ്രണയാതുരനായ ഖാലിദിന്റെ ഹൃദയം പറിച്ചെടുക്കുന്ന തരത്തിൽ അവന്റെ നേർക്ക് ഏറുകണ്ണിട്ട് നോക്കും.

അന്ന് രാത്രി ഖാലിദിന് തോന്നിയത് താനേതോ സ്വപ്നത്തിലാണെന്നായിരുന്നു. അവന്റെ ശിരസ് നിറയെ വിപ്ലവചിന്തകൾ സ്ഥലം കൈയ്യടക്കിക്കഴിഞ്ഞിരുന്നു. ഹൃദയത്തിലാകട്ടെ, പ്രണയത്തിന്റെ വിക്ഷോഭങ്ങളും. അതുവരെ സ്വന്തമാകാത്ത എന്തിനേയോ തേടുകയായിരുന്നു അവന്റെ മനസ്സ്.

പിറ്റേന്ന് രാവിലെ പ്രഭാതത്തിന്റെ ആദ്യരാജികൾ പ്രഭ പരത്താൻ തുടങ്ങിയപ്പോൾ മാത്രമാണ് ഖാലിദ് തന്റെ മുറിയുടെ വാതിൽ തുറന്ന് ഉള്ളിലേക്ക് കയറിയത്. ശേഷം കിടക്കയിലേക്ക് ചെന്നു വീണ് സ്വപ്നസമ്പന്നമായ നിദ്രയിലേക്ക് മുങ്ങിത്താഴുകയായിരുന്നു അവൻ.

ഏഴ്

ആ രാത്രിക്കുശേഷം കാര്യങ്ങൾ അതിവേഗതയിലാണ് കുതിച്ചു പാഞ്ഞത്. പിറ്റേന്നുതന്നെ കോട്ടയിലെ ഒരു മുറിയിൽ ഖാലിദ് താമസ മാരംഭിച്ചു. പിന്നെയൊരു പത്തു ദിവസം കൂടി കഴിഞ്ഞതോടെ അവൻ ജയിലിലുമായി. മോഷണക്കുറ്റം ആരോപിക്കപ്പെട്ട് ഒരു രാത്രി മല്ലീമിനെ അടച്ചിട്ട അതേ തടവറയിൽ!

കോട്ടയിലെത്തിയ ആദ്യരാത്രി താൻ കേട്ട ആശയങ്ങൾ ഖാലിദിന്റെ മനസ്സിൽ ചെലുത്തിയത് ആഴമേറിയ സ്വാധീനമായിരുന്നു. തുടക്കത്തിൽ അവ അവനെ അല്പം പേടിപ്പിച്ചുകളഞ്ഞിരുന്നു. അതുപോലെ കോട്ടയിലെ സഖാക്കൾ വരച്ചുകാട്ടിയ തരത്തിൽ വികൃതമായ രൂപത്തിലാണല്ലോ ലോകമെന്നോർത്തപ്പോൾ അല്പം സങ്കടവും തോന്നി. എന്നാൽ അവസാനം ഖാലിദും ഈ വാദഗതികൾ അംഗീകരിക്കുകയാണുണ്ടായത്. താൻ സ്വീകരിച്ചിരിക്കുന്ന തത്ത്വ ചിന്തയുടെ സ്വാഭാവിക പരിണതി മാത്രമാണിതെന്ന തിരിച്ചറിവാണ് അവനെ അത്തരമൊരു അവസ്ഥയിലേക്ക് നയിച്ചത്. ഇവ തന്റെ ആശയഗതിയുടെ പ്രാരംഭഘടകങ്ങൾ മാത്രമാണ്. കോട്ടയിലെ നിവാസികൾ അതിന്റെ അനിവാര്യമായ പരിണതികളിലേക്ക് നീങ്ങിക്കഴിഞ്ഞിരിക്കുന്നു.

താനാകട്ടെ ഇപ്പോഴും വഴിമധ്യത്തിലെത്തിയിട്ടേയുള്ളൂ. ചെറിയൊരു തീവെട്ടം കൊളുത്തി നോക്കുകയേ വേണ്ടൂ. എത്ര വലിയ വിനാശമാണ് ചുറ്റിലുമെന്ന് തിരിച്ചറിയുവാൻ. ചുവന്ന നരകമാണ് മുന്നിൽ. കത്തിയാളുന്ന തീ. സർവ്വദിക്കിൽനിന്ന് തീനാമ്പുകൾ ഉയരുന്നത് കാണാം. ആ തീക്കുണ്ഡത്തിലേക്ക് എടുത്തുചാടുകയല്ലാതെ തന്റെ മുന്നിലിനി വേറെ പോംവഴികളൊന്നുമില്ലതന്നെ.

കോട്ടയിൽ ആൾത്താമസമില്ലാത്ത ഒഴിഞ്ഞ മുറികളൊന്നുംതന്നെ ഇല്ലായിരുന്നു. അത് കാരണം ഹാനിയയുടെ മുറിയോടു ചേർന്ന വലിയ കുളിമുറിയാണ് ഖാലിദിന് താമസിക്കാനായി നൽകിയത്. നിലത്തും ചുവരിലുമൊക്കെ മാർബിൾ പാളികൾ പതിപ്പിച്ച വിശാലമായൊരു മുറിയായിരുന്നു ആ കുളിമുറി. തുർക്കി വാസ്തുകലാ

രീതിയിൽ പണിത നിറമാർന്ന കണ്ണാടി മേൽക്കൂരയുമുണ്ട്. അവസാന കാലഘട്ടത്തിൽ തങ്ങളുടെ ഭവനങ്ങളിലും മറ്റും മംലൂക് വംശജർ തുർക്കി വാസ്തുകലാശൈലി സ്വീകരിച്ചിരുന്നു.

കോട്ടയിലെ മിക്ക അന്തേവാസികളും അന്നന്നത്തെ അന്നത്തിനുള്ള വകതേടി രാവിലെതന്നെ സ്ഥലംവിടും. പിന്നെ അവിടെ മിക്കവാറും അവശേഷിപ്പിക്കുക ഹാനിയയും മല്ലീമും ഖൂരീനും മാത്രമായിരിക്കും. ഖാലിദാകട്ടെ എന്തെങ്കിലും വായിച്ചുകൊണ്ട് പകൽ മുഴുവൻ തന്റെ മുറിയിൽ തന്നെ കഴിയുകയേയുള്ളൂ. എന്നാൽ വാസ്തവം പറഞ്ഞാൽ അവന്റെ കണ്ണുകൾ പുസ്തകത്തിലായിരിക്കില്ല. തന്റെയും ഹാനിയയുടെയും മുറികളെ തമ്മിൽ വേർതിരിക്കുന്ന വാതിൽപഴുതിലൂടെ ഹാനിയയെ തന്നെ ഉറ്റുനോക്കുകയായിരിക്കും ഖാലിദ്.

കോട്ടയിൽ കഴിയാൻ തുടങ്ങിയശേഷമുള്ള ഓരോ നിമിഷവും അവന് ആ യുവതിയോടുള്ള പ്രണയാവേശം വർദ്ധിച്ചുകൊണ്ടേയിരിക്കുകയാണ്. ഖാലിദ് ഇപ്പോൾ ഹാനിയയെക്കുറിച്ച് മാത്രമേ ചിന്തിക്കുന്നുള്ളൂ. സ്വപ്നം കാണുന്നത് അവളുടെ രൂപം മാത്രം. വെറും മൂന്നു ദിവസത്തിനുള്ളിൽ പ്രണയം അവനെ ആരാധനയുടെ വക്കോളമെത്തിച്ചു. ഹാനിയയെന്ന പേര് കേൾക്കുന്ന മാത്രയിൽ തന്നെ ശരീരത്തിലൂടെ ഒരു കോരിത്തരിപ്പ് കടന്നുപോകും. ഒരേ സമയം ആനന്ദവും ഭയവും കലർന്നൊരു ഭാവത്തിൽ നെഞ്ച് പിടയ്ക്കും.

അവളുമായി ബന്ധപ്പെട്ടതൊക്കെയും ഖാലിദിനിപ്പോൾ വിശുദ്ധ വസ്തുക്കളായിരിക്കുന്നു. ഹാനിയ ഇരുന്നിട്ട് എഴുന്നേൽക്കുന്നത് കണ്ടാൽ വേറെയാരും സ്ഥലത്തില്ലെന്ന് ഉറപ്പാക്കിയശേഷം പാഞ്ഞു ചെന്ന് ആ കസേരയിൽ ചുംബിക്കും. ഇനി മറ്റുള്ളവർ കാണുമെന്ന് തോന്നിയാൽ വിരലുകൾകൊണ്ട് അവൾ ഇരുന്നയിടത്ത് സ്പർശിക്കും. രാത്രിയിൽ ഉറങ്ങുന്ന നേരത്തെ അവളുടെ നിശ്വാസങ്ങൾക്ക് കാതോർത്തുകൊണ്ട് മണിക്കൂറുകളോളം വാതിലിൽ ചെവിയോർത്ത് പിടിച്ച് നിൽക്കും. പ്രണയപരവേശം മൂത്ത് ഒരു ദിവസം ഹാനിയ ഇല്ലാത്ത നേരം നോക്കി ഖാലിദ് അവളുടെ മുറിയിലേക്ക് ചെന്നു. ശേഷം കിടക്കയിൽ കണ്ട ഒരു തൂവാല എടുത്ത് പോക്കറ്റിലൊളിപ്പിച്ചു. കണ്ടുപിടിക്കുമെന്ന പേടിയില്ലായിരുന്നെങ്കിൽ, അവിടെ സ്റ്റാന്റിൽ തൂക്കിയിരുന്ന അവളുടെ ചില വസ്ത്രങ്ങൾകൂടി ഖാലിദ് എടുത്തുകൊണ്ടുപോകേണ്ടതായിരുന്നു.

അവന്റെ കാര്യത്തിൽ ഏറ്റവും വിചിത്രമായ സംഗതി ഒരുകാലത്ത് സ്ത്രീകളോട് അങ്ങേയറ്റം പുച്ഛമുള്ള വ്യക്തിയായിരുന്നു എന്നതാണ്. ഈ അടുത്തകാലംവരെ രാവുകൾ ചെലവിട്ടിരുന്ന ക്ലബ്ബുകളിലും മറ്റും നേരിൽ കണ്ടിരുന്ന ഇതുപോലുള്ള യുവതികളുടെ സഹവാസം

ഇത്തരമൊരു വെറുപ്പ് വർദ്ധിപ്പിക്കാനേ ഉതകിയിട്ടുള്ളൂ. ഏതെങ്കിലുമൊരു യുവതിയെ പ്രണയിച്ച കുറ്റമാരോപിച്ച് തന്നെ പിടികൂടാൻ ഒരാൾക്കും സാധിക്കില്ലെന്ന് എപ്പോഴും മേനി പറഞ്ഞിരുന്നയാളായിരുന്നു ഖാലിദ്. ആളുകൾ കരുതുന്നതുപോലെ പ്രണയമൊരു യാഥാർത്ഥ്യമേയല്ല. മറിച്ച് അജ്ഞതയും ലൈംഗികദാരിദ്ര്യവും കൊടികുത്തിവാഴുന്ന സമൂഹത്തിൽ ജീവിക്കുന്ന പുരുഷന്മാരുടെ തലച്ചോറിൽ രൂപപ്പെടുന്ന വിഭ്രമചിന്ത മാത്രമാണത്. അതിനാൽ തന്റെ അജ്ഞതയും ലൈംഗികദാരിദ്ര്യവും ഇല്ലാതായാൽ പ്രണയമെന്നത് വെറും കായികമായൊരു അദ്ധ്വാനം മാത്രമായിത്തീരുമെന്നാണ് ഖാലിദ് ഇത്രയുംകാലം വാദിച്ചിരുന്നത്.

ഖാലിദിന് തന്നോടുള്ള താല്പര്യത്തെക്കുറിച്ച് ഹാനിയയ്ക്കും അറിയാം. കോട്ടയിലെ താമസക്കാരുടെ ഭാഗത്തുനിന്ന് ഇതുപോലെ ഉണ്ടായിട്ടുള്ള പ്രണയപരീക്ഷണങ്ങളെയൊക്കെ മുളയിലേ നുള്ളിയ ശീലമാണവൾക്ക് ഉണ്ടായിരുന്നത്. ഖാലിദിന്റെ കാര്യത്തിൽ പക്ഷേ ആ രീതി പിന്തുടർന്നില്ല. അത് പക്ഷേ അവനോട് എന്തെങ്കിലും താല്പര്യമുള്ളതുകൊണ്ടായിരുന്നില്ല. മറിച്ച് കോട്ടയിലെ മറ്റു ചെറുപ്പക്കാരിൽനിന്നൊക്കെ തീർത്തും വ്യത്യസ്തനായൊരു യുവാവിൽ തനിക്ക് ഇത്രമാത്രം സ്വാധീനം ചെലുത്താൻ കഴിയുന്നതിന്റെ ആനന്ദംകൊണ്ടായിരുന്നു. കണ്ടയിടത്തോളം സമ്പന്നതയുടെയും സുഭിക്ഷതയുടെയുമൊക്കെ ലക്ഷണമുണ്ട് ഖാലിദിൽ. തന്നെപ്പോലെ തന്നെ കുലീനവർഗക്കാരിലൊരാളാണ്. തന്നിലേക്ക് ആരാധകരുടെ ഹൃദയങ്ങളെ ആകർഷിക്കുന്നതിൽ മറ്റെല്ലാത്തിനുമുപരിയായി ഈ കുലീനവർഗത്തിലെ അംഗത്വം ഒരു പ്രധാന ഘടനം കൂടിയാണ്.

ഇതിനാലൊക്കെതന്നെ ഖാലിദിന്റെ പ്രണയാവേശങ്ങളെ ഹാനിയ പ്രോത്സാഹിപ്പിച്ചുകൊണ്ടിരുന്നു. താൻ കൊതിച്ചുകൊണ്ടിരിക്കുന്ന ലക്ഷ്യം നേടിയെടുക്കാൻ സർവ്വസാധ്യതയുമുണ്ടെന്ന് ചിന്തിക്കാൻ ഖാലിദിന് അവസരങ്ങൾ ഒരുക്കിക്കൊടുത്തു. എന്നാൽ തന്നെ കൈയോടെ പിടികൂടാത്തവിധത്തിൽ വളരെ ജാഗ്രതയോടെയായിരുന്നു ഇതെല്ലാം ചെയ്തതും.

എന്നും രാത്രികളിൽ കോട്ടയിലെ താമസക്കാരുടെ വിപ്ലവാശയങ്ങൾ ആവേശത്തോടെ കേൾക്കുന്നത് ഖാലിദിന്റെ പതിവായി മാറി. അത് കഴിഞ്ഞ് കിടക്കയിൽ ചെന്ന് വീണാൽ ഉറക്കം കെടുത്തും വിധത്തിൽ ഈ ചിന്തകൾ അവന്റെ മനസ്സിനെ അസ്വസ്ഥമാക്കാൻ തുടങ്ങും. സത്യം പറഞ്ഞാൽ കോട്ടയിലെ ആളുകളെ സംബന്ധിച്ചിടത്തോളം ഈ ചിന്തകൾ സമയം കൊല്ലാനും നേരമ്പോക്കാനുമായി പറഞ്ഞ വെറുംവാക്കുകൾ മാത്രമായിരിക്കും. തങ്ങൾ വലിയ നായകന്മാരാണെന്ന പ്രതീതി സൃഷ്ടിക്കാനും മനസ്സിൽ ആവേശം

വിതറാനുമൊക്കെ അവർ പതിവായി പടച്ചുവിടാറുള്ളതാണ് ഇത്തരം വാചകക്കസർത്തുകൾ.

ഇടയ്ക്കിടയ്ക്ക് അല്പം ഭീതിയും സാഹസികബോധവും മനസ്സ് ആഗ്രഹിക്കുന്ന പതിവുണ്ട്. ഇത്തരം വികാരങ്ങളുണ്ടാകുമ്പോൾ പൂർവ്വികരായ മനുഷ്യർ മല്ലയുദ്ധത്തിലേക്കും പോരാട്ടങ്ങളിലേക്കും ഇറങ്ങിച്ചെല്ലും. അതിനുശേഷമായിരിക്കും കായികവിനോദങ്ങൾ എന്ന ആശയം മനുഷ്യൻ കണ്ടെത്തിയിട്ടുണ്ടാവുക. കോഴിപ്പോരോ, കാളപ്പോരോ ഒക്കെ കണ്ട് അവൻ ഈ മാനസികവികാരത്തെ തൃപ്തിപ്പെടുത്താൻ ശ്രമിക്കും. അതിനുശേഷമായിരിക്കും ബോക്സിംഗും ഫുട്ബോളുംപോലെയുള്ള ഉള്ളിലെ വന്യതയെ പുറത്തുകൊണ്ടുവരുവാനുള്ള കായികവിനോദങ്ങൾ പിറവിയെടുത്തത്. എന്നാൽ കോട്ടയിലെ അന്തേവാസികൾ ആവേശം കണ്ടെത്തിയത് വാചകയുദ്ധത്തിലൂടെയായിരുന്നു. ആ യുദ്ധം അടങ്ങുമ്പോഴേക്കും അതിൽ പങ്കെടുക്കുന്നവരുടെയൊക്കെ മനസ്സിലെ പോരാട്ടവീര്യം അല്പം അടങ്ങുകയോ ശമിക്കുകയോ ചെയ്യും. പിന്നീടവർ കണ്ണുംപൂട്ടി ശാന്തരായി കിടന്നുറങ്ങും.

നിർഭാഗ്യമെന്നേ പറയേണ്ടൂ, ഖാലിദാകട്ടെ ഈ വാചകയുദ്ധത്തെ എന്തോ ഉദാത്തമായ സത്യങ്ങളായാണ് കരുതിയത്. ആ ചർച്ചകളിൽ ഉരുത്തിരിഞ്ഞ ആശയങ്ങളെ നടപ്പിൽ വരുത്താനായി അധ്വാനിക്കേണ്ടത് അത്യാവശ്യമാണെന്ന് അവൻ ഉറച്ചു വിശ്വസിച്ചു. വാക്കും വിശ്വാസവും രണ്ടായി കാണാത്ത ആത്മാർത്ഥതയുള്ള മനസ്സിനുടമയായിരുന്നു ഖാലിദ്. ചിന്തകളെ അവൻ മനസ്സിലാക്കിയത് തീർത്തും വൈകാരികമായിട്ടായിരുന്നു. എന്നാൽ മറ്റുള്ളവരാകട്ടെ തങ്ങളുടെ ശബ്ദം പുറത്തറിയിക്കാനും വാചകക്കസർത്തിനുമുള്ള ഒരു ഉപാധിയായി മാത്രമായിരുന്നു ഇത്തരം ചർച്ചകളെ കണ്ടത്. ഈ ആശയങ്ങൾ നടപ്പിലാക്കുന്നത് വളരെ എളുപ്പമാണെന്നും ഫലപ്രാപ്തി ഉറപ്പാണെന്നുമാണ് ഖാലിദ് കരുതിയത്. സമൂഹത്തിൽ പരിഷ്കരണം ഉണ്ടാകുന്നതിനെ തടഞ്ഞു നിർത്താൻ ആർക്കും സാധിക്കില്ല. നീതിയുടെ വഴിതടഞ്ഞ് നിൽക്കുവാൻ അനീതിക്ക് ഒരിക്കലും സാധിക്കില്ല.

എന്തായാലും അതള്ളാ തേടി നടന്ന വഴി തന്നെയായിരുന്നു ഖാലിദ്. പരിഷ്കരണത്തിനായി അദ്ധ്വാനിക്കേണ്ടതിന്റെ അനിവാര്യതയെ സംബന്ധിച്ച് പറഞ്ഞു പറഞ്ഞ് അയാൾ ഖാലിദിന്റെ മനസ്സിൽ എരിപിരികയറ്റി. സംസാരിച്ചത് ധാരാളം. ഇനി വേണ്ടത് നിർണായകമായ പ്രവർത്തനങ്ങളാണ്. അതിനായി ഖാലിദിന് വഴിയൊരുക്കുകയായിരുന്നു അതള്ളായുടെ വാക്കുകൾ. കാര്യം വളരെ ലളിതമാണ്. മാർഗം സുരക്ഷിതമാണ്. ലക്ഷ്യം വളരെ അടുത്തുമാണ്.

അങ്ങനെ ഇരിക്കവെയാണ് മറ്റൊരു ദിവസം രാത്രി കോട്ടയിലെ അന്തേവാസികൾ തമ്മിൽ പിന്നെയും രൂക്ഷമായ സംവാദം നടന്നത്.

''ഈ വിഷയം സങ്കീർണമാണ്. മാർഗം ക്ലേശമേറിയതുമാണ്. അതിനാൽതന്നെ ലക്ഷ്യം വളരെ വളരെ വിദൂരമാണ്.''

''എന്നും രാത്രിയിൽ നാം ഇത്തരത്തിൽ ചർച്ച നടത്തിക്കൊണ്ടിരിക്കുന്നതിൽ എന്താണ് പ്രയോജനം?'' നമ്മുടെ ശബ്ദം പുറത്ത് ഉയർന്നുകേൾക്കണം. അങ്ങനെയത് സർക്കാർ സംവിധാനങ്ങളുടെ ചെവിവരെ എത്തണം. എങ്കിലേ നാം വാദിക്കുന്ന പരിഷ്കരണം സമൂഹത്തിൽ സാധ്യമാവുകയുള്ളൂ.''

ഇതുകേട്ടതും ഹാനിയ പരിഹാസഭാവത്തിൽ ചിരിച്ചു.

''ഖാലിദ് ബേയ്, നമുക്ക് ഇവിടെ ഇങ്ങനെ ഇരുന്ന് സംസാരിക്കാൻ മാത്രമേ സാധിക്കൂ. കാരണം നിശ്ചയദാർഢ്യവും കർമ്മചടുലതയുമുള്ള ഒരുത്തനും നമ്മുടെ കൂട്ടത്തിലില്ല എന്നതാണ്. അങ്ങനെ ഉണ്ടായിരുന്നെങ്കിൽ നമുക്ക് ഇത്തരം ചർച്ചകളുടെ ആവശ്യംതന്നെ വരില്ലായിരുന്നു. എന്തെന്നാൽ പ്രവർത്തിക്കാൻതന്നെ അയാൾക്ക് സമയം തികയുന്നുണ്ടാവില്ല.''

ഒരു നിമിഷം നെടുവീർപ്പിട്ടശേഷം യുവതി തുടർന്നു:

''ഈ കോട്ടയെ അതിന്റെ അടിത്തറയടക്കം തകർത്തെറിയാൻ പോന്ന ആ മനുഷ്യൻ എവിടെയായിരിക്കുമോ എന്തോ?''

നസീഫിന്റെ മുഖം കറുത്തുപോയി. ഹാനിയയുടെ വാക്കുകൾ കേട്ട് അയാൾ ആകെ അസ്വസ്ഥനായിരിക്കുന്നു എന്നത് വ്യക്തമാണ്. ഈ പരിഹാസങ്ങൾ തന്നെ മാത്രം ലക്ഷ്യം വച്ചുകൊണ്ടുള്ളതാണെന്ന് അയാൾക്കറിയാം. കാരണം കോട്ടയിലെ ആളുകളെ നയിക്കേണ്ട ഉത്തരവാദിത്വം തനിക്കാണല്ലോ?

കൈയിലിരുന്ന ചുരുട്ട് വലിച്ചെറിഞ്ഞുകൊണ്ട് അയാൾ ദേഷ്യപ്പെട്ടു:

''നിങ്ങളൊക്കെ വസ്തുതകൾ വേണ്ട രീതിയിൽ മനസ്സിലാക്കുന്നില്ല എന്നാണെന്റെ ഭയം. നാം ചർച്ചയിലേക്ക് മാത്രം കാര്യങ്ങൾ ചുരുക്കുന്നതിന് കാരണം അത് മാത്രമാണ് നമ്മുടെ ബാധ്യത എന്നതിനാലാണ്. കഴിഞ്ഞുപോയ തലമുറ ഒട്ടേറെ അന്യായങ്ങൾ സഹിച്ചവരാണ്. ഒരു വാക്കുപോലും എതിർത്ത് പറയാനാവാതെയാണ് അവർ അതൊക്കെയും അനുഭവിച്ചത്. എന്നാൽ നമ്മുടെ തലമുറ ഈ അതിക്രമങ്ങൾ ഏതൊക്കെയാണെന്ന് തിരിച്ചറിഞ്ഞത് അതിനെതിരെ ശബ്ദമുയർത്തുന്നു. ഇത്തരം അന്യായങ്ങൾ അനുഭവിക്കുന്നുണ്ടെന്ന സാമൂഹികമായ അവബോധം സൃഷ്ടിക്കാൻ പണിപ്പെടുക എന്നതായിരിക്കണം നമ്മുടെ അടിസ്ഥാന ദൗത്യം. പരിഷ്കരണം അനിവാര്യമാണെന്ന തിരിച്ചറിവ് സമൂഹത്തിൽ സൃഷ്ടിക്കണം.

ഇത്തരമൊരു ദൗത്യനിർവ്വഹണം നമുക്ക് സാധിക്കുന്നത് തന്നെയാണ്. അതാകട്ടെ നിങ്ങൾ കരുതുന്നതിൽ നിന്നൊക്കെ വ്യത്യസ്തമായി ഉദാത്തമായ ദൗത്യം തന്നെയാണ്. കാരണം അത്തരമൊരു കാര്യത്തിനായി ജീവിതം ഉഴിഞ്ഞുവയ്ക്കുന്നവൻ വരും തലമുറകൾക്ക് പ്രയോജനം ചെയ്യുന്നൊരു വിഷയത്തിനായി സേവനം ചെയ്യുന്നയാളായിരിക്കും. എന്നാൽ അയാളൊരു അജ്ഞാതനായ പോരാളിയായിട്ടായിരിക്കും ജീവിച്ച് മരിക്കുന്നത്. അയാളെക്കുറിച്ച് ആരും അറിയാനിടയില്ല.

നാം സംവാദം നടത്തുന്നതാണ് നിങ്ങൾ കാണുന്നതെങ്കിൽ അതിനർത്ഥം വരുംതലമുറയ്ക്കായി നാം പണിയെടുക്കുന്നു എന്നാണ്. സംസാരിക്കുന്നതിലൂടെയും അദ്ധ്യാപനം നടത്തുന്നതിലൂടെയും ചർച്ച ചെയ്യുന്നതിലൂടെയും നാം ആ യഥാർത്ഥ ലക്ഷ്യത്തിലേക്ക് തന്നെയാണ് അടുക്കാൻ ശ്രമിക്കുന്നത്. അതിനാൽ സഖാക്കളേ, എനിക്ക് പറയാനുള്ളത് ഇതാണ്, നിങ്ങൾക്ക് സാധിക്കുന്ന കർമ്മത്തിൽ തൃപ്തരാകുക. ചരിത്രം ആവശ്യപ്പെടുന്ന ഈ കർത്തവ്യം നിർവ്വഹിക്കുന്ന വിഷയത്തിൽ അവമതിപ്പുണ്ടാക്കാതിരിക്കുക.''

* * *

സാധാരണ നസീഫിന്റെ വാക്കുകൾ ഖാലിദിനെ ആവേശം കൊള്ളിക്കേണ്ടതാണ്. പക്ഷേ ആ രാത്രി അവന്റെ ഹൃദയം കൈയടക്കിയത് പ്രാണേശ്വരിയായ ഹാനിയ പറഞ്ഞ വാക്കുകളായിരുന്നു. ആ മനുഷ്യൻ എവിടെയായിരിക്കുമോ എന്തോ? എന്ന് അവൾ ചോദിച്ചത് ഖാലിദിനെ ഉദ്ദേശിച്ചുതന്നെയായിരിക്കും. ഹാനിയ അന്വേഷിക്കുന്ന ആ ഒരാൾ താൻതന്നെയാണെന്ന് തെളിയിച്ചു കാണിച്ചേ തീരൂ. കോട്ടയിലെ മറ്റ് അന്തേവാസികളെപ്പോലെയല്ല താനെന്ന് കാണിച്ചുകൊടുക്കണം. അല്ലാതെ ഹാനിയയുടെ ഇഷ്ടം പിടിച്ചുപറ്റാനോ തന്റെ വികാരങ്ങൾ പങ്കുവയ്ക്കാനോ മറ്റൊരു വഴിയുമില്ല. താൻ മറ്റുള്ളവരിൽനിന്നും വ്യത്യസ്തനാണെന്ന് തെളിയിച്ചേ തീരൂ. ഹാനിയയുടെ പ്രണയത്തിന് അർഹനാകാനാണ് തന്റെ ആഗ്രഹമെങ്കിൽ അവളെപ്പോലെ ഉയർന്ന് ചിന്തിച്ചേ മതിയാകൂ. അതിലൂടെ അവളുടെ ആരാധനാപാത്രമാകാൻ സാധിക്കും. എങ്കിൽപിന്നെ അതിനായി അദ്ധ്വാനം ചെയ്തിട്ടുതന്നെ കാര്യം.

അന്നു രാത്രി ഖാലിദിന്റെ മുറിയിൽ വിളക്കണഞ്ഞതേയില്ല. കൂട്ടിലിട്ട സിംഹത്തെപ്പോലെ അവൻ മുറിക്കുള്ളിൽ അങ്ങോട്ടുമിങ്ങോട്ടും നടക്കുന്നതായി ഹാനിയയ്ക്ക് തോന്നുകപോലും ചെയ്തു. ഇടയ്ക്ക് ഒരിക്കൽ എഴുന്നേറ്റുചെന്ന് വാതിൽപഴുതിലൂടെ നോക്കിയപ്പോൾ

മേശയിലേക്ക് കുമ്പിട്ടിരിക്കുന്ന ഖാലിദിനെയാണ് കണ്ടത്. എന്തൊക്കെയോ കടലാസിൽ കുത്തിക്കുറിക്കുകയാണ്. പിന്നീട് അത് പിച്ചിച്ചീന്തി എറിഞ്ഞശേഷം വീണ്ടും ഉലാത്താൻ തുടങ്ങി. രാവിലെയായതും ക്ഷീണവും ഉറക്കമില്ലായ്മയും കാരണം ഖാലിദ് കിടക്കയിൽ ചെന്ന് വീണു. പിന്നെ കഷ്ടപ്പെട്ട് ഉറങ്ങുന്നതിനിടെ പേടിപ്പെടുത്തുന്ന സ്വപ്നങ്ങൾ കണ്ട് ഇടയ്ക്കിടെ ഉണർന്നുകൊണ്ടിരുന്നു.

പിറ്റേന്ന് അപരാഹ്നനേരമായതും ഖാലിദ് തന്റെ മുറിയിൽ നിന്നിറങ്ങി മല്ലീമിന്റെ വട്ടൻ പിതാവിന്റെ അരികിലേക്ക് ചെന്നു. ജഡകയറിയ തലമുടിയും നീണ്ട താടിയുമൊക്കെയായി ആകെയൊരു പേക്കോലമായിരുന്നു ആ മനുഷ്യൻ. ഏതോ നീണ്ട യാത്ര കഴിഞ്ഞ് വരുന്ന ആളാണെന്നേ കണ്ടാൽ തോന്നൂ.

ആളെ നേരിൽ കണ്ടതും അല്പനേരം സംസാരിച്ചു. ശേഷം ഖാലിദ് പോക്കറ്റിൽനിന്നും കുറച്ച് കറൻസിനോട്ടുകൾ എടുത്ത് കാണിച്ചു. എന്നാൽ അയാൾ നിഷേധഭാവത്തിൽ തലകുലുക്കിയതേയുള്ളൂ. ഒപ്പം പുഞ്ചിരിക്കുകയും ചെയ്തു. എന്നാൽ ഖാലിദ് പിന്നെയും പിന്നെയും ആ മനുഷ്യനെ നിർബന്ധിച്ചുകൊണ്ടിരുന്നു. അയാളാകട്ടെ പറ്റില്ലെന്ന് ആവർത്തിച്ചുകൊണ്ടുമിരുന്നു. അവസാനം കുറേ പണം ഖാലിദ് അയാളുടെ കൈയിൽ വച്ചുകൊടുത്തു. അതോടെ കക്ഷിയുടെ മുഖം മാറി. ഖാലിദിന്റെ ആവശ്യം അംഗീകരിക്കുവാൻ അയാൾ തയ്യാറായിരിക്കുന്നു എന്നുവേണം മനസ്സിലാക്കേണ്ടത്.

അല്പനേരം കഴിഞ്ഞതും രണ്ടുപേരും കോട്ട വിട്ടിറങ്ങി. പിന്നെ നേരമിരുട്ടുന്നതിന് അല്പം മുമ്പ് മാത്രമാണ് അവർ തിരികെ എത്തിയത്.

അന്ന് രാത്രിയും ഖാലിദ് കോട്ടയിലെ സഖാക്കൾക്കൊപ്പം സമയം ചെലവിട്ടു. എന്നാൽ ചർച്ചകളിൽ അഭിപ്രായം പറയാൻ ശ്രമിച്ചതേയില്ല. മറ്റുള്ളവർ പതിവുപോലെ പൊങ്ങച്ചം പറയുകയും ബഹളമുണ്ടാക്കുകയുമാണ്. കുറച്ച് ദൂരേക്ക് മാറി ഇരുന്ന് എല്ലാം സാകൂതം കേട്ടതേയുള്ളൂ. കൗമാരക്കാരായ വിദ്യാർത്ഥികളെ നോക്കിയിരിക്കുന്ന അദ്ധ്യാപകന്റെ ഭാവമായിരുന്നു അവനന്നേരം.

മറ്റുള്ളവരിൽനിന്നും തന്നെ വ്യത്യസ്തനാക്കുന്ന ഒരു പ്രവർത്തനത്തിന് ഇറങ്ങാൻ പോകുന്ന വിഷയത്തെക്കുറിച്ചായിരുന്നു അന്നു രാത്രി മുഴുവൻ ഖാലിദ് ആലോചിച്ചത്. താൻ മറ്റുള്ളവരുടെ ജനുസ്സിൽപെട്ടയാളേയല്ല. അവരൊക്കെ കളിച്ചു നടക്കുന്ന കുട്ടികളാണെങ്കിൽ ഉത്തരവാദിത്തങ്ങൾ ഏറ്റെടുക്കുന്ന മുതിർന്ന വ്യക്തിയായിരിക്കുകയാണ് താൻ. നിർണായകമായ ദൗത്യം ചുമലിലേറ്റുവാൻ കെല്പുള്ളവൻ. ഒട്ടനേകം മനുഷ്യരുടെ തലവിധി മാറ്റുവാൻ സാധിക്കുന്ന ഒരാൾ.

ഖാലിദ് തന്റെ നേരെ വിചിത്രമായി നോക്കുന്നതുപോലെ ഹാനിയയ്ക്കും തോന്നി. പക്ഷേ, എന്താണ് അതിനർത്ഥമെന്ന് മാത്രം മനസ്സിലായില്ല. കഴിഞ്ഞ ദിവസങ്ങളിലേതുപോലെ അന്നു രാത്രി തന്നോട് സ്നേഹപ്രകടനം നടത്താനൊന്നും ഖാലിദ് ശ്രമിച്ചില്ല എന്ന കാര്യം അവൾ പ്രത്യേകം ശ്രദ്ധിച്ചു. കണ്ണിൽകണ്ണിൽ നോക്കുമ്പോഴോ, സംസാരിക്കുമ്പോഴോ പതിവുള്ള പതർച്ചയും കണ്ടില്ല. മറിച്ച് ആത്മവിശ്വാസത്തോടും ശാന്തതയോടുംകൂടിയാണ് അവൻ തന്റെ നോട്ടങ്ങളെ നേരിട്ടത്. ചോദ്യങ്ങൾക്ക് കരുതലോടെ മറുപടിയും പറഞ്ഞു. മാത്രമല്ല ചിലപ്പോഴൊക്കെ അല്പം കാർക്കശ്യത്തോടെയും ഗർവോടെയുമാണ് അവൻ പെരുമാറിയതും. കാര്യങ്ങൾ തിരിഞ്ഞുമറിഞ്ഞ് താനാണ് ഇപ്പോൾ അവന്റെ പിന്നാലെ പരവേശത്തോടെ നടക്കുന്നതെന്ന് ഒരു നിമിഷം തോന്നുകപോലും ചെയ്തു.

അവസാനം ഖാലിദിനെ ദേഷ്യം പിടിപ്പിക്കാൻ ഉദ്ദേശിച്ചുതന്നെ ഹാനിയ ചോദിച്ചു.

''എന്തുപറ്റി ഖാലിദ് ബേയ്, ഇന്നെന്താ സുഖമില്ലേ?''

ഒരു നിമിഷം ഖാലിദ് ഹാനിയയ്ക്ക് നേരെ തുറിച്ചു നോക്കി.

''അതെന്താ ഹാനിയാ അങ്ങനെ ചോദിച്ചത്?''

ഇതാദ്യമായിട്ടായിരിക്കും ഖാലിദ് അവളെ പേര് വിളിച്ച് അഭിസംബോധന ചെയ്യുന്നത്. ഇത് മറ്റെന്തിനോ ഉള്ള തുടക്കമാണെന്ന തിരിച്ചറിവ് ഹാനിയയ്ക്കുമുണ്ടായി.

''ഹേയ് ഒന്നുമില്ല. രാത്രി നിങ്ങൾ ചർച്ചയിലൊന്നും പങ്കെടുക്കാതെ മാറി ഇരിക്കുന്നത് കണ്ടു. അതുകൊണ്ട് ചോദിച്ചതാണ്.''

ഇതുകേട്ട് നസീഫ് ചിരിച്ചു.

''ഇന്നെന്താ വല്ല കേസും ജയിച്ചോ? വിജയലഹരിയിൽ മുങ്ങിയതോടെ നമ്മളോടൊന്നും സംസാരിക്കേണ്ടെന്ന് തോന്നിക്കാണുമല്ലേ?''

ഖാലിദാകട്ടെ പുഞ്ചിരിച്ചതല്ലാതെ മറുപടിയൊന്നും പറഞ്ഞതേയില്ല. എന്നാൽ ഇതെല്ലാം മറ്റൊരാൾ അരികത്തുനിന്ന് സാകൂതം നിരീക്ഷിക്കുന്നുണ്ടായിരുന്നു, അതള്ളാ. അയാളുടെ ചുണ്ടിലും ഒരു ചിരി വിടർന്നു. എന്നാലത് വേറൊരു തരത്തിലായിരുന്നു എന്നു മാത്രം.

പിറ്റേന്ന് വൈകുന്നേരം മറ്റാരുമറിയാതെ ഖാലിദ് കോട്ടയിൽ നിന്ന് പുറത്ത് കടന്നു. ഇനി ആരെങ്കിലും കണ്ടിരുന്നെങ്കിൽതന്നെയും തിരിച്ചറിയില്ലായിരുന്നു. കാരണം സാധാരണ ധരിക്കാറില്ലാത്ത ഒരു വസ്ത്രം മുഖം മറയുന്ന തരത്തിൽ ഇട്ടുകൊണ്ടാണ് അവൻ കോട്ടയിൽനിന്നും ഇറങ്ങിയത്. തന്റെ നിശാവസ്ത്രം അഴുക്കായെന്നും

ധരിക്കാൻ വേറൊന്നുമില്ലെന്നും പറഞ്ഞ് മല്ലീമിന്റെ കൈയിൽ നിന്നൊരു ജല്ലാബിയ കുപ്പായം ഖാലിദ് കടം വാങ്ങിയിരുന്നു. അതു ധരിച്ച് ഒട്ടകരോമത്തിൽ തീർത്ത ഒരു വട്ടത്തൊപ്പി തലയിലും വച്ചു കൊണ്ടാണ് സ്ഥലംവിട്ടത്.

പുറത്തിറങ്ങി ധൃതിയിൽ നടന്നുപോകുന്നതിനിടയിൽ ഖാലി ദിന്റെ പിന്നാലെ നിഴൽപോലെ ഒരാൾ പിന്തുടരുന്നുണ്ടായിരുന്നു. വഴിവക്കിൽ ഒരു കാപ്പിക്കട കണ്ടതും അതിന് മുന്നിൽ ഖാലിദ് ഒരു നിമിഷം സംശയിച്ച് നിന്നു. പിന്തുടർന്ന രൂപവും അതോടെ നടത്തം നിർത്തി. ഖാലിദിന്റെ കൈവശം കുറച്ചു കടലാസുകൾ ഉണ്ടായി രുന്നു. കുപ്പായത്തിനുള്ളിൽ തിരുകിയ നിലയിലായിരുന്നു അവ. പെട്ടെന്ന് അവൻ കാപ്പിക്കടയിലേക്ക് കയറി.

അവിടെ നിറയെ ഇടപാടുകാരുണ്ടായിരുന്നു. നേരേ ആളൊഴിഞ്ഞ ഒരു മൂലയിൽ ചെന്നിരുന്നശേഷം വിളമ്പുകാരനെ ചൂളമടിച്ച് വിളിച്ചു. കഞ്ചാവ് വലിക്കുന്ന ഹുക്ക വേണമെന്നാണ് ആവശ്യപ്പെട്ടത്. ഖാലിദാ കട്ടെ മുമ്പ് ഹുക്ക വലിച്ചിട്ടേ ഇല്ലാത്തയാളായിരുന്നു. അതിനാൽതന്നെ ആദ്യപുകയെടുത്തതോടെ അവൻ ഉറക്കെ ചുമയ്ക്കാൻ തുടങ്ങി. അതോടെ ആളുകൾ ശ്രദ്ധിക്കാൻ തുടങ്ങി. എന്നാൽ കഞ്ചാവി വലിച്ച പ്പോൾ തന്നിലുണ്ടായ പ്രതികരണം മറച്ചുപിടിക്കാനായിരുന്നു ഖാലി ദിന്റെ ശ്രമം. അവൻ വെയിറ്ററെ വിളിച്ചു.

‘‘ഇതെന്താ സാധനം മാഷേ? നിങ്ങളുടെ കഞ്ചാവിന് ഇന്നെന്താ ഇത്ര ചൂട്? അതോ ഞാൻ തണുത്തു വിറയ്ക്കുകയാണെന്ന് തോന്നിയോ?’’

അടുത്തുണ്ടായിരുന്ന ഇടപാടുകാരിലൊരാൾ ഇതുകേട്ട് ചിരിച്ചു.

‘‘എടേ മെഹ്മദൈൻ, ഇദ്ദേഹത്തിനൊരു കപ്പ് ജീരകച്ചായ കൊടുക്ക്. ഹുക്ക വലിക്കാൻ കഴിയുമെന്ന് തോന്നുന്നില്ല.’’

‘‘ഇത് നാണക്കേടാണ് മാഷേ. നമ്മളെല്ലാം ആണുങ്ങളല്ലേ?’’

ഇത്രയും പറഞ്ഞശേഷം ഖാലിദ് വെയിറ്ററെ കൈകൊട്ടി വിളിച്ചു.

‘‘ഇദ്ദേഹത്തിന് എന്റെ കണക്കിൽ ഒരു കഞ്ചാവ് ഹുക്ക കൊടുക്ക്. ആവശ്യപ്പെടുന്നവർക്കെല്ലാം എന്റെ ചെലവിൽ കാപ്പി കൊടുത്തേക്ക്. ഇന്നത്തെ ദിവസം നിങ്ങളെല്ലാവരും എന്റെ അതിഥികളായിരിക്കും.’’

ഇതോടെ സർവ്വരുടേയും കഴുത്ത് ഖാലിദിന് നേർക്ക് തിരിഞ്ഞു. യാതൊരു പരിചയവുമില്ലാത്ത തങ്ങൾക്ക് ആതിഥ്യമേകാൻ തയ്യാ റാകുന്ന ഈ പുതിയ ഇടപാടുകാരൻ ആരാണെന്ന് പരതുകയായി രുന്നു സർവ്വരുടെയും കണ്ണുകൾ. ചിലർ പരിഹസിച്ചും മറ്റുള്ളവർ അതിശയം കൂറിയുമാണ് ഈ ക്ഷണത്തോട് പ്രതികരിച്ചത്.

എന്നാൽ ഖാലിദ് തന്റെ ഇരിപ്പിടത്തിൽ നിന്നെഴുന്നേറ്റ് ആളുകളുടെ മധ്യത്തിലേക്ക് ചെന്നു. ശേഷം തന്റെ വാഗ്‌വിലാസം സൂചിപ്പിക്കുംവിധത്തിൽ അവരുമായി ഇടപഴകാൻ തുടങ്ങി. ആളുകൾ ഉറക്കെ സംസാരിക്കുകയും ചിരിക്കുകയുമാണ്. വൈകാതെതന്നെ ഏവരും ഖാലിദിന് ചുറ്റും കൂടി. അവൻ എല്ലാവരെയും അമ്പരപ്പിച്ചിരുന്നു എന്നതാണ് നേര്. ഈ അവസരം മുതലെടുത്ത് ഖാലിദ് ഒരു കസേരയിൽ ഇരിപ്പുറപ്പിച്ചു. ശേഷം അവൻ ഉറക്കെ പറഞ്ഞു.

''സഹോദരങ്ങളേ..''

പിന്നെ ഒരു നീണ്ട പ്രസംഗമായിരുന്നു. കേട്ടവർക്കാർക്കും ഒന്നും മനസ്സിലായില്ലെങ്കിൽപോലും അവർക്കെല്ലാം അതൊരു നേരമ്പോക്ക് തന്നെയായിരുന്നു. അതോടെ ആളുകൾ പിന്നെയും പൊട്ടിച്ചിരിക്കാൻ തുടങ്ങി. ഈജിപ്തിലെ കർഷകൻ സാദാ പാൽക്കട്ടി തിന്ന് മൺപാത്രത്തിൽ വെള്ളം കുടിച്ച് ജീവിക്കുകയാണെന്ന് ഖാലിദ് പറഞ്ഞതുകേട്ട് ഒരാൾ പരിഹാസത്തോടെ ചോദിച്ചു.

''അപ്പോൾ അവർ ബക്‌ലാവ പാസ്തീന കഴിക്കണമെന്നും വാളൻപുളി ചേർത്ത പാനീയംതന്നെ കുടിക്കണമെന്നുമാണോ നിങ്ങൾ പറയുന്നത്?''

തൊഴിലാളികൾ രോഗങ്ങൾക്കും അജ്ഞതയ്ക്കും ഇരയാണെന്ന് ഖാലിദ് പറഞ്ഞപ്പോൾ മറ്റൊരാൾ ചോദിച്ചു.

''അതിന് നിങ്ങൾക്കെന്താ കുഴപ്പം?''

പിന്നാലെ മറ്റൊരു കേൾവിക്കാരൻ ഉറക്കെ പറഞ്ഞു:

''ഇദ്ദേഹത്തെ വെറുതെ വിടൂ. പുള്ളി ഏതോ മരുന്നിന്റെ പ്രചാരണം നടത്തുകയാണ്. ഇത്തരം യാചകന്മാർ തീവണ്ടിയിലടക്കം സർവ്വസ്ഥലത്തും പ്രത്യക്ഷപ്പെടാൻ തുടങ്ങിയിരിക്കുകയാണിപ്പോൾ.''

അവസാനം കുപ്പായത്തിനുള്ളിൽ ഒളിപ്പിച്ചുവച്ചിരുന്ന കടലാസുകൾ ഖാലിദ് പുറത്തെടുത്തു. പിന്നെയവ കാപ്പിക്കടയിലുണ്ടായിരുന്നവർക്കിടയിൽ വിതരണം ചെയ്യുന്നതിനിടയിൽ അവൻ പറഞ്ഞുകൊണ്ടിരുന്നു.

''ഈ നോട്ടീസ് വായിച്ചുനോക്കൂ. അപ്പോൾ മനസ്സിലാകും എന്റെ ഉദ്ദേശ്യമെന്തെന്ന്. ശേഷം പറയൂ എനിക്കൊപ്പം: 'സമൂഹം സിന്ദാബാദ്.''

ഇതു കേട്ടതും കൂട്ടത്തിലൊരാൾ പരിഹസിച്ചു:

''ഹേ സായാഹ്നമേ, രാത്രിയായതോടെ എന്തൊക്കെ ദുരിതങ്ങളാണ് മനുഷ്യന്റെ തലയിൽ വന്നിറങ്ങുന്നത്. എടുത്തെറിയൂ കൂട്ടരേ ഇവനെ പുറത്തേക്ക്.''

എന്നാൽ അവർക്ക് അതിന്റെയൊന്നും ആവശ്യം വന്നില്ല. അതിനുള്ളിൽതന്നെ കുറച്ച് പൊലീസുകാർ കാപ്പിക്കടയ്ക്കുള്ളിലേക്ക് ഇരച്ചുകയറിക്കഴിഞ്ഞിരുന്നു. അവർ ഖാലിദിനെ പിടികൂടി കൈകളിൽ വിലങ്ങണിയിച്ചു. മല്ലീമിന്റെ പിതാവിന്റെ സഹായത്തോടെ ഖാലിദ് അച്ചടിച്ച് വിതരണം ചെയ്യാൻ കൊണ്ടുവന്ന നോട്ടീസുകളും അവർ പിടിച്ചെടുത്തു. അവനെയവർ പൊലീസ് സ്റ്റേഷനിലേക്ക് കൊണ്ടുപോകുമ്പോൾ കാപ്പിക്കടയ്ക്കുള്ളിലുയർന്നത് പൊട്ടിച്ചിരിയും ആരവങ്ങളുമായിരുന്നു.

സ്റ്റേഷനിലെത്തിയതും പൊലീസുകാർ ഖാലിദിനെ ഇൻസ്പെക്ടറുടെ മുറിയിലേക്ക് കൊണ്ടുപോയി. അവിടെ എത്തിയതും ഖാലിദ് അന്തംവിട്ടുപോയി. അതാ നിൽക്കുന്നു തന്റെ പിതാവ്. ശരിക്കും ആ മനുഷ്യൻ തന്നെയാണ്. കസേരയിൽ ചാരിയിരുന്ന് പുക വലിക്കുകയാണയാൾ. എന്നാൽ അതിശയം അവിടെ അവസാനിച്ചില്ല. മുറിയുടെ ഒരു മൂലയിലേക്ക് കണ്ണോടിച്ചതും അവിടെയതാ നിൽക്കുന്നു അതള്ളാ. ഭയഭക്തിയോടെ നിൽക്കുന്ന അയാളുടെ മുഖത്തൊരു വിളറിയ ചിരിയുമുണ്ടായിരുന്നു. അതള്ളാ എന്ന ചാരന്റെ സഹായത്തോടെ സ്വന്തം പിതാവൊരുക്കിയ കെണിയിലാണ് താൻ അകപ്പെട്ടിരിക്കുന്നതെന്ന കാര്യം ഖാലിദിന് അതോടെ തീർച്ചയായി.

അഹ്മദ് പാഷ തലയുയർത്തി പുത്രനു നേരെ സൂക്ഷിച്ചു നോക്കി. പിന്നെ പരിഹാസസ്വരത്തിൽ അയാൾ പറഞ്ഞു:

''ഇപ്പോൾ ഇട്ടിരിക്കുന്ന ഈ കുപ്പായംതന്നെ ഞാൻ നിന്നെ ധരിപ്പിക്കേണ്ടതായിരുന്നു. ശേഷം വേലക്കാർക്കൊപ്പമിരുത്തി അർഹിക്കുന്ന രീതിയിൽ മര്യാദ പഠിപ്പിക്കേണ്ടതായിരുന്നു. ഗറില്ലാ നായകനല്ലേ? സ്വാഗതം! വന്നാലും. വിജയശ്രീലാളിതനായി താങ്കൾ വരുന്നതും കാത്തിരിക്കുകയായിരുന്നു ഞാനിവിടെ.''

ശേഷം ഇൻസ്പെക്ടറുടെ നേർക്ക് തിരിഞ്ഞ് അയാൾ തുടർന്നു.

''ഓഫീസർ സാറേ, അന്വേഷണം അതിന്റെ വഴിക്കുതന്നെ നടക്കട്ടെ. ഇവനും ഞാനും തമ്മിലുള്ള ബന്ധം ഒരുതരത്തിലും അന്വേഷണത്തെ സ്വാധീനിക്കാൻ പാടില്ല.''

ഇൻസ്പെക്ടർ പുഞ്ചിരിയോടെ തലയാട്ടി.

''താങ്കൾ പറയുന്നതുപോലെ ആകട്ടെ പാഷ അങ്ങുന്നേ.''

അന്വേഷണം അർദ്ധരാത്രിവരെ നീണ്ടു. ശേഷം ഖാലിദിനെ ജയിൽമുറിയിലടച്ചു. രാത്രി മോഷ്ടാക്കൾക്കും തെരുവുതെണ്ടികൾക്കുമൊപ്പം കഴിയാനായിരുന്നു യോഗം. ഏതോ ഒരു നിമിഷം അവന്റെ കണ്ണുകളിൽനിന്ന് ചുടുകണ്ണുനീർ പൊടിയാൻ തുടങ്ങി. ഹൃദയം

നുറുങ്ങുന്ന വേദനയായിരുന്നു മനസ്സിലന്നേരം. ഒരു നിമിഷം ആത്മ ഹത്യ ചെയ്താലോ എന്നുപോലും തോന്നിപ്പോയി.

ഏറെനേരം കരയുന്നത് കണ്ടതും വൃദ്ധനായൊരു മനുഷ്യൻ അരികിലേക്ക് വന്ന് അവന്റെ തോളിൽ തഴുകി.

''എന്തുപറ്റി മോനേ?''

ഗ്രാമീണനായ ആ മനുഷ്യന്റെ ശബ്ദം കേട്ടപ്പോൾ വല്ലാത്ത ആശ്വാസമാണ് ഖാലിദിന് തോന്നിയത്. തലയുയർത്തി നോക്കിയ പ്പോൾ കണ്ടത് ചുളിവേറെ വീണൊരു മുഖമായിരുന്നു. എങ്കിലും ആത്മാർത്ഥതയും സഹാനുഭൂതിയും തുളുമ്പുന്ന ഒരു തിളക്കമു ണ്ടായിരുന്നു ആ കണ്ണുകൾക്ക്. തന്റെ ആകുലതകൾ ഇറക്കിവയ്ക്കു വാൻ പറ്റിയൊരു വാത്സല്യം തുളുമ്പുന്ന മനസ്സിന്റെ ആവശ്യമുണ്ടാ യിരുന്നു ഖാലിദിന് അന്നേരം.

''താങ്കളെങ്ങനെയാണ് ഇവിടെ വന്നുപെട്ടത്?''

ആ ചോദ്യം കേട്ടതും വൃദ്ധൻ പൊട്ടിച്ചിരിച്ചു.

''ഗ്രാമീണർക്ക് വിലക്കുള്ള നാടാണ് ഇപ്പോൾ ഈജിപ്ത് എന്നാണ് തോന്നുന്നത്. ഇന്നു വൈകുന്നേരമാണ് ഞാൻ കെയ്റോയിൽ എത്തു ന്നത്. എന്നാൽ തെരുവിലിറങ്ങി ഏതാനും ചുവടുകൾ വയ്ക്കുന്ന തിനുള്ളിൽതന്നെ യാചനക്കുറ്റം ആരോപിച്ചുകൊണ്ട് ഒരു പൊലീ സുകാരൻ എന്നെ പിടികൂടി. പക്ഷേ, എനിക്കതൊന്നും പ്രശ്നമില്ല. ദുഷ്ചിന്തയുള്ളവരുടെ പ്രവർത്തികൾക്ക് മറുപടി പടച്ചവൻ കൊടുത്തു കൊള്ളും. കുറച്ചു കഴിയുമ്പോൾ ഇവരെന്നെ തുറന്നുവിട്ടേക്കും. പക്ഷേ, നിന്റെ കാര്യം അങ്ങനെയല്ലല്ലോ? നിന്നെ സംബന്ധിച്ച ചില കാര്യങ്ങൾ ഞാനും കേട്ടു.''

വൃദ്ധനെ കൂടുതൽ സംസാരിക്കാൻ അനുവദിക്കാതെ കണ്ണീ രൊലിക്കുന്ന മുഖത്തോടെ ഖാലിദ് പറഞ്ഞു.

''എന്നെ ഏറ്റവും വേദനിപ്പിച്ച സംഗതി എന്താണെന്നറിയാമോ താങ്കൾക്ക്? അവസാനതുള്ളി രക്തവും നൽകി ജീവൻ ബലികഴി ക്കാൻ ഞാൻ ആർക്കുവേണ്ടിയാണോ തയ്യാറായത് അതേ ദരിദ്രരായ മനുഷ്യർ തന്നെയാണ് എന്നെ ഏറ്റവുമധികം വേട്ടയാടിയതും പരിഹസിച്ചതും മോശക്കാരനായി ചിത്രീകരിച്ചതുമൊക്കെ.''

വൃദ്ധൻ തലകുലുക്കിക്കൊണ്ട് ഖാലിദിന്റെ ചുമലിൽ പിന്നെയും തഴുകി.

''ഇതല്ലാതെ ഇക്കൂട്ടരിൽനിന്ന് വേറെയെന്താണ് നീ പ്രതീക്ഷി ക്കുന്നത് മോനേ? ദരിദ്രരോട് തങ്ങൾ പാവപ്പെട്ടവരാണെന്ന് പറ ഞ്ഞാൽ അവർക്കത് ഇഷ്ടപ്പെടില്ല. തങ്ങളോട് സഹതാപം പ്രകടി പ്പിക്കുന്നവരോടായിരിക്കും അവർക്ക് വെറുപ്പ്. സമൂഹത്തിലെ

സമ്പന്നരുടെ ചൂഷണങ്ങളെ സംബന്ധിച്ച് അവർ ചിന്തിക്കുന്നതേയില്ല. എവിടെത്തിരിഞ്ഞാലും ദരിദ്രനാരായണന്മാരെ മാത്രം കാണുന്ന ലോകമാണ് നമ്മുടേത്. അതിനിടയിൽ സമ്പന്നരുടെ കാര്യം ശ്രദ്ധിക്കാൻ ആർക്കുണ്ട് സമയം? അവരുടെ കാര്യം എന്തുമായിക്കൊള്ളട്ടെ. നാമതൊന്നും ശ്രദ്ധിക്കുന്നതേയില്ല. ഇതാണ് യാഥാർത്ഥ്യം.''

ഇതുപോലൊരു വർത്തമാനം ഖാലിദ് മുമ്പ് കേട്ടിട്ടേ ഇല്ലായിരുന്നു. കുറച്ചുനേരം അക്കാര്യം തന്നെ ആലോചിച്ചിരുന്നശേഷം അവൻ പറഞ്ഞു:

''അങ്ങ് പറഞ്ഞത് ശരിയാണ്. സമൂഹത്തിലെ സമ്പന്നരുടേത് പ്രത്യേകമായൊരു ലോകം തന്നെയാണ്. അവിടെ ദരിദ്രർക്ക് ഒരു സ്ഥാനവുമില്ല. ഇവർ രണ്ടുപേരും മറ്റേ വിഭാഗത്തെക്കുറിച്ച് യാതൊരു ചിന്തയുമില്ലാതെ തങ്ങളുടെ വഴിയേ നീങ്ങുകയാണ്. ആ സാഹചര്യത്തിൽ ഇവർ തമ്മിൽ നേരിൽ കാണുന്ന ഒരവസരം ഒരിക്കലും ഉണ്ടാകാനേ പോകുന്നില്ലെന്നാണ് എന്റെ ഭയം.''

ഒടുക്കം

മേൽപറഞ്ഞ സംഭവങ്ങളൊക്കെ കഴിഞ്ഞിട്ട് ഇപ്പോൾ നാലു വർഷമായിരിക്കുന്നു.

സമാലികിലെ പട്ടണപ്രാന്തത്തിലൂടെ അലസമായി നടക്കുകയാണ് സഅദുദ്ദീൻ. ജോലി ചെയ്തുകൊണ്ടിരിക്കുന്ന മാസിക പഴയൊരു മന്ത്രിയെ ചെന്നുകാണാനായി അയച്ചിരിക്കുകയാണ് അയാളെ. ചില രാഷ്ട്രീയവിഷയങ്ങൾ സംബന്ധിച്ച് മന്ത്രിയോട് നേരിട്ട് സംസാരിക്കണം. നേരെ ചെന്ന് വീടിന്റെ വാതിൽ മുട്ടിയപ്പോഴാണ് പറയുന്നത് മന്ത്രി സ്ഥലത്തില്ലെന്ന്. സമയം രാത്രി ഒൻപതായിരിക്കുന്നു. പോകാനാണെങ്കിൽ വേറെ പ്രത്യേകിച്ച് സ്ഥലമൊന്നുമില്ല. പോക്കറ്റിൽനിന്നും ഒരു പകുതി ചുരുട്ട് പുറത്തെടുത്തു. ഇതുപോലെ അത്യാവശ്യസമയത്ത് ഉപയോഗപ്പെടുത്താനായി സൂക്ഷിച്ചുവച്ചതായിരുന്നു. അത് കത്തിച്ച് വലിച്ചുകൊണ്ട് ഇരുൾ മുറ്റിയ തെരുവുകളിലൂടെ പതിയെ നടക്കാൻ തുടങ്ങി.

പെട്ടെന്നാണ് അന്തരീക്ഷത്തിൽ നടുക്കുന്ന ശബ്ദം കേട്ടത്. വ്യോമാക്രമണം ഉണ്ടാകാൻ പോകുന്നു എന്ന മുന്നറിയിപ്പ് നൽകുന്ന സൈറനാണ്. അങ്ങേയറ്റം ഭീഷണമായ ഒച്ചയായിരുന്നു അത്. ഒരേ സമയം മനസ്സിൽ ഭീതിയും രക്ഷയ്ക്കെന്തെങ്കിലും പിടിവള്ളി തേടാൻ പ്രേരിപ്പിക്കുകയും ചെയ്യുന്ന ഒച്ച.

രണ്ടാം ലോകമഹായുദ്ധം പൊട്ടിപ്പുറപ്പെട്ടിട്ട് മൂന്നു വർഷമായിരിക്കുന്നു. എങ്കിലും കെയ്റോയ്ക്കു നേരെയുള്ള വ്യോമാക്രമണങ്ങൾ ഈ അടുത്തയിടെയാണ് ഇത്രയേറെ രൂക്ഷമാകുന്നത്. രാത്രികാലങ്ങളിൽ ഇത്തരം സൈറണുകൾ മുഴങ്ങാതെ ഒരു ദിവസം പോലും കടന്നുപോകില്ലെന്നായിരിക്കുകയാണ് ഇപ്പോൾ. ഒറ്റ രാത്രിയിൽ തന്നെ രണ്ടും മൂന്നും നാലും തവണവരെ സൈറണുകൾ കേൾക്കാറുണ്ട്.

അത്യാവശ്യം വന്നാൽ മാത്രം എവിടെയെങ്കിലും കയറി ഒളിച്ചാൽ മതിയെന്ന് തീരുമാനിച്ചു. കാരണം ഇടുങ്ങിയൊരു സ്ഥലത്ത്

തുറിച്ച കണ്ണുകളോടും പിളർന്ന വായുമായും നിൽക്കുന്ന ആളുകൾക്കരികിൽ പോയി നിന്നാൽ ഒരാവശ്യവുമില്ലാതെ ഉള്ള ഭീതി ഇരട്ടിക്കുകയേ ഉള്ളൂ.

തലയുയർത്തി നോക്കിയപ്പോൾ കണ്ടത് വിശാലമായ ആകാശത്ത് പ്രകാശത്തലപ്പുകൾ വാൾപ്പയറ്റ് നടത്തുന്നതുപോലെയാണ്. അഴികൾ തീർത്തതുപോലെ കെയ്റോയുടെ ആകാശത്തെ വലയം ചെയ്യുകയാണ് പ്രകാശവീഥികൾ. ഒരു പോർവിമാനം സൃഷ്ടിക്കുന്ന പ്രകാശരാജികൾകൊണ്ട് നെയ്തെടുത്ത കൂടപോലെയാണെന്ന് തോന്നും കെയ്റോയുടെ ആകാശമിപ്പോൾ. എന്നാൽ ഭാവനയുടെ പിന്നാലെ പോകാനുള്ള അവസരം പോർവിമാനങ്ങൾ തന്നില്ല. പെട്ടെന്നാണ് അവയുടെ ശപിക്കപ്പെട്ട അലർച്ച അന്തരീക്ഷമാകെ നിറഞ്ഞത്. പിന്നാലെ സർവ്വദിക്കിൽനിന്നും സ്ഫോടനശബ്ദങ്ങൾ ഉയരാൻ തുടങ്ങി. ആകാശം നിറയെ ബഹുവർണത്തിലുള്ള പ്രകാശപ്പൂരം. അതോടെ സർവ്വശക്തിയുമെടുത്ത് ഓടി.

ഭാഗ്യത്തിന് അധികമകലെയല്ലാതെ ഒരു ഷെൽറ്റർ കണ്ടു. തിരിഞ്ഞുനോക്കാൻ നിൽക്കാതെ അവിടേക്ക് പാഞ്ഞുചെന്നു. എന്നാൽ ഷെൽറ്ററിന്റെ കവാടം കടക്കുന്നതിനു മുമ്പ് ആരുടെയോ ദേഹത്ത് ചെന്നിടിച്ചു. അതും ഒരു സ്ത്രീയുടേത്. എന്നാൽ വിദേശഭാഷയിലുള്ള അവരുടെ ശബ്ദം കേട്ടതും ഒരു നിമിഷം ശരീരം മരവിച്ചുപോയി. പിന്നെ ഉച്ചത്തിൽ ചോദിക്കുകയായിരുന്നു:

‘‘ഹാനിയ...’’

‘‘ഇതാര് സഅദുദ്ദീനോ?’’

‘‘അതെ.’’

‘‘നിങ്ങൾക്ക് ബോധം പോയോ? അതോ കണ്ണ് കണ്ടുകൂടേ?’’

‘‘രണ്ടുമില്ല. പെട്ടെന്ന് ഉള്ളിലേക്ക് കയറൂ. നിങ്ങളുടെ വർഗ്ഗക്കാരായ വെള്ളക്കാരുടെ തമാശ ഇന്നു രാത്രി അല്പം കൂടുതലാണ്.’’

ഇതിനിടയിലാണ് ഹാനിയ തന്റെ പിന്നിൽ നിൽക്കുന്ന രൂപത്തിന് നേരെ തിരിഞ്ഞത്.

‘‘നമുക്ക് ഉള്ളിലേക്ക് കയറാം ഡിയർ.’’

ഷെൽറ്ററിനുള്ളിലേക്ക് ആദ്യം കയറിയത് സഅദുദ്ദീൻ തന്നെയായിരുന്നു. മൂന്നാമതൊരാളോട് ഹാനിയ സംസാരിക്കുന്നതു കേട്ടതും അയാൾ തിരക്കി:

‘‘ആരാ ഒപ്പമുള്ളത്?’’

ഹാനിയ ചിരിച്ചു.

‘‘എന്റെ ഭർത്താവാണ്. മുഹമ്മദ് ബേയ് സലാം.’’

''അസ്സലാമു അലൈക്കും സഅദുദ്ദീൻ ബേയ്.''

ഒപ്പമുള്ളയാൾ തന്നെ അഭിവാദ്യം ചെയ്യുന്നത് കേട്ടതും സഅദുദ്ദീൻ തരിച്ചുപോയി.

''മല്ലീമോ? കയറി വരൂ. ഇതെന്തായാലും ആഘോഷിക്കേണ്ട മുഹൂർത്തംതന്നെയാണ്.''

ഈജിപ്തിലെ ബ്രിട്ടീഷ് പട്ടാളവുമായി ബന്ധപ്പെട്ട എന്തോ കച്ചവട ഇടപാട് നടത്തുകയാണ് മല്ലീമെന്ന് ഇടയ്ക്ക് സഅദുദ്ദീൻ കേട്ടിരുന്നു. അത് പക്ഷേ യുദ്ധം തുടങ്ങിയ കാലത്തായിരുന്നു. പട്ടാളക്കാരുടെ യൂണിഫോമുകളിൽ പതിപ്പിക്കുന്ന അലങ്കാരമുദ്രകൾ സഖ്യസേനയ്ക്കായി വിതരണം ചെയ്യുന്ന കരാർ ജോലി ഏറ്റെടുത്തെന്നാണ് പിന്നീട് കേട്ടത്. എന്തായാലും ഈ കച്ചവട ഇടപാടിലൂടെ യുദ്ധം കാരണം സമ്പന്നരായ പൗരപ്രമുഖരിലൊരാളായി മല്ലീം മാറിയെന്നാണ് അവസാനം കേട്ട ശ്രുതി.

ഒരു സ്ത്രീയുടെ മേൽനോട്ട ചുമതല കൂടിയേ തീരുന്ന ഇത്തരമൊരു കച്ചവടം മല്ലീം തിരഞ്ഞെടുത്തതിന്റെ രഹസ്യമെന്തായിരിക്കുമെന്ന് കുറച്ചുകാലം അതിശയിച്ചിരുന്നു. ഹാനിയ മല്ലീമിനെ വിവാഹം ചെയ്തു എന്ന വാർത്ത കേട്ടിരുന്നു എന്നത് നേരാണ്. എന്നാലത് എന്തോ തട്ടിപ്പിനായുള്ള കല്യാണനാടകമായിരിക്കും എന്നാണ് കരുതിയത്. ഹാനിയയ്ക്ക് ഈജിപ്ഷ്യൻ പൗരത്വം നേടിക്കൊടുക്കുകയായിരുന്നു ഇതുകൊണ്ട് മല്ലീം ഉദ്ദേശിച്ചിട്ടുണ്ടാവുക. ഈജിപ്ത് അവളുടെ രാജ്യവുമായുള്ള രാഷ്ട്രീയബന്ധങ്ങൾ വിച്ഛേദിക്കുവാൻ തുടങ്ങാറായ ഘട്ടമായിരുന്നു അത്. അതുവരെ തന്റെ സേവകനായിരുന്ന മല്ലീമിനെത്തന്നെ സ്വന്തം ഭർത്താവാകാൻ ഹാനിയ തിരഞ്ഞെടുത്തു എന്നതുതന്നെയാണ് അതൊരു തട്ടിപ്പ് കല്യാണമായിരുന്നു എന്നതിന്റെ തെളിവ്.

എന്നാൽ ആ കേട്ടുകേൾവികളൊക്കെയും പൂർണമായും ശരിയല്ല എന്ന് സൂചിപ്പിക്കുന്ന കാര്യങ്ങളാണ് ഈ രാത്രി കണ്ടതും കേട്ടതുമൊക്കെ. ഹാനിയ മല്ലീമിന്റെ പേരിനുള്ള ഭാര്യയല്ല, മറിച്ച് ഭർത്താവിന്റെ പ്രണയത്തിന് കീഴടങ്ങിയ പത്നിയാണെന്നാണ് കണ്ടാൽ തോന്നുക. അയാൾക്കായി ജീവിതം ഉഴിഞ്ഞുവച്ചുവെന്നേ തോന്നൂ. മല്ലീമാകട്ടെ, ഹാനിയയുടെ കരുതലിനോട് പണ്ടത്തേതുപോലെതന്നെ നിശ്ശബ്ദമായി പുഞ്ചിരിതൂകിയാണ് പ്രതികരിക്കുന്നത്. അതുപോലെത്തന്നെ യുദ്ധം മൂലം പുതുപ്പണക്കാരനായ ഒരാൾ മാത്രമല്ല മല്ലീം ഇപ്പോൾ. മുഹമ്മദ് ബേയ് സലാം എന്ന പുതിയ പേരിലല്ലേ ഹാനിയ മല്ലീമിനെ വിളിക്കുന്നത് കേട്ടത്? അത് പേരുകേട്ടൊരു സാമൂഹിക സേവകന്റെ പേരാണ്. സത്യസേനയെന്ന

ജീവകാരുണ്യസംഘത്തിന്റെ തലവന്റെ പേര്. വലിയ വലിയ സംഭാവനകൾ ഈ വ്യക്തി ചെയ്യുന്നതായുള്ള വാർത്തകൾ ഇടയ്ക്കിടയ്ക്ക് പത്രങ്ങളിൽ പ്രസിദ്ധീകരിച്ച് കണ്ടിട്ടുമുണ്ട്.

ഷെൽറ്ററിനുള്ളിൽ സ്വസ്ഥമായി നിൽക്കാനുള്ള സ്ഥലം കിട്ടിയ ഉടനെ മല്ലീം ആദ്യം തിരക്കിയത് തങ്ങളുടെ പഴയ നേതാവിനെക്കുറിച്ചായിരുന്നു.

''നസീഫ് എവിടെയാണിപ്പോൾ?''

സഅദുദ്ദീൻ തോൾ കുലുക്കി.

''എനിക്കറിയില്ല. അയാൾ എന്നെന്നേക്കുമായി അപ്രത്യക്ഷനായി എന്നുവേണം കരുതാൻ. പിന്നീട് ആരും കക്ഷിയെ കണ്ടിട്ടേയില്ല.''

''അലക്സാണ്ട്രിയയിൽ നടന്ന ഒരു വ്യോമാക്രമണത്തിൽ അയാൾ കൊല്ലപ്പെട്ടുവെന്നാണ് ഞാൻ കേട്ടത്. അല്ല, ആത്മഹത്യ ചെയ്തുവെന്നും കേട്ടു.''

''കുറച്ച് പണവും സ്വത്തുവകകളുമൊക്കെയുള്ള ഏതോ വൃദ്ധയെ വിവാഹം ചെയ്തുവെന്നാണ് ഞാൻ കേട്ടത്.''

ഇത് കേട്ടതും ഹാനിയ ചിരിച്ചു.

''രണ്ടായാലും ഒരുപോലെത്തന്നെയാണ്.''

ഇതിനിടെയാണ് പോർവിമാനങ്ങളെ തുരത്താനുള്ള പീരങ്കിയാക്രമണത്തിന്റെ ഒച്ച കഠോരമായത്. അതോടെ ഷെൽറ്ററിനകത്തുള്ളവർ ദേഷ്യപ്പെടാനും നിശ്ശബ്ദരായി നിൽക്കാനും ആവശ്യപ്പെട്ടു.

''ഒന്ന് മിണ്ടാതിരുന്നുകൂടേ നിങ്ങൾക്കൊക്കെ. പുറത്തെ ശബ്ദം വ്യക്തമായി കേൾക്കട്ടെ.''

''ഇതൊരു ജർമ്മൻ യുദ്ധവിമാനത്തിന്റെ ശബ്ദം തന്നെയാണ്. അതിന്റെ ഇടവിട്ടുള്ള ഹുങ്കാരശബ്ദം കേട്ടുകൂടേ? പടച്ചവനേ... രക്ഷിക്കണേ. നിന്റെ ദാസന്മാരല്ലേ ഞങ്ങൾ, ഉടയവനേ...''

തൊട്ടുപിന്നാലെ ഷെൽറ്ററിനുള്ളിൽ പ്രാർത്ഥനകളും കേണപേക്ഷകളും ഉയരാൻ തുടങ്ങി. ചിലരാകട്ടെ അതിലും മതിയാകാതെ ദൈവത്തിന്റെ വിശുദ്ധന്മാർക്ക് നേർച്ചകൾ നേരാൻ തുടങ്ങി. കൂട്ടത്തിലൊരാൾ നേർന്നത് ഇങ്ങനെയായിരുന്നു:

''ഈ രാത്രിയുടെ ദുരിതത്തിൽനിന്നും നീ എന്നെ രക്ഷപ്പെടുത്തിയാൽ ഞാനെന്റെ ഭാര്യയെ തിരികെ വിളിച്ചുകൊണ്ടുവരും പടച്ചവനേ...''

പിന്നാലെ വേറൊരാളും ചേർന്നു.

''ഞാനും അങ്ങനെത്തന്നെ ചെയ്യും.''

എന്തായാലും ആളുകൾ കൂടുതൽ നേർച്ചകൾ നേരാൻ പോർ വിമാനങ്ങൾ ഇടവരുത്തിയില്ല. കെയ്റോയുടെ ആകാശത്ത് മുഖരിതമായൊരു സ്വാഗതമോതിയശേഷം അവ പിൻവാങ്ങി. പിന്നാലെ പീരങ്കികളുടെ വെടിയൊച്ചയും നിലച്ചു. അല്പം കഴിഞ്ഞതും നിശ്ശബ്ദതയെ കീറിമുറിച്ചുകൊണ്ട് നീണ്ടൊരു സൈറൺകൂടി മുഴങ്ങി. വ്യോമാക്രമണഭീഷണി ഒഴിഞ്ഞു എന്ന അറിയിപ്പ് കേട്ടതോടെ ആളുകൾ ഹർഷാരവം മുഴക്കി.

അതോടെ പഴയ സഖാക്കൾ ഷെൽറ്ററിൽനിന്നും പുറത്തേക്കിറങ്ങി. ഒരു ആഡംബര കാറിന് നേർക്കാണ് മല്ലീം നടന്നത്. സഅദുദ്ദീനേയും കാറിൽ കയറാൻ ക്ഷണിച്ചു. ആദ്യം ഒന്ന് അമാന്തിച്ചെങ്കിലും മല്ലീമിന്റെയും ഹാനിയയുടെയും ഭാവം ശ്രദ്ധിച്ചതോടെ ആശയക്കുഴപ്പം മാറി. പഴയ ജോലിക്കാരനിൽ സമ്പൽസമൃദ്ധി ഒരു സ്വാധീനവും ചെലുത്തിയെന്ന് തോന്നുന്നില്ല. പണ്ടത്തെ വിനയാന്വിതനും ലജ്ജാലുവുമായ ചെറുപ്പക്കാരൻ തന്നെയാണ് മല്ലീം ഇപ്പോഴും. പുത്തൻ പണക്കാരായ കച്ചവടക്കാരുടെ ഒരു സ്വരൂപം തന്നെയായിരിക്കും അയാളെന്നാണ് കരുതിയിരുന്നത്. അത്തരം അല്പന്മാരായ പുതുപ്പണക്കാർക്കൊപ്പം ഒരു നിമിഷംപോലും ഒപ്പമിരിക്കാൻ നേരും നെറിയുമുള്ള മനുഷ്യർക്ക് സാധിക്കില്ല. എന്നാൽ മല്ലീമിന്റെ കാര്യത്തിൽ സമ്പത്ത് അയാളെ തേടിയെത്തി, നിർബന്ധപൂർവ്വം തന്നെ സ്വീകരിക്കുവാൻ പ്രേരിപ്പിച്ചുവെന്നാണ് തോന്നുന്നത്. ആ സമ്പന്നതയുടെ വാഴ്ചയ്ക്ക് വിധേയനായിക്കൊടുക്കുക മാത്രമായിരിക്കും അയാൾ ചെയ്തിട്ടുണ്ടാവുക. തന്റെ ഭൂതകാലത്തും വിധി അടിച്ചേൽപ്പിച്ച പല സംഭവങ്ങൾക്കും കീഴൊതുങ്ങിക്കൊടുത്ത ചരിത്രമല്ലേയുള്ളൂ മല്ലീമിന്.

ഹാനിയയ്ക്ക് അല്പം ആത്മവിശ്വാസവും അഭിമാനവും കൂടിയിട്ടുണ്ടെന്നാണ് തോന്നുന്നത്. എന്നാലത് അവർക്ക് കൂടുതൽ വശ്യതയാണ് സമ്മാനിക്കുന്നത്. അതുപോലെ വർഷങ്ങൾക്കു മുമ്പ് തുണയായോ ബന്ധുവായോ ആരുമില്ലാതെ ദുരന്തം പിടിച്ച ദരിദ്രജീവിതം നയിച്ചിരുന്ന കാലത്തെക്കാൾ ഹൃദ്യമായ പെരുമാറ്റമാണ് ഹാനിയയ്ക്ക് ഇപ്പോഴുള്ളത്.

മൂന്നുപേരും കാറിനുള്ളിലേക്ക് കയറി. മല്ലീം ഡ്രൈവറുടെ സീറ്റിലും ഹാനിയ തൊട്ടടുത്ത സീറ്റിലുമിരുന്നു. പിറകിലത്തെ സീറ്റിലായിരുന്നു സഅദുദ്ദീൻ. ഇരുൾമൂടിയ പാതകളിലൂടെ മുന്നോട്ട് കുതിച്ചപ്പോൾ കാറിന്റെ കടുംനീല വെളിച്ചം നിരത്തിൽ പതിക്കുന്നത് കാണാമായിരുന്നു. മല്ലീം നിശ്ശബ്ദനായിരുന്നു. ചോദിച്ചാലല്ലാതെ ഒന്നും സംസാരിക്കുന്നതേയില്ല. എന്നാൽ ഹാനിയ തന്റെ

ഭർത്താവിന്റെ കാര്യത്തിലും അയാളുടെ ഇപ്പോഴത്തെ അവസ്ഥയിലും അത്യധികം സന്തുഷ്ടയാണെന്ന് തോന്നി. മൗനം പൂണ്ടിരിക്കാതെ അവർ താനും മല്ലീമും ഒരുമിച്ച് നടത്തിയ വിനോദയാത്രകളെ സംബന്ധിച്ചൊക്കെ സഅദുദ്ദീനോട് സംസാരിച്ചുകൊണ്ടേയിരുന്നു. ഒപ്പം നൈൽനദിക്ക് അഭിമുഖമായി സ്ഥിതിചെയ്യുന്ന തങ്ങളുടെ ബംഗ്ലാവിനെക്കുറിച്ചും അവർ വാചാലയായി.

''എന്നാൽ ഇതിനെക്കാളൊക്കെ മനോഹരമായ കാര്യം ഞങ്ങളുടെ 'കൊച്ചുമല്ലീ'മാണ്. ഒരു നോക്ക് കണ്ടാൽ അവന്റെ സൗന്ദര്യം നിങ്ങളെ കീഴടക്കിയിരിക്കും. അത്രയ്ക്ക് വിശിഷ്ടമായ ഒരു ഉപഹാരംതന്നെയാണവൻ.''

''അതിലിപ്പോൾ എന്ത് അതിശയിക്കാനിരിക്കുന്നു. ഹാനിയയല്ലേ അവനെ പ്രസവിച്ചത്?''

''പക്ഷേ സഅദ് അവന് ഞാനുമായി തീരേ സാമ്യമില്ല. തീർത്തും വാപ്പയുടെ തനിസ്വരൂപമാണ്.''

ഹാനിയ പിന്നെയും മകന്റെ വിശേഷണങ്ങൾ എണ്ണി പറഞ്ഞുകൊണ്ടേയിരുന്നു. അവസാനം ചെറിയൊരു ചിരിയോടെ മല്ലീമിന് ഇടപെടേണ്ടിവന്നു.

''ഒന്ന് മതിയാക്കെടോ. നീ ഇദ്ദേഹത്തിനെ വെറുതേ ശല്യപ്പെടുത്തല്ലേ.''

അതോടെ കുറച്ചുനേരം ആരുമൊന്നും മിണ്ടിയില്ല. അവസാനം നിശ്ശബ്ദത ഭേദിച്ചതും മല്ലീം തന്നെയായിരുന്നു.

''മിസ്റ്റർ സഅദ്, നമ്മുടെ മറ്റ് സഖാക്കളുടെയൊക്കെ അവസ്ഥയെന്താണിപ്പോൾ? അവരിലാരെയും ഞാനിപ്പോൾ കാണാറില്ല.''

സഅദ് നെടുവീർപ്പിട്ടു.

''ഞാനും നിങ്ങളെപ്പോലെ തന്നെയാണ് സുഹൃത്തേ. ആകെ കാണാറുള്ളത് ശത്താശയ മാത്രമാണ്. അയാൾ എന്നെപ്പോലെത്തന്നെ പഴയ തൊഴിൽ തുടരുന്നതിനാലാണ്. ഒരു യഹൂദ ഹുണ്ടികക്കാരന്റെ ഉദ്യോഗസ്ഥനാണ് അയാളിപ്പോഴും. ഞാനും പഴയതുപോലെ പത്രപ്രവർത്തകനാണ് ഇപ്പോഴും. വിധി ഞങ്ങളുടെ രണ്ടുപേരുടേയും കാര്യം മറന്ന് പഴയപടി ഉപേക്ഷിച്ചുവെന്നാണ് എനിക്ക് തോന്നാറുള്ളത്. അതേസമയം മറ്റ് സഖാക്കളുടെ ജീവിതംകൊണ്ടൊക്കെ തോന്നിയതുപോലെ അമ്മാനമാടുകയാണ്. ഖൂരീന്റെ വിവരമറിഞ്ഞോ?

''അയാൾക്കെന്താ പറ്റിയത്?''

''ഏതോ ഒരു നിശാ ക്ലബ്ബ് നർത്തകിയുടെ വലയിൽപെടുകയായിരുന്നു അയാൾ. മരിച്ചുപോയ പിതാവ് അവശേഷിച്ചുപോയ സ്വത്തുക്കളെല്ലാം ആ സ്ത്രീ അപഹരിച്ചുകൊണ്ടുപോയി. എന്നിട്ടും ആ

ആഘാതത്തെ മനോബലത്തോടുകൂടിയാണ് ഖൂരീൻ നേരിട്ടത്. ശരിക്കും അർഹിക്കുന്ന ശിക്ഷയാണ് തനിക്ക് കിട്ടിയതെന്നാണ് അയാൾ ചിരിച്ചുകൊണ്ട് പറഞ്ഞത്. അർമേനിയൻ പാദരക്ഷകൾ കച്ചവടം ചെയ്തിരുന്ന തന്റെ പിതാവ് ഉണ്ടാക്കിയ പണമൊക്കെയും നെറികെട്ട സ്വത്തായിരുന്നത്രെ.''

''എന്നിട്ട് അയാളിപ്പോൾ എന്തു ചെയ്യുന്നു?''

''പറഞ്ഞാൽ വിശ്വസിക്കില്ല. വലിയൊരു കച്ചവടശാലയിൽ സെയിൽസ്മാനായി ജോലി ചെയ്യുകയാണ് ഖൂരീൻ ഇപ്പോൾ.''

ഇതു കേട്ടതും ഹാനിയ ചിരിച്ചു.

''സത്യം പറയാമല്ലോ, തന്റെ ഗുരുനാഥയായ എന്നെ വേണ്ട വണ്ണം ബഹുമാനിക്കാത്ത ശിഷ്യനായിരുന്നു ഈ ഖൂരീൻ. ഞാൻ പഠിപ്പിച്ച കലാസിദ്ധാന്തങ്ങളെ കൈയൊഴിഞ്ഞ് അവയെ ഇത്രയ്ക്ക് അവമതിക്കുവാൻ അയാൾക്ക് കഴിയുമെന്ന് കരുതിയതേയില്ല.''

എന്നാൽ അതിന് വേണ്ട രീതിയിൽ മറുപടി പറയാതിരിക്കാൻ സഅദുദ്ദീന് സാധിച്ചില്ല.

''ക്ഷമിക്കണം ഹാനിയാ. ഞാൻ കരുതുന്നത് ആ കലാസിദ്ധാന്തങ്ങളാണ് അയാളെ ഈ അവസ്ഥയിലേക്ക് തള്ളിയിട്ടതെന്നാണ്. 'സർറിയലിസ്റ്റിക്' എന്നു വിളിക്കുന്ന ചിത്രകലാരീതിയല്ലേ നിങ്ങൾ അയാളെ പഠിപ്പിച്ചത്. താൻ ജോലി ചെയ്യുന്ന കച്ചവടസ്ഥാപനത്തിലെ വിവിധതരം ചരക്കുകളും വസ്തുവകകളും ഈ കലാരൂപത്തെക്കാൾ സത്യസന്ധമായ ചിത്രമായിരിക്കും സമ്മാനിക്കുന്നതെന്നായിരിക്കും അയാൾ കരുതിയിട്ടുണ്ടാവുക.''

ഹാനിയ ഭീഷണിഭാവത്തിൽ പിറകിലേക്ക് തിരിഞ്ഞുനോക്കി.

''അപ്പോൾ സഅദ്... നമ്മൾ പഴയതുപോലെ വീണ്ടും തർക്കിക്കാൻ തുടങ്ങുകയാണോ?''

അപ്പോഴേക്കും മല്ലീം ചെറിയൊരു പുഞ്ചിരിയോടെ ഇടപെട്ടു:

''അതുപോട്ടെ സഅദ്. സർറിയലിസ്റ്റിക് ചിത്രകലയെയൊക്കെ വെറുതെ വിടൂ. എന്റെ ഓഫീസിൽ ഇരിപ്പിടത്തിന് മുകളിൽ ആ രൂപത്തിലുള്ളൊരു പെയിന്റിംഗ് തൂക്കിയിട്ടുമുണ്ട്. നിങ്ങൾ അതൊക്കെ വിട്ടശേഷം ആ അതല്ലായ്ക്ക് എന്തു സംഭവിച്ചു എന്നറിയാമെങ്കിൽ പറയൂ.''

''അതല്ലായ്ക്ക് എന്തു സംഭവിച്ചെന്നോ? ഏറ്റവും വലിയ അതിശയമാണത്. നമ്മുടെ കൂട്ടത്തിൽ ഏറ്റവും വിചിത്രമായ കഥ അയാളുടേതുതന്നെയാണ്.''

''പൊളിറ്റിക്കൽ പൊലീസിലെ പണി ഉപേക്ഷിച്ചോ അയാൾ?''

''ഖാലിദിനെ പൊലീസ് അറസ്റ്റ് ചെയ്തതിന്റെ രണ്ടാംനാൾ അയാളെ ആ ജോലിയിൽനിന്നും പിരിച്ചുവിട്ടു. പിതാവുമായി രഞ്ജിപ്പിലായതോടെ ഖാലിദ് മുന്നോട്ടുവച്ച ഒരേയൊരു ആവശ്യമായിരുന്നു അതല്ലായെ പിരിച്ചുവിടണമെന്നത്. വിപ്ലവപ്രസ്ഥാനങ്ങളുടെ രഹസ്യം ചോർത്താനായി പൊലീസുകാർ നിയോഗിച്ച ഈ പഴയ ചാരൻ എന്താണ് ചെയ്തിരുന്നതെന്ന് നിങ്ങൾക്ക് അറിയാമോ?''

''എന്തു ചെയ്തുവെന്ന്?''

''അതുപോലെ വേറൊരു പ്രസ്ഥാനം രൂപീകരിക്കുകയാണ് അതല്ലാ ചെയ്തത്. ഇപ്പോൾ കക്ഷി ഈജിപ്ഷ്യൻ യൂണിവേഴ്സിറ്റിയിലെ വിദ്യാർത്ഥികൾക്കിടയിൽ ചുറ്റിത്തിരിയുകയാണ്. അവരെ മസ്തിഷ്കപ്രക്ഷാളനം നടത്തി തന്റെ പ്രസ്ഥാനത്തിന് പറ്റിയ ഇരകളാക്കി മാറ്റുകയാണ്. അതിനെക്കാളൊക്കെ വിചിത്രമായ മറ്റൊരു കാര്യം കൂടി കേട്ടു. തന്റെ ആശയങ്ങൾ പ്രചരിപ്പിക്കാനായി ഒരു വാരിക പ്രസിദ്ധീകരിക്കാനുള്ള പദ്ധതിയിലാണത്രെ കക്ഷിയിപ്പോൾ.''

ഹാനിയ തലകുലുക്കാൻ തുടങ്ങി.

''വല്ലാത്തൊരു വിചിത്രസംഘം തന്നെയായിരുന്നു നിങ്ങളുടേത്. അക്കാലത്തെ എന്റെ ജീവിതത്തെക്കുറിച്ചോർക്കുമ്പോൾ സ്വപ്നം പോലെയാണ് ഇപ്പോൾ തോന്നുന്നത്.''

രണ്ടാമത് വീണ്ടും നിശ്ശബ്ദത പരന്നു. എന്നാൽ ഇത്തവണ ആ നിശ്ശബ്ദതയ്ക്ക് നാവുണ്ടായിരുന്നു. കോട്ടയിലെ സഖാക്കളെക്കുറിച്ചെല്ലാം മല്ലീമും ഹാനിയയും തിരക്കി. ഒരാളെക്കുറിച്ചൊഴികെ. അയാളുടെ കാര്യം മനപ്പൂർവ്വം പരാമർശിക്കാത്തതുപോലെയാണ് തോന്നിയത്. നസീഫിനെയും മറ്റു സഖാക്കളെയും കുറിച്ച് അന്വേഷിക്കുന്നത് എളുപ്പമുള്ള കാര്യമായിരിക്കും.

എന്നാൽ ഈ ചെറുപ്പക്കാരന്റെ പ്രകൃതം മറ്റുള്ളവരിൽനിന്നൊക്കെ തികച്ചും വ്യത്യസ്തമാണല്ലോ. അയാളുടെ ആ പ്രകൃതം മനസ്സിലാക്കാൻ ശ്രമിക്കുന്നയാളുടെ മനസ്സിൽ അത് പ്രത്യേക സ്വാധീനം അവശേഷിപ്പിക്കുമെന്നത് തീർച്ചയാണ്. തങ്ങളെപ്പോലെയൊക്കെ ചിന്തിക്കുന്ന തലച്ചോറും സംസാരിക്കുന്ന നാവും മാത്രമല്ല അയാൾ. നേരേമറിച്ച് പ്രവാഹംപോലെ കുതിച്ചെത്തുന്ന വൈകാരികതയുടെ ഉടമയുമാണ്. ഒന്നടുത്തെത്തിയാൽതന്നെ അതിന്റെ ചൂട് തങ്ങളിലേക്ക് കൂടി പടർന്നുപിടിക്കും. അയാളെ സ്നേഹിക്കുകയോ അല്ലെങ്കിൽ വെറുക്കുകയോ ചെയ്യാതെ മറ്റുള്ളവർക്ക് നിൽക്കാനാകില്ല. ഇത് രണ്ടുമല്ലെങ്കിൽ കൃത്യമായി എന്താണെന്ന് നിർവ്വചിക്കാനാകാത്ത എന്തോ ഒരു ഗൂഢമായ വികാരമായിരിക്കും അയാളോട് തോന്നിപ്പോകുക. അത് ചിലപ്പോൾ ഇഷ്ടവും വെറുപ്പും കലർന്നൊരു

സംഗതിയായിരിക്കാം. അല്ലെങ്കിൽ അയാളോട് തോന്നുന്നൊരു അസ്വസ്ഥത നിറഞ്ഞ അകൽച്ചയായിരിക്കാം. മനസ്സിൽ ശരിക്കും തോന്നുന്ന വികാരം പ്രകടിപ്പിക്കാൻ നിർബന്ധിക്കുന്നൊരു മനുഷ്യൻ. അത്തരമൊരാളോട് കൂടുതൽ സഹവസിക്കാൻ സാധാരണക്കാർ തയ്യാറാകില്ലായിരിക്കും.

എന്തായാലും ഇപ്പോൾ നേരമായിരിക്കുന്നു. അയാളെക്കുറിച്ച് തിരക്കാതെ വഴിയില്ലെന്നായിരിക്കുകയാണ്. ഏറെ നേരമായി ചോദിക്കാൻ ധൈര്യം കാണിച്ചില്ലെങ്കിൽപോലും ആ ചോദ്യം മല്ലീമിന്റെയും ഹാനിയയുടെയും മുഖത്ത് കുറിച്ചുവച്ചിട്ടുണ്ട്. അന്തരീക്ഷത്തിലാകെ അത് തുളുമ്പിനിൽക്കുന്നുണ്ട്. അവസാനം പതിഞ്ഞ സ്വരത്തിൽ ഹാനിയയ്ക്ക് ചോദിക്കേണ്ടിവന്നു.

''ഖാലിദ് തന്റെ പിതാവുമായി രഞ്ജിപ്പിലായെന്ന് നിങ്ങൾ പറയുന്നത് കേട്ടല്ലോ?''

സഅദുദ്ദീന്റെ മറുപടിയും പതിയെത്തന്നെയായിരുന്നു.

''അതെ. നിങ്ങൾ അറിഞ്ഞില്ലേ കാര്യം?''

''ഇല്ല, എപ്പോഴായിരുന്നു സംഭവം?''

സഅദുദ്ദീൻ പരിഹാസത്തോടെ ചിരിച്ചു.

''എപ്പോഴായിരുന്നെന്നോ? അയാളെ പൊലീസ് അറസ്റ്റ് ചെയ്തതിന്റെ പിറ്റേന്നു രാവിലെതന്നെയാണ് എല്ലാം നടന്നത് പൊന്നേ. ഒരൊറ്റ രാത്രിയിലധികം ജയിലിൽ കിടക്കേണ്ടി വന്നില്ല ഖാലിദിന്.''

ഹാനിയ തലകുലുക്കി.

''ഈ മനുഷ്യന്റെ കാര്യം അതിശയം തന്നെയാണ്. മറ്റാരെയെങ്കിലും സംബന്ധിച്ചാണ് ഇത് കേട്ടതെങ്കിൽ വിശ്വസിക്കാൻ ബുദ്ധിമുട്ടില്ലായിരുന്നു. പക്ഷേ ഖാലിദ് വ്യത്യസ്തനായൊരു പ്രകൃതക്കാരനായിരുന്നില്ലേ. അങ്ങനെയുള്ള ഒരാൾക്കെങ്ങനെയാണ് ഇരുട്ടി വെളുക്കുമ്പോഴേക്കും അഭിപ്രായം മാറ്റാൻ കഴിയുന്നത്?''

അല്പനേരം നിശ്ശബ്ദനായിരുന്നശേഷമാണ് സഅദുദ്ദീൻ വായ് തുറന്നത്:

''ഒരു പരിധിവരെ അയാളോട് ക്ഷമിക്കാമെന്നാണ് തോന്നുന്നത്. സമൂഹത്തെയാകമാനം ഒറ്റയ്ക്ക് നേരിടാൻ ഒരു വ്യക്തിക്ക് സാധിക്കില്ല. പ്രത്യേകിച്ച് ഖാലിദിന്റെ കാര്യത്തിലേതുപോലെ വൈകാരികതയ്ക്കാണ് ആ വ്യക്തിയുടെ കാര്യത്തിൽ നിയന്ത്രണമെങ്കിൽ. അയാളെ അറസ്റ്റ് ചെയ്യാനിടയായ കുറ്റാരോപണത്തിന്റെ കാര്യമെടുക്കുക. വേണമെങ്കിൽ കടുത്ത പ്രത്യാഘാതങ്ങൾ ഉളവാക്കുന്ന വളരെ ഗൗരവതരമായ ഒരു കുറ്റകൃത്യമായി അതിനെ ചിത്രീകരിക്കാം. ഇനി

ചില സാഹചര്യങ്ങളെ അവഗണിക്കാൻ തയ്യാറായാൽ അത് ഒരടി സ്ഥാനവുമില്ലാത്തൊരു കേസ്സായിട്ടായിരിക്കും മാറുക. അറസ്റ്റ് ചെയ്യ പ്പെട്ടതിന്റെ പിറ്റേന്നു രാവിലെതന്നെ ഖാലിദിനെ അയാളുടെ പിതാവ് ഈ രണ്ട് സാധ്യതകളും ബോധ്യപ്പെടുത്തിയത്രേ. അന്വേഷണത്തെ ഇതിലേത് ദിക്കിലേക്കും തിരിച്ചുവിടുവാൻ തനിക്ക് സാധിക്കുമെന്നും പറഞ്ഞു. എന്നാൽ കുറ്റാരോപണമുക്തനാക്കാൻ വേണ്ടി ഖാലിദ് നൽകേണ്ട വില പിതാവിനെതിരെ കൊടുത്തിരുന്ന സർവ്വ കേസു കളും പിൻവലിക്കണമെന്നതായിരുന്നു. ശേഷം ആ പിതാവിന് കീഴൊ തുങ്ങിക്കഴിയുന്ന മകനായി ജീവിക്കുകയും വേണം. എന്തായാലും ആ വില നൽകാൻ അവസാനം ഖാലിദ് തയ്യാറായി.''

''അപ്പോൾ തന്നെ അയാൾ പിശാചിന് വിറ്റുവല്ലേ?''

''ആ ശപിക്കപ്പെട്ട രാത്രിക്കുശേഷം നിങ്ങൾ ഖാലിദിനെ തീരേ കണ്ടിട്ടില്ലേ?''

''ഇല്ല. ഞാനയാളെ കണ്ടിട്ടേയില്ല.''

''എങ്കിൽ നിങ്ങൾ രണ്ടുപേരും വരൂ. നമുക്കയാളെ ഈ രാത്രി തന്നെ കണ്ടുകളയാം. സമ്പന്നപുത്രന്മാരുടെ സംഘത്തിനൊപ്പം ഒരു ആഢംബര മദ്യശാലയിൽ എന്നും അയാൾ സമയം ചെലവിടാറുണ്ട്. നേരിൽ കാണുമ്പോൾ ഉറപ്പിക്കാമല്ലോ, പിശാചുമായി അയാൾ ഏതു തരത്തിലുള്ള കരാറാണ് ഉറപ്പിച്ചതെന്ന്.''

ഹാനിയ മല്ലീമിന്റെ നേർക്ക് തിരിഞ്ഞു.

''നിങ്ങൾക്ക് എന്തെങ്കിലും എതിർപ്പുണ്ടോ ഡിയർ?''

''ഹേയ്. ഒരിക്കലുമില്ല.''

മല്ലീം തല കുലുക്കി.

കാർ ഇതിനിടയ്ക്ക് കെയ്റോയുടെ അതിർത്തി പിന്നിട്ടതായി രുന്നു. പക്ഷേ അത് പിന്നെയും പട്ടണത്തിലേക്കുതന്നെ തിരിച്ചു പോയി.

* * *

അവർ മൂന്നുപേരും സ്ഥലത്തെത്തുമ്പോഴേക്കും ബാറിൽ ആളൊ ഴിയാൻ തുടങ്ങിയിരുന്നു. മല്ലീം ചുറ്റുപാടും ഒന്ന് പരതിനോക്കിയെങ്കിലും ഖാലിദിനെ അവിടെയൊന്നും കണ്ടില്ല. എന്നാൽ സഅദുദ്ദീൻ തന്റെ പിന്നാലെ വരുവാൻ തലകൊണ്ട് ആംഗ്യം കാണിച്ചു. ബാറിന്റെ അങ്ങേയറ്റത്തെത്തിയതും മരംകൊണ്ടുണ്ടാക്കിയ ഒരു കോണിപ്പടി കണ്ടു. ബാറിന്റെതന്നെ ഭാഗമായ മുകൾനിലയിലേക്ക് അതുവഴി വേണം കയറേണ്ടത്. അവിടെ ആളൊഴിഞ്ഞൊരു മൂലയിൽ ഒരാൾ പുറംതിരിഞ്ഞിരിക്കുന്നത് കാണാം. വലിയ രീതിയിൽ മേക്കപ്പ് ചെയ്ത

എതിർവശത്തിരിക്കുന്ന സ്ത്രീയുടെ ചുണ്ടുകളിലൊരു പുഞ്ചിരിയുണ്ട്. പുക വലിച്ചശേഷമുള്ള പുകച്ചുരുളുകൾ മേഘംകണക്കെ തങ്ങിനിൽക്കുകയാണ് അവരുടെ ശിരസ്സുകൾക്ക് മുകളിൽ. പിൻതിരിഞ്ഞിരിക്കുന്ന ചെറുപ്പക്കാരന്റെ ശരീരപ്രകൃതി ഏതാണ്ട് ഖാലിദിന്റേതുതന്നെയാണ്. അല്പം തടിച്ചിട്ടുണ്ട്. എന്നിട്ടും വിചിത്രമായ എന്തോ മാറ്റം അയാളിൽ സംഭവിച്ചിരിക്കുന്നു എന്നാണ് ഹാനിയയ്ക്കും മല്ലീമിനും തോന്നിയത്. അതു കാരണം തങ്ങൾക്ക് പരിചയമുള്ള പഴയ വ്യക്തിയേ ആയിരിക്കില്ല ഇപ്പോഴത്തെ ഖാലിദ്. തടികയറിയ പിറകുഭാഗം കണ്ടാൽതന്നെ എന്തോ ഒരു ബൊഹീമിയൻ ഭാവം തോന്നിക്കും. അലസമായ ഇരുത്തം സൂചിപ്പിക്കുന്നത് പഴയ ഓജസ്സൊക്കെ നഷ്ടപ്പെട്ട, മാനസികമായി തകർന്നൊരു വ്യക്തിയെയായിരിക്കും.

ആ നിലയിൽ ഇടപാടുകാരായി ഖാലിദും ഒപ്പമുള്ള സ്ത്രീയും മാത്രമേ ഉള്ളൂ. സഅദിന്റെയും സുഹൃത്തുക്കളുടെയും കാലടിശബ്ദം ഖാലിദിന്റെ ചെവിയിലുമെത്തി. അലസമായി ഒന്ന് തിരിഞ്ഞുനോക്കിയശേഷം കുറച്ചുനേരം അവർക്ക് നേരെ തുറിച്ചുനോക്കിക്കൊണ്ടിരുന്നു. എന്നാൽ തങ്ങളെ തിരിച്ചറിഞ്ഞതിന്റെ ലക്ഷണങ്ങളൊന്നും കണ്ടതുമില്ല. അല്പം കഴിഞ്ഞതും പഴയപടി തിരിഞ്ഞിരുന്നശേഷം അയാൾ മദ്യം നിറച്ച ഗ്ലാസ് ചുണ്ടോടടുപ്പിച്ച് മൊത്തിക്കുടിക്കാൻ തുടങ്ങി.

ഖാലിദിന്റെ മുഖം കണ്ട മാത്രയിൽതന്നെ അലറിവിളിക്കാൻ പോയതായിരുന്നു ഹാനിയ. കുട്ടികളുടേതുപോലെ നിഷ്കളങ്കവും സുതാര്യവുമായ മുഖമാണ് ഖാലിദിന്റേതെന്ന് അവൾക്കറിയാം. ആ മുഖത്തേക്ക് ഒരു മാത്ര നോക്കിയാൽതന്നെ അതിന്റെ ഉടമയുടെ മനസ്സിലെ ഓരോ സങ്കോചങ്ങളും വായിച്ചെടുക്കാൻ സാധിക്കുമായിരുന്നു. എന്നാൽ രാത്രി അയാളുടെ മുഖത്തിന് മുകളിലൊരു മുഖം മൂടി വച്ചുകൊടുത്തിരിക്കുകയാണിപ്പോൾ. പണ്ട് കാടുകളിൽ താമസിക്കുകയും മനുഷ്യമാംസം ഭക്ഷണമാക്കുകയും ചെയ്തിരുന്ന വന്യജീവികളായ തന്റെ പൂർവ്വികരുടെ മുഖഭാവമാണെന്ന് തോന്നുന്നു ഇപ്പോൾ ഖാലിദ് കടംകൊണ്ടിരിക്കുന്നത്. വായുടെ ഇരുവശത്തുമായി തെളിഞ്ഞുവരുന്ന വെറുപ്പ് തുളുമ്പുന്ന ചുളിവുകളായിരിക്കും ഏറ്റവും ഭയപ്പെടുത്തുക. അതുപോലെതന്നെയാണ് ആ അലക്ഷ്യമായ, ഭോഗാസക്തി നിറഞ്ഞ കണ്ണുകളിൽനിന്നും പ്രതിഫലിക്കുന്ന പാപം തുളുമ്പുന്ന നോട്ടവും.

തിരിച്ചുപോയാലോ എന്നാണ് ഹാനിയയ്ക്ക് ആദ്യം തോന്നിയത്. അക്കാര്യം മല്ലീമിന്റെ ചെവിയിൽ പതിയെ പറയാൻ തുടങ്ങിയതുമാണ്. അതിനിടയിലാണ് സഅദുദ്ദീൻ ശബ്ദം താഴ്ത്തി പറഞ്ഞത്.

''പേടിക്കേണ്ട. അയാൾ ഉപദ്രവിക്കുകയൊന്നുമില്ല.'' ശേഷം ഖാലിദിന്റെ മുന്നിലേക്ക് ചെന്ന് സഅദ് കൈ നീട്ടി.

''അസ്സലാമു അലൈക്കും, ഖാലിദ് ബേയ്.''

ശബ്ദം കേട്ടതും ഒരു പിടച്ചിലോടെ എഴുന്നേൽക്കുന്നതിനിടയിൽ ഖാലിദ് തന്റെ മുന്നിൽ പുഞ്ചിരിച്ചുകൊണ്ട് നിൽക്കുന്നയാളിന്റെ മുഖത്തേക്ക് നോക്കി.

''ആരാണ്? സഅദോ?''

കൈ നീട്ടിക്കൊണ്ട് ഇരിക്കുന്നതിനിടയിൽ ഖാലിദ് പറഞ്ഞു:

''ഇരിക്ക്.''

സഅദ് അപ്പോഴും നിൽക്കുകതന്നെയായിരുന്നു.

''നമ്മുടെ പഴയ സുഹൃത്തുക്കളൊക്കെ എവിടെയാണ്?''

''അവരെയൊക്കെ യുദ്ധം കവർന്നുകൊണ്ട് പോയി. നിങ്ങളിരിക്ക്.''

''എന്റെ കൂടെ രണ്ട് അതിഥികളുണ്ട്. അവരെ കണ്ടാൽ നിങ്ങൾ ഞെട്ടും.''

ഖാലിദിന്റെ മുഖത്ത് പക്ഷേ വിരിഞ്ഞത് അസ്വസ്ഥതയായിരുന്നു. അല്പം കടുത്ത സ്വരത്തിലാണ് അയാൾ പ്രതികരിച്ചത്:

''ഇപ്പോൾ ഒരു കാര്യവും എന്നെ ഞെട്ടിക്കാറേയില്ല. പോയി അവരോട് പറയ് എന്നെ നോക്കിയിട്ട് കണ്ടില്ലെന്ന്. അല്ലെങ്കിൽ ഞാൻ യുദ്ധത്തിനിടയിൽപെട്ട് ചത്തെന്ന്. അല്ലെങ്കിൽ മറ്റെന്തു വേണമെങ്കിലും പറഞ്ഞോളൂ. അവരാരും എന്നെത്തേടി ഇങ്ങോട്ട് വരരുത് അത്രയേയുള്ളൂ. അല്ലെങ്കിൽതന്നെ എന്റെ കൂടെ ഒരു പെണ്ണുള്ളത് തനിക്ക് കണ്ടുകൂടേ? വൈകുന്നേരം മുതലേ ഞങ്ങൾ കുടിക്കുന്നത് രാത്രി തനിച്ച് കഴിയാനാണ്.''

ഖാലിദിന്റെ ഈ വാക്കുകളൊക്കെ കേട്ടതോടെ മല്ലീമിന്റെ പഴയ സ്വരൂപമുണർന്നു. അയാൾ പല്ലു ഞെരിച്ചപ്പോൾ കണ്ണുകളിൽ നിന്നും തീ ചിതറുന്നതുപോലെ തോന്നിപ്പോയി. എന്നാൽ അത്തരമൊരു കുപിതവും നീരസവുമായ ഭാവമായിരുന്നു ഹാനിയയ്ക്കും താല്പര്യം. അതോടെ ഭർത്താവിനെക്കുറിച്ച് അഭിമാനത്തോടെ പുഞ്ചിരിച്ചുകൊണ്ട് ഹാനിയ മല്ലീമിനോട് കൂടുതൽ അടുത്തുനിന്നു. എന്നാൽ മല്ലീമാകട്ടെ, ഹാനിയയെ മാറ്റിനിർത്തിയശേഷം എന്തും വരട്ടെ എന്ന് കരുതി മുന്നോട്ട് ചെന്നു.

''നമസ്കാരം ഖാലിദ് ബേയ്.''

ശബ്ദത്തിന്റെ ഉടമയുടെ നേർക്ക് നിസ്സാരഭാവത്തിൽ ഒന്നു നോക്കിയശേഷം ഇരുന്നയിടത്തുനിന്ന് അനങ്ങാതെ ഖാലിദ് പറഞ്ഞു.

''ഓ നമസ്കാരം സാർ. നിങ്ങൾക്കെന്താ വേണ്ടത്?''

എന്നാൽ ഈ പരുക്കൻ സ്വീകരണം മല്ലീമിനെ അസ്വസ്ഥനാക്കി യൊന്നുമില്ല. മറിച്ച് ഉറച്ച സ്വരത്തോടെ അയാൾ തുടർന്നതേയുള്ളൂ.

''ഞാൻ മല്ലീമാണ്. ഞാനും ഭാര്യ ഹാനിയയും നിങ്ങളെയൊന്നു കാണാൻ വേണ്ടി വന്നതാണ്.''

ഒരു നിമിഷം ഖാലിദിന്റെ ഭാവം മാറി. ഇടിവെട്ടേറ്റതുപോലെ തരിച്ചുപോയി. നൂറുകണക്കിന് മദ്യഗ്ലാസുകളിലൂടെയും ഡസൻ കണക്കിന് സ്ത്രീകളിലൂടെയും ഏതൊരു ഭൂതകാലത്തിന്റെ ശബ്ദത്തെ നിശ്ശബ്ദമാക്കാനാണോ താൻ ശ്രമിച്ചുകൊണ്ടിരുന്നത്, അതിപ്പോൾ ചെവികളെ തഴുകി ഉഗ്രഭാവത്തിൽ മുട്ടിവിളിക്കുകയാണ്. ''ഞാൻ മല്ലീമാണ്.'' തന്റെ പഴയകാല ജീവിതത്തിന്റെ അച്ചുതണ്ടാ യിരുന്നു മല്ലീം. ഉള്ളിലെ വികാരങ്ങളുടെ കൂട്ടത്തിലെ ഏറ്റവും കുലീനമായ ചിഹ്നം. കഴിഞ്ഞ നാലു വർഷക്കാലമായി തന്നെ കാണാതെ ഓടിയൊളിച്ചുകൊണ്ടിരുന്ന മല്ലീം. ആ വ്യക്തി താനിതാ വന്നിരിക്കുന്നു എന്നു പറഞ്ഞ് മുമ്പിൽ വന്നുനിൽക്കുകയാണ്.

പക്ഷേ ഖാലിദ് ആകെ ഉന്മാദാവസ്ഥയിലായിരുന്നു. പോരാത്ത തിന് മല്ലീമിനെ പ്രതിനിധാനം ചെയ്യുന്ന സർവ്വആശയങ്ങളെയും നിഷ്കാസനം ചെയ്യാനായി കഴിഞ്ഞ നാലു വർഷക്കാലമായി ശ്രമിച്ചു കൊണ്ടിരിക്കുകയുമാണ്. അതിനാൽത്തന്നെ ഒരല്പസമയത്തിനകം സ്വന്തം വികാരങ്ങളുടെ കടിഞ്ഞാൾ കൈപ്പിടിയിലാക്കുവാൻ ഖാലി ദിന് കഴിഞ്ഞു. ശേഷം നേരത്തെ ഹാനിയയുടെ ഉള്ളിൽ ഭീതിനിറച്ച ആ ക്രൗര്യം നിറഞ്ഞ മുഖംമൂടി തിരികെ കൊണ്ടുവരുവാനും സാധിച്ചു. ഓഹ്... ഖാലിദിന്റെ ദുരവസ്ഥ കണ്ടാസ്വദിക്കുവാൻ വന്നതായിരിക്കു മല്ലോ മൂവരും? ആയിക്കോട്ടെ, താൻ സ്വന്തം വേഷം നന്നായി കെട്ടി യാടിക്കോളാം. കാണാൻ വന്നവരെ നിരാശപ്പെടുത്തരുതല്ലോ?

അല്പം ക്ലേശിച്ചാണ് ഖാലിദ് ഇരിപ്പിടത്തിൽനിന്നും എഴുന്നേറ്റത്. ശേഷം വിരസതയോടെ മല്ലീമിന് കൈ നല്കി.

''എന്തിനാ മല്ലീമെന്നു പറയുന്നത്? മുഹമ്മദ് ബേയ് സലാം എന്നു പറയൂ. എനിക്ക് നിങ്ങളെക്കുറിച്ച് എല്ലാമറിയാം. ഇരുന്നാലും മുഹമ്മദ് ബേയ്.''

ശേഷം ഹാനിയയുടെ നേർക്ക് തിരിഞ്ഞ് ആദ്യമായി കാണുന്ന ഭാവത്തിൽ പറഞ്ഞു:

''ഇരിക്കൂ മാഡം.''

വിഷണ്ണരായി തല കുമ്പിട്ടിരിക്കുകയാണ് എല്ലാവരും. എന്താണ് പറയേണ്ടതെന്ന് ആർക്കുമറിയില്ല. അവസാനം പരിഹാസവും ഉപേ ക്ഷയും തുളുമ്പുന്ന ഭാവത്തിൽ ഖാലിദ് തന്നെ വായ് തുറന്നു:

''എന്നെ ഇത്തരമൊരു അവസ്ഥയിൽ കണ്ടപ്പോൾ ഹാനിയാ മാഡവും മുഹമ്മദ് ബേയും അത്ഭുതപ്പെട്ടുപോയിട്ടുണ്ടാകുമെന്നാണ് തോന്നുന്നത്.''

''ഇതിൽ അത്ഭുതപ്പെടാനൊന്നുമില്ലല്ലോ ഖാലിദ് ബേയ്?''

ഹാനിയയുടെ വാക്കു കേട്ടതും ഖാലിദിന്റെ ചുണ്ടുകളിലൊരു ചിരി വിടർന്നു. നിന്ദ തുളുമ്പുന്ന രീതിയിലുള്ള അയാളുടെ പിതാവിന്റെ ചിരിപോലെ തന്നെയായിരുന്നു അത്. ശേഷം ഖാലിദ് പതിയെ സംസാരിക്കാൻ തുടങ്ങി.

''ദൈവത്തെയോർത്ത് എന്നെ പരിഹസിക്കരുതേ മാഡം. ഞാനൊരു സാധുവാണ്. എന്നാലിപ്പോൾ ഞാൻ ബുദ്ധിമാനായിരിക്കുകയാണ്. പിതാക്കന്മാർക്ക് കീഴൊതുങ്ങുന്നതാണ് മക്കളുടെ ഐശ്വര്യത്തിന്റെ അടിസ്ഥാനശില എന്ന തിരിച്ചറിവ് സ്വന്തമാക്കിയ ബുദ്ധിമാൻ. അതു കാരണം എനിക്കിപ്പോൾ സ്വന്തം പിതാവിനെ 'പാഷാ വാപ്പാ' എന്ന് അഭിസംബോധന ചെയ്യാമെന്നായിരിക്കുന്നു. ആ നിമിഷം തന്നെ എനിക്ക് മുന്നിൽ മറ്റുള്ളവരുടെ ശിരസ്സുകൾ നമിക്കും, വഴികൾ തുറക്കും. പിന്നെ ഏറ്റവും കപടമായൊരു ജീവിതം നയിക്കാനെനിക്ക് ബാധിക്കും. ആരുമെന്നെ കുറ്റപ്പെടുത്താൻ വരില്ല. കീശ നിറയെ പണം. പേരുകേട്ട കുടുംബങ്ങളുടെയൊക്കെ വാതിൽ എനിക്കു മുന്നിൽ മലർക്കെ തുറക്കും. എന്നോട് സംസാരിക്കാൻ തുനിയുന്നവരൊക്കെയും അവസാനം പറയുന്നത് 'പിതാവിനെ ഇത്രത്തോളം അനുസരിക്കുന്ന ഈ മകനെ ദൈവം അനുഗ്രഹിക്കട്ടെ' എന്നായിരിക്കും. ഇതിലപ്പുറം എന്തു വേണമെന്നാണ് നിങ്ങൾ ആഗ്രഹിക്കുന്നത്?''

തല കുലുക്കുന്നതിനിടയിൽ ഹാനിയ നെടുവീർപ്പിട്ടു.

''വേറെ എന്തൊക്കെയുണ്ട് ഖാലിദ് ബേയ്?''

ഒരു നിമിഷം ഖാലിദ് കുനിഞ്ഞിരുന്നു. അപ്പോഴേക്കും അയാളുടെ മുഖത്തെ പരിഹാസഭാവം അപ്രത്യക്ഷമായി. തൽസ്ഥാനത്ത് പണ്ടത്തെ മുഖഭാവങ്ങൾ തിരികെ വന്നു. കാലം കഴിയുന്തോറും ആ മുഖത്ത് ചുളിവുകൾ വീണുകൊണ്ടിരിക്കുന്നു. അവസാനം സഹതാപം തോന്നിക്കുംവിധം ദുഃഖാർദ്രമായ സ്വരത്തിൽ അയാൾ യാചിച്ചു.

''എന്നെ വെറുതെ വിടൂ മാഡം.''

പിന്നെ ക്ഷോഭത്തോടെ വീണ്ടുമയാൾ തലയുയർത്തി.

''എന്നാൽ ഈയൊരു അവസ്ഥയിലെത്തിയതിന്റെ പേരിൽ എന്നെ കുറ്റപ്പെടുത്തരുത്. ജനിച്ചുപോയ തലമുറയുടെ ഇരയാണ് ഞാൻ. സൃഷ്ടി ആരംഭിച്ചതിൽപിന്നെ മനുഷ്യനെ സംബന്ധിച്ചിടത്തോളം ഏറ്റവും ദുരിതം പിടിച്ച കാലമാണിത്. സ്വന്തം ലോകത്തിന്റെ

അവസ്ഥാന്തരങ്ങളെക്കുറിച്ച് ബോധവാനായ, അതേസമയം അക്കാര്യത്തിൽ സന്തുഷ്ടനായ ഒരു വ്യക്തിയെ കണ്ടെത്താൻ നിങ്ങൾക്ക് സാധിക്കുകയേ ഇല്ല. എന്തായിരിക്കും അതിന് കാരണം? ശപിക്കപ്പെട്ട ഈ ബുദ്ധിശക്തി തന്നെയാണ് കാരണം. മനുഷ്യന്റെ ബുദ്ധി അവന്റെ ഏറ്റവും വലിയ ശക്തിയായി മാറിയിരിക്കുകയാണ്. അവന്റെ ശരിക്കുള്ള അറിവിനെക്കാളും വലിയ ശക്തി. വേണമെങ്കിൽ വികാരങ്ങളെന്നും പറയാം. അറിവും വികാരങ്ങളും ശുദ്ധമായ ബുദ്ധിശക്തിയാണെന്ന് പറയാനാകില്ല. മറിച്ചവ ബുദ്ധിയും ശരീരവും ചേർന്നതാണ്. ബുദ്ധികൊണ്ട് മാത്രം കണ്ടെത്തുന്ന പുതിയ യാഥാർത്ഥ്യങ്ങളെയാണ് മനുഷ്യൻ മനസ്സിലാക്കാറുള്ളത്. എന്നാൽ വികാരങ്ങളിലൂടെ അത്തരം കാര്യങ്ങളെ മനസ്സിലാക്കാൻ അവന് ഇനിയും സാധിച്ചിട്ടില്ല. കാരണം ജ്ഞാനപ്രക്രിയയിൽ ശരീരം പങ്കാളിയാകുന്നതേ ഇല്ല. പഴയ അറിവുകളുടെയും പഴയ മൂല്യങ്ങളുടെയും അദ്ധ്യാപനങ്ങളിൽ ബന്ധിതനായി കഴിയുകയാണ് ശരീരം. ജനത്തിന്റെ മിഥ്യാബോധങ്ങളിൽ നിറഞ്ഞുനിൽക്കുന്ന ദുരഭിമാനം, ആർത്തി, അസൂയ, നിഗ്രഹചിന്ത, അന്ധവിശ്വാസങ്ങൾ തുടങ്ങിയവയുടെ ചങ്ങലക്കെട്ടുകൾക്കിടയിൽ പെട്ട് ഉഴറുകയാണ് ഇപ്പോഴും ശരീരം.

അങ്ങനെയുള്ളപ്പോൾ ഇത്രയേറെ ചങ്ങലക്കെട്ടുകളിൽ ബന്ധിതനായ ശരീരമുള്ളൊരു മനുഷ്യനിൽനിന്ന് നിങ്ങൾ എന്താണ് പ്രതീക്ഷിക്കുന്നത്? തന്റെ ചുറ്റുമുള്ള മൂല്യങ്ങളുടെ നിസ്സാരതയും അവയുടെ കൃത്രിമത്വവുമൊക്കെ അയാളുടെ തലച്ചോർ തിരിച്ചറിയുന്നുമുണ്ടാകും. അങ്ങനെയുള്ളപ്പോൾ ഞാൻ ഇപ്പോൾ അകപ്പെട്ടിരിക്കുന്നതല്ലാത്ത ഒരവസ്ഥ പ്രതീക്ഷിക്കുകയേ ചെയ്യരുത്. സമൂഹത്തിന്റെ മൊത്തം മോചനത്തിലൂടെ അല്ലാതെ എനിക്ക് ഈ ബന്ധനങ്ങളിൽനിന്നൊരു മുക്തി സാധ്യമേയല്ല. സമൂഹത്തിന്റെ മോചനമാകട്ടെ അതിന്റെ വൈകാരികതയുടെയും ബുദ്ധിയുടെയും പൊരുത്തത്തിലൂടെ മാത്രമേ യാഥാർത്ഥ്യമാകൂ. അതാകട്ടെ വരുംതലമുറകളിലല്ലാതെ സാധ്യവുമല്ല.

മനുഷ്യനാഗരികത അതിന്റെ ഏറ്റവും വിചിത്രമായ ദശകളിലൊന്നിലൂടെയാണ് ഇപ്പോൾ കടന്നുപൊയ്ക്കൊണ്ടിരിക്കുന്നതെന്ന് ഞാൻ പറഞ്ഞാൽ നിങ്ങൾ അതിശയിക്കരുത്. സ്വശരീരത്തെ പീഡിപ്പിച്ചും അതിന് ആസ്വാദനങ്ങൾ നിഷേധിച്ചുമാണ് മനുഷ്യൻ ആത്മീയ ആനന്ദത്തിലേക്ക് എത്തിച്ചേരുന്നതെന്നാണ് പണ്ടൊക്കെ നാം കേട്ടിരുന്നത്. ആ കാലഘട്ടങ്ങളിൽ അധഃപതനം നേരിട്ടിരുന്ന മനുഷ്യന്റെ ബുദ്ധിക്ക് അവന്റെ വൈകാരികതയുടെ തലത്തിലേക്ക് ഉയരാൻ കഴിഞ്ഞത് അങ്ങനെയാണ്. അതിലൊട്ട് അതിശയിക്കാനൊന്നുമില്ല. ആദ്യമുണ്ടായ വൈകാരികതയ്ക്ക് എപ്പോഴുമൊരു ഔന്നിത്യമുണ്ടാകും.

പൗരാണിക ഈജിപ്തുകാർക്ക് ദേവതാസങ്കല്പമുണ്ടായിരുന്നു. അവർക്ക് മുമ്പ് ജീവിച്ചിരുന്നവർക്ക് വേറെ ദേവതകളിലായിരുന്നിരിക്കും വിശ്വാസം. ഇത്തരമൊരു ഔന്നിത്യമാർന്ന വൈകാരികാവസ്ഥയായിരിക്കും മനുഷ്യരിൽ പ്രയോഗിക്കാനാകുന്ന നിയമസംഹിതകൾ സൃഷ്ടിച്ചത്. അതോടെ ചിലതൊക്കെ അനുവദനീയവും മറ്റു ചിലത് വിലക്കപ്പെട്ടവയുമായി മാറി. പക്ഷേ അപ്പോഴും മനുഷ്യന്റെ ബുദ്ധിശക്തിയെന്നത് കാടിന്റെ നിയമത്താൽ നിയന്ത്രിക്കപ്പെടുന്ന മൃഗതുല്യമായ ഒന്നായിരുന്നു. അതിനാലാണ് ബുദ്ധിയെക്കാൾ ഉദാത്തമായി മനുഷ്യന്റെ വൈകാരികാവസ്ഥ മാറുന്നത്.

എന്നാൽ ഇന്ന് മാനവികത നേരിടുന്ന പ്രശ്നങ്ങൾ പണ്ടത്തേതിന്റെ നേരെ വിരുദ്ധമാണ്. ബുദ്ധിശക്തി സൃഷ്ടിപരമായ ഔന്നിത്യത്തിലെത്തിയിരിക്കുന്നു. അതിനൊരു പരിധിയുമില്ല. മറ്റേതൊരു അധികാരകേന്ദ്രത്തെയോ, ശക്തിയെയോ അത് ഭയക്കുന്നതുമില്ല. അതേസമയം പണ്ട് ഔന്നത്യം അവകാശപ്പെട്ടിരുന്ന സാമൂഹിക വൈകാരികാവസ്ഥയാകട്ടെ ബുദ്ധിയുടെ നിലവാരത്തിലേക്ക് ഉയരാനാകാതെ ചുരുങ്ങിപ്പോകുന്നു. മനുഷ്യനിൽ അടിച്ചേൽപ്പിച്ച നിയമങ്ങൾ അത് സ്വന്തത്തിന്റെ മേലും ബാധമാക്കിയതിനാലാണത്.

ആയതിനാൽ മനുഷ്യൻ ഇന്ന് സന്തുലിതാവസ്ഥയിലേക്ക് എത്തിച്ചേരാനും ഒരുവിധ ആനന്ദം സ്വന്തമാക്കാനും ആഗ്രഹിക്കുന്നുവെങ്കിൽ തന്റെ ബുദ്ധിശക്തിയുമായി അവൻ പിന്തിരിഞ്ഞു നടന്നേ തീരൂ. അപ്പോൾ അവന് പഴയതുപോലെ മൃഗീയഭാവങ്ങൾ തിരികെ ലഭിക്കും.

ഇതുതന്നെയാണ് ഞാൻ ചെയ്തതും. ലോകത്തിന്റെ ബൗദ്ധികത എത്തിച്ചേർന്നൊരു തലത്തിലേക്ക് സമൂഹത്തിന്റെയാകെ വൈകാരികതയുമായി ഉയരുവാനുള്ള ശേഷി എനിക്കുണ്ടായിരുന്നില്ല. അപ്പോൾ പിന്നെ ഈ മുഖംമൂടിക്ക് പിന്നിലൊളിക്കുകയല്ലാതെ എനിക്ക് മറ്റു വഴികളില്ല. ആ മുഖംമൂടി കാണുന്ന മാത്രയിൽതന്നെ നിങ്ങളുടെ കണ്ണുകളിൽ ഭയം നിറയുന്നതും ഞാൻ ശ്രദ്ധിച്ചു. പക്ഷേ അക്കാര്യത്തിൽ നിങ്ങൾക്ക് തെറ്റിപ്പോയെന്നേ ഞാൻ പറയൂ. 'ആനന്ദം ആഗ്രഹിക്കുന്നുവെങ്കിൽ നിങ്ങൾ മുകളിലേക്കായിരിക്കും നോക്കുക. എന്നാൽ ഞാനതിനെ തിരയുന്നത് കീഴേക്ക് നോക്കിയാണ്' എന്നൊരു ചൊല്ല് കേട്ടിട്ടില്ലേ? ഈ ശാപം പിടിച്ച കാലത്ത് ജീവിക്കാൻ വിധിക്കപ്പെട്ട എല്ലാ ബുദ്ധിജീവികളുടെയും അവസ്ഥ ഇതാണ് മാഡം. അവർക്ക് കീഴേക്ക് നോക്കാനായിരിക്കും യോഗം.''

വാക്കുകൾ നിർത്താതെ ഒഴുകുന്ന പ്രവാഹം കണക്കെ അതിവേഗം പുറത്തേക്ക് വരികയാണ് ഖാലിദിന്റെ വായിൽനിന്ന്. ഒരു മാത്ര തോന്നിപ്പോകും ഇത് നേരത്തേ കരുതിക്കൂട്ടി ഉറപ്പിച്ചുവച്ച വാക്കുകളാണെന്ന്. അയാൾ സംസാരിച്ച് നിർത്തിയതും കുറച്ചു

നേരം ഏവരും നിശ്ശബ്ദരായി നിന്നതേയുള്ളൂ. എന്നാൽ ഹാനിയയുടെ കണ്ണുകൾ നിറഞ്ഞുകവിഞ്ഞിരുന്നു. അതിനകം പ്രധാനമായും അവളോടാണല്ലോ ഖാലിദ് സംസാരിച്ചുകൊണ്ടിരുന്നത്?

അവസാനം നിശ്ശബ്ദത ഭേദിക്കാൻ തുനിഞ്ഞത് സഅദുദ്ദീനായിരുന്നു. ഒരു നെടുവീർപ്പോടെ തലകുലുക്കിക്കൊണ്ട് അയാൾ പറഞ്ഞു.

''ഓഹ്... എന്നും തലച്ചോർ പണയം വച്ച ഈജിപ്തിന്റെ ഹാംലെറ്റേ...''

ഖാലിദ് സഅദിന്റെ നേർക്ക് വിഷാദഭാവത്തിൽ തുറിച്ചുനോക്കി. പിന്നീടയാൾ ഇത്രകൂടി പറഞ്ഞു:

''അങ്ങനെയല്ല, ഇങ്ങനെ പറയൂ. ഓഹ്... സ്വയം മണലിൽ തല പൂഴ്ത്തി നിൽക്കുന്ന ഈജിപ്തേ...''

■

www.ingramcontent.com/pod-product-compliance
Lightning Source LLC
LaVergne TN
LVHW090342051026
849518LV00006B/2029
* 9 7 8 8 1 1 9 4 8 6 6 2 5 *